Pilipino through Self-Instruction

Part Two

John U. Wolff

with
Ma. Theresa C. Centeno
and
Der-Hwa V. Rau

Cornell University
Southeast Asia Program
September 1991

ISBN 978-0-87727-526-8

CONTENTS

Ikasiyam na Aralin. Unit 9

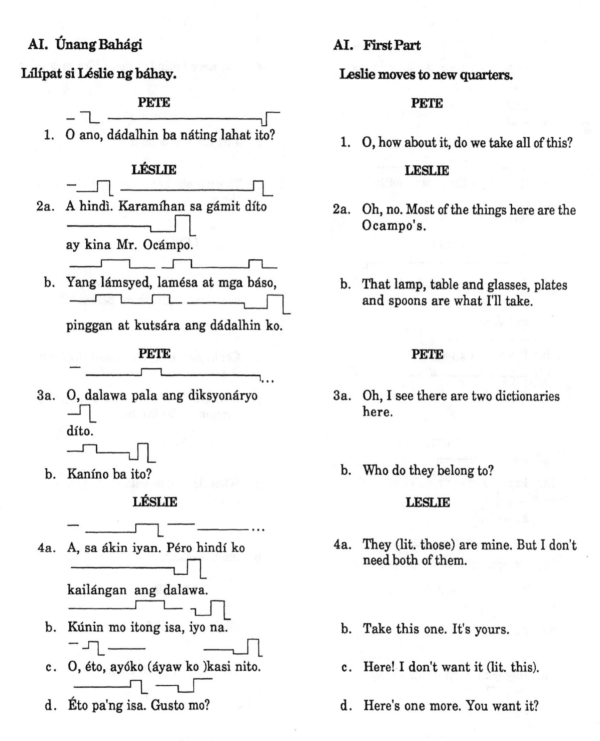

AI. Únang Bahági

Lílípat si Léslie ng báhay.

PETE

1. O ano, dádalhin ba náting lahat ito?

LÉSLIE

2a. A hindì. Karamíhan sa gámit díto

ay kina Mr. Ocámpo.

b. Yang lámsyed, lamésa at mga báso,

pinggan at kutsára ang dádalhin ko.

PETE

3a. O, dalawa pala ang diksyonáryo

díto.

b. Kaníno ba ito?

LÉSLIE

4a. A, sa ákin iyan. Péro hindí ko

kailángan ang dalawa.

b. Kúnin mo itong isa, iyo na.

c. O, éto, ayóko (áyaw ko)kasi nito.

d. Éto pa'ng isa. Gusto mo?

AI. First Part

Leslie moves to new quarters.

PETE

1. O, how about it, do we take all of this?

LESLIE

2a. Oh, no. Most of the things here are the Ocampo's.

b. That lamp, table and glasses, plates and spoons are what I'll take.

PETE

3a. Oh, I see there are two dictionaries here.

b. Who do they belong to?

LESLIE

4a. They (lit. those) are mine. But I don't need both of them.

b. Take this one. It's yours.

c. Here! I don't want it (lit. this).

d. Here's one more. You want it?

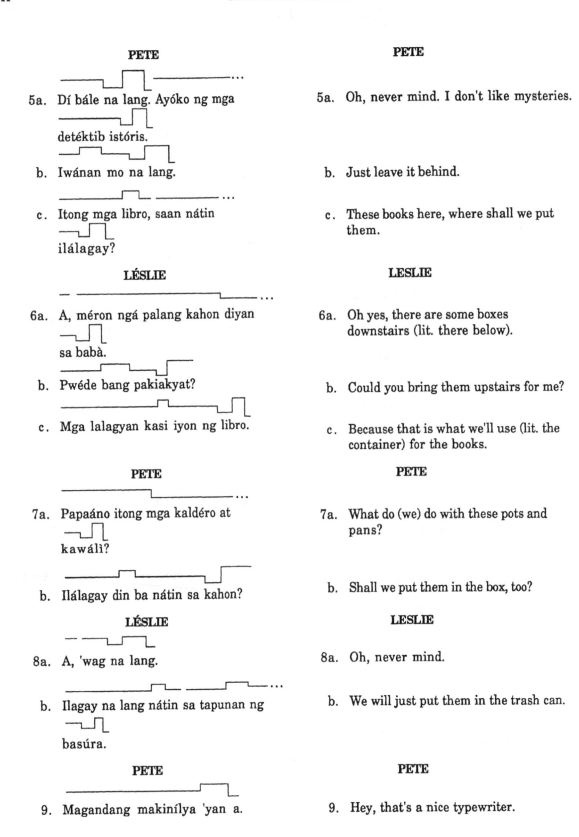

PETE

5a. Dí bále na lang. Ayóko ng mga detéktib istóris.

b. Iwánan mo na lang.

c. Itong mga libro, saan nátin ilálagay?

LÉSLIE

6a. A, méron ngá palang kahon diyan sa babà.

b. Pwéde bang pakiakyat?

c. Mga lalagyan kasi iyon ng libro.

PETE

7a. Papaáno itong mga kaldéro at kawáli?

b. Ilálagay din ba nátin sa kahon?

LÉSLIE

8a. A, 'wag na lang.

b. Ilagay na lang nátin sa tapunan ng basúra.

PETE

9. Magandang makinílya 'yan a.

PETE

5a. Oh, never mind. I don't like mysteries.

b. Just leave it behind.

c. These books here, where shall we put them.

LESLIE

6a. Oh yes, there are some boxes downstairs (lit. there below).

b. Could you bring them upstairs for me?

c. Because that is what we'll use (lit. the container) for the books.

PETE

7a. What do (we) do with these pots and pans?

b. Shall we put them in the box, too?

LESLIE

8a. Oh, never mind.

b. We will just put them in the trash can.

PETE

9. Hey, that's a nice typewriter.

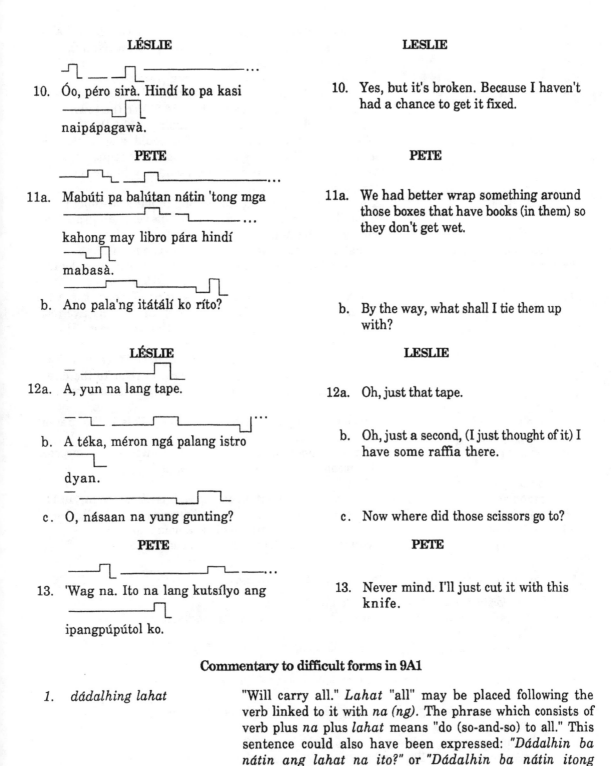

LÉSLIE

10. Óo, péro sirà. Hindí ko pa kasi

naipápagawà.

PETE

11a. Mabúti pa balútan nátin 'tong mga

kahong may libro pára hindí

mabasà.

b. Ano pala'ng itátálí ko ríto?

LÉSLIE

12a. A, yun na lang tape.

b. A téka, méron ngá palang istro

dyan.

c. O, násaan na yung gunting?

PETE

13. 'Wag na. Ito na lang kutsílyo ang

ipangpúpútol ko.

LESLIE

10. Yes, but it's broken. Because I haven't had a chance to get it fixed.

PETE

11a. We had better wrap something around those boxes that have books (in them) so they don't get wet.

b. By the way, what shall I tie them up with?

LESLIE

12a. Oh, just that tape.

b. Oh, just a second, (I just thought of it) I have some raffia there.

c. Now where did those scissors go to?

PETE

13. Never mind. I'll just cut it with this knife.

Commentary to difficult forms in 9A1

1.	*dádalhing lahat*	"Will carry all." *Lahat* "all" may be placed following the verb linked to it with *na (ng)*. The phrase which consists of verb plus *na* plus *lahat* means "do (so-and-so) to all." This sentence could also have been expressed: *"Dádalhin ba nátin ang lahat na ito?"* or *"Dádalhin ba nátin itong lahat?"*
2a.	*karamíhan*	"Many or most of, majority" (§16.31).
	kina Mr. Ocámpo	"Belong to the Ocampos." For the dative as the predicate in a phrase meaning "belong to X" see §9.42. For the use of the plural to mean the X family see §4.74.
b.	*kaníno*	"Who does... belong to?" (§9.43).
4b.	*iyo na*	"You take it" (=*sa iyo na*) (§9.41).

	ayóko kasi	"Because I don't want..." *(áyaw ko)*. *Kasi* may be initial or it may stand after the first word of the predicate (§5.73).
d.	éto pa'ng...	"Here is a..." *(=éto pa ang...)*
5a.	dí bále	"Never mind, not worth mentioning" (§12.64).
b.	iwánan	"Leave (it) behind." *Íwan* alternatively takes the local passive to refer to a direct object (§6.21) or the conveyance *(=iíwan)* with no difference in meaning (§11.54).
6b.	pakiakyat	"Please bring (it) upstairs." One could also have said *iakyat* "bring it upstairs", but with *paki-* the request is much more polite, and there is a great tendency to use the *paki-* forms in Pilipino (§9.31).
c.	lalagyan	This is a noun meaning "something to put something in." It is similar in meaning and form to the verb *lálagyan* "will put something in (it)" (§6.22).
7a.	papaáno	"What shall one do with (subject)?" *(=paáno)* (§10.7).
8b.	tapunan	"Place to throw things away in." This is a noun parallel to a verb form *tapúnan* "throw away in" (§6.22).
10.	sirà	"Broken." This is an adjective formed from the verb *masírà* "break." Note the short vowel in the adjective root, as opposed to the long vowel in the verb root. This is explained in §9.7.
	ipagawà	"Have someone fix (it)." The verb *pagawà* "have something repaired" takes a conveyance passive to refer to the direct object. The formation of verbs with *pa-* is discussed in §11.12.
	hindí pa naipápagawà	"Haven't managed to get (it) repaired." This is the present potential of the conveyance passive.
11a.	balútan	"Put a wrapping around (it)." For all intents and purposes this means the same as *ibálot* "wrap it."
	basà	"Wet."
	mabasà	"Get wet." The formation of this verb is discussed in §10.11.
b.	itátáli	"Tie something up with (it), tie (it) around something."
13.	pangpútol	"Something to cut with." This is a noun.
	ipangpúpútol	"Will use (it) as a cutting instrument" (§9.221).

AII.   Pagsasánay. Ipalit ang mga salitang nása panaklong.

1. *The majority of these things belong to the Ocampos.*

Karamíhan sa mga gámit na ito ay kina Mr. Ocámpo.	*(my grandmother)*
Karamíhan sa mga gámit na ito ay sa Lóla ko.	*(to Leslie)*
Karamíhan sa mga gámit na ito ay kay Léslie.	*(to me)*
Karamíhan sa mga gámit na ito ay sa ákin.	*(most of the books)*
Karamíhan sa mga librong ito ay sa ákin.	*(to him)*
Karamíhan sa mga librong ito ay sa kanya.	*(to the Mendez family)*
Karamíhan sa mga librong ito ay kina Mr. Mendez.	*(of these plates)*
Karamíhan sa mga plátong ito ay kina Mr. Mendez.	

2. *I don't need both of them.*
　　Hindí ko kailángan ang dalawa. 　　　　　*(the dictionary)*
　　Hindí ko kailángan ang diksyonáryo. 　　*(I don't like)*
　　Hindí ko gusto ang diksyonáryo. 　　　　*(I like)*
　　Gusto ko ang diksyonáryo. 　　　　　　　*(both of them)*
　　Gusto ko ang dalawa. 　　　　　　　　　*(the detective books)*
　　Gusto ko ang mga detéktib na libro.

3. *These books here, where shall we put them?*
　　Itong mga libro díto, saan nátin ilálagay? 　　*(bring them)*
　　Itong mga libro díto, saan nátin dádalhin? 　　*(read them)*
　　Itong mga libro díto, saan nátin 　　　　　　*(return them)*
　　　bábasáhin?
　　Itong mga libro díto, saan nátin ibábalik? 　　*(put them on)*
　　Itong mga libro díto, saan nátin ipápátong? 　*(leave them)*
　　Itong mga libro díto, saan nátin íiwánan? 　　*(buy them)*
　　Itong mga libro díto, saan nátin bíbilhin? 　　*(move them)*
　　Itong mga libro díto, saan nátin ilílípat?

4. **Balangkasin ang mga sumúsunod na pangungúsap úpang maging patanong sa pamamagítan ng paggámit ng *pwéde* at ng anyong *paki-* sa pandíwà.**

　　1a. 　Iakyat mo ang mga kahon.
　　　b. 　Pwéde bang pakiakyat ang mga kahon?
　　2a. 　Sabíhin mo kay Pédro.
　　　b. 　Pwéde bang pakisábi kay Pédro?
　　3a. 　Hanápin mo ang libro.
　　　b. 　Pwéde bang pakihánap ang libro?
　　4a. 　Simulan mo ang trabáho.
　　　b. 　Pwéde bang pakisimulan ang trabáho?
　　5a. 　Balútan mo ang makinílya.
　　　b. 　Pwéde bang pakibalútan ang makinílya?
　　6a. 　Bantayan mo ang bátà?
　　　b. 　Pwéde bang pakibantayan ang bátà?
　　7a. 　Tawágin mo si Juan.
　　　b. 　Pwéde bang pakitáwag si Juan?

5. **Balangkasin ang mga sumúsunod na pangungúsap sa pamamagítan ng paggámit ng anyong "passive" ng mga pandíwà.**

　　1a. 　Pakilagay na lang ito sa tapunan ng basúra.
　　　b. 　Ilagay mo na lang ito sa tapunan ng basúra.
　　2a. 　Pakikúha na lang ito.
　　　b. 　Kúnin (Kuhánin) mo na lang ito.
　　3a. 　Pakibalútan na lang iyong mga libro.
　　　b. 　Balútan mo na lang iyong mga libro.
　　4a. 　Pakitalían na lang ang mga kahon.
　　　b. 　Talían mo na lang ang mga kahon.
　　5a. 　Pakidala na lang ito sa kwárto.
　　　b. 　Dalhin mo na lang ito sa kwárto.
　　6a. 　Pakiuwí na lang itong isdá sa ámin.
　　　b. 　Iuwí mo na lang itong isdá sa ámin.
　　7a. 　Pakipagawá na lang itong makinílya.
　　　b. 　Ipagawá mo na lang itong makinílya.
　　8a. 　Pakibili na lang ito sa tindáhan.

   b.   Bilhin mo na lang ito sa tindáhan.

6.   **Ituloy ang mga sumúsunod na pangungúsap sa pamamagítan ng paggámit ng _Hindí ko_ _pa kasi_ + potential conveyance passive .**

   1a.   Óo, péro sirà.
   b.   Hindí ko pa kasi naipápagawà.
   2a.   Óo, péro nása itaas pa.
   b.   Hindí ko pa kasi naibábabà.
   3a.   Óo, péro nása ibabá pa.
   b.   Hindí ko pa kasi naiáakyat.
   4a.   Walá pa sa kanya yong libro niya.
   b.   Hindí ko pa kasi naibábalik sa kanya.
   5a.   Walá pang bálot yong mga pagkáin.
   b.   Hindí ko pa kasi naibábálot.
   6a.   Óo, nása loob pa ang lámsyed.
   b.   Hindí ko pa kasi nailálabas.
   7a.   Óo, nása kwárto pa ang mga basúra.
   b.   Hindí ko pa kasi naitátápon.
   8a.   Óo, péro nása ibabá pa.
   b.   Hindí ko pa kasi naiáakyat.

7.   **Balangkasin ang mga sumúsunod na pangungúsap sa pamamagítan ng paggámit ng "_Ito_ _na lang... ang ipang..._"**

   1a.   Magágámit ko itong kutsílyo pára pumútol ng tálì.
   b.   Ito na lang kutsílyo ang ipangpúpútol ko.
   2a.   Magágámit ko itong péra mo pára bumili ng mangga.
   b.   Ito na lang péra mo ang ipangbíbili ko ng mangga.
   3a.   Magágámit ko itong létse plan pára sa matamis.
   b.   Ito na lang létse plan ang ipangmámatamis ko.

AIII. Pilíin ang támang sagot.

   1. _Dalawa ngá pala ang diksyonáryo ko. Gusto mo ba iyo na ang isa?_
      a.   Huwag na lang. Ang lamésa na lang ang dádalhin ko.
      b.   Kung pwéde ako na lang ang magdádala nung isang libro.
      c.   Huwag na lang. Méron na ako niyan sa áming báhay.
      d.   Dalawa ngá pala ang diksyonáryo mo.
   2. _Ano ngá palang gágawin nátin díto sa mga kawáli't kaldéro?_
      a.   Mabúti pa ilagay mo na lang dun sa kahon.
      b.   Nandoon pala ang kaldéro sa mé kahon.
      c.   Iyo pala itong kawáli't kaldéro.
      d.   Sa kawáli na lang nátin gawin. Hwag sa kaldéro.
   3. _Ano bang itátálí nátin díto sa kahon?_
      a.   Héto ang istro, nakúha ko sa labas.
      b.   Nándiyan ang istro sa mé lamésa.
      c.   Ito na lang istro pára hindí ka mahirápan.
      d.   Itong kutsílyo na lang ang ipangpúpútol ko sa istro.
   4. _Ang dámi pa palang libro díto. Saan ko ba ito ilálagay?_
      a.   Pakiakyat mo ngá díto yung kahon na lálagyan ng libro.
      b.   O éto ang isa, iyo na lang.
      c.   Ilálagay nátin yan du'n sa mga kahon.
      d.   Mga detéktib istóris iyan. Kung gusto mo iyo na lang.

5. *Lahat ba ng gámit díto'y dádalhin nátin?*
   a. Hindí naman lahat. Yung iba diyan ay kina Mr. Ocámpo.
   b. Dádalhin nátin yung báso at pinggan sa dyip.
   c. Madámi ka palang gámit.
   d. Karamíhan sa mga gámit díto'y kina Mr. Ocámpo.
6. *Naipagawá mo na ba yung makinílya mo?*
   a. Óo, péro sirà. Hindí ko pa kasi naipápagawà.
   b. Hindí pa ngá e. Kayá hanggang ngayo'y sirá pa.
   c. Mabúti pa ipagawá mo na yung makinílya mo at sirà.
   d. Mabúti pa ilagay mo na lang sa tapunan ng basúra.
7. *Aba mé dalawang diksyonáryo díto a. Kaníno ba ito?*
   a. Dí bále na lang sigúro ang diksyonáryo.
   b. Sa ákin yan. Gusto mo iyo na lang ang isa.
   c. Gáling pala iyon kay Léslie.
   d. Binili ni Léslie ang dalawang diksyonáryo.
8. *Ano ba'ng ipangpúpútol nátin sa istro?*
   a. Éto pala yung gunting.
   b. Ito na lang kutsílyo. Hindí ko kasi mákíta yung gunting.
   c. Kung walang istro ay tape na lang.
   d. Yung kutsílyo ay nándiyan lang sa mé kahon.
9. *Ano ba'ng ilálagay nátin díto sa káhon?*
   a. Pakiakyat mo ngá nung kahon.
   b. Mga pláto't báso pala ang nása kahon.
   c. Ito na lang mga libro. Ang dámi kasi.
   d. Inilagay na rin nila yung mga kawálí sa kahon.
10. *Iyo bang lahat ang gámit díto?*
   a. Yang báso, pinggan at kutsára ay hindí ko dádalhin.
   b. Hindì. Ang karamíhan díto ay kina Mr. Ocámpo.
   c. Ang kaldéro at kawálí ay ilagay mo sa kahon.
   d. Ilagay mo na lang sa básurahan yung ibang gámit.

AIV. Buuin ang mga sumúsunod na pangungúsap úpang magkaroon ng ganap na díwà.

1. Pwéde bang pakiakyat yung kahon. Lálagyan kasi... 2. Sirá pa pala ang makinílya. Bákit hindí mo pa... 3. Baká mabasá yung kahon kayá mabúti pa... 4. Nása babá yung kahon. Pwéde bang... 5. Sa tapunan ng basúra mo na lang ilagay yung... 6. Hindí nátin dádalhing lahat kasi karamíhan díto... 7. Ang áting dádalhin ay yung... 8. Nawáwalá yung gunting kayá yung kutsílyo na lang... 9. Méron akong istro díto. Kayá ito na lang... 10. Dal'wa pala ang diksyonáryo mo. Óo péro... 11. Mabúti pa ilagay nátin itong kawáli't kaldéro sa... 12. Iwánan na lang nátin yan. Ayóko kasi... 13. Kina Mr. Ocámpo pala ang karamíhan... 14. Saan ba nátin ilálagay ang libro? Méron ngá palang kahon... 15. Yung tape ba ang itátáli ko? Huwag na lang, yun na lang...

AV. Sagutin ang mga sumúsunod na tanong.

1. Ang dámi ng gámit díto a. Dádalhin ba náting lahat ito? 2. Dalawa ngá pala ang diksyonáryo mo ano? 3. Ano'ng gágawin ko díto sa kahon? 4. Ano'ng itátáli ko díto sa kahon? 5. Sa kahon din ba nátin ilálagay itong kaldéro at kawáli? 6. Maganda pala ang makinílya mo ano? 7. Mé kahon pala díto. Pára saan ba ito? 8. Ano'ng ipangpúpútol ko díto sa istro kasi ay nawáwalá yung gunting? 9. O, ano'ng ginágawá mo diyan sa kahon? 10. Iyo bang lahat ang mga gámit díto? 11. Saan ba ako kúkúha ng kahon? 12. Gusto mo ba sa iyo na rin itong ibang libro? 13. Bákit yang kutsílyo ang ipangpúpútol mo? 14. Anu-ano ba ang dádalhin nátin?

BI. Ikalawang Bahági	BI. Second Part

PETE

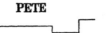

14. Áarkila na ba ako ng dyip?

14 Shall I hire a jeep now?

LÉSLIE

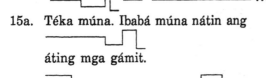

15a. Téka múna. Ibabá múna nátin ang

áting mga gámit.

15a. Just a minute. Let's take our things downstairs first.

b. Péro 'wag mo múnang ilálabas

hanggang walá pa ang dyip.

b. But don't put them outside until the jeep gets there (lit. as long as the jeep is not there yet).

PETE

16a. O éto na ang dyip na inárkila ko.

16a. Oh, here is the jeep I hired.

b. Ilagay na nátin ang mga gámit.

b. Let's put our things in it now.

LÉSLIE

17a. Búti pa, ibabá mo múna yung mga kahon.

17a. You'd better put those boxes down first.

b. Ilagay múna nátin yung mabibigat

pára mapatúngan nátin ng iba pang kahon.

b. Let's put the heavy things in first so that we can put other boxes on top of them.

PETE

18. Búti pa, itagílid mo itong lamésa.

18. Better lay this table on its side.

LÉSLIE

19a. Ako na ang bahálá díto sa lámsyed.

19a. I'll take care of this lamp.

b. Háhawákan ko na lang.

b. I'll just hold it.

PETE

20a. Mámà! Dáhan-dáhan hó baká
mahúlog yung nása likod.

b. Mámà, diyan hó sa báhay na may
nakabukas na gate.

c. Pakipások hó ang dyip.

LÉSLIE

21a. Mámà, pakitulúngan namang ibabá
ang áming mga gámit sa dyip.

b. Péro kami na hó ang mag-áakyat
nito.

PETE

20a. Driver, take it easy, those things in the
back might fall out.

b. Driver, (stop) at the house where there's
a gate standing open.

c. Please pull the jeep right in.

LESLIE

21a. Driver, could you help us take the
things off the jeep?

b. But we'll be the ones to carry them
upstairs.

Commentary to difficult forms in 9BI

15b.	*huwag mong ilabas*	"Don't take it out."
	hwag mong ilálabas	"Don't take it out under any circumstances, make sure you don' t take it out" (§9.9).
17a.	*búti pa*	"A better thing to do would be..." (=*mabúti pa*).
b.	*pára mapatúngan ang kahon*	"So something can be put on the box." *Mapatúngan* is the potential of the local passive dependent form (§6.22).
	pára mapatúngan ng iba	"So the other things can be put on (it)." *Ng iba* is the direct object of the local passive but not the subject of the sentence (§6.3).
19a.	*ako na*	"Let me be the one."
	bahálá díto sa lamésa	"In charge of this table" (=*bahálá sa lamésang ito*). For the use of *díto* as a dative, see §3.31.
b.	*háhawákan ko*	"I will hold (it)." *Háwak* "hold" takes the local passive to refer to the direct object.
20a.	*baká mahúlog*	"It might fall." The conjugation of *mahúlog* is discussed in §10.11.
	yang nása likod	"Those (things) that are in the back."
b.	*nakabukas*	"Be standing open." This is an adjective formation described in §13.4.
c.	*pakipások*	This is a variation of *ipások* "put it inside" The form with *paki-* is preferred as more polite (§9.31).
21a.	*pakitulúngang ibabá*	"Please help (us) put (it) down." *Ibabá* is the dependent of the conveyance passive. The use of the dependent in a series of verbs is discussed in §7.51.

b.   *mag-áakyat*   "Carry upstairs." The use of the *mag-* conjugation active verbs to mean "bring something somewhere" is discussed in §9.61.

BII.   Pagsasánay.

Ipalit ang mga salitáng nása loob ng saklong.

1. *Don't bring it outside until the jeep gets here.*

Huwag mo múnang ilálabas hanggang   *(bring it down)*
walá pa ang dyip.

Huwag mo múnang ibábabá hanggang   *(bring it back)*
walá pa ang dyip.

Huwag mo múnang ibábalik hanggang   *(wrap it)*
walá pa ang dyip.

Huwag mo múnang ibábálot hanggang   *(until they're here)*
walá pa ang dyip.

Huwag mo múnang ibábálot hanggang   *(rent it)*
walá pa sila.

Huwag mo múnang áarkilahin hanggang   *(buy it)*
walá pa sila.

Huwag mo múnang bíbilhin hanggang   *(give it away)*
walá pa sila.

Huwag mo múnang ibíbigay hanggang
walá pa sila.

2.   **Bagúhin ang mga sumúsunod na pangungúsap sa pamamagítan ng *ilagay... pára...***

1a.   Ipátong nátin ang iba pang kahon sa mabibigat na iyon.
b.   Ilagay múna natin yung mabibigat pára mapatúngan ng iba pang kahon.
2a.   Ipások nátin ang iba sa kahong iyon.
b.   Ilagay múna nátin yung kahon pára mapasúkan ng iba.
3a.   Ipátong nátin ang ibang kahon sa lamésang iyon.
b.   Ilagay múna nátin yung lamésa pára mapatúngan ng ibang kahon.
4a.   Itápon nátin ang mga basúra sa kahong iyon.
b.   Ilagay múna nátin yung kahon pára matapúnan ng mga basúra.
5a.   Inumin nátin ang túbig sa básong iyon.
b.   Ilagay múna nátin yung báso pára mainuman nátin ng túbig.
6a.   Kaínin nátin ang abokádo sa plátong iyon.
b.   Ilagay múna nátin yung pláto pára makaínan nátin ng abokádo.

Pagpapalit

3. *I'll be in charge of the lamp. I'll just hold it.*

Ako ang bahálá sa lámsyed. Háhawákan   *(I'll bring it)*
ko na lang.

Ako ang bahálá sa lámsyed. Dádalhin ko   *(I'll watch it)*
na lang.

Ako ang bahálá sa lámsyed. Bábantayan   *(I'll return it)*
ko na lang.

Ako ang bahálá sa lámsyed. Ibábalik ko   *(I'll pay for it)*
na lang.

Ako ang bahálá sa lámsyed. Bábayáran ko   *(make it)*
na lang.

Ako ang bahálá sa lámsyed. Gágawin ko na lang.	*(ask for it)*
Ako ang bahálá sa lámsyed. Híhingin ko na lang.	*(dry it)*
Ako ang bahálá sa lámsyed. Patútuyúin ko na lang.	*(clean it)*
Ako ang bahálá sa lámsyed. Lílinísin ko na lang.	*(bring it upstairs)*
Ako ang bahálá sa lámsyed. Iáakyat ko na lang.	

4. *Take it easy, those things at the back might fall out.*

Dáhan-dáhan hò, baká mahúlog yung nása likod.	*(break)*
Dáhan-dáhan hò, baká masírá yung nása likod.	*(be used up)*
Dáhan-dáhan hò, baká maúbos yung nása likod.	*(get cut)*
Dáhan-dáhan hò, baká mapútol yung nása likod.	*(get wet)*
Dáhan-dáhan hò, baká mabasá yung nása likod.	*(get a hole in them)*
Dáhan-dáhan hò, baká mabútas yung nása likod.	

5. **Ituloy ang mga sumúsunod na pangungúsap sa pamamagítan ng paggámit ng *kami na lang hó ang*...**

1a.   Huwag na lang hó ito iakyat.
 b.   Kami na lang hó ang mag-áakyat nito.
2a.   Huwag na lang hó ito ilabas.
 b.   Kami na lang hó ang maglálabas nito.
3a.   Huwag na lang hó ito ibabà.
 b.   Kami na lang hó ang magbábabá nito.
4a.   Huwag na lang hó ito ipások.
 b   Kami na lang hó ang magpápások nito.
5a.   Huwag na lang hó ito ibalik.
 b.   Kami na lang hó ang magbábalik nito.
6a.   Huwag na lang hó ito iuwì.
 b.   Kami na lang hó ang mag-úuwí nito.
7a.   Huwag na lang hó ito ilagay.
 b.   Kami na lang hó ang maglálagay nito.
8a.   Huwag na lang hó ito itápon.
 b.   Kami na lang hó ang magtátápon nito.

BIII. **Pilíin ang támang sagot.**

1. *Áarkila na ba ako ng dyip?*
   a.   Téka múna. Hindí námin pwédeng ibabá ang áting mga gámit hanggang walá pa ang dyip.
   b.   Mabúti pa, ibabá múna nátin ang áting mga gámit.
   c.   Ilabas múna nátin ang áting mga gámit hábang walá pa ang dyip.
   d.   Éto na pala ang dyip na inarkila ko.
2. *Ano ba'ng únang ilálagay nátin sa dyip?*
   a.   Ilagay múna nátin yung mabibigat sa kahon.

    b.   Búti pa, ibabá múna nátin yung kahon bágo isakay sa dyip.
    c.   Mabúti pa itagílid múna nátin itong lamésa.
    d.   Mabúti pa ilagay múna nátin yung mga mabibigat pára mapatúngan.

3. *Saan ko ba ilálagay itong lámsyed?*
    a.   Dáhan-dáhan baká mahúlog yung nása likod.
    b.   Diyan sa mé nakabukas na gate mo ipások.
    c.   Síge. Ikaw na ang bahálá sa lámsyed.
    d.   Ákina. Háhawákan ko na lang.

4. *Ilálabas ko na ba itong áting mga gámit?*
    a.   Huwag múna. Hintayin múna nátin yung dyip.
    b.   Ilagay mo múna yung mabibigat pára mapatúngan.
    c.   Hindí ko naman alam kung násaan yung mga gámit nátin.
    d.   Dáhan-dáhan, baká mahúlog yung gámit sa likod.

5. *Násaan na yung dyip na inarkila mo?*
    a.   Umarkila na ako ng dyip.
    b.   Ayan o, dumárating na.
    c.   Pakipások ngá hó yung dyip dun sa mé gate.
    d.   Áarkila pa ako ng dyip.

6. *Ilálagay na ba nátin ang mga gámit sa dyip?*
    a.   O, éto na ang dyip na inárkila ko.
    b.   Mámayá na. Áarkila na múna ako ng dyip.
    c.   Téka múna. Yung mabibigat ay hwag mong ipátong sa kahon.
    d.   Éto ang mga gámit ko, alin ang gusto mo?

7. *Saan ko ba ipápások itong dyip?*
    a.   Sa mé gate na bukas pumások ang dyip.
    b.   Du'n sa mé nakabukas na gate. Do'n mo ipások.
    c.   Pwéde hó bang pakipások ang dyip.
    d.   Mámà, dáhan-dáhan hó baká mahúlog yung nása likod.

8. *Bákit mo sinábing dáhan-dáhan lang?*
    a.   Pára ipások yung dyip sa mé gate.
    b.   Kasi pára tulúngan táyong ibabá ang áting mga gámit.
    c.   Kasi baká mahúlog yung mga nása likod.
    d.   Ako na lang ang bahálá sa lámsyed.

9. *Ano'ng gágawin ko díto sa lamésa?*
    a.   Ilagay mo múna yung mabigat pára mapatúngan.
    b.   Búti pa, itagílid mo na lang.
    c.   Pwéde hó bang pakitúlong na ibabà.
    d.   Bákit lamésa ang gágawin mo?

10. *Tútulúngan ko kayong ibabá ang inyong mga gámit péro síno'ng mag-áakyat niyan?*
    a.   Hwag mo múnang ilálabas kasi walá pa ang dyip.
    b.   Kami na lang ang mag-áakyat niyan.
    c.   Pwéde bang pakiakyat yung kahon.
    d.   Óo, nása babá na ang mga gámit nátin.

BIV.   Buuin ang mga sumúsunod na pangungúsap úpang magkaroon ng ganap na díwà.

1. 'Wag mong ilálabas ang mga gámit hanggang... 2. Bágo ka umarkila ng dyip ay... 3. Pára may mapatúngan táyo, ilagay múna... 4. Mámà, diyan hó sa mé... 5. Pakitulúngan naman ninyo kami, péro kami na... 6. Ilagay múna nátin yung mga mabibigat pára naman mé mapatúngan táyo .. 7. Dáhan-dáhan hó baká... 8. Mámà, pwéde hó bang pakitúlong na... 9. 'Wag mo nang alalahánin ang lámsyed. Ako na lang... 10. Kung walá pa yung dyip... 11. Ibabá múna nátin ang mga gámit bágo... 12. Mámà, pakipások ngá hó itong dyip du'n sa... 13. Mámà, ibábabá na hó námin ang áming gámit. Pwéde hó bang...

14. Ano ba'ng gágawin ko díto sa lamésa... 15. Kailángan múna náting ilagay yung mabibigat pára...

BV. Sagutin ang mga sumúsunod na tanong.

1. Saan ko ba ipápások itong dyip? 2. Paáno yung lamésa at lámsyed? 3. O ano, áarkila na ba ako ng dyip? 4. Ano ba'ng únang ilálagay nátin sa dyip? 5. Kailángan bang unáhin nátin yung mga mabibigat? 6. Tútulúngan ko kayong ibabá ang gámit péro síno'ng sásáma sa inyo sa pag-aakyat niyan? 7. Ilálabas ko na ba itong mga gámit? 8. O bákit yung mabibigat ang úna mong inilagay? 9. Ano ba yung sinábi mo sa dráyber? 10. Bákit ba gusto mo pang ibabá itong mga kahon?

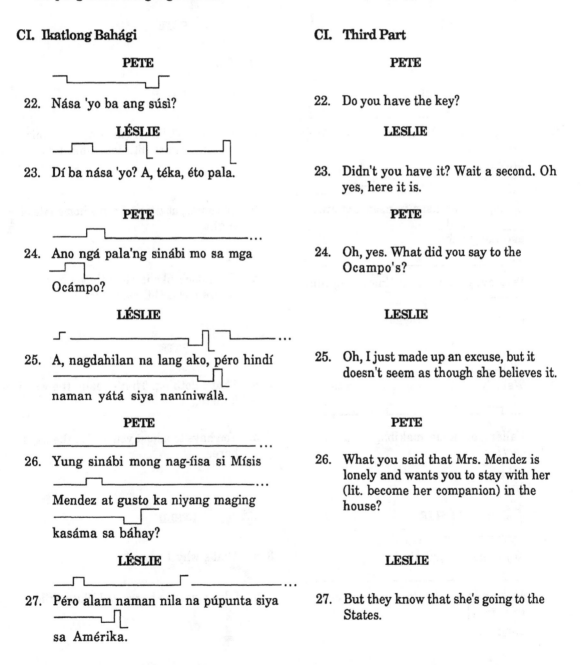

CI. Ikatlong Bahági	**CI. Third Part**
PETE	**PETE**
22. Nása 'yo ba ang súsì?	22. Do you have the key?
LÉSLIE	**LESLIE**
23. Dí ba nása 'yo? A, téka, éto pala.	23. Didn't you have it? Wait a second. Oh yes, here it is.
PETE	**PETE**
24. Ano ngá pala'ng sinábi mo sa mga Ocámpo?	24. Oh, yes. What did you say to the Ocampo's?
LÉSLIE	**LESLIE**
25. A, nagdahilan na lang ako, péro hindí naman yátá siya naníniwálà.	25. Oh, I just made up an excuse, but it doesn't seem as though she believes it.
PETE	**PETE**
26. Yung sinábi mong nag-íisa si Mísis Mendez at gusto ka niyang maging kasáma sa báhay?	26. What you said that Mrs. Mendez is lonely and wants you to stay with her (lit. become her companion) in the house?
LÉSLIE	**LESLIE**
27. Péro alam naman nila na púpunta siya sa Amérika.	27. But they know that she's going to the States.

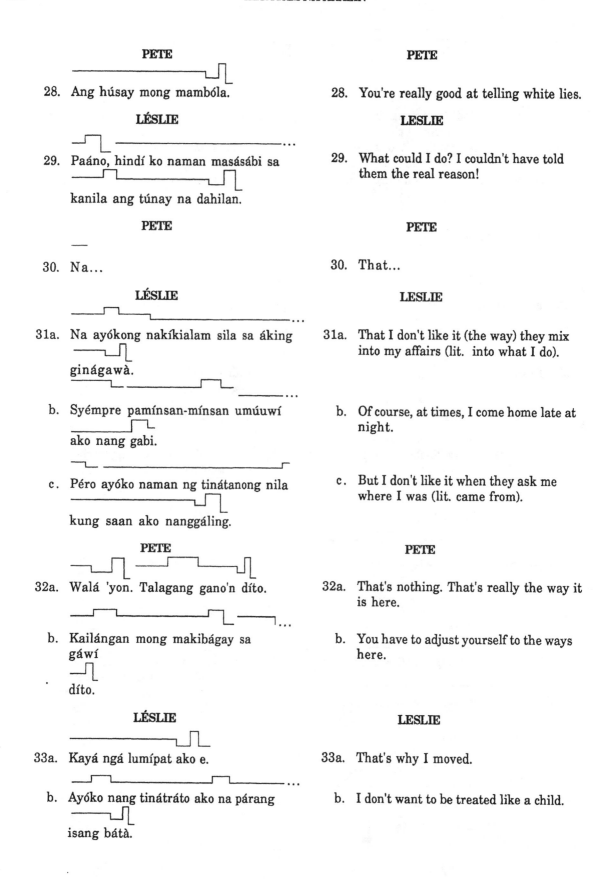

PETE

28. Ang húsay mong mambóla.

PETE

28. You're really good at telling white lies.

LÉSLIE

29. Paáno, hindí ko naman masásábi sa

kanila ang túnay na dahilan.

LESLIE

29. What could I do? I couldn't have told them the real reason!

PETE

30. Na...

PETE

30. That...

LÉSLIE

31a. Na ayókong nakíkialam sila sa áking

ginágawà.

b. Syémpre pamínsan-mínsan umúuwí ako nang gabi.

c. Péro ayóko naman ng tinátanong nila

kung saan ako nanggáling.

LESLIE

31a. That I don't like it (the way) they mix into my affairs (lit. into what I do).

b. Of course, at times, I come home late at night.

c. But I don't like it when they ask me where I was (lit. came from).

PETE

32a. Walá 'yon. Talagang gano'n díto.

b. Kailángan mong makibágay sa gáwí

díto.

PETE

32a. That's nothing. That's really the way it is here.

b. You have to adjust yourself to the ways here.

LÉSLIE

33a. Kayá ngá lumípat ako e.

b. Ayóko nang tinátráto ako na párang

isang bátà.

LESLIE

33a. That's why I moved.

b. I don't want to be treated like a child.

Commentary to difficult forms in 9C1

22.	*nása iyo*	"You have it." The use of *ná-* plus the dative to mean "(so-and-so) has it" is explained in §9.41.
25.	*dahilan*	"Reason, excuse."
	magdahilan	"Make up an excuse, give a reason."
	yátà	"Apparently" (§5.84).
	naníniwálà	"Believes." The root is *tiwálà*.
26.	*gusto ka niyang maging kasáma*	"(She) wants you to become her companion."
	gustong maging kasáma ni María si Jose	"Maria wants Jose to become her companion."
27.	*alam nila*	"They know." *Alam* "know (facts)" is followed by a genitive which refers to the agent (the one who knows) -- §15.6.
28.	*mahúsay kang mambóla*	"You are good at deceiving." §11.2 explains sentences which refer to manner.
	ang húsay mong mambóla	This is the exclamatory form, with the thing about which the exclamation is uttered put in the genitive -- §11.2.
31a.	*makialam*	"Mess into someone else's business" (§9.33).
	ayókong nakíkialam	"I don't like it when (they) mix into (my) affairs."
c.	*ayóko ng X*	"I don't like X" (§9.5).
	ayóko ng tinátanong nila ako...	"I don't like it when they ask me..." In this case *tinátanong nila ako* functions as the direct object of *ayóko* "I don't like it."
32b.	*gáwì*	"Customs."
	makibágay	"Adjust oneself to" (§9.33).
33a.	*kayá ngà*	"That's exactly why."
b.	*párang X*	"Like X."
	párang bátà	"Like a child."

CII. Pagsasánay. Ipalit ang mga salitáng nása loob ng saklong.

1. *You had the key, did't you?*
   Dí ba nása iyo ang súsì?   *(didn't Leslie)*
   Dí ba nákay Léslie ang súsì?   *(didn't the Ocampos)*
   Dí ba nakina Mr. Ocámpo ang súsì?   *(didn't they)*
   Dí ba nása kanila ang súsì?   *(didn't you, ma'am)*
   Dí ba nása inyo hó ang súsì?   *(didn't I)*
   Dí ba nása ákin ang súsì?   *(didn't Dad)*
   Dí ba nákay Dad ang súsì?

2. *She wants you to keep her company at home.*
   Gusto ka niyang maging kasáma sa báhay.   *(I want her to)*
   Gusto ko siyang maging kasáma sa báhay.   *(Mrs. Mendez wants her)*
   Gusto siyang maging kasáma ni Mrs. Mendez sa báhay.   *(wants them)*
   Gusto silang maging kasáma ni Mrs. Mendez sa báhay.   *(wants us)*
   Gusto táyong maging kasáma ni Mrs. Mendez sa báhay.   *(wants me)*

Gusto akong maging kasáma ni Mrs. Mendez sa báhay.	*(wants you, sir)*
Gusto hó kayong maging kasáma ni Mrs. Mendez sa báhay.	*(wants her elder sister)*
Gusto ni Mrs. Mendez na maging kasáma sa báhay ang kanyang Áte.	*(wants her elder brother)*
Gusto ni Mrs. Mendez na maging kasáma sa báhay ang kanyang Kúya.	*(wants Mr. Ocampo)*
Gusto ni Mrs. Mendez na maging kasáma sa báhay si Mr. Ocámpo.	

3. *You are good at lying.*

Ang húsay mong mambóla.	*(Leslie)*
Ang húsay mambóla ni Léslie.	*(working)*
Ang húsay magtrabáho ni Léslie.	*(you)*
Ang húsay mong magtrabáho.	*(the youngest one)*
Ang húsay magtrabáho ng bunsò.	*(fools people)*
Ang húsay mambóla ng bunsò.	*(very often)*
Ang dalas mambóla ng bunsò.	*(you)*
Ang dalas mong mambóla.	*(how well)*
Ang húsay mong mambóla.	

4. *They interfere in what I do.*

Nakíkialam sila sa áking ginágawà.	*(want to)*
Gusto nilang makialam sa áking ginágawà.	*(they will)*
Makíkialam sila sa áking ginágawà.	*(they interfered)*
Nakialam sila sa áking ginágawà.	*(I interfered in what they do)*
Nakialam ako sa kanilang ginágawà.	*(always)*
Nakíkialam ako palágí sa kanilang ginágawà.	

5.   **Bálangkásan. Bagúhin ang mga sumúsunod na pangungúsap áyon sa modélo.**

1a.   Pamínsan-mínsan gumágabi na bágo ako umuwì.
  b.   Pamínsan-mínsan, umúuwí ako nang gabi.
2a.   Pamínsan-mínsan mag-áalas diyes na bágo ako kumáin
  b.   Pamínsan-mínsan, kumákáin ako nang alas diyes.
3a.   Búkas magtátanghálí na bágo ako magsimulà.
  b.   Búkas, magsísimulá ako nang tanghálì.
4a.   Búkas mag-úumaga na bágo siya umalis.
  b.   Búkas, áalis siya nang umága.
5a.   Sa Linggo magtátanghálí na bágo ako manood ng síne.
  b.   Sa Linggò, manónood ako ng síne nang tanghálì.

6. *But I don't want them to ask me where I ate.*

Ayóko naman ng tinátanong nila ako kung saan ako kumáin.	*(what I had eaten)*
Ayóko naman ng tinátanong ako kung ano ang kináin ko.	*(where I had gone)*
Ayóko naman ng tinátanong ako kung saan ako nanggáling.	*(what I had done)*
Ayóko naman ng tinátanong ako kung ano ang ginawá ko.	*(why I went home)*
Ayóko naman ng tinátanong ako kung bákit ako umuwì.	*(where I stayed)*

Ayóko naman ng tinátanong ako kung   *(why I left)*
   saan ako tumígil.
Ayóko naman ng tinátanong ako kung   *(what I bought)*
   bákit ako umalis.
Ayóko naman ng tinátanong ako kung
   ano ang binili ko.

CIII. Pilíin ang támang sagot.

1. Walá sa ákin ang súsì. Nása iyo ba?
    a.   Téka Hindí naman yátà.
    b.   Walà. Dí ba nása iyo?
    c.   A, nagdahilan lang ako pára sila maniwálà.
    d.   Mabúti ngá may súsí ka.

2. Ano ba'ng idinahilan mo sa mga Ocámpo?
    a.   Sinábi kong nag-íisa si Mísis Mendez sa báhay at gusto niya akong mákasáma.
    b.   Hindí ko naman kasi masábi ang túnay na dahilan e.
    c.   Púpunta pala si Mísis Mendez sa Amérika.
    d.   Syémpre pamínsan-mínsan umúuwí ako nang gabi.

3. Bákit ka pa lumípat ng báhay?
    a.   Ano ngá pala ang masásábi ko?
    b.   Kasi hindí ko naman masásábi ang túnay na dahilan.
    c.   Kasi ayókong tinátanong ako kung saan ako nanggáling.
    d.   Kailángan mong makibágay sa gáwí díto.

4. Ano'ng ginágawá nila pag umúuwí ka nang gabi?
    a.   Nakíkialam ako sa kanilang mga ginágawà.
    b.   Tinátanong nila kung saan ako nanggáling.
    c.   Tinátráto ko silang párang isang bátà.
    d.   Nagdádahilan na lang sila péro hindí ako naníniwálà.

5. Madalas ka bang umúuwí nang gabi?
    a.   Óo. Madalas silang nakíkialam sa áking mga ginágawà.
    b.   Hindí ko na lang sinábi ang túnay na dahilan ng paglípat ko.
    c.   Hindí naman, pamínsan-mínsan lang.
    d.   Hindí gano'n. Ang dápat lang ay makibágay ka sa gáwí díto.

6. Naníniwálá ba sila sa sinábi mo?
    a.   Hindí naman. Kayá lang ayóko silang tanungin.
    b.   Hindí naman. Basta sinábi ko na lang sa kanila na gusto akong maging kasáma
       ni Mísis Mendez.
    c.   Hindì. Hindí ko sásabíhin ang túnay na dahilan.
    d.   Hindí sila dápat makialam sa áking mga ginágawà.

7. Madalas ka ba nilang tinátanong kung saan ka gáling?
    a.   Syémpre pamínsan-mínsan umúuwí ako nang gabi.
    b.   Hindí naman ito ang gáwí doon sa ámin.
    c.   Nang tanungin nila ako'y hindí ko sinábi ang túnay na dahilan.
    d.   Óo. Madalas silang nakíkialam.

8. Bákit mo ba sila binóla?
    a.   Kasi ay púpunta naman siya sa Amérika.
    b.   Ayóko naman kasi nang tinátanong nila kung saan ako gáling.
    c.   Kasi hindí naman nila masásábi kung ano ang dahilan.
    d.   Nagdahilan ako péro hindí sila naníniwálà.

9. Bákit mo sinábing gusto mong mákasáma ni Mísis Mendez?
    a.   Nagdahilan lang ako péro hindí naman sila naníniwálà.
    b.   Palágí nila akong tinátanong kung saan ako nanggáling.
    c.   Pára naman makalípat na siya ng báhay.

        d.   Hindí ko sinábing nag-íisa si Mísis Mendez.

10. *Ano ba'ng alam nila kay Mísis Mendez?*
        a.   Alam nila na púpunta siya sa América.
        b.   Na ayókong nakíkialam sila sa ákin.
        c.   Pamínsan-mínsan ay umúuwí ako nang gabi.
        d.   Na nawáwalá ang súsì.

CIV.   Buuin ang mga sumúsunod na pangungúsap úpang magkaroon ng ganap na díwà.

1. Ayóko nang tinátráto nila akong... 2. Lumípat ako dáhil ayókong may... 3. Binóla ko sila kasi ay hindí ko naman masábi... 4. Nakíkialam sila sa áking mga ginágawá kayá... 5. Hindí sila naníniwálà, kasi ay alam naman nila na púpunta... 6. Nagdahilan si Léslie péro hindí naman... 7. Ayóko kasi nang tinátanong nila ako kung... 8. Talagang gano'n díto. Dápat ay makibágay... 9. A, sinábi mo palang nag-íisa si Mísis Mendez at gusto ka niyang... 10. Walá sa ákin ang súsì. Nása... 11. Tinátanong nila ako kung saan ako nanggáling kung... 12. Tuwing gabi ako umúuwì... 13. Ayókong may nakíkialam... 14. Alam nilang púpunta si Mísis Mendez sa América kayá hindí sila... 15. Gusto ni Mísis Mendez na mákasáma ako kasi...

CV.   Sagutin ang mga sumúsunod na tanong.

1. Walá sa ákin ang súsì. Nása iyo ba? 2. Ano ang idinahilan mo kina Mr. Ocámpo pára makaalis ka sa kanila? 3. Bákit hindí sila naníniwálá sa iyong sinábi? 4. Ano ba'ng túnay na dahilan kung bákit ka umalis do'n? 5. Ano'ng ginágawá nila pag umúuwí ka nang gabi? 6. O, bákit lumípat ka ng báhay? 7. Madalas ka bang umuwí nang gabi? 8. Bákit nila ako tinátráto ng gano'n, ano ako, bátà? 9. Bákit mo naman binóla sina Mr. Ocámpo ? 10. Totoo ba yung sinábi mong kayá umalis ka kina Mr. Ocámpo ay gusto kang mákasáma ni Mísis Mendez?

DI.   Guided Conversation for Unit 9

Conversation between Pete and Leslie. Pete has been waiting for Leslie at the bus stop.

Pete: Thank God, at last you have arrived. You sure kept me waiting for a long time here.

Leslie: Sorry. Oh, where is the (lit. that) jeep you hired? I have so many things I am bringing with me here.

Pete: Oh, there it is (standing) at the side. Just a second, where are your things?

Leslie: Oh yes, of course. They're still on the bus. We had better take them out first.

Pete: Just a minute. Don't take them out (of the bus) for the while. I'll have the jeep come over here for a minute (hint: say *papúpuntahin ko ang dyip*). *(later)* Oh, Leslie, put some of your things in now.

Leslie: Just a second. Probably it would be better if we put the boxes in first, so that we can put the other things on top of them.

Pete: Yes, that would be better. Leslie, it would be better if you would get in the jeep now and put that table on its side, so it won't be too crowded here in the jeep.

Leslie: Let me have the lamp. I'll just hold it.

Pete: No, don't. Just put that on top of the box there.

Leslie: Pete, tell the driver to take it easy. Because the stuff that's in the back might fall out.

Pete: Don't bother. That (stuff) won't fall out. Driver, please pull up there where there is an open gate. Driver, could you also help us take these things off?

Driver: Where shall I put it down?

Pete: Just here on the side. Thank you. Oh, Leslie, let me have the key so we can go inside.

Leslie: I don't have it.

Pete: Didn't I give it to you (before)?

Leslie: No. You haven't given me anything.

Pete: Just a second. Oh, here it is. You had some news for me, didn't you? (hint: news *balità*)

Leslie: Oh yes. Because when I was in Manila, I stayed at the Ocampo's. Just imagine... of course sometimes I would come home late at night. But for heaven's sake they always would ask me where I had been.

Pete: That's really the way the people do things in Manila. You really have to adjust yourself.

Leslie: You know I don't like to be treated like a child. So what happened is I moved.

Pete: What was the reason you gave them?

Leslie: I said that Mrs. Mendez wants me to accompany her in her house (hint: *gustong magpasáma sa ákin*) because she is alone. Mrs. Mendez, you know her, don't you? I don't really know if they also know that Mrs. Mendez is going to leave America.

Pete: You're good at fooling people.

Leslie: What I don't know is if they really believe (me). I hope... Just a second, those other boxes that are still downstairs. Let's go and bring them upstairs first. Oh, I have two dictionaries there. You can have one. I don't need the two (of them). Oh, here is another thing I see. Just a mystery book actually.

Pete: OK, so I have something to read. Just a second, where shall we put these books?

Leslie: Oh, just there in that box (by you).

Pete: You also have a typewriter.

Leslie: Oh, that's broken. I haven't had a chance to have it fixed yet.

Pete: What shall I tie around this box. Tape or raffia?

Leslie: Just that raffia.

Pete: Do you have a pair of scissors?

Leslie: No.

Pete: It doesn't matter. I'll just use this knife to cut it with.

EI. Babasahin

Si Huwan at ang Kanyang Kawálì

1. Itong si Juan ay may lúmang kawálí at ito ay butas pa. Dáhil díto naisípan niyang ipagbili ito. Subáli't síno ngá ba ang bíbili ng kawáling butas. Kayá ang ginawá ni Juan ay kumúha siya ng pútik at tinakpan niya ang bútas ng kawálì.

2. Kinábukásan ay nagpunta si Juan sa paléngke dala-dala ang lúmang kawálì. "Kawálí kayo diyan, kawálì! Bili kayo ng kawálì!"

3. At... isang laláki ang lumápit at nagtanong, "A magkáno ba iyang kawálí mo?" "Píso lang hò, bágo hó ito." "Ang mahal naman, hindí ba pwédeng singkwénta séntimos na lang?" "A hindí hó pwéde, bágo hó kasi ito e." "Síge na, singkwénta séntimos na lang, o éto."

4. Nagkunwaring nag-íisip si Juan subáli't siya'y nápatawa sa kanyang saríli. Mayroon pa palang magkákámalí sa kanyang kawálì.

5. At... "O síge na ngà!" At dálí-dálí niyang kinúha ang singkwénta séntimos at inilagay sa kanyang bulsa. Subáli't sa kanyang tuwá hindí niya nápansin na ang singkwénta séntimos pala ay yárí sa tinggà.

6. Dálí-dálí naman ang laláking lumayó dala ang kawálì, nag-áalalang baká mápansin ni Juan na tinggá pala ang kanyang ibináyad. Hálos patakbong umalis at nang siya'y maláyó na ay nápatawa sa pag-aakálang nalóko niya si Juan.

7. Si Juan nama'y tuwang-tuwá din hábang siya'y naglálalad at kinákapá ang singkwénta séntimos sa kanyang bulsa.

8. Ano sa palagay ninyo ang mangyáyári kung sakáling maglútó ang laláki? Ano naman ang mangyáyári kung ibili ni Juan ang singkwénta séntimos na tinggà?

Commentary to difficult forms in 9EI

1.	*Juan*	This story is based on a folk tale which has been frequently republished. Filipino folk tales are usually about Juan and Maria. If a second male figures into the tale, then he is called Jose.
	lúmang-lumà	"Very old..." Doubling of adjectives with *na (ng)* is discussed in §6.741.
	butas	"Perforated, having a hole in it."
	butas pa	"And (another thing wrong with it) it had a hole in it."
	dáhil sa X	"On account of X."
	dáhil díto	"On account of this." In this sentence *díto* is the dative of *ito* "this."
	naisípang X	"It ocurred to him to X." X must be a dependent form of the verb (§§7.51, 9.8).
	ipagbili	"Sell." This is the dependent of the conveyance passive verb.
	subáli't	"But." This is a written or fancy variant of *péro* "but."
	síno ngá ba	"Who in the world would...?"
2.	*dala-dala*	"Being brought along" (§13.5).
	kawálí kayo diyan	"There is a wok for you."
3.	*lumápit*	"Came near." This is a verb derived from the adjective *malápit* "near." The formation of this type of verb from adjectives is discussed in §13.21.
	píso	"One peso." Note that if there is no number with the word *píso* the meaning is "one peso." For two, three, etc. pesos, one would use the numbers: *dalawang píso, tatlong píso,* etc.
4.	*nagkunwaring* *nag-íisip*	"Pretended to be thinking." The rule of §7.51 states that the second verb in a series is dependent. However, here we have a present, because the meaning of the verb emphasizes the duration or continuation of the action.
	nápatawa	"Laughing despite oneself (§12.4)."
	magkámalì	"Make a mistake" (§15.1).
5.	*síge na*	"OK, I agree to it."
	síge na ngà	"Oh, all right, if that's what you want, I'll go along with it."
	dálí-dálì	"Quickly."
	dálí-dáling *kinúha*	"Quickly got." In sentences of manner which refer to an event which has already taken place, the verb is in the past tense.
	sa kanyang tuwà	"On account of his joy." The use of an adjective as a noun is discussed in §11.6.
	yárí sa	"Made of."
6.	*lumayò*	"Went away." This is a verb formed from the adjective *maláyò* "far." This formation is discussed in §13.21.
	dala ang X	"With X (lit. bringing X)." *Dala* refers to an action in the past. *Dala-dala,* which has approximately the same meaning, emphasizes the duration of the action. This formation is discussed in §§9.72 and 13.5.

nag-áalala	"Was worrying." (Note that this verb has a short vowel in the penult when it has the prefixes of the *mag-* conjugation and means "worry." When it has the prefixes of the *ma-* conjugation and means "remember (it)," the vowel of the penult is long: *maalála*
patakbo	"(Do something) running." This is an adjective discussed in §12.21.
nag-akálà	"Think, take for granted."
pag-aakálà	"Action of thinking."
7. *nalóko niya si Juan*	"He managed to fool John."
8. *kung sakáling...*	"If X should happen."
ibili ang X sa Y	"Use X to buy Y with (§9.221)."

EII.   Punuan ng támang sagot ang mga patlang sa mga sumúsunod na pangungúsap.

1. Lúmang-lúmá ang kawálí ni Juan at _____ pa. 2. Dáhil butas na, naisípan niyang _____ ang kawálì. 3. Péro síno ngá ba ang may gusto ng _____ kung butas na? 4. Ang kinúha niya ay _____ at tinakpan niya ang bútas ng kawálì. 5. Ang dala-dala ni Juan kinábukásan ay _____ sa paléngke. 6. May lumápit sa kanyang _____. 7. Píso lang ang kawálí kasi _____. 8. Mahal, pwédeng _____ na lang. 9. O éto _____ na lang. 10. Nápatawa siya kasi may _____ sa kanyang kawálì. 11. Inilagay niya sa kanyang bulsa ang _____. 12. Ang singkwénta séntimos ay hindí niya napansin na tinggá dáhil _____. 13. Umalis agad ang laláki, baká _____ ni Juan na tinggá ang ibináyad niya. 14. Ang akálá ng laláki ay _____ niya si Juan. 15. Hábang naglálákad si Juan ay tuwang-tuwá at _____ ang singkwénta séntimos sa kanyang bulsa.

EIII.   Pagpapahayag na mulì. Muling bumuó ng pangungúsap áyon sa únang pahayag.

1. Itong si Juan ay may lúmang-lúmang kawálí at ito ay butas pa.
   Butas na ang kawálí ni Juan dáhil...
2. Dáhil díto náisípan niyang ipagbili ito. Subálit síno ngá ba ang bíbili ng kawáling butas.
   Gusto ni Juang... na lang...Sigúro walang táong gustong... kasi...
3. Kayá ang ginawá ni Juan ay kumúha siya ng pútik at tinakpan ang bútas ng kawálì.
   Kumúha si Juan ng pútik pára...
4. Kinábukásan ay nagpunta si Juan sa paléngke na dala-dala ang lúmang kawálì.
   ... ni Juan ang... sa paléngke.
5. Kawálí hó diyan, kawálì. Bili kayo ng kawálì.
   Sinábi ni Juan, may kawálí siyang...
6. At isang laláki ang lumápit at nagtanong. Magkáno ba iyang kawálí mo?
   Nilapítan...
   May isang laláking...
   Gusto ng mámang máláman...
7. Ang mahal naman. Hindí ba pwédeng singkwénta séntimos na lang.
   Gusto niyang bilhin ang kawálí...
   ... ang ibábáyad ng mámà.
8. A hindí hó pwéde, bágo hó kasi ito e.
   Hindí hó pwédeng... ito dáhil...
9. Síge na, síngkwénta séntimos na lang, o éto.
   ...ni Juan ang kawálí ng singkwénta séntimos...
   ...ng táo ang kawálí ng síngkwénta séntimos.
   Síngkwénta séntimos ang...
10. Nagkunwaring nag-íísip si Juan, subáli't siya'y nápatawa sa kanyang saríli.
    Hindí totoong nag-íísip si Juan. Siya'y...

11. At, o síge na ngà! At dálí-dálí niyang kinúha ang síngkwénta séntimos at inilagay sa kanyang bulsa.

Inilagay sa bulsa ang...

Kinúha niya ang péra pára...

12. Subáli't sa kanyang tuwá ay hindí niya nápansin na ang síngkwénta séntimos pala ay yárí sa tinggà.

Ang péra niya na... ay tinggà.

Hindí ito napansin ni Juan sa...

Tinggá pala ang ibináyad sa kanya péro dáhil...

13. Dálí-dálí naman ang laláking lumayó dala ang kawálì, nag-áalalang baká mápansin ni Juan na tinggá pala ang kanyang ibináyad.

Áyaw ng laláki na...

Lumayó ang laláki pára...

Kung hindí siya...

... ni Juan na tinggá pala ang péra.

14. Hálos tumakbong umalis at nang siya'y maláyó na ay nápatawa sa pag-aakálang nalóko niya si Juan.

Nápatawa siya nang siya'y... dáhil akálá niya ay nagtagumpay siyang...si Juan.

15. Si Juan nama'y tuwang-tuwá din hábang siya'y naglálákad at kinákapá ang síngkwénta séntimos sa kanyang bulsa.

Násā bulsa niya ang síngkwénta séntimos...

Tuwang-tuwá si Juan dáhil...

Pára masigúro niyang...

16. Ano sa palagay ninyo ang mangyayári kung sakáling maglútó ang laláki?

...sigúro ang laláki sa kawálì, may...káyà?

17. Ano naman ang mangyayári kung ibili ni Juan ang síngkwénta séntimos na tinggà?

Kung... ni Juan ang síngkwénta séntimos may... kayà?

Kung gagamítin ni Juan ang... pára... ano kayá ang mangyayári?

EIV. Sagutin ang mga sumúsunod na tanong.

1. Bákit malí ang úlat na ito? Gustong bumili ni Juan ng isang kawáling butas. 2. Bákit may bútas na ang kawálí ni Juan? 3. Ano ang ginawá ni Juan pára maipagbili ang kanyang kawálì? 4. Bákit malí ang úlat na ito? Tinakpan niya ang bútas ng pútik pára mapaglutúan ng kung síno mang bíbili nito. 5. Nagpunta si Juan sa paléngke péro hindí niya dinala ang kawálì, kasi síno ngá ba ang bíbili ng kawáling butas. Wastó ba ang úlat na ito o hindì? 6. Bákit nagpunta si Juan sa paléngke ng áraw na yon? 7. Bákit lumápit ang táo kay Juan? 8. Hindí pumáyag si Juan kundí píso ang ibábáyad sa kanyang kawálì. Támá o malì? 9. Ano ba ang dahilan kung bákit gusto ni Juang ipagbili ng píso ang kawálì? 10. Nalungkot si Juan dáhil síngkwénta séntimos lang ang ibináyad ng laláki sa kawálì. Támá o malì? 11. Bákit nápatawa si Juan? 12. Bákit hindí nápansin ni Juan na ang ibináyad sa kanya ng laláki ay yárí sa tinggà? 13. Bákit lumayó agad ang laláking bumili ng kawálì? 14. Totoo bang nalóko ng laláking bumili ng kawálí si Juan? Bákit? 15. Totoo rin bang nalóko ni Juan ang laláking bumili ng kanyang kawálì?

Grammar

9.1   The conveyance passive verb

There is a third type of passive which most verbal roots in Pilipino can take. This passive has a number of different meanings, depending on the root, some of which we will discuss in §9.2 following below. The agents of conveyance passive forms are genitive, as in the case of all passive. There are potential and non-potential forms of the conveyance passive verb and the meanings of the potential forms are those described in §7.2 of Unit Seven. The following chart shows some of the conveyance passive forms:

Nonpotential

Root		Past	Present	Dependent	Future
uwì	*bring home*	iniuwì	iniúuwì	iuwì	iúuwì
báyad	*pay*	ibináyad *or* bináyad	ibinábáyad *or* binábáyad	ibáyad	ibábáyad
pagbili	*sell*	ipinagbili *or* pinagbili	ipinagbíbili *or* pinagbíbili	ipagbili	ipagbíbili
pangákò	*promise*	ipinangákò *or* pinangákò	ipinápangákò *or* pinápangákò	ipangákò	ipápangákò

Potential

Root	Past	Present	Dependent	Future
uwì	naiuwì	naiúuwì	maiuwì	maiúuwì
báyad	naibáyad	naibábáyad	maibáyad	maibábáyad
pagbili	naipagbili	naipagbíbili	maipagbili	maipagbíbili
pangákò	naipangákò	naipápangákò	maipangákò	maipápangákò

9.11 Summary chart of the conveyance -passive affixes

Nonpotential

Past	Present	Dependent	Future
i-in-[1]	*i-R-in*	*i-*	*i-R-*

Potential

nai-	*nai- R-*	*mai-*	*mai-R-*

DO GRAMMAR EXERCISE 9A1.

9.2   Meaning of the conveyance passive verb

The conveyance passive occurs as subject, as predicate, and as a modifier just as the other passives.

9.21   The conveyance passive referring to a direct object of the action

The conveyance passive with some roots refers to a direct object of the action. (See §5.21 of Unit Five for a discussion of the notion of direct passive.) In such cases the verb most often refers to an action which is done in a direction away from the speaker -- that it means "put, give, throw, insert, take out, lay, move," and the like.

If the conveyance passive verb is in the predicate, then the subject is the thing put, given, thrown, etc. In the following sentence *ang áting mga gámit* "our things" is the subject, *ibabà* "bring down" is a conveyance passive. The conveyance passive is used because the subject refers

---

[1]Note that for verbs beginning in a vowel the prefix is *ini-* for the past (e.g. *iniuwì*) and *ini-R-* for the present (e.g. *iniúuwì*).

to the thing brought down. The agent *nátin* "we" is genitive, as is always the case with passive verbs.

    1. ***Ibabá*** *múna nátin ang áting mga gámit.* **"Let's take** our things **down** first."
        (9B15a)

In the following sentence the subject *yung mabibigat* "the heavy things" is the thing put down and *ilagay* "put down" is the predicate. The conveyance passive *ilagay* is used because the subject is the direct object of the verb and refers to the things put down.

    2. ***Ilagay*** *múna nátin yung mabibigat.* **"Let's put** the heavy things **down** first."

Another example: *itong lamésa* "this table" is the subject and the direct object of the verb *itagílid* "put on its side" which is the predicate.

    3. ***Itagílid*** *mo itong lamésa.* **"Lay** this table **on its side."** (9B18)

The verb may be the subject, in which case the predicate refers to the direct object (the thing put, given, etc). For example in the following sentence *ibináyad* "was given as payment" is the predicate. The direct object *tinggà* "lead" is the subject. Thus the verb has the conveyance passive form.

    4. *Tinggá pala ang kanyang **ibináyad**.* "It was lead that he **had given in payment."**
        (9R6)

The verb may be in a construction other than the subject or predicate. For example in the following sentence *maiuwì* "can be brought home" modifies *létse plan* "custard." The word which *létse plan* modifies is the direct object and the thing brought home.

    5. *Éto. Ibábálot ko itong **létse plan** pára **maiuwì** mo.* "I will wrap up this **leche plan**
        for you **to bring home."** (7C30)

We provide more examples of this type of conveyance passive in §9.6, below.

9.22   Conveyance passive verbs that do not refer to the thing conveyed

9.221 Instrument

      With some roots the conveyance passive verb refers to the instrument with which the action of the verb is done. If the verb is the predicate the subject is the "thing with which (so-and-so) is done." For example in the following sentence *síngkwénta séntimos* "fifty cents" is the subject and the thing with which the action of the verb in the predicate *ibili* "buy with" is done. *Juan*, the agent, is genitive as always in the case of passive verbs.

    6. *Kung **ibili** ni Juan ang síngkwénta séntimos na tinggà.* "If John should **spend**
        (lit. buy [something] with) the lead fifty-cent piece." (9R8)

If the verb is the subject then the predicate refers to the instrument of the action. In the following sentence *itátálì* "will tie it with" is the subject. *Ano* "what" is the predicate and refers to the instrument of the action of tying.

    7. *Ano pala ang **itátálì** ko ríto?* "What **shall I tie** around this?" (9A11b)

With some roots the conveyance passive verb referring to the instrument is added to a base which has a noun-forming prefix *pang-*, which forms nouns referring to an instrument.[2] In other words, a prefix *pang-* is prefixed to the root before the conveyance passive prefixes are added. For example, a word *pangpútol* "something to cut with" is formed by adding *pang-* to the root *pútol* "cut." A conveyance passive verb is made from *pangpútol* by adding the conveyance passive affix. The verb refers to the thing with which one cuts. If the verb is the predicate, the subject is the instrument, as for example in the following sentence. Here the subject is *itong kutsílyo* "this knife," and the verb refers to the instrument with which the action of the verb in the predicate *ipangpúpútol* "will cut with" is performed.

8. **Ipangpúpútol** (or *ipápangpútol*) *ko na lang itong kutsílyo.* "**I will** just **cut** (it) **with** this knife."

The verb may also be the subject. In that case the predicate refers to the instrument with which the action of the verb is performed. In the following sentence *itong kutsílyo* "this knife" is the predicate and the verb *ipangpúpútol* "cut with" is the subject.

9. *Ito na lang ang* **ipangpúpútol** *ko.* "I'll just cut it with this knife. (Lit. It is just this knife that I **will cut it with.**)" (9A13)

The conveyance passive verb in the instrumental meaning may also occur in other constructions. For example, if the verb modifies a noun, the noun refers to the instrument with which the action of the verb is performed. In the following sentence *ibili* "buy with" modifies *péra* "money." *Péra* is the thing with which the action of the verb is performed.

10. *Walá na akong* **pérang ibili** *ng pagkáin.* "I don't have any more **money to buy** food **with.**"

As the above example No. 9 shows, if the conveyance passive does not refer to the direct object (i.e., it refers to the instrument or to something else), a direct object may be expressed by *ng* (*nang*) plus a noun. (Compare §6.3, for a discussion of the analogous phenomenon, the direct object with local passive verb.) Thus the direct object of *ibili* "buy with" is "food." The thing bought is expressed by *ng* plus a noun *ng pagkáin* "some food."

9.222 The conveyance passive verb referring to a direct object which is not the thing moved (or the like)

Some verbs which do not refer to an action of conveying, moving, putting, or the like nevertheless occur with the conveyance passive affixes and refer to the direct object of the verb. Two verbs of this root we have had so far are *tígil* "stop" (*itígil* "put a stop to [it]") and *bálot* "wrap up" (*ibálot*[3] "wrap [it] up"). In the following sentence *itong leche plan* "this leche flan" is the subject of *ibábálot* and the direct object, the thing wrapped up.

11. *Éto,* **ibábálot** *ko itong létse plan.* "Here, I'll wrap this leche flan up." (7C30)

In the following sentence *itígil* "stop it" is the conveyance passive which refers to the direct object, and the subject *ang pista* "fiestas" is the direct object.

12. *Matagal na ngang sinásábi ng mga pulítiko na* **itígil ang pista.** "The politicians have been saying for a long time that the **fiestas should be stopped.**" (7A10b)

---

[2] This formation is discussed in Unit Seven, §7.71.

[3] *Balútin*, the direct passive, also occurs with absolutely no difference in meaning from the conveyance passive form.

This use of the conveyance passive is normal for verbs which contain the prefix *pa-*. (We will discuss the verb with *pa-* later in Unit Eleven, §11.12) So far we have had the conveyance passive of *pakiláIa* "introduced" which refers to the person of thing who is introduced. In the following sentence *ipápakiláIa* "will introduce" is the predicate. The subject *ang kaibígan ko* "my friend" is the direct object -- i.e., the one introduced.

13. **IpápakiláIa** *ko sa 'yo ang kaibígan ko, si Léslie.* "I'll **introduce** my friend, Leslie, to you." (7B24)

Similarly, the conveyance passive of *pagawà* "have something repaired" refers to the thing one had (will have) repaired. In the following sentence *naipápagawà* "have had a chance to have it repaired" is the predicate and *ang makinílya* "the typewriter" is the subject. *Ang makinílya* is the direct object -- that is, the thing had repaired.

14. *Hindí ko pa kasi* **naipápagawá** *(ang makinílya).* "I **haven't had a chance to have it** (the typewriter) **repaired.**" (9A10)

9.23   Comparison of the conveyance passive with the local passive

The local passive verb refers to the place of the action whereas the conveyance passive form refers to the thing moved, put, etc. For example in the following sentence the local passive form *láIagyan* "put in" is used because the verb is the predicate in a sentence which has the word which refers the place as subject.

15. **Lálagyan** *kasi iyan ng libro.* "Because that's where the books **will be put** (lit. will be the **place of putting** books)."

Compare this with the following sentence when the subject *itong mga libro* "these books" is the direct object (thing put). The verb *iláIagay* thus has the conveyance passive form.

16. **Itong mga libro** *saan nátin iláIagay?* "How about these books, where shall we put them?" (9A5c)

Let us look at other pairs. The following chart compares the local and the conveyance passive forms. We quote the dependent form.

akyatan	*take upstairs to (it)*	iakyat	*bring or take (it) up*
babaan	*take downstairs to (one)*	ibabà	*take (it) down*
balútan	*wrap (it) up*	ibálot	*wrap (it) around or over*
padalhan	*send to (him, her)*	ipadala	*send (it)*
hulúgan	*throw down on or to (one),*	ihúlog	*drop (it)*
labasan	*go out to (it)*	ilabas	*take (it) out*
lipátan	*move to (it)*	ilípat	*move (it)*
lagyan	*put in or on (it)*	ilagay	*put (it)*
pasúkan	*enter (it), work at (it)*	ipások	*put (it) in*
patúngan	*put on (it)*	ipátong	*put (it) on top*
puntahan	*go to (it)*	ipunta	*bring (it) somewhere*
talían	*tie around (it)*	itálì	*tie (it) to or around*
tulúngan	*help, assist (one)*	itúlong	*give (it) by way of help*
samáhan	*accompany (one)*	isáma	*take (it, one) along*
uwian	*go home to (it)*	iuwì	*take (it) home*

The first of the following pairs is with a local passive; the second is with the conveyance.

17. *Kumúha siya ng pútik at* **tinakpan** *niya* **ang bútas** *ng kawáIì.* "He took some mud and **covered over the hole** in the wok." (9R2)

17a. *Kumúha siya ng pútik at **itinakip** niya **ito** sa bútas ng kawálì.* "He took some mud and **put it** (lit. **covered with it**) in the hole of the wok."

18. *Ilagay múna **yung mabigat** pára **mapatúngan** nátin ng iba pang kahon.* "Put the **heavy things** down first so we can put the other boxes **on top of them.**"

18a. *Ipátong na lang nátin itong isang kahon sa mas mabigat na mga kahon.* "Let's put these other boxes on top of the heavier boxes."

19. *Hindí niya **binayáran** ang táo.* "He didn't **pay the man.**"

19a. *Tinggá pala ang **ibináyad** sa táo.* "It was lead that he **gave in payment** to the man."

20. ***Talían** nátin itong mga kahon.* "Let's tie (string around) these boxes.

20b. *Ano palang **itátáli** ko ríto?* "What **shall** I **tie** them up with by the way (lit. **what shall** I **tie around**[4] this)?"

DO GRAMMAR EXERCISES 9A2, 9A3.

9.3   Paki-

9.31   Paki- "please"

The prefix *paki-* is used affixed to verb roots to form verbs meaning "please (do) as a favor." There is a complete conjugation of these verbs as will be explained in §9.32, below. The most commonly occuring forms of the conjugation are the imperative passive forms. They are as follows:

> Direct and conveyance passive: *paki-*
> Local passive: *paki-an*

Often the agent (*mo* or *ninyo*) is not expressed, as in the following example.

22. *Pwéde bang **pakiakyat** ang mga kahon?* "Could you bring the boxes upstairs?" (9A6b)

23. ***Pakipások** hó ang dyip.* "Please pull the jeep inside." (9B20c)

With the local passive verb the passive affix is *paki-an*.

24. ***Pakitingnan** mo ito. Mukhang may sírà.* "**Please look at** this. It seems to have something wrong with it."

25. ***Pakitulúngan** mo ang nánay.* "**Do me a favor and help** mother."

9.32   "Please" in the active

Many verbs have an active conjugation with *paki-* and mean "ask one to let agent do (so-and-so) as a favor." The conjugation is as follows:

Root	Past	Present	Dependent	Future	Abstract Form
gámit	*nakigámit*	*nakíkigámit*	*makigámit*	*makíkigámit*	*pakikigámit*

Example:

---

[4]The conveyance passive *itáli* "tie around" or "tie with" can be interpreted as instrumental or conveyance, and *ibáyad* "give in payment" or "pay with". These two interpretations have to do with English. From the Pilipino point of view they have the same meaning.

26. *Pwéde bang **makigámit** ako ng CR?* "Could I (ask you the favor of allowing me to) use the bathroom?"
27. ***Makikitáwag** ako.* "May I use your phone?"
28. ***Makíkiinom** ako sa kok mo!* "Let me have a sip of your coke."

9.33   Other verbs with the *paki-* conjugation

We have had two other verbs with the *paki-* conjugation. They are *pakialam* "mix into others' affairs" and *pakibágay* "adjust oneself to." The following chart shows the complete conjugation of these verbs:

Past	Present	Dependent	Future	Abstract Form
		Active		
nakialam	nakíkialam	makialam	makíkialam	pakikialam
nakibagay	nakíkibágay	makibágay	makíkibágay	pakikibágay
		Local Passive		
pinakialaman	pinakíkialaman	pakialaman	pakíkialaman	
pinakibagáyan	pinakíkibagáyan	pakibagáyan	pakíkibagáyan	

Example (active):

29. *Ayókong **nakíkialam** sila sa[5] áking ginágawà.* "I don't like it, when they **mix into my affairs** (lit. what I do)." (9C31a)
30. *Kailángan mong **makibágay** sa gawá díto.* "You have to **adjust** yourself **to the ways here.**"

Example (local passive):

31. *Bákit **pinakíkialaman** nila ang mga ginágawá ko?* "Why **do** they **meddle** into my affairs (lit. what I do)?"
32. *Ganyan ba ang mga gáwing dápat kong **pakibagáyan**?* "Is that what the customs are like that I have to **adjust** myself **to**?"

DO GRAMMAR EXERCISES 9Bff.

9.4   Dative phrases meaning "have the..., belong to"

9.41   "Have the... "

Phrases which mean "have a specific thing" are expressed by predicate consisting of *ná-* plus the dative. For example in the following sentence *sa iyo* is the dative (§2.8).

33. *Nása iyo ba ang súsì?* "**Do you have the** key?" (Lit. Is the key with you?) (9C22)
34. *Ná kay Léslie ang súsì.* "Leslie has the key."

The negative of such sentence is with *walà* (as in the case of all locational predicates -- §3.32).

35. *Walá sa ákin ang súsì.* "I **don't have** the key."

In commands just the dative alone without *ná-* is used. That is, "let X have (subject)" is expressed by the dative. (Compare Unit Four, §4.4, where we discussed other expressions of location in

---

[5] The direct object of an active verb is preceded by *sa* (not *nang*, as in the case discussed in §16.2).

command.) E.g. *kay Pete* is the dative in the following sentence. In commands of this sort the particles *na* or *na lang* are almost always used.

36. ***Kay Pete na lang*** *ang ékstrang diksiyonáryo.* "**Just let Pete have** the extra dictionary."

In such sentences (that is, in sentences which mean "let X have [subject]") if X is a personal pronoun, the *sa* of the dative may optionally be dropped. The particle *na* is almost obligatory.

37. ***Sa iyo na*** (or ***Iyo na***) *itong isa.* "**You have** this other one."

In everyday speech this construction (plus *na*) is used to ask to be given a specific thing. That is, "let me have X" is expressed by *dative + na ang X* (with the particle *sa* preceding the dative pronoun optionally dropped).

38. *(Sa) Ákin na iyan.* "Let me have that!"

Sentence 38 means "give that to me" (just as does the English literal translation, "let me have that").

9.42   "Belong to X"

The phrase "belong to X" is expressed by a predicate consisting of a dative. For example the following sentence has a **dative predicate**:

39. ***Kina Mr. Ocámpo*** *ang karamíhan sa mga gámit díto.* "Most of the things here **belong to Mr. Ocampo.**"

9.43   The dative of *síno*

Síno "who" has a dative form, *kaníno* (or *kangíno*). *Kaníno* occurs commonly in sentences which mean "who has the (subject)?" and "who does (the subject belong to)?" In sentences which mean "who has the (subject)?" the dative form is prefixed with *ná-* as in the case of the sentence discussed in 9.42, above; e.g. *nákaníno* in the following sentence:

40. ***Nákaníno*** *ang súsì?* "**Who has** the key?"

In sentences which mean "who has," the dative *kaníno* is used in the same way as the dative in the sentence of §9.42.

41. ***Kaníno*** *ba ito?* "**Who** does this **belong to?**" (9A3b)

Kaníno, the dative of *síno* is used in all constructions in which the dative is used:

(1)   After a preposition

42. ***Pára kaníno*** *hó ba ito? Pára hó ba sa ákin ito?* "**Who** is this **for**? Is this for me?"

(2)   As a locational phrase modifying a predicate meaning "from whom, to whom":

43. ***Kaníno*** *mo binili ang lamésa?* "**Who** did you buy the table **from**?"

DO GRAMMAR EXERCISE 9C.

9.5   Auxiliaries as predicates

The auxiliaries occur as predicates. In §6.51 we discussed the auxiliaries and in §6.53 the ability of auxiliaries to function as nouns. Thus the auxiliaries can function as predicates in sentences with subjects (just as all nouns can). For example in the following sentence *kailángan* "need" is the predicate and *ang dalawa* "both" is the subject.

44. *Hindí ko kailángan ang dalawa.* "I don't need both." (9A4a)

In the following sentence *gusto* "want" is the predicate and *ito* is the subject:

45. *Éto pa'ng isa! Gusto mo ba ito?* "Here is another. Do you want it?"

The auxiliaries *kailángan* "need to," *gusto* "want" and *áyaw* "don't want" may also be followed by a direct object which is a phrase introduced by *ng* (*nang*), as for example *ng mátitirhan* in the following sentence:

46. *Kailángan niya ng isang mátitirhan.* "She needs **a place to stay.**" (2B11b)
47. *Ayóko ng mga detéktib istóris.* "I don't like **detective stories.**" (9A5a)

Note that the agent of these auxiliaries (the one who wants, doesn't want or needs) is genitive (§6.52). Thus *ko* in sentence 44, *mo* in sentence 45, *niya* in sentence 46 and *ko* in sentence 47 above are all genitives.

Kailángan, gusto, áyaw followed by *ng* (*nang*) *phrase* mean "need (want, not want) **a or some** (phrase)", as in examples 46 and 47 above. These words as a predicate followed by a subject mean "need (want, not want) **the subject,** as in examples 44 and 45 above. Other examples:

48. *Gusto ko **ang isdà.*** "I like **the fish.**"
49. *Gusto ko **ng isdà.*** "I like **fish.**"

DO GRAMMAR EXERCISE 9D.

9.6   Verbs of motion as transitive verbs

Verbs which refer to motion may also be used to refer to conveyance: "move something, put something" and the like. One way to express conveyance is with the conveyance passive as explained in §§9.1 and 9.2 ff. above. The following list gives verbs of motion we have had so far and the corresponding conveyance passive forms (cited in the dependent tense form).

umakyat	*go up*	iakyat	*bring it up*
umalis	*go away*	ialis	*take it away*
bumabà	*go down*	ibabà	*take it down*
bumalik	*go back*	ibalik	*return it*
dumalo	*attend*	idalo	*bring s.o. to (a meeting, party)*
dumating	*come*	idating	*import, bring it here*
kumílos	*move, be*	ikílos	*make it move*
lumabas	*go outside*	ilabas	*take it down*
lumagay	*take one's place*	ilagay	*put it down*
lumákad	*walk*	ilákad	*take out (for a walk)*
lumípat	*move*	ilípat	*move it (somewhere)*
mamasyal	*go for a walk*	ipasyal	*take around (for pleasure)*
pumások	*go in*	ipások	*take inside*
pumunta	*go*	ipunta	*take it somewhere*
sumakay	*go, ride*	isakay	*put it on a vehicle*
sumáma	*go with*	isáma	*take it along*
tumagílid	*land on*	itagílid	*put it on one's side*
tumakip	*cover over*	itakip	*cover it over*
tumakbo	*run*	itakbo	*run away with it*
tumápon	*fall*	itápon	*throw it away*
tumuloy	*continue*	ituloy	*continue it*

The following sentences exemplify some of these forms:

50. *Umakyat ka sa itaas.* "**Come upstairs**."
50a. *Iakyat mo ang mga sílya.* "**Bring** the chairs **upstairs**."
51. *May isang óras pa bágo **umalis** ang bus.* "There is one more hour before the bus **leaves**." (6A8a)
51a. *Ialis mo itong mga labáda.* "**Take** this laundry **out** here."
52. *Sandalí lang at **dárating** na táyo.* "In just a while we **will arrive**." (6B14c)
52a. *Idinating ito gáling sa Cebu.* "This was **imported** from Cebu."
53. *Lálabas ka ba búkas?* "**Are** you **going out** tomorrow?"
53a. *Huwag mo múnang **ilálabas** ang mga gámit hanggang walá pa ang dyip.* "Don't **take** out things **outside** as long as the jeep isn't there." (9B15b)
54. *Lálákad na kami hábang maliwánag pa.* "**We'll be going** while it's still light."
54a. *Ilákad mo itong mga papéles sa mga administrasyon.* "**Take** these papers **around** the administration."
55. *Sásáma na lang ako.* "I'll just **go with** you." (4B20b)
55a. *Kung dádalo ka sa pista, **isáma** mo yung kaibígan mo.* "When you go to the fiesta, **take** your friend **with** you."

9.61 Active verbs of motion used transitively

Most of the verbs of motion listed in the preceding section and others of similar meaning also are used in conveyance meaning with the active prefixes of the *mag-* conjugation[6] (*mag-*, *nag-*, *mag-R-*, *nag-R-*). The following list gives those which are frequent (in the dependent verb form).

mag-akyat	*bring up*	mag-alis	*remove*
magbabà	*bring down*	magbalik	*bring back*
maglabas	*take out*	maglagay	*put down*
maglakad	*take around*	maglípat	*move*
magpások	*bring inside*	magsakay	*put on a vehicle*
magsáma	*take along*	magtakip	*cover*
magtápon	*throw away*	magtuloy	*take something along*

Compare the following examples with sentences having the same number in §9.6 above.

50b. *Kami na hó ang **mag-áakyat** nito.* "We'll just **take** these things **upstairs**." (9B21b)
51b. *Síno ba ang pwédeng **mag-alis** ng mga mantsang ito?* "Who can **remove** these stains?"
53b. *Síno ba ang **naglabas** ng mga sílyang ito?* "Who **took** these chairs **outside**?"
54b. *Ako na lang ang bahálá sa **paglalakad** ng mga papéles sa Maynílà.* "I'll take care of **bringing** the papers **around** (to the various offices) in Manila."
55. *Kung pwéde, gusto ko pa sánang **magsáma** ng isa.* "If possible, I would like to **bring** one more **along**."

DO GRAMMAR EXERCISES 9E1, 9E.

---

[6] Some of these verbs can also be used intransitively with the *mag-* conjugation. That is, they can also have the meaning "go, move" and the like. In that case they differ only slightly in meaning from the same root with -*um-*. See §4.121 in Unit Four where we discussed *magpunta* and *pumunta*.

9.7   Short vowel roots as stative adjectives

Many roots in Pilipino verbs and nouns can also be used as adjectives. When they are used as adjectives, they have a short vowel, whether the root otherwise has a long or a short vowel. Such short vowel adjectives refer to a state. We call them "stative adjectives." Some examples from the lessons we have had so far:

Verb or noun		Adjective	
buksan	*open it*	bukas	*open*
bútas	*hole*	butas	*perforated, having a hole in it*
magdala	*bring*	dala	*having been brought*
		dala-dala	*being brought with one*
maghandà	*prepare*	handà	*ready*
pumútol	*cut down*	putol	*cut off*
sírà	*s.t. the matter*	sirà	*broken*
sumunod	*follow*	sunod	*next*
tapúsin	*finish it*	tapos	*done*
ubúsin	*use up*	ubos	*all gone*
mag-ípon	*gather*	ipon	*gathered*
alísin	*remove*	alis	*removed*
tanggalin	*abolish*	tanggal	*abolished*
simulan	*begin*	simulà	*begun*

In the following examples the second member of the pair exemplifies the adjective use.

56.   *Buksan mo ang pintò.* "**Open** the door."
56a.   *Bukas pa ang pintò.* "The door is still **open**."
57.   *May bútas ang kawáli.* "The wok has a **hole**."
57a.   *Butas na ito.* "It has a **hole in it** (lit. is perforated)."
58.   *Nagháhandá sila ng tambákol.* "They **serve** mackerel."
58a.   *Handá na sila pára lumákad.* "They are **ready** to leave."
59.   *May sírá itong makinílya.* "This typewriter has **something wrong** with it."
59a.   *Sirá na ang makinílya.* "The typewriter is **broken**."
60.   *Hindí nátin tátapúsin ang móro-móro.* "We won't **see** the moro-moro **to the end**."
60a.   *Tapos na ang palabas.* "The show is **over**."
61.   *Nakaípon na ako ng sapat pára makapag-asáwa.* "I **have saved** enough to get married."
61a.   *Ipon na lahat ang áking péra sa ibábaw ng mésa.* "All my money **is piled up together** on the table."
62.   *Nagsísimulá na sila sa trabáho.* "They **have started** the work."
62a.   *Simulá na ang trabáho.* "The work **has begun**."

9.71   When the unaffixed root alone may not be used

Most roots which form stative adjectives also form verbs which refer to the process of coming into being or into the state. That is, the root alone refers to a state, whereas the verb refers to the coming into being or coming into the state. In many contexts either form is possible depending on what one means. Thus, one could say both of the following sentences:

63.   *Kanína pang alas syéte tapos ang trabáho.* "The work **was done** already at seven o'clock."
63a.   *Kanína pang alas syéte natápos ang trabáho.* "The work **got done** already (**had been brought to completion**) at seven o'clock."

There are some rules of thumb to follow when to decide whether to use a verb which refers to a process or a stative adjective. First, we discuss sentences referring to the past tense:

(a)   In sentences which mean "X happened later than expected" (that is, X hasn't happened till now), the verb is used. In the following sentence, where the context emphasizes that the work was completed later than expected, only a verbal form makes sense.

> 63b.   *Kanína lang alas syéte* **natápos** *ang trabáho.* "The work **wasn't finished** until seven. (Lit. It was only at seven that the work **had been brought to completion.**)"

(b)   In sentences which mean "X happened sooner than expected," either the verb or the stative adjective is used with a difference in meaning, as exemplified in examples 63 and 63a, above.

Second, we discuss sentences which refer to future time. If there is one constituent (or part) of the sentence which contains a verb referring to future time and another constituent of the sentence with a phrase referring to a state, the phrase which refers to the state must contain a verb (that is, the state is regarded as a process of coming into being). Thus, in the following sentence *magtátagal* "take a long time" is the first constituent of the sentence and contains a verb referring to time and this is followed by another consituent of the sentence with a phrase referring to a state. This second phrase must contain a verb *matátapos* "will get to be finished." The verb *matátápos* is used instead of a stative adjective *tapos* "all done" because the part of the sentence referring to the state follows a phrase verb referring to future time. The sentence refers to the process of getting finished.

> 64.   *Hindí magtátagal* **matátápos** *na ang trabáho ko.* "It won't be long for me **to finish** my work (lit. My work won't take long, the process of getting done)."

On the other hand if there are two seperate clauses one of which refers to future time and the second of which refers to a state, a stative adjective is used in the second clause. That is, such sentences mean "it will (or will not) be such-and-such a time and so-and-so will be the state".

> 64a.   *Hindí magtátagal at* **tapos** *na ang trabáho.* "It won't be long and my work **will be done.**"

DO GRAMMAR EXERCISES 9Fff.

9.72   "With, accompanied by"

"With" in the sense of "accompanied by" is expressed by *kasáma* "be the companion" or *dala* "brought;" *kasáma* is used for persons accompanying and *dala* for things. The thing which accompanies is expressed by the nominative case (Review §6.5 of Unit Six).

> 65.   **Kasáma** *siya ng Áte Línda sa pistahan.* "He **was with** my elder sister Linda at the fiesta."
> 66.   *Lumayó ang laláki* **dala ang kawáli.** "The man went off **with the wok.**" (9R6)

Dala-dala means "with (so-and-so) at the time."   67.   *Nagpunta si Juan sa paléngke* **dala-dala** *ang lúmang kawáli.* "John went to the market **bringing the old wok with him.**" (9R2)

DO GRAMMAR EXERCISES 9F1, 9F2.

9.8   *Ísip*

The word *ísip* means "thought or mind." The nonpotential forms mean "think" or "think up," *mag-isip* "think," *umísip* "think up something," *isípin* "think something."

68. *Párang **nag-íisip** si Juan.* "It was as if John **was thinking** intensely." (9R4)
69. *Íisípin ko múna.* "I'll think it over first."

The potential form means "think of doing, occur to one to do". The potential forms are followed by a dependent verb linked to *makaísip* or *maisípan* with *ng* (*na*). The resulting phrase means "think of doing."

70. *Dáhil díto **naisípan** niyang **ipagbili** ito.* "Therefore, it **occured to** him to sell it." (9R1)

9.9   The future as imperative

The future may be used as an imperative to make an unusually strong command, "don't ever (do)," for example *ilálabas* is future in the following example:

71. *Huwag mo múnang **ilálabas** hanggang walá pa ang dyip.* "**Make sure** you don't **take** them **outside** as long as the jeep isn't here yet." (9B15b)

DO GRAMMAR EXERCISE 9G.

Grammar Exercises

9A1.   Tense of the conveyance passive (§§9.1- 9.11)

Únang Hakbang. Nonpotential. Ipalit ang mga salitang násа panaklong.

Where shall we put these books?	
Saan nátin ilálagay itong mga libro?	*(can we)*
Saan nátin pwédeng ilagay itong mga libro?	*(can you)*
Saan mo pwédeng ilagay itong mga libro?	*(did you)*
Saan mo inilagay itong mga libro?	*(will you)*
Saan mo ilálagay itong mga libro?	*(do you)*
Saan mo inilálagay itong mga libro?	*(wrap up)*
Saan mo ibinábálot itong mga libro?	*(when will you)*
Kailan mo ibábálot itong mga libro?	*(put inside)*
Kailan mo ipápások itong mga libro?	*(can you)*
Kailan mo pwédeng ipások itong mga libro?	*(did you)*
Kailan mo ipinások itong mga libro?	*(will you)*
Kailan mo ipápások itong mga libro?	

Ikalawang Hakbang. Nonpotential

He put the typewriter on the box.	
Ipinátong niya ang makinílya sa kahon.	*(will put)*
Ipápátong niya ang makinílya sa kahon.	*(always)*
Palági niyang ipinápátong ang makinílya sa kahon.	*(wants to)*
Gusto niyang ipátong ang makinílya sa kahon.	*(hasn't yet)*
Hindí pa niya ipinápátong ang makinílya sa kahon.	*(put inside)*

Hindí pa niya ipinápások ang makinílya
sa kahon.   *(will put inside)*

Ipápások niya ang makinílya sa kahon.   *(wants to)*

Gusto niyang ipások ang makinílya sa   *(always)*
kahon.

Palágí niyang ipinápások ang makinílya   *(takes out)*
sa kahon.

Palágí niyang inilálábas ang makinílya   *(wants to)*
sa kahon.

Gusto niyang ilabas ang makinílya sa   *(will)*
kahon.

Ilálabas niya ang makinílya sa kahon.

Ikatlong Hakbang. Potential. Ipalit ang mga salitang nása panaklong.

The typewriter is too big. I cannot get it into the box.

Masyádong malaki ang makinílya.   *(It's not big, I will be able to)*
Hindí ko maipások sa kahon.

Hindí malaki ang makinílya.   *(but I haven't had a chance to)*
Maipápások ko sa kahon.

Hindí malaki ang makinílya péro hindí   *(and I managed to)*
ko pa naipápások sa kahon.

Hindí malaki ang makinílya at naipások   *(kung may makákatúlong, I will be*
ko sa kahon.   *able to)*

Hindí malaki ang makinílya at kung   *(kung walang makákatúlong, I*
may makákatúlong ay maipápások ko   *won't be able to)*
sa kahon.

Hindí malaki ang makinílya péro kung   *(may nakatúlong kayà, I was able to)*
walang makákatúlong ay hindí ko
maipápások sa kahon.

Hindí malaki ang makinílya at may
nakatúlong kayá naipások ko sa kahon.

Ikaápat na Hakbang. Piliín ang támang anyó ng pandíwá sa panaklong.

1. Ang bígat ng kahon. Hindí ko (*maiakyat, maiáakyat, iáakyat*) sa itaas mámayà. 2. Kayá (*nailagay, inilagay*) ko múna sa ibabà. 3. Mámayá na pagdating ni Pete pwéde na náming (*maiakyat, iakyat.*) 4. Yong ibang mga gámit na nása itaas ay dápat (*maibabà, ibabà*). 5. Péro hábang walá pa ang dyip hindí pa (*maibábabà, maibabà, ibinábabà*). 6. Pag dumating na ang dyip ay (*naibábabà, maibábabà*) na. 7. Yong mga mabibigat hindí (*maipátong, maipápátong*) sa kahon kasi masísírá ito. 8. Yong lámsyed na lang ang (*ipápátong, ipinápátong*) pára hindí masírá ang kahon. 9. Pwéde na bang (*sinásakay, isakay*) ang mga mabibigat? 10. Óo, (*isinakay, maisakay, isakay*) múna ang mga mabibigat. 11. Tápos, dápat (*isakay, maisakay, naisakay*) naman ang makinílya. 12. Péro ang makinílya ba ay (*naipások, naipápások*) na sa kahon? 13. Kung hindí pa, (*ipások, maipások, maipápások*) múna sa kahon. 14. Kung (*nailagay, maílálagay*) na ang makinílya sa dyip ay pwédeng (*isakay, isásakay*) ang kahong may lamang libro. 15. Hindí pa (*naipápások, maipások*) itong lamésa. Papaáno? 16. Búti pa, (*itagílid, itátagílid*) ko na lang itong lamésa. 17. Walá ang lámsyed díto sa dyip, baká (*naíwan, maííwan*) sa báhay. 18. (*Naitálì, Maitálì*) ko na ng istro ang kahong ito, péro (*nailagay, inilagay*) na ba ang lahat ng kailángan díto sa kahon? 19. Nag-áalala ako, baká hindí pa nátin (*nailagay, nailálagay*) ang mga kutsílyo nátin sa kahon na iyan. 20. Hindí ko máalála. Sigúro hindí ko pa (*naipápások, naipások*) sa kahon.

9A2. Choice of conveyance as opposed to other forms. (*Pagpíli ng "conveyance" na salungat sa ibang anyò*) (§9.2)

Únang Hakbang. May túwírang láyon Direct/local/conveyance

What is in the box you put down there?

Ano na naman ang nása kahong inilagay mo diyan?	*(you brought)*
Ano na naman ang nása kahong dinala mo diyan?	*(you sold)*
Ano na naman ang nása kahong ipinagbili mo diyan?	*(you watched)*
Ano na naman ang nása kahong binantayan mo diyan?	*(you got)*
Ano na naman ang nása kahong kinúha mo diyan?	*(you brought down)*
Ano na naman ang kahong ibinabá mo diyan?	*(laid on its side)*
Ano na naman ang nása kahong itinagílid mo diyan?	*(you bought)*
Ano na naman ang nása kahong binili mo diyan?	*(you moved)*
Ano na naman ang nása kahong inilípat mo diyan?	

Ikalawang Hakbang.

They don't dry them after they wash them.

Hindí nila pinatútuyó pagkatápos nilang banlawan.	*(put them back)*
Hindí nila ibinábalik pagkatápos nilang banlawan.	*(after they take them)*
Hindí nila ibinábalik pagkatápos nilang kúnin.	*(watch them)*
Hindí nila binábantayan pagkatápos nilang kúnin.	*(after they bring them downstairs)*
Hindí nila binábantayan pagkatápos nilang ibabà.	*(clean them)*
Hindí nila nilílínis pagkatápos nilang ibabà.	*(after they put them out)*
Hindí nila nilílínis pagkatápos nilang ilabas.	*(cover them)*
Hindí nila tinátakpan pagkatápos nilang ilabas.	*(after they bring them)*
Hindí nila tinátakpan pagkatápos nilang dalhin.	*(read them)*
Hindí nila binábasa pagkatápos nilang dalhin.	*(after they buy them)*
Hindí nila binábasa pagkatápos nilang bilhin.	*(put them inside)*
Hindí nila ipinápások pagkatápos nilang bilhin.	*(after they wrap them)*

Hindí nila ipinápások pagkatápos nilang
balútin.

Ikatlong Hakbang.

They don't put the plates back after they get them.

Hindí nila ibinábalik ang mga pláto pagkatápos nilang kúnin.	*(after they have eaten from them)*
Hindí nila ibinábalik ang mga pláto pagkatápos nilang kaínan.	*(wash them)*
Hindí nila binábanlawan ang mga pláto pagkatápos nilang kaínan.	*(after they take them out)*
Hindí nila binábanlawan ang mga pláto pagkatápos nilang ilabas.	*(watch them)*
Hindí nila binábantayan ang mga pláto pagkatápos nilang ilabas.	*(after they dry them)*
Hindí nila binábantayan ang mga pláto pagkatápos nilang patuyuin.	*(cover them)*
Hindí nila tinátakpan ang mga pláto pagkatápos nilang patuyuin.	*(after they use them)*
Hindí nila tinátakpan ang mga pláto pagkatápos nilang gamítin.	*(put them inside)*
Hindí nila ipinápások ang mga pláto pagkatápos nilang gamítin.	*(glasses)*
Hindí nila ipinápások ang mga báso pagkatápos nilang gamítin.	*(after they drink from them)*
Nindí nila ipinápások ang mga báso pagkatápos nilang inuman.	*(throw them away)*
Hindí nila itinátápon ang mga báso pagkatápos nilang inuman.	*(after they buy them)*
Hindí nila itinatápon ang mga báso pagkatápos nilang bilhin.	*(sell them)*
Hindí nila ipinagbíbili ang mga báso pagkatápos nilang bilhin.	

Ikaápat na Hakbang. Contrast of local and conveyance passive (local first)

1a. Lálagyan ng mga libro ang mga kahong iyan.
    Ang mga libro'y...
 b. ilálagay sa kahong iyan.

2a. Hindí pwédeng patúngan ang kahong ito ng mga mabibigat na bágay.
    Ang mga mabibigat na bágay ay...
 b. hindí pwédeng ipátong sa kahong ito.

3a. Hindí pwédeng takpan ng pláto ang mga kaldéro. Ang pláto ay...
 b. hindí pwédeng itakip sa mga kaldéro.

4a. Tátalían ng istro ang mga kahong may libro. Ang istro ay...
 b. itátálí sa mga kahong may libro.

5a. Hindí pwédeng bayáran ng isandaang píso ang lámsyed na ipinagbíbili niya.
    Ang isandaang piso ay...
 b. hindí pwédeng ibáyad sa lámsyed na ipinagbíbili niya.

6a. Pápasúkan ng pagkáin si Pete sa kwárto. Ang pagkáin ay...
 b. ipápások kay Pete sa kwárto.

7a. Bibigyan ko si Léslie ng diksyonáryo. Ang diksyonáryo ay...
 b. ibíbigay ko kay Léslie.

8a.   Bábabaan ko ng kúmot si Léslie. Ang kúmot ay...
 b.   ibábabá ko kay Léslie.

Ikalimang Hakbang. Contrast of local and conveyance (conveyance first)

1a.   Huwag mong ipátong itong makinílya sa kahon at baká masírà. Ito'y hindí
      pwédeng...
 b.   patúngan ng makinílya, baká masírà.
2a.   Huwag mong ilagay ang libro sa lamésa kasi basá iyan. Yang mésa ay hindí
      pwédeng...
 b.   lagyan ng libro kasi basá iyan.
3a.   Huwag mong itakip ang pláto sa kaldéro kasi marumi iyan. Ang kaldéro ay
      hindí pwédeng...
 b.   takpan ng pláto kasi marumi iyan.
4a.   Huwag mong itálí ang istro sa kahon kasi mabigat iyan. Ang kahon ay hindí
      pwédeng...
 b.   talían ng istro kasi mabigat iyan.
5a.   Huwag mong ibáyad ang péra mo sa binili mo kasi may barya ako. Ang binili mo
      ay huwag mong...
 b.   bayáran ng péra mo kasi may barya ako.
6a.   Huwag mong ipások ang makinílya sa kahon kasi may lamang libro iyan.
      Ang kahon ay hindí pwédeng...
 b.   pasúkan ng makinílya kasi may lamang libro iyan.
7a.   Huwag mong ibálot ang pagkáing binili ko kasi kákaínin ko na yan.
      Ang pagkáing binili ko ay huwag mong...
 b.   balútan kasi kákaínin ko na iyan.
8a.   Huwag mong itígil ang pagbabasa ng libro at baká hindí mo máintindihan.
      Ang pagbabasa ng libro ay huwag mong...
 b.   tigílan at baká hindí mo máintindihan.
9a.   Huwag mong ihandá ang damit ni Léslie kasi maííwan siya sa báhay.
      Si Léslie ay huwag mong...
 b.   handaan ng damit dáhil maííwan siya sa báhay.
10a. Huwag mong ipása kay Pete ang báso at baká hindí niya inuman.
      Si Pete ay huwag mong...
 b.   pasáhan ng báso at baká Hindí niya inuman.

9A3.   Pilíin ang támang sagot. (§9.2)

Unang Hakbang. Local, conveyance passives

1. Pagkatápos niyang (*ibabà, babaan*) ang mga gámit niya (*isinakay, sinakyan*) niya sa
dyip. 2. Ang dyip na (*inilagay, nilagyan*) nila ng mga gámit nila ay papunta sa kanilang
bágong báhay. 3. Hindí pa nila (*mailálabas, malálabasan*) ang mga gámit sa dyip,
hanggang hindí pa nila (*nákikíta, mákikíta*) ang súsí sa báhay. 4. Walá kay Léslie ang
súsí kayá hindí nila (*maibúbukas, mabúbuksan*) ang pintó ng báhay. 5. Hindí pwédeng
(*ipátong, patúngan*) ang lámsyed sa kahong (*inilagay, nilagyan*) ng mga libro. 6. Hindí
dápat (*tinalían, itínalí*) ng istro ang mga kahong yan. Mabibigat kasi. 7. Huwag mong
(*tátapúnan, itátápon*) ng basúra ang kahong nása kwárto ni Léslie. 8. (*Ipinások,
Pinasúkan*) niya ang makinílya sa malaking kahon pára hindí mabasà. 9. (*Mádádala,
Mádadalhan)* mo ba ang dalawang diksyonáryong ito, Léslie? 10. (*Naipangákò,
Napangakúan*) ni Pete si Léslie ng bágong damit. 11. Ay naku! (*Naubúsan, Naúbos*) ng
pagkáin si Pete. Ibili mo na lang siya sa karindérya. 12. (*Natindahan, Naitinda*) mo na ba
ang kawálí at kaldéro sa paléngke? 13. (*Binalútan, Ibinálot*) ko ng plástik ang makinílya

pára hindí mabasá ng ulan. 14. *(Iniakyat, Inakyatan)* niya ng isang básong kok si Kárla. 15. *(Ibinili, Binilhan)* niya ang pérang nakalagay sa kahon ko. 16. *(Ibinigay, Binigyan)* ko siya ng kape at tinápay kanína. 17. *(Ibinigay, Binigyan)* ko kay Mr. Ocámpo ang pérang pambili ng damit ni Léslie. 18. *(Ipinangákò, Pinangakúan)* niya na maglílínis siya sa báhay nina Léslie ngayon. 19. *(Itinígil, Tinigílan)* niya ang dyip pára *(maisakay, masakyan)* na ang mga gámit ni Léslie.

Ikalawang Hakbang. Lagyan ng panlápí ang mga pandíwá sa panaklong úpang maging wastó ang pangungúsap.

1. Biglang umulan kayá naghanap sila ng plástik pára *(takip)* sa mga gámit nila. 2. Dáhil kung hindí *(takip)*, masísírá ang kanilang mga gámit. 3. Walá silang plástik, kayá *(pátong)* na lang nila sa mga gámit ang malalaking kahon. 4. Tumígil ang ulan. *(Babà)* nila ang mga gámit nila, at ang dyip na *(lagay)* nila ng mga gámit ay umalis. 5. Nahirápan silang *(akyat)* ang mga gámit kasi malalaki ang kahon. 6. *(Kúha)* ni Pete ang isang diksyonáryo bágo siya umalis kagabi. 7. Hindí *(pások)* ang lamésa kung hindí mo *(tagílid)* múna. 8. Hindí mo na ba *(bálot)* ng plástik ang lámsyed? Baká mabasá yan sa dyip mámayà. 9. Ang báhay na *(lípat)* ni Léslie mámayá ay kay Mísis Mendes. 10. Hindí ko pa sána *(kúha)* ang diksyonáryo, kayá lang kailángan ko na. 11. *(Dala)* niya ako ng isang plátong pagkáin at kok sa kwárto mámayà. 12. Hindí nila hinugásan ang mga plátong *(káin)* at básong *(inom)* nila. 13. Walá pa si Léslie kayá *(takip)* múna ni Kárla ang mga pagkáin sa lamésa. 14. Pwéde nang *(úbos)* ni Léslie ang pagkáin. Hindí na kasi dárating si Pete. 15. *(Hingì)* niya ng péra si Mr. Ocámpo mámayá kasi gusto niyang bumili ng damit. 16. *(Pások)* ko na ang makinílya sa kwárto. Hindí nátin *(gámit)* yon kasi sirá na. 17. *(Akyat)* ko ng kúmot si Léslie mámayang gabi. 18. Hindí mo ba káyang *(alis)* ng mantsa ang mga damit na ito? 19. Nákalimútan kong *(lagay)* ang diksyonáryo sa lamésa. *(Gámit)* daw yon ni Léslie mámayà. 20. Ay naku! Nákalimútan kong *(lútò)* ang pagkáin. Hindí tuloy nátin *(dala)* mámayà.

9B.   *Paki-* (§9.3)

9B1.   Gamítin ang *paki-* sa mga sumúsunod na pautos na pangungúsap.(§9.31)

1a.   Bantayan mo múna ang mga gámit na ito.
 b.   Pakibantayan múna ang mga gámit na ito.
2a.   Ipások hó ninyo ang dyip sa may nakabukas na gate.
 b.   Pakipások hó ang dyip sa may nakabukas na gate.
3a.   Ibabá mo na ang áting mga gámit.
 b.   Pakibabá ang áting mga gámit.
4a.   Ilagay ninyo ang mabibigat na gámit sa loob ng kahon.
 b.   Pakilagay ang mabibigat na gámit sa loob ng kahon.
5a.   Patúngan mo ng ibang gámit ang kahong yan.'
 b.   Pakipatúngan mo ng ibang gámit ang kahong yan.
6a.   Itagílid mo itong lamésa pára maipások sa dyip.
 b.   Pakitagílid itong lamésa pára maipások sa dyip.
7a.   Hawákan mo ang lámsyed pára híndi mahúlog.
 b.   Pakihawákan mo ang lámsyed pára hindí mahúlog.
8a.   Tulúngan mo kaming magbabá ng áming mga gámit sa dyip.
 b.   Pakitulúngan mo kaming magbabá ng áming mga gámit sa dyip.
9a.   Iakyat ninyo ang mga gámit sa itaas.
 b.   Pakiakyat ang mga gámit sa itaas.

9B2. *Maki-, Makíki-.* Gamítin ang *maki* -o *makíki* -sa mga sumúsunod na pangungúsap. (§9.32)

    1a.   Gusto kong gumámit ng CR.

    b.   Makíkigámit ako ng CR.

    2a.   Híhingí hó ako ng túlong sa inyo.

    b.   Makíkihingí hó ako ng túlong sa inyò.

    3a.   Sána ay matikman ko ang dala mong pagkáin.

    b.   Makíkitikim ako ng dala mong pagkáin.

    4a.   Ipabábabá ko sa iyo ang mabibigat na librong ito.

    b.   Makíkibabá ako sa iyo ng mabibigat na librong ito.

    5a.   Ipások mo sána ang pagkáin sa kwárto ni Pete.

    b.   Makíkipások ng pagkáin sa kwárto ni Pete.

    6a.   Gusto kong tumira sa báhay nina Léslie

    b.   Makíkitira ako sa báhay nina Léslie.

    7a.   Gusto kong sumakay sa dyip na yon.

    b.   Makíkisakay ako sa dyip na yon.

    8a.   Sána ay iwánan nila ang diksyonáryo sa lamésa.

    b.   Makíkiíwan ng diksyonáryo sa lamésa.

    9a.   Sána ay balútan mo ang lámsyed na ito, baká mabasà.

    b.   Makíkibálot ng lámsyed na ito, baká mabasà.

    10a.   Dápat ay ipások ang mga báso pagkatápos nyong gamítin.

    b.   Makíkipások ng mga báso pagkatápos nyong gamítin.

9C.   Dative phrases. Isálin sa Pilipíno ang mga parirálang Ingles sa saklong. (§9.4)

1. (*Do you have the*) súsì? Kung (*you don't*) hindí táyo makákapások. 2. (*I don't have it.*) (*Do you have a knife?*) Ito na lang ang ipangbukas nátin sa pintò. 3. (*Let me have*) ang kutsílyo. Ako na lang ang magbúbukas. 4. O, hayan na ang Tátay. Sigúro (*he has the*) súsì. 5. Tátay, (*give Léslie*) ang súsí pára makabukas táyo ng pintò. 6. Sinábi ng Tátay na (*he does not have*) ang súsì. (*Who has it?*) tanong niya. 7. Kung (*both of you don't have*) ang súsì. (*Who has a knife?*) 8. (*I don't have one, but maybe Leslie does.*) 9. Téka! Héto na ang súsì. (*I have it*) ngá pala. 10. Pára (*whom*) hó ba yang násà dinádala ninyong kahon? 11. (*From whom*) hó ninyo binili yon? 12. (*To whom did you give*) ang damit sa kahon? 13. Ang damit sa kahon (*belongs to Leslie now*). 14. Bumili si Pete ng mga damit. Hindí ko alam (*whom he bought them for*). 15. (*I have the money*) pambáyad nátin sa pagkáin.

9D.   Gámit ng *ang* at *ng* sa pangungúsap pagkatápos ng pantúlong. Pilíin ang támang sagot sa saklong. (§9.5)

1 Mag-áaral ako ng Tagálog. Kailángan ko (*ang, ng*) librong mapag-áarálan. 2 Mabúti daw pag-arálan ang Liwayway péro áyaw ko (*ang, ng*) mga kómiks doon. 3 Gusto ko ngá (*ang, ng*) mga kómiks, péro áyaw ko ang mga kómiks sa Liwayway. 4 Kailángan ko (*ang, ng*) mga librong násà loob ng kahong yan. 5 Púpunta ríto mámayá sina Mr. Ocámpo. Gusto nila (*ang, ng*) pagkáing iniháhandá n'yo. 6 Kailángan ko (*ang, ng*) mga sílya at lamésang kákaínan nina Mr. Ocámpo. 7 Nagpunta díto ang kapatid ko. Kailángan daw niya (*ang, ng*) malílipátang lugar. 8 Gusto ko (*ang, ng*) tinápay na kinákáin mo. Hatían mo naman ako. 9 Kailángan ko (*ang, ng*) trabáho. Baká matulúngan mo ako.

9E1.   Active transitive verbs of motion. (§§9.6, 9.61)

Únang Hakbang. Gamítin ang párirálang *ako na lang* sa mga sumúsunod na pangungúsap.

    1a.   Kung áyaw mong ipasyal ang lólo sa plása,

   b.   ako na lang ang magpápasyal sa kanya.
2a.   Dápat daw ialis itong mga gámit sa lamésa, kayá
   b.   ako na lang ang mag-áalis.
3a.   Kailan mo ba ibábalik yung mga gámit? Hala, síge,
   b.   ako na lang ang magbábalik.
4a.   Kung hindí mo káyang iuwí ang mga libro,
   b.   ako na lang ang mag-úuwì.
5a.   Káya mo bang isakay ang lamésa sa dyip? Kung hindì,
   b.   ako na lang ang magsásakay.
6a.   Nahíhiyá siyang itinda ang mga gúlay sa paléngke, kayá
   b.   ako na lang ang magtítinda.
7a.   Hindí káyang ibabá ni Léslie ang mabigat na makinílya , kayá
   b.   ako na lang ang magbábabà.
8a.   Kung áyaw mong ilípat ang mga sílyang ito sa kwárto ay
   b.   ako na lang ang maglílípat.
9a.   Walang maibábáyad ang áking kapatid sa kanyang kináin, kayá
   b.   ako na lang ang magbábáyad.
10a.   Áyaw niyang ituloy ang paglilínis ng báhay, kayá
   b.   ako na lang ang magtútuloy.

Ikalawang Hakbang. Gamítin ang párirálang *sigúro áyaw mo* sa mga sumúsunod na pangungúsap.

1a.   Ako na lang ang magsásáma kay Léslie.
   b.   Sigúro áyaw mo siyang isáma.
2a.   Ako na lang ang magbábabá ng mga gámit.
   b.   Sigúro áyaw mong ibabá yon.
3a.   Ako na lang ang magháhandá ng mga damit ni Léslie.
   b.   Sigúro áyaw mong ihandá yon.
4a.   Ako na lang ang magbábálot ng pagkáin sa plástik.
   b.   Sigúro áyaw mong ibálot yon.
5a.   Ako na lang ang magtátakip ng pláto sa kaldéro.
   b.   Sigúro áyaw mong itakip yon.
6a.   Ako na lang ang magtátagílid ng lamésa pára maipások sa dyip.
   b.   Sigúro áyaw mong itagílid yon.
7a.   Ako na lang ang maglálagay ng lámsyed sa lamésa.
   b.   Sigúro áyaw mong ilagay yon.
8a.   Ako na lang ang maglúlútó ng gúlay.
   b.   Sigúro áyaw mong ilútó yon.
9a.   Ako na lang ang mag-ííwan ng mga libro sa lamésa.
   b.   Sigúro áyaw mong iwánan ang mga libro.
10a.   Ako na lang ang magtátápon ng basúra nátin.
   b.   Sigúro áyaw mong itápon yon.

9E2.   Pilíin ang támang sagot sa saklong. (§9.61)

1. (*Áalis, Mag-áalis*) na si Kárla papuntang Maynílá pára (*lumákad, maglakad*) ng mga papéles doon. 2. Dápat siyang (*magsáma, sumáma*) ng táo pára hindí siya mahirápan. 3. Kayá (*sumáma, nagsáma*) na lang si Léslie. 4. Pagkatápos nilang ilákad yong mga papéles, pwéde na silang (*magpasyal, mamasyal*). 5. Pwéde rin silang (*mamili, magbili*) ng mga damit kung may dala silang péra. 6. Nakahandá na ang pagkáin. Lumabas si Pete pára (*bumili, magbili*) ng kok sa tindáhan. 7. Si Pete na rin ang (*naglabas, lumabas*) ng mga sílya pára kina Mr. Ocámpo. 8. Gusto sána nilang (*mag-akyat, umakyat*) pára

magpahinga. 9. (*Bumabà, Nagbabà*) na sina Mr. Ocámpo pára (*mag-uwì, umuwì*). 10. (*Nagsakay, Sumakay*) sila ng bus pauwì.

9F1. Pagpapalit. Únang Hakbang. Ipalit ang mga salitang násaloob ng saklong. (§9.7)

The work wasn't finished until seven.

Kanína lang alas syéte natápos ang trabáho.	(*I was done already at seven*)
Kanína pang alas syéte tapos ang trabáho.	(*I was already finished*)
Kanína pang alas syéte ako tapos.	(*not until six*)
Kanína lang alas sais ako natápos.	(*got ready*)
Kanína lang alas sais ako naghandà.	(*already ready*)
Kanína pang alas sais ako handà.	(*not until yesterday*)
Kahápon lang ako naghandà.	(*gathered boxes*)
Kahápon lang ako nag-ípon ng mga kahon.	(*the boxes were already gathered*)
Kahápon pa ipon ang mga kahon.	(*were all used up*)
Kahápon pa ubos ang mga kahon.	(*not until twelve*)
Kanína lang alas dóse naúbos ang mga kahon.	

Ikalawang Hakbang. Pagsamáhin ang mga sugnay. (Combine the clauses.)

1a.   Dalawa pang buwan at tapos na ang trabáho.
  b.   Dalawa pang buwan matátapos na ang trabáho.
2a.   Isa pang áraw at ubos na ang kape.
  b.   Isa pang áraw maúubos na ang kape.
3a.   Ilang sandalí na lang at bukas na ang tindáhan.
  b.   Ilang sandalí na lang búbuksan na ang tindáhan.
4a.   Kónting panahon na lang at sisánte na siya sa trabáho.
  b.   Kónting panahon na lang masísisánte na siya sa trabáho.
5a.   Kónting línis na lang at alis na ang dumi ng kaldéro.
  b.   Kónting línis na lang maáalis na ang dumi ng kaldéro.
6a.   Isang ulan na lang at putol na ang káhoy na yon.
  b.   Isang ulan na lang mapúpútol na ang káhoy na yon.
7a.   Isang gabi na lang at simulá na ang palabas.
  b.   Isang gabi na lang magsísimulá na ang palabas.
8a.   Kónting panahon na lang at sirá na ang báhay nila.
  b.   Kónting panahon na lang masísírá na ang báhay nila.
9a.   Tatlong táo na lang ang tátawágin at sunod na ako.
  b.   Tatlong táo na lang ang tátawágin súsunod na ako.
10a.   Ilang áraw pa at ipon na ang mga gámit náting gáling sa Maynílà.
  b.   Ilang áraw pa maíipon na ang mga gámit náting gáling sa Maynílà.

9F2. Paghahambing ng pandíwang may-lápí at salitang-ugat. (Comparison of affixed verb and root alone) (§9.7). Piliin ang támang sagot sa saklong.

1. Walá nang kape. (*Ubos, Inúbos*) na. Pumunta ka sa tindáhan pára bumili. 2. Péro lumákad si Kárla nang hindí (*dinádala, dala*) ang kanyang péra. 3. Ay naku! Hindí ko pala (*nádala, dala*) ang péra ko. 4. Kung bábalikan ko, matátagalan ako. (*Bukas, Buksan*) pa kayá ang tindáhan. 5. Léslie, (*bukas, buksan*) mo itong pintò. Nákalimútan ko kasing magdala ng péra. 6. Bumalik ka agad Kárla. (*Naípon, Ipon*) na ang mga gámit na dápat náting dalhin pag-alis. 7. Óo, bábalik ako agad. Baká gusto mong (*pumútol, putol*) ng istrong itátálí sa kahon. 8. (*Tinápos, Tapos*) na! Natalían ko na ang kahon. 9. Téka,

(*nawalà, walà*) pa ba si Pete? Gabi na ah! 10. "Éto na ako," ang sábi ni Pete. "(*Tinápos, Tapos*) ko kasi ang trabáho ko bágo ako umalis."

9G. Gámit ng panghináharap sa pautos na pangungúsap (Future for imperative). Gamítin ang *kailan man* **sa mga sumúsunod na pangungúsap. (§9.9)**

1a. Huwag ka lang bumalik díto.
b. Huwag ka lang bábalik díto kailan man.
2a. Huwag kang maniwálá sa kanya.
b. Huwag kang maníniwálá sa kanya kailan man.
3a. Huwag kayong magtápon ng basúra sa likod ng báhay.
b. Huwag kayong magtátápon ng basúra sa likod ng báhay kailan man.
4a. Huwag kang makialam sa búhay nilang dalawa.
b. Huwag kang makíkialam sa búhay nilang dalawa kailan man.
5a. Huwag kang kumúha ng péra sa kahon.
b. Huwag kang kúkúha ng péra sa kahon kailan man.
6a. Huwag mong boláhin si Léslie.
b. Huwag mong bóboláhin si Léslie kailan man.
7a. Huwag kang manood ng síne nang nag-íisa.
b. Huwag kang manónood ng síne nang nag-íisa kailan man.
8a. Huwag kang mag-aksaya ng túbig at pagkáin.
b. Huwag kang mag-áaksaya ng túbig at pagkáin kailan man.
9a. Huwag mong takpan ng maruming pláto ang kaldéro.
b. Huwag mong tátakpan ng maruming pláto ang kaldéro kailan man.
10a. Huwag mong gamítin ang makinílya.
b. Huwag mong gágamítin ang makinílya kailan man.

9H. Gamítin ang salitang *náisípan* **sa mga sumúsunod na pangungúsap. (§9.8)**

1a. Hindí nila pinatuyó ang mga pláto pagkatápos nilang banlawan.
b. Hindí nila náisípang patuyuin ang mga pláto pagkatápos nilang banlawan.
2a. Dinala niya ang kawáling butas sa paléngke.
b. Náisípan niyang dalhin ang kawáling butas sa paléngke.
3a. Ginámit niya ang diksyonáryo ni Léslie.
b. Náisípan niyang gamítin ang diksyonáryo ni Léslie.
4a. Hindí nila hinintay si Pete bágo sila umalis.
b. Hindí nila náisípang hintayin si Pete bágo sila umalis.
5a. Hindí nila kinúha ang mga gámit ni Kárla díto.
b. Hindí nila náisípang kúnin ang mga gámit ni Kárla díto.
6a. Sinábi niya kay Léslie ang kanyang probléma.
b. Náisípan niyang sabíhin kay Léslie ang kanyang probléma.
7a. Hindí niya nilínis ang buong báhay.
b. Hindí niya náisípang linísin ang buong báhay.
8a. Tinápos agad nila ang kanilang trabáho.
b. Náisípan nilang tapúsin agad ang kanilang trabáho.
9a. Ginastos niya ang pérang nása kahon.
b. Náisípan niyang gastusin ang pérang nása kahon.
10a. Binili ni Pete ang damit na yon pára kay Léslie.
b. Náisípang bilhin ni Pete ang damit na yon pára kay Léslie.

Supplementary Unit 5

This lesson reviews the conveyance passive verb forms which we have studied heretofore. Absolutely no new material is presented here, and for students who feel that they are on top of the verbs we have studied so far and are anxious to get ahead, there is nothing wrong with skipping this lesson entirely. However, many users of these lessons need a break at this point from the relentless onslaught of new grammar after completing Unit Nine and would profit from going back and repeating what has been studied before. This time we will explain the verbs from a slightly different point of view and adopt a new arrangement, with the expectation that this will help you see the verbal system in a new light and thus solidify your understanding of it.

Remember that we said previously in Supplementary Unit 2 that the choice of active or passive depends on the context. If we are talking in a context dealing with what someone did (or does or will do), then the *active* is chosen, but if we are talking about a context dealing with what happened to something -- that is, if we are talking about the **RECIPIENT OF THE ACTION** (or we also called it the **OBJECT**), then we choose a *passive*. If this point is not clear to you, the best thing at this point would be for you to go back and review Supplementary Unit Two. If you pretty well understand this point, read on.

In fact, there are several ways of looking at the recipient of the action, or in other words, there are several aspects of the recipient or the object which can be talked about. First, we can look at the recipient of the action as being the person or thing directly affected by the action -- that is, the thing looked for, the thing drunk, the thing eaten, the thing begun, the thing waited for, the thing brought, the show watched, the thing read, the person asked, the thing done, the thing divided up, the thing asked for, the thing finished off, and the like. If the action is regarded that way, the verb chosen is the **DIRECT PASSIVE**. In Supplementary Unit Two we called it simply the passive, but the verb forms discussed there are actually **DIRECT PASSIVE** verb forms, and that is the name we gave these forms when we first introduced them in Unit Five.

There are other ways of looking at the recipient of the action or the object of the verb. In Supplementary Unit Three we discussed verbs which look at the recipient of the action as being the place of the action or the person to or from whom something is given, thrown at, put, gotten, bought, or the like, or the person to or from someone goes, comes, accompanies, and so forth. For this point of view the **LOCAL PASSIVE** verb forms are used.

Some verbs look at the recipient of the action as being done in a direction *away from the agent* (that is, done in a motion *away from the one who performs the action*): the object is the thing (or person) given, put, delivered, returned, thrown, left somewhere, and the like. The verb form which refers recipients of an action *away from* the agent we call the **CONVEYANCE PASSIVE**. For short, we will refer to this meaning as "put."

SU5.1 Verbs meaning "put"

We have had a fair number of verbs which have the notion "put" as part of their meaning, and these verbs have **CONVEYANCE PASSIVE** forms. For convenience we repeat the chart of §9.1.

Nonpotential

Root		Past	Present	Dependent	Future
uwì	*bring home*	iniuwì	iniúuwì	iuwì	iúuwì
báyad	*pay*	ibináyad *or* bináyad	ibinábáyad *or* binábáyad	ibáyad	ibábáyad
pagbili	*sell*	ipinagbili *or* pinagbili	ipinagbíbili *or* pinagbíbili	ipagbili	ipagbíbili

Root		Past	Present	Dependent	Future
pangákò	*promise*	ipinangákò *or* pinangákò	ipinápangákò *or* pinápangákò	ipangákò	ipángangákò ipápangákò

Potential

Root	Past	Present	Dependent	Future
uwì	naiuwì	naiúuwì	maiuwì	maiúuwì
báyad	naibáyad	naibábáyad	maibáyad	maibábáyad
pagbili	naipagbili	naipagbíbili	maipagbili	maipagbíbili
pangákò	naipangákò	naipápangákò	maipangákò	maipápangákò

We have had the following verbs which in some contexts refer to a recipient that is the thing "put":

ilípat	*move (it)*	itúrò	*teach (it)*	ibalik	*put (it) back*
isáma	*put (take) (it) along*	ibáyad	*pay (it) out, give (it) as payment*	itanong	*ask (it)*
isakay	*put (it) on a vehicle*	ibabà	*put (it) down*	itúlong	*give (it) as help*
itinda	*sell (it)*	ilagay	*put(it) down*	iakyat	*put (it) up*
itálì	*tie (it) around*	ilabas	*put (it) out*	ipátong	*put (it) on top of*
itagílid	*put (it) on its side*	ihúlog	*drop (it)*	ipások	*put (it) inside*
itakip	*put (it) on as a cover*	ipagbili	*sell (it)*	iuwì	*bring (it) home*
ipangákò	*promise (it)*				

The following sentences exemplify some of these conveyance passive verbs which we have had in the basic sentences. In each case the context is one in which the verb refers to a recipient of the action which is "put" in some way.

1. *Itong mga libro, saan nátin ilálagay?* "These books, where shall we **put them?**"(9A5c) *Ilálagay din ba nátin sa kahon?* "Shall we **put them** in the box as well?" (9A7b) *Ilagay na lang nátin sa tapunan ng basúra.* "Let's just **put them** in the trash can." (9A8b)
2. *Téka múna. Ibabá múna nátin ang áting mga gámit.* "Just a second. Let's **take** our things **down** first." (9B15a)
3. *Péro 'wag mo múnang ilálabas hanggang walá pa ang dyip.* "But **don't put them outside** as long as the jeep has not arrived." (9B15b)
4. *Búti pa, itagílid mo itong lamésa.* "The best thing would be to **lay** the table **on its side.**" (9B18)
5. *Éto. Ibábálot ko tong létse plan pára maiuwí mo.* "Here I am going to wrap this custard up so you **can take it home.**"(7C30)

Let us do an exercise on the conveyance passive in the meaning "put (something)."

SU5.1   Isálin sa Tagálog ang mga salitang násà loob ng panakolng

1. (*Put on top of*) mo na lang sa TV pára mákíta ko mámayà. 2. Iyong mga sílya, (*will bring them in*) ko na hó ba? 3. Tinulúngan niya ako kayá ko (*was able to bring home*) iyong TV sa ámin. 4. Hindí makákababá ang kúya mo kayá (*bring upstairs*) mo na lang sa kwárto niya ang kanyang pagkáin. 5. Saan ba nátin (*will load on a vehicle*) ang mga gúlay, sa dyip ba o sa bus? 6. Tagálog ang (*will teach*) ni Léslie kay Pete. 7. Kung ako ikaw, (*will pay*) ko na lang ang péra kay Nána Ánsay. 8. Kúnin mo ang istro at iyon ang (*will tie it with*) nátin sa

mga paa ng manok. 9. Banlawan mo ang plátong iyon at (*cover with it*) mo sa pagkáing nása lamésa. 10. (*Will you be able to promise*) sa ákin na hindí ka na magsísigarilyo? 11. (*Return*) mo agad iyong libro sa kwárto ng Kúya Pete mo pagkatápos mong basáhin. 12. Baká hindí rin niya alam kung sa kanya ko (*will ask*) iyon. 13. Marámi na ang (*could help with*) mo sa iyong mga kaibígan. 14. Huwag ka na lang bumabà. (*Drop*) mo na lang iyang kahon na iyan díto. 15. Pára walá kang probléma ay (*sell*) mo ang ibang mga gámit mo. 16. Kákauntí naman pala ang mga gúlay na (*selling*) mo díto sa paléngke. 17. Sabíhin mo sa dráyber na (*bring in*) na niya ang mga gámit díto sa báhay. 18. Dápat kong máláman kung kailan mo (*will move*) iyong mga gámit mo sa bágo mong tíráhan pára matulúngan kita. 19. Sigúro ay (*tied with*) niyang lahat iyong istro sa paa ng manok kayá naúbos. 20. Kung ang plátong iyan ang (*will be used to cover*) mo sa pagkáin mo ay banlawan mo múna iyan. 21. Hindí ba't sinábi ko sa iyo na huwag mong (*will put on top of*) díto sa lamésa ko iyang mga libro mo? 22. (*Put together with*) mo na naman sa mga libro ko itong mga libro mo. 23. Bíbigyan kita ng péra kung (*will bring down*) mo ríto iyong mga gámit ko sa kwárto ko. 24. Kásya ang lamésang iyan sa pintó na ito kung (*will lay it on its side*) ninyo.

SU5.11 Conveyance passive of these verbs compared with the local passive

Most of the conveyance passive verbs of the list given in §SU5.1 above also have local passives. The **conveyance passive** verb refers to a recipient which is the **THING PUT**. The *local passive* verb refers to a recipient which is the **PLACE OF THE ACTION**. The following examples show the contrast. The first sentence of each pair has the **conveyance passive** and the second has the *local passive*.

6a. *Ilílipat ko ang mga gámit ko sa bágong báhay ko.* "I **will move** my things to my new house."
  b. *Malaki ba ang báhay na lílipátan mo?* "Is the house you **are moving to** big?"
7a. *Ingles ang itinútúró ng asáwa ko.* "English is what my wife **teaches** (lit. **conveys in teaching**)."
  b. *Síno ang tinúturúan ng asáwa mo?* "Whom does your wife **teach** (lit. **teach to**)?"
8a. *Héto ang pérang ibábáyad ko sa kanya.* "Here is the money I **will pay** him (lit. **convey** to him **in payment**)."
  b. *Mámayá ko na siya bábayáran.* "I **will** just **pay** (lit. **pay to**) him later."
9a. *Isakay mo na lang ang mga gámit nátin sa dyip.* "Just **put** our things on the jeep (to transport them)."
  b. *Dyip ang sinakyan ko kanína.* "It was a jeep I took (lit. **rode on**) a while ago."
10a. *Ano ang maitútúlong ko sa iyo?* "How can I be of service to you? (Lit. What is it that I **can give as help** to you?)"
  b. *Tútulúngan ko ang Lóla.* "I **will help** (lit. **provide help to**) Grandmother."
11a. *Walá pa rin yung ipinangákó niyang lámsyed sa ákin.* "The lamp which he **promised** (to convey) to me, still has not arrived."
  b. *Ako ang pinangakúan ng lámsyed.* "I am the one he **promised** the lamp **to**."
12a. *Itong istro ang itáli mo sa kahon.* "This plastic string is what you **should tie around** the box."
  b. *Itong kahon ang talían mo ng istro.* "This box is what is **tied up** with plastic string. (Lit. **Around** this box you **should tie** plastic string.)"

SU5.12 Comparison of the conveyance passive verbs with the direct passive

Most of the conveyance passive verbs which mean "put" do not occur with the direct passive affixes. However, a small number do. Of those which we have listed above, only *tanong* "ask" occurs with the direct passive affixes.[1] The **conveyance passive** *itanong* refers to a recipient of the action which is the question that is asked:

13a.   *Ano ang **maitátanong** ko sa iyo?* "What (**question**) **can I ask** you?"

The **direct passive** refers to a recipient who is the person asked.

b.   *Síno ang **matátanong** ko?* "Whom **can I ask** (**put a question to**)?"

Let us do an exercise contrasting the conveyance passive with the local or direct passive.

SU5.11   Lagyan ng panlápí ang mga salitang násа loob ng panaklong.

Únang Hakbang

1. (*Sáma*) mo sa manok ang mga gúlay na binili ko. 2. Kákáin lang ako ng manok kung (*sáma*) mo ng mga gúlay. 3. Bágo mo dalhin sa paléngke ang mga gúlay ay (*táli*) mo múna ng istro. 4. Bumili ka ng istro at iyon ang dápat mong (*táli*) sa mga gúlay. 5. Kung gusto mo ay (*túrò*) ko ang anak mo pára mátúto siya. 6. Ano naman ang pwéde mong (*túrò*) sa anak ko? 7. Sandalí lang hó at (*pások*) ko múna itong túbig sa CR. 8. (*Pások*) ko ng túbig si Tátay sa CR. 9. (*Báyad*) mo na pala siya kangína. 10. Saan mo kinúha ang (*báyad*) mo sa kanya kangína. 11. Walá ka bang ginágawà? (*Lagay*) mo naman iyong pagkáin ko sa pláto. 12. (*Lagay*) ko na kangína pa ng pagkáin ang pláto mo. 13. Inay, pwéde ko na hó bang (*labas*) ang létse plan? 14. Óo, pwéde mo na silang (*labas*) ng létse plan. 15. Diyan mo na lang sa lamésa (*pátong*) ang TV. 16. Hindí ko pwédeng (*pátong*) ng TV ang áking lamésa dáhil ito ang áking kinákaínan. 17. Kayá siya naghíhintay ay lágí mo siyang (*pangákò*). 18. Kanyang (*pangákò*) sa ákin kahápon na gágawin niya iyon. 19. Gusto kong (*uwì*) ang mga kómiks na ito pára mábása ng kapatid ko. 20. Mámayá ay (*uwì*) ko ng kómiks ang kapatid ko.

Ikalawang Hakbang

1. Pete, (*túlong*) mo naman ako sa áking probléma. 2. Ito ang TV na (*pangákò*) sa ákin ng lóla ko. 3. (*Túlong*) mo naman ako pára (*uwì*) ko ito sa áming báhay. 4. Aba óo. Hindí ba't (*pangákò*) kita? 5. Basta may (*túlong*) ako sa iyo ay (*túlong*) kita. 6. Dyip kasi ang (*sakay*) ko pauwí sa ámin. 7. Pwéde bang (*túlong*) mo ako na (*sakay*) ang TV na ito sa dyip? 8. Aba óo. Kung gusto mo ay (*sáma*) pa kita pauwí sa inyo. 9. Pete, alam mo naman kung násaan ang iskinítang (*babà*) nátin, di ba? 10. Léslie, sána ay ókey lang sa iyo dáhil pára sa dalawa ang (*báyad*) ko sa dráyber kangína. 11. Héto na táyo. Ako múna ang bábabá dáhil (*babà*) ko itong TV. 12. Cárlos! (*Túlong*) mo kami ni Pete na (*pások*) itong TV sa báhay. 13. Léna, (*labas*) mo kami ni Pete ng malamig na dyus. 14. Áte, díto ba námin (*pátong*) sa lamésa itong TV? 15. Óo. Búkas na lang nátin (*akyat*) iyan sa kwárto ko. 16. Bíbili ako búkas sa plása ng pwéde kong (*pátong*) ng TV na iyan. 17. Maráming salámat sa iyo Pete. Sána ay hindí mo na lang (*báyad*) iyong dráyber dáhil pínsan ko siya. 18. Ano kayá ang (*takip*) ko sa TV na ito? 19. Alam ko na. Léna, (*labas*) mo ngá ríto iyong téla ("cloth") na nása kwárto ko. 20. Sinábi sa ákin ng Lóla na (*takip*) ko raw itong TV pára láging malínis.

---

[1]This statement is not entirely correct. *Akyat* "go up, bring up," *pások* "go in, bring in," and *labas* "go out, bring out" occur with the direct passive affixes in constructions to be described later in Unit Twelve (§12.34). We will take up these forms there.

SU5.2 Conveyance passive verbs with other meanings

There are a number of meanings which verbs with the conveyance passive affixes may have. That is, with some roots the addition of conveyance passive affixes forms a verb which has a meaning different from the meanings described in §SU5.1 above, "put (the recipient of the action somewhere)." We will learn these in the course of future units. At this point we should note that some of the verbs which we have studied have conveyance passive affixes but do not have the meanings described in §SU5.1, above. The following list gives verbs which have conveyance passive affixes added to them, and with these verbs conveyance passive forms are used in contexts referring to the object or recipient of the action, but the recipient is not "the thing put."

itígil	*stop (it)*	ihandà	*prepare (it)*
ipagawà	*have (it) repaired*	ibálot	*wrap (it)*
ilútò[2]	*cook (it)*	ibukas	*open (it)*

14. *Éto. **Ibábálot** ko itong létse plan pára maiuwí mo.* "Here. I will **wrap up** this custard for you to bring home." (7C30)
15. *Matagal na ngang sinásábi ng mga pulítikong **itígil** ang pista.* "The politicians have been saying for a long time **to put a stop to** the fiestas." (7A10b)
16. *Iháhandá ko na ang pagkáin pára sa pista.* "I **will prepare** the food for the fiesta."
17. *Hindí ko pa **naipápagawá** ang makinílya.* "Because I **haven't had a chance to have** the typewriter **repaired** yet." (9A10).

Let us do an exercise on passive affixes. All of the verbs in the following exercise refer to the recipient of the action, but only some of them require conveyance passive affixes. Others require direct passive affixes.

SU5.2 Lagyan ng panlápí ang mga salitang násá panaklong

1. (*Lútò*) ko mámayá ang isdang (*bili*) ko kahápon sa paléngke. 2. Hindí ko alam na (*dala*) ko rin iyong isdá na (*bili*) ng babáeng násá tabi ko. 3. (*Tanong*) ko si Pete kung kilála niya iyong babáe. 4. Kung (*lútò*) ko hó ito, ano ang mga dápat kong (*sáma*). 5. (*Pangákò*) niyang (*tígil*) na niya ang kanyang paninigarilyo. 6. (*Háti*) ko múna sa dalawa itong isdá dáhil masyádong malaki. 7. Pára (*túlong*) kita ay (*handà*) ko ang mga gúlay sa lamésa. 8. Walá na palang túbig díto. Cárlos, (*pások*) mo ngá ríto iyong túbig na násá labas. 9. Kúkúha na lang ako doon sa CR dáhil (*hánap*) iyon ni Léna. 10. (*Dala*) mo ríto ang túbig na iyan at kailángan ko na ngayon. 11. (*Aksaya*) lang naman niya palágí ang túbig na (*kúha*) niya. 12. Nay, (*lagay*) ko rin hó ba itong gúlay na násá pláto? 13. Hindí (*lagay*) ng gúlay na iyan ang isdà. 14. Sandalí lang at (*línis*) ko itong lamésa pára malínis tingnan. 15. Ikaw naman Cárlos ay (*labas*) mo na ang mga plátong kákaínan nátin mámayà. 16. Ako naman Áte Léslie, ano ang (*túlong*) ko sa iyo? 17. Talaga bang gusto mo akong (*túlong*), Léna? 18. Kung gayon, (*labas*) ang mga gámit na kailángan ko. 19. Kúya Cárlos, pwéde ko bang (*inom*) itong kok mo? 20. Aba óo. Iyon ay kung (*pangákò*) mo na (*bálot*) mo ang ibang mga pagkáin.

---

[2] In fact, the direct passive affixes are also used with *bálot* and *lútò*, with no difference in meaning from these roots with conveyance passive affixes. Further, the local passive affixes are used with *bukas* with no difference in meaning from the conveyance affixes: that is, *ibálot* = *balútin* "wrap (it) up," *ilútò* = *lutúin* "cook it," *ibukas* = *buksan* "open (it)."

Ikasampung Aralin. Unit 10

AI. Únang Bahági

Maágang nagpunta si Cárlos kina Léslie

CÁRLOS

1. O Léslie, kanína ka pa ba gising?

LÉSLIE

2. Óo kanína pa. Tuwing alas síngko

kasi ako gumígísing.

CÁRLOS

3. Méron sána akong sásabíhin sa 'yo e.

LÉSLIE

4. Importánte sigúro 'no? Ang ága-ága

e nandíto ka na.

CÁRLOS

5. Mé gágawin ka ba ngayon?

LÉSLIE

6. Méron sána péro ipagpápabúkas ko

na lang.

CÁRLOS

7. A híhingí sána ako ng túlong sa 'yo

e. Pwéde bang samáhan mo ako sa

Embassy?

AI. First Part

Carlos comes to see Leslie early in the morning

CARLOS

1. Oh, Leslie, have you been awake for some time (lit. since before)?

LESLIE

2. Oh yes (lit. since before). Because I always get up at five.

CARLOS

3. I have something I would like to say to you.

LESLIE

4. It must be important. You're here so early.

CARLOS

5. Do you have something you have to do now?

LESLIE

6. Well, I do, but I can put if off to tomorrow, if necessary (lit. just only put it off).

CARLOS

7. Oh I would like to ask your help. Can you come with me to the Embassy?

393

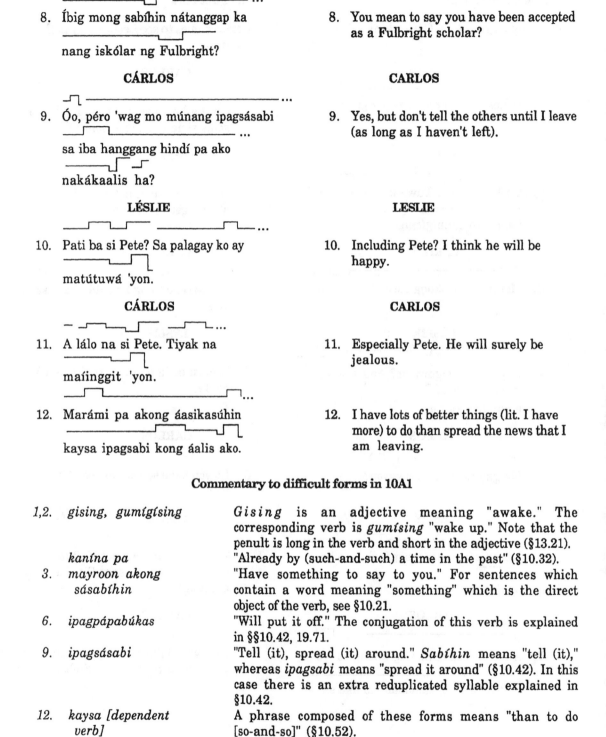

LÉSLIE	LESLIE
8. Íbig mong sabíhin nátanggap ka nang iskólar ng Fulbright?	8. You mean to say you have been accepted as a Fulbright scholar?

CÁRLOS	CARLOS
9. Óo, péro 'wag mo múnang ipagsásabi sa iba hanggang hindí pa ako nakákaalis ha?	9. Yes, but don't tell the others until I leave (as long as I haven't left).

LÉSLIE	LESLIE
10. Pati ba si Pete? Sa palagay ko ay matútuwá 'yon.	10. Including Pete? I think he will be happy.

CÁRLOS	CARLOS
11. A lálo na si Pete. Tiyak na maíinggit 'yon.	11. Especially Pete. He will surely be jealous.
12. Marámi pa akong áasikasúhin kaysa ipagsabi kong áalis ako.	12. I have lots of better things (lit. I have more) to do than spread the news that I am leaving.

Commentary to difficult forms in 10A1

1,2.	*gising, gumígísing*	*Gising* is an adjective meaning "awake." The corresponding verb is *gumísing* "wake up." Note that the penult is long in the verb and short in the adjective (§13.21).
	kanína pa	"Already by (such-and-such) a time in the past" (§10.32).
3.	*mayroon akong sásabíhin*	"Have something to say to you." For sentences which contain a word meaning "something" which is the direct object of the verb, see §10.21.
6.	*ipagpápabúkas*	"Will put it off." The conjugation of this verb is explained in §§10.42, 19.71.
9.	*ipagsásabi*	"Tell (it), spread (it) around." *Sabíhin* means "tell (it)," whereas *ipagsabi* means "spread it around" (§10.42). In this case there is an extra reduplicated syllable explained in §10.42.
12.	*kaysa [dependent verb]*	A phrase composed of these forms means "than to do [so-and-so]" (§10.52).

AII. Pagsasánay. Ipalit ang mga salitang násaloob ng saklong.

1. *Have you been awake for some time?*
   Kanína ka pa ba gising? *(already at four o' clock)*
   Kanína ka pa bang alas kwátro gising? *(did you arrive)*
   Kanína ka pa bang alas kwátro dumating? *(already on Tuesday)*
   Noong Martes ka pa ba dumating? *(not until Tuesday)*
   Noong Martes ka lang ba dumating? *(not until seven o' clock)*
   Kanína ka lang bang alas syéte
   dumating? *(wake up)*
   Kanína ka lang bang alas syéte
   gumísing? *(already woke up)*
   Kanína ka pa bang alas syéte gumísing?

2. *Because I get up every day at five o'clock.*
   Tuwing alas síngko kasi ako gumígísing. *(go around)*
   Tuwing alas síngko kasi ako
   namámasyal. *(every Sunday)*
   Tuwing Linggo kasi ako namámasyal. *(I pay)*
   Tuwing Linggo kasi ako nagbábáyad. *(every first of the month)*
   Tuwing a-úno ng buwan kasi ako
   nagbábáyad. *(go shopping)*
   Tuwing a-úno ng buwan kasi ako
   namámaléngke. *(at six o' clock)*
   Tuwing alas sais kasi ako
   namámaléngke. *(I eat)*
   Tuwing alas sais kasi ako kumákáin. *(go out)*
   Tuwing alas sais kasi ako lumálabas.

3. *I have something I would like to say to you.*
   Mayroon sána akong sásabíhin sa iyo. *(to return to you)*
   Mayroon sána akong ibábalik sa iyo. *(to ask of you)*
   Mayroon sána akong híhingin sa iyo. *(to introduce to you)*
   Mayroon sána akong ipakíkilála sa iyo. *(to bring to you)*
   Mayroon sána akong dádalhin sa iyo. *(to give to you)*
   Mayroon sána akong ibíbigay sa iyo. *(to get from you)*
   Mayroon sána akong kúkúnin sa iyo. *(to sell to you)*
   Mayroon sána akong ipagbíbili sa iyo.

4. *I have something to do but I'll put it off 'till tomorrow.*
   Méron sána akong gágawin péro
   ipagpápabúkas ko na lang. *(tell everybody)*
   Méron sána akong ipagsásabi péro
   ipagpápabúkas ko na lang. *(take care of)*
   Méron sána akong áasikasúhin péro
   ipagpápabúkas ko na lang. *(to have repaired)*
   Méron sána akong ipápagawá péro
   ipagpápabúkas ko na lang. *(to finish)*
   Méron sána akong tátapúsin péro
   ipagpápabúkas ko na lang. *(rinse)*
   Méron sána akong bábanlawan péro
   ipagpápabúkas ko na lang. *(clean)*
   Méron sána akong lílinísin péro
   ipagpápabúkas ko na lang. *(prepare)*
   Méron sána akong iháhandá péro
   ipagpápabúkas ko na lang.

5. *You've been accepted as a Fulbright scholar.*

Nátanggap ka nang iskólar ng Fulbright.   *(he has)*

Nátanggap na siyang iskólar ng   *(Leslie now)*
  Fulbright.

Nátanggap na si Lésling iskólar ng   *(I have)*
  Fulbright.

Nátanggap na akong iskólar ng Fulbright.   *(my friend)*

Nátanggap na ang áking kaibígang   *(they have)*
  iskólar ng Fulbright.

Nátanggap na silang iskólar ng   *(her sister)*
  Fulbright.

Nátanggap na ang kapatid niyang iskólar
  ng Fulbright.

6. *I have lots of things to take care of other than spread the news that I'm leaving.*

Marámi pa akong áasikasúhin kaysa   *(I have nothing else to take care of)*
  ipagsabi kong áalis ako.

Walá akong áasikasúhin kundí   *(be jealous)*
  ipagsabing áalis ako.

Walá akong áasikasúhin kundí   *(I have lots of other things to take care*
  magsélos.   *of than)*

Marámi pa akong áasikasúhin kaysa   *(be angry)*
  magsélos ako.

Márami pa akong áasikasúhin kaysa   *(I have nothing else to take care of*
  magálit ako.   *than)*

Walá akong áasikasúhin kundí magálit   *(go with you)*
  ako.

Walá akong áasikasúhin kundí sumáma   *(I have lots of other things to take care*
  sa iyo.   *of than)*

Marámi pa akong áasikasúhin kaysa
  sumáma ako sa iyo.

7.   **Bagúhin ang mga pangungúsap sa pamamagítan ng paggámit ng *Huwag* + *pandíwá* ...
        hanggang hindí pa + *pandíwà*.**

   1a. Pwéde mong ipagsabi sa iba pagkaalis ko na.
    b. Huwag mo múnang ipagsabi sa iba hanggang hindí pa ako nakákaalis.
   2a. Pwéde mong ipagsabi sa kanila pagkalípat ko na.
    b. Huwag mo múnang ipagsabi sa kanila hanggang hindí pa ako nakákalípat.
   3a. Pwéde mong ipátong yan sa kahon pagkalagay na nito sa dyip.
    b. Huwag mo múnang ipátong yan sa kahon hanggang hindí pa ito nailálagay sa
        dyip.
   4a. Pwéde táyong umalis pagkatálí na ng libro.
    b. Huwag múna táyong umalis hanggang hindí pa natatalían ang libro.
   5a. Pwéde mong ibabá ang mga gámit pagkadating ng dyip.
    b. Huwag mo múnang ibabá ang mga gámit hanggang hindí pa nakákarating ang
        dyip.
   6a. Pwéde mong ilagay ang mga gámit sa dyip pagkababá mo ng mga kahon.
    b. Huwag mo múnang ilagay ang mga gámit sa dyip hanggang hindí mo pa
        naibábabá ang mga kahon.
   7a. Pwéde táyong bumili ng lámsyed pagkalutó ng isdà.
    b. Huwag múna táyong bumili ng lámsyed hanggang hindí pa nailulútó ang isdà.
   8a. Pwéde táyong pumunta sa plása pagkabanlaw ng mga damit.
    b. Huwag múna táyong pumunta sa plása hanggang hindí pa nabábanlawan ang
        mga damit.

9a. Pwéde mong ibigay ang péra sa kanila pagkasakay ko sa dyip.

b. Huwag mo múnang ibigay ang péra sa kanila hanggang hindí pa ako nakákasakay sa dyip.

10a. Pwéde mong utúsan ang katúlong pagkalínis niya ng báhay.

b. Huwag mo múnang utúsan ang katúlong hanggang hindí pa niya nalílínis ang báhay.

8. **Gámit ng *síno* at *kaníno*. Bagúhin ang mga sumúsunod na pangungúsap sa pamamagítan ng paggámit ng *kaníno mo naman...***

1a. Síno naman ang nagsábi ng balítang iyon?

b. Kaníno mo naman naláman iyang balítang iyon?

2a. Síno naman ang nagbigay ng Fulbright na iyan?

b. Kaníno mo naman nakúha iyang Fulbright na iyan?

3a. Síno naman ang nagbili sa iyo ng tíket na iyan?

b. Kaníno mo naman binili iyang tíket na iyan?

4a. Síno naman ang nagdala ng tinápay na iyan?

b. Kaníno mo naman natanggap iyang tinápay na iyan?

5a. Síno naman ang naghanap ng mga papéles na iyan?

b. Kaníno mo naman nákíta iyang mga papéles na iyan?

6a. Síno naman ang kumúha ng mga gámit mo?

b. Kaníno mo naman naíwan ang mga gámit mo?

7a. Síno naman ang nag-abot sa iyo ng súlat na yan?

b. Kaníno mo naman nakúha yang súlat na yan?

AIII. Pilíin ang támang sagot.

1. Anong óras ka gumígising sa umága?

a. Kanína pa ako gising.

b. Tuwing alas síngko ako gumígising.

c. Importánte sigúro ano? Ang ága-ága e nándito ka na.

d. Mabúti pa, ipagpapabúkas ko na lang.

2. Nátanggap ka na ngá ba sa Fulbright?

a. Pati ba si Pete? Sa palagay ko'y matútuwá yon.

b. Óo, kanína pa.

c. Óo. Péro 'wag mo múnang ipagsásabi.

d. Óo. Péro ipagpápabúkas ko na lang.

3. Mé gágawin ka ba ngayon?

a. Mabúti pa ngá ngayon ko na lang gawin ito.

b. Pwéde bang samáhan mo ako sa Embassy?

c. Méron sána péro kung gusto mo sásamáhan na lang kita.

d. Huwag na. 'Wag mo múnang ipagsabi.

4. Ano bang sásabíhin mo sa ákin?

a. A híhingí sána ako ng túlong sa iyo.

b. Marámi pa akong áasikasúhin kaysa ipagsabi kong áalis ako.

c. Óo sána, péro 'wag mo múnang ipagsásabi.

d. Méron ngà, péro ipagpápabúkas ko na lang.

5. Bákit áyaw mong sabíhin ko kay Pete na nátanggap ka na sa Fulbright?

a. Huwag mo múnang ipagsásabi hanggang hindí pa ako nakákaalis.

b. Sa palagay ko'y matútuwá yon.

c. Kasi, tiyak na magsésélos yon.

d. Marámi pa akong gágawin bágo ako umalis e.

6. Áyaw mo ngá bang ipagsabi na áalis ka?

a. Óo. Péro 'wag mo múnang ipagsásabing áalis ako.

b.   Óo. Kasi ay marámi pa akong áasikasúhin.

c.   Óo. Áalis na ngá ako.

d.   Óo. Umalis na ako kanína pa.

7. *Bákit ba ipagpápabúkas mo pa ang iyong gágawin?*

a.   Híhingí sána ako ng túlong sa iyo e.

b.   Kasi ay sásamáhan ko siya sa Embassy.

c.   Kasi ay may gágawin ako búkas.

d.   Kasi ay áalis na ngá pala ako búkas.

8. *Importánte sigúro ang sásabíhin mo ano?*

a.   Méron sána péro ipagpápabúkas ko na lang.

b.   Hindí naman. Magpápasáma lang ako sa 'yo sa Embassy.

c.. Méron sána akong sásabíhin sa iyo.

d.   Óo ngà. Sána ngá sinábi ko na sa iyo.

9. *Saan ba táyo púpunta, ha Cárlos?*

a.   Pumunta na si Cárlos sa Embassy.

b.   Léslie, pinuntahan pala táyo ni Pete díto.

c.   A púpunta táyo sa Maynílà, sa Embassy.

d.   Búkas na lang táyo púpunta sa Embassy.

10. *Matagal ka na bang gising?*

a.   Hindì. Mámayá pa.

b.   Hindí naman. Búkas pa lang.

c.   A óo, kanína pa.

d.   Óo, kahápon lang.

AIV. Buuin ang mga sumúsunod na pangungúsap úpang magkaroon ng ganap na díwà.

1. Kanína ka pa ba gising? Méron sána... 2. Híhingí sána ako ng túlong sa iyo. Pwéde ba... 3. Importánte sigúro ang sásabíhin mo ano? Ang ága-ága e... 4. Méron sána akong gágawin péro... 5. Mabúti naman at nátanggap ka sa... 6. Pwéde ba huwag mo múnang ipagsásabi hanggang... 7. Támá sásabíhin ko na rin kay Pete at sigurádong... 8. Huwag mo na lang sabíhin kay Pete at tiyak... 9. Ang ága-ága e nárito ka na. Sigúro... 10. Marámi pa akong áasikasúhin kaysa... 11. Gising na ako, kasi'y tuwing... 12. Carlos, sásabíhin ko na ba kay Pete? Sa palagay... 13. Ang ága-ága e nandíto ka na. Sigúro... 14. Léslie, pwéde bang samáhan... 15. Salámat at nátanggap ka...

AV.   Sagutin ang mga sumúsunod na tanong.

1. Anong óras ka ba gumígísing? 2. Sásabíhin ko ba kay Pete na áalis ka na? 3. Ano bang sásabíhin mo sa ákin? 4. Mé gágawin ka ba ngayon? 5. Ay, naistórbo ba kita? 6. Bákit ba nagpápasáma si Cárlos sa Embassy? 7. Bákit ipagpápabúkas mo na lang ang gágawin mo? 8. Bákit áyaw mong ipagsabing áalis ka na? 9. O bákit ang ága-ága ay nárito ka na? 10. Ano ba ang híhingin mong túlong sa ákin, Cárlos? 11. Magandang umága hò. Gising na hó ba si Léslie? 12. Kailan ko sásabíhing nátanggap ka na? 13. Matagal na bang gising si Léslie? 14. Ano bang maitútúlong ko sa iyo Pete? 15. Marámi ka bang gágawin bágo ka umalis?

BI. Ikalawang Bahági	**BI. Second Part**
Makalípas ang ilang sandalí	**Later**
LÉSLIE	LESLIE

13a. O ano'ng nangyári sa 'yo Pete?   13a. Oh, What happened to you, Pete?

b. Masakit ba'ng tiyan mo?

c. Bákit ganyan ang iyong mukhà?

PETE

14a. Nakákaasar ngá e.

b. Papáno si Cárlos, sóbra na.

c. Pórke ba naman nátanggap siya sa

Fulbright e, akálá mo kung síno na

siya.

LÉSLIE

15. Kaníno mo naman náláman yong

tsísmis na yan?

PETE

16a. Nabúbwísit na 'ko e.

b. Kunwárí walá siyang alam.

c. Pagkatápos naman e mag-íiwan

siya ng súlat sa palígid at

háhayáang mábása ng iba.

LÉSLIE

17. Ano! Binása mo 'yung súlat ng may

súlat?

PETE

18a. Nakákalungkot talaga! Kung síno

yung mga táong walang nálaláman

siya pang nápipíli.

b. You have a stomach ache?

c. Why do you have a face like that?

PETE

14a. It's maddening, I'm telling you.

b. What can we do about Carlos. He's really too much.

c. Just because he was accepted for the Fulbright, he thinks (lit. you think) he is (lit. has become) someone.

LESLIE

15. Whom did you find that gossip out from?

PETE

16a. I'm really angry.

b. He acted as if he didn't know anything.

c. But then he leaves the letter around for others to read (lit. leaves it for others to read).

LESLIE

17. What! You read a letter belonging to someone else (lit. that letter of the one who had a letter)?

PETE

18a. It really is saddening. Whoever doesn't know anything (lit. whoever are the persons who don't know anything), he is the one that is chosen, of all people.

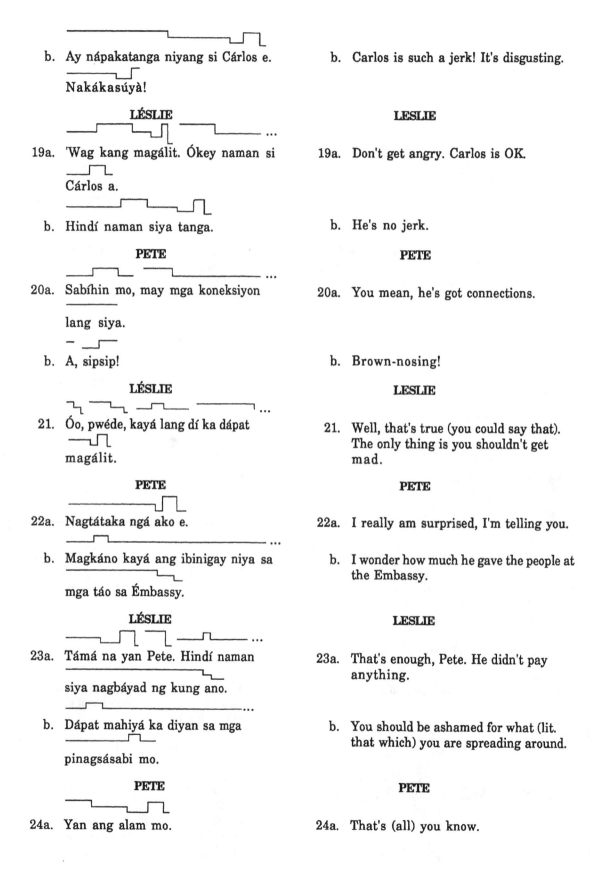

b. Ay nápakatanga niyang si Cárlos e.
Nakákasúyà!

LÉSLIE

19a. 'Wag kang magálit. Ókey naman si
Cárlos a.

b. Hindí naman siya tanga.

PETE

20a. Sabíhin mo, may mga koneksiyon
lang siya.

b. A, sipsip!

LÉSLIE

21. Óo, pwéde, kayá lang dí ka dápat
magálit.

PETE

22a. Nagtátaka ngá ako e.

b. Magkáno kayá ang ibinigay niya sa
mga táo sa Émbassy.

LÉSLIE

23a. Támá na yan Pete. Hindí naman
siya nagbáyad ng kung ano.

b. Dápat mahiyá ka diyan sa mga
pinagsásabi mo.

PETE

24a. Yan ang alam mo.

---

b. Carlos is such a jerk! It's disgusting.

LESLIE

19a. Don't get angry. Carlos is OK.

b. He's no jerk.

PETE

20a. You mean, he's got connections.

b. Brown-nosing!

LESLIE

21. Well, that's true (you could say that).
The only thing is you shouldn't get
mad.

PETE

22a. I really am surprised, I'm telling you.

b. I wonder how much he gave the people at
the Embassy.

LESLIE

23a. That's enough, Pete. He didn't pay
anything.

b. You should be ashamed for what (lit.
that which) you are spreading around.

PETE

24a. That's (all) you know.

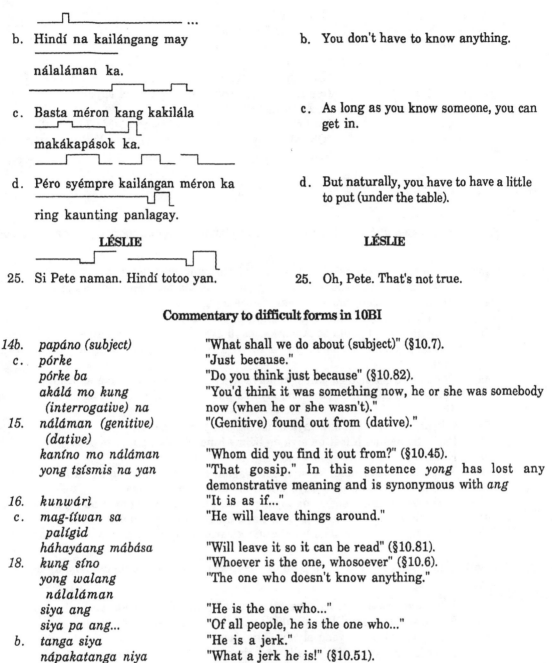

b. Hindí na kailángang may

náaláman ka.

b. You don't have to know anything.

c. Basta méron kang kakilála

makákapások ka.

c. As long as you know someone, you can get in.

d. Péro syémpre kailángan méron ka

ring kaunting panlagay.

d. But naturally, you have to have a little to put (under the table).

LÉSLIE

LÉSLIE

25. Si Pete naman. Hindí totoo yan.

25. Oh, Pete. That's not true.

Commentary to difficult forms in 10BI

14b.	*papáno (subject)*	"What shall we do about (subject)" (§10.7).
c.	*pórke*	"Just because."
	pórke ba	"Do you think just because" (§10.82).
	akálá mo kung (interrogative) na	"You'd think it was something now, he or she was somebody now (when he or she wasn't)."
15.	*náláman (genitive) (dative)*	"(Genitive) found out from (dative)."
	kaníno mo náláman	"Whom did you find it out from?" (§10.45).
	yong tsísmis na yan	"That gossip." In this sentence *yong* has lost any demonstrative meaning and is synonymous with *ang*
16.	*kunwárì*	"It is as if..."
c.	*mag-íiwan sa palígid*	"He will leave things around."
	háhayáang mábása	"Will leave it so it can be read" (§10.81).
18.	*kung síno*	"Whoever is the one, whosoever" (§10.6).
	yong walang náalaláman	"The one who doesn't know anything."
	siya ang	"He is the one who..."
	siya pa ang...	"Of all people, he is the one who..."
b.	*tanga siya*	"He is a jerk."
	nápakatanga niya	"What a jerk he is!" (§10.51).
	suyà	"Fed up."
	nakákasúyà	"Makes one fed up, disgusting" (§ 10.12).
19.	*galit*	"Angry."
	magálit	"Become angry" (§10.11). Note the short vowel on the penult of the adjective and the long vowel in the verb.
20a.	*sabíhin mo*	(=*ang íbig mong sabíhin*) "What you mean to say, in other words..."
b.	*sumipsip*	"Suck."
	sipsip	This is an adjective meaning "apple-polisher, brown-noser."
21.	*kayá lang*	"The only thing is..."
22a.	*nagtátaka*	"Be surprised." Note this verb has the *mag-* conjugation.

b.	*magkáno*	"How much?"
	magkáno kayà	"I wonder how much?"
23a.	*kung ano*	"Anything at all" (§10.6).
b.	*hiyà*	"Ashamed."
	mahiyà	"Be ashamed" (§10.11).
	pinagsásabi mo	(=*ipinagsásabi mo*) "Things you are saying."
24c.	*kakilála*	"Acquaintance" (§§10.43, 12.11).
d.	*panlagay*	"Bribe, something to put somewhere" (§§7.71, 24.62).
25.	*si X naman*	"Oh, X!" (Why must you be like that? -- I'm in despair about you!)

BII.   Pagsasánay

1.   **Sagutin ang mga sumúsunod na pangungúsap sa pamamagítan ng paggámit ng *pórke ba naman...***

   1a.   Nátanggap siyang iskólar, kayá akálá mo kung síno na siya.
   b.   Pórke ba naman nátanggap siyang iskólar akálá mo kung síno na siya.
   2a.   Hindí siya nátanggap kayá nagsésélos siya.
   b.   Pórke ba naman hindí siya natanggap, nagsésélos siya.
   3a.   Áalis na siya papunta sa América, kayá áyaw na niyang sumáma sa átin.
   b.   Pórke ba naman áalis na siya papunta sa América, áyaw na niyang sumáma sa átin.
   4a.   Nakapunta na siya sa paléngke kayá áyaw na niyang sumáma sa átin.
   b.   Pórke ba naman nakapunta na siya sa paléngke, áyaw na niyang sumáma sa átin.
   5a.   Lílípat na siya ng báhay kayá hindí na siya púpunta díto.
   b.   Pórke ba naman lílípat na siya ng báhay hindí na siya púpunta díto.
   6a.   Hindí ko siya natawágan kayá nagágálit siya sa ákin.
   b.   Pórke ba naman hindí ko siya natawágan, nagágálit na siya sa ákin.
   7a.   Madámi na siyang péra kayá akálá mo kung síno na siya.
   b.   Pórke ba naman madámi na siyang péra, akálá mo kung síno na siya.
   8a.   Naglínis na siya ng kwárto niya kayá hindí na táyo makákapások.
   b.   Pórke ba naman naglínis na siya ng kwárto niya, hindí na táyo makákapások.

2.   **Bagúhin ang mga sumúsunod na pangungúsap sa pamamagítan ng paglalagay ng *hayáan*.**

   1a.   Kung mag-ííwan siya ng mga súlat sa palígid, mábabása ng iba.
   b.   Mag-ííwan siya ng súlat sa palígid at háhayáang mábása ng iba.
   2a.   Kung ipagsásabi niyang siya'y áalis, magsésélos sila.
   b.   Ipagsásabi niyang siya'y áalis at háhayáan silang magsélos.
   3a.   Kung hindí niya isásáma si Léslie, malúlungkot ito.
   b.   Hindí niya isásáma si Léslie at háhayáan itong malungkot.
   4a.   Kung sásabíhin niya kung saan siya nakatira, púpuntahan siya ni Cárlos.
   b.   Sásabíhin niya kung saan siya nakatira at háhayáang puntahan siya ni Cárlos.
   5a.   Kung hindí ko siya bíbigyan ng péra, magágálit ito.
   b.   Hindí ko siya bíbigyan ng péra at háhayáan itong magálit.
   6a.   Kung ilálabas niya ang mga gámit nang hindí pa dumárating ang dyip, mawáwalá ang mga ito.
   b.   Ilálabas niya ang mga gámit nang hindí pa dumárating ang dyip at háhayáan niyang mawalá ang mga ito.
   7a.   Kung kúkúnin niya ang libro nang hindí ko alam, magágálit ako.

    b.   Kúkúnin niya ang libro nang hindí ko alam at háhayáan niyang magálit ako.

8a.   Kung magdádala siya ng maráming kéndi sa mga bátà, maúúbos agad yon.

    b.   Magdádala siya ng maráming kéndi sa mga bátá at háhayáan niyang maúbos agad iyon.

9a.   Kung dárating siya nang gabi na, maghíhintay kami nang matagal.

    b.   Dárating siya nang gabi na at háhayáan niyang maghintay kami nang matagal.

3.   **Bagúhin ang mga sumúsunod na pangungúsap sa pamamagítan ng paggámit ng *Kung + pananong (interrogative).***

1a.   Basta walang nálaláman ang táo, tiyak na mápipílí siya.

    b.   Kung síno ang táong walang nálaláman, siya pa ang nápipílì.

2a.   Basta walang alam ang istudyánte, tiyak na matátanggap siya.

    b.   Kung síno ang istudyánteng walang alam, siya pa ang natátanggap.

3a.   Basta wálang kwénta ang libro, tiyak na bábasáhin iyon.

    b.   Kung alin ang librong walang kwénta, iyon pa ang binábása.

4a.   Basta hindí masarap ang isdà, tiyak na bíbilhin iyon.

    b.   Kung alin ang isdang hindí masarap, iyon pa ang biníbili.

5a.   Basta hindí kilála ang bisíta, tiyak na papápasúkin iyon sa báhay nila.

    b.   Kung síno ang bisítang hindí kilála, iyon pa ang pinápapások sa báhay nila.

6a.   Basta hindí maganda ang sílya, tiyak na úupuan iyon.

    b.   Kung alin ang sílyang hindí maganda, iyon pa ang inúupuan.

7a.   Basta hindí masarap ang úlam, tiyak na kákaínin iyon.

    b.   Kung alin ang úlam na hindí masarap, iyon pa ang kinákáin.

8a.   Basta hindí kilála ang bátà, tiyak na bíbigyan iyon ng péra.

    b.   Kung síno ang bátang hindí kilála, iyon pa ang biníbigyan ng péra.

9a.   Basta hindí malaki ang búnga, tiyak na kúkúnin yon.

    b.   Kung alin ang búngang hindí malaki, yon pa ang kinúkúha.

4.   **Sagutin ang mga sumúsunod sa pamamagítan ng paggámit ng *Huwag kang...***

1a.   Nakákagálit si Cárlos.

    b.   Huwag kang magálit.

2a.   Nakákalungkot ang nangyári.

    b.   Huwag kang malungkot.

3a.   Nakákasélos yang Fulbright.

    b.   Huwag kang magsélos.

4a.   Nakákatuwá ang ginawá niya.

    b.   Huwag kang matuwà.

5a.   Nakákahiyá ang kílos niya sa pista.

    b.   Huwag kang mahiyà.

6a.   Nakákaasar ang sinábi niya.

    b.   Huwag kang maasar.

7a.   Nakákagalak ang palabas na síne.

    b.   Huwag kang magalak.

8a.   Nakákasúyá ang ugálí niya.

    b.   Huwag kang masúyà.

9a.   Nakákabwísit ang tanong niya.

    b.   Huwag kang mabwísit.

5.   **Bagúhin ang pangungúsap mulá "passive to active" sa pamamagítan ng paggámit ng *Hindí naman... ng kung ano.***

1a.   Walá naman siyang ibináyad.

    b.   Hindí naman siya nagbáyad ng kung ano.
2a.   Walá naman siyang kinúha.
    b.   Hndí naman siya kumúha ng kung ano.
3a.   Walá naman siyang inilútò.
    b.   Hindí naman siya naglútó ng kung ano.
4a.   Walá naman siyang kináin.
    b.   Hindí naman siya kumáin ng kung ano.
5a.   Walá naman siyang háhanápin.
    b.   Hindí naman siya magháhanap ng kung ano.
6a.   Walá naman siyang biníbili.
    b.   Hindí naman siya bumíbili ng kung ano.
7a.   Walá naman siyang háhatíin.
    b.   Hindí naman siya magháhátí ng kung ano.
8a.   Walá naman siyang binábása.
    b.   Hindí naman siya nagbábasa ng kung ano.
9a.   Walá naman siyang dinala.
    b.   Hindí naman siya nagdala ng kung ano.
10a. Walá naman siyang ininom.
    b.   Hindí naman siya uminom ng kung ano.

6.   **Sagutin ang mga sumúsunod na pangungúsap sa pamamagítan ng paggámit ng *Dápat* + *pandíwá* + *ka*...**

1a.   Nakákahiyá ang mga pinagsásabi mo.
    b.   Dápat mahiyá ka sa mga pinagsásabi mo.
2a.   Nakákagálit ang mga tsísmis na iyan.
    b.   Dápat magálit ka sa mga tsísmis na iyan.
3a.   Nakákapagtaka ang pagkátanggap ni Cárlos sa Fulbright.
    b.   Dápat magtaka ka sa pagkátanggap ni Cárlos sa Fulbright.
4a.   Nakákalungkot ang pinanood mong síne.
    b.   Dápat malungkot ka sa pinanood mong síne.
5a.   Nakákasélos ang ginawá ng asáwa mo.
    b.   Dápat magsélos ka sa ginawá ng asáwa mo.
6a.   Nakákatuwá ang nangyári sa iyo sa plása.
    b.   Dápat matuwá ka sa nangyári sa iyo sa plása.
7a.   Nakákaasar ang súlat sa iyo.
    b.   Dápat maasar ka sa súlat sa iyo.
8a.   Nakákagalak ang tinanggap mong regálo.
    b.   Dápat magalak ka sa tinanggap mong regálo.
9a.   Nakákasúyá ang kílos ng katabi mo.
    b.   Dápat masúyá ka sa kílos ng katabi mo.

7.   **Pagpapalit. Ipalit ang mga salitang nása loob ng saklong.**

As long as you have an acquaintance you can get in.

Basta may kakilála ka makákapások ka.	*(something to give under the table)*
Basta may panlagay ka makákapások ka.	*(you can be accepted)*
Basta may panlagay ka mátatanggap ka.	*(a connection)*
Basta may koneksiyon ka mátatanggap ka.	*(you can leave)*
Basta may koneksiyon ka makákaalis ka.	*(you can get in)*
Basta may koneksiyon ka makákapások ka.	

BIII. Pilíin ang támang sagot.

1. *O Pete, ba't ganyan ang mukhá mo?*
   a. Kasi si Cárlos, akálá mo e kung síno.
   b. Si Cárlos kasi, masakit ang tiyan.
   c. Óo. Masakit ngá ang mukhá ko.
   d. Hindí ko alam kung bákit niya iníwan ang súlat niya sa mésa.

2. *Paáno mo nálámang áalis na si Cárlos?*
   a. Áalis na ngá pala si Cárlos.
   b. Kasi ay gusto kong basáhin ang súlat.
   c. Náláman kong umalis na siya dáhil sinábi mo sa ákin.
   d. Kasi ay iníwan niya yung súlat sa lamésa kayá binása ko.

3. *Bákit mo binása yung súlat ng may súlat?*
   a. Kasi ngá ay binása ko ang súlat.
   b. Kasi naman ay hinayáan niyang basáhin ng iba yung súlat niya.
   c. Ke Cárlos ko nálámang may súlat siya.
   d. Hindí ko alam, kung bákit siya nakatanggap ng súlat.

4. *Ano? Si Cárlos ang nátanggap, e ang tanga niya, dí ba?*
   a. Hindì? Hindí naman niya dápat tinanggap ang ibinigay sa kanya.
   b. Hindì. Hindí pa niya tinátanggap ang súlat.
   c. Tamá na Pete. Itígil mo na yan. Hindí ganyan si Cárlos.
   d. Káhit na tanga ay pwédeng tumanggap ng súlat.

5. *E, pa'no naman siya nátanggap kung tanga siya?*
   a. Kasi may mga táo sa Embassy.
   b. Kasi hindí naman siya nagbáyad ng kung ano.
   c. Kasi nag-íwan siya ng súlat sa Embassy.
   d. Kasi binása niya yung súlat ng may súlat.

6. *Paáno kayá ako mátatanggap kung walá akong nálaláman?*
   a. Hindí naman kailángang may nálaláman ka e, basta may kilála ka, ókey na.
   b. Kailángang alam mo pára ka mátanggap.
   c. Hindí naman siya tanga. Sabíbin mo, may koneksyon lang siya.
   d. Walá ka palang nálaláman kayá hindí ka nátanggap.

7. *Ano pang kailángan ko pára mátanggap?*
   a. Alam kong gusto mong mátanggap.
   b. Syémpre dápat ay may kóntí kang panlagay.
   c. Kailángan mo ngá palang mátanggap.
   d. Talagang kókóntí ang nátatanggap sa Fulbright.

8. *Magkáno kayá ang ibináyad niya sa Embassy?*
   a. Hindí ngà. Hindí ngà niya binayáran ang útang niya sa Embassy.
   b. Nagbáyad pala siya sa Embassy.
   c. Támá na yan. Hindí naman siya nagbáyad ng kung ano.
   d. Walá na siyang péra kasi ay ibináyad niyang lahat yon sa Embassy.

9. *Sigúro kayá siya nátanggap ay dáhil sa mé koneksiyon siya ano?*
   a. Mé koneksiyon ngá pala siya sa Embassy.
   b. Hindí naman niya nákilála ang lahat ng nása Embassy.
   c. Pwéde ngà. Péro hindí naman masyádong marámi ang dápat ibigay.
   d. Hindí ka makákapások pag walá kang koneksiyon sa Embassy.

BIV. Buuin ang mga sumúsunod na pangungúsap úpang maging ganap ang díwà.

1. O, bákit ganyan ang mukhá mo? Masakit ba... 2. Nátanggap na si Cárlos sa Fulbright. Kayá akálá mo e... 3. Nagmámalaki daw si Cárlos dáhil nátanggap na daw siya... 4. Kaníno mo naman náláman ang... 5. Walá daw siyang alam péro iníwan niya yung súlat sa palígid at... 6. Bákit mo binása yung súlat... 7. Nakákaasar. Kung sínong

walang alam ay siya... 8. Sabíhin mo, kayá siya nátanggap... 9. Itígil mo na yan Pete. Dápat ay mahiyá ka diyan sa... 10. Sigurádong makákapások ka kung méron... 11. Kung maglálagay ka, makákapások ka káhit na walá kang... 12. Péro kailángan ay méron ka ring kaunting... 13. Pwédeng may koneksiyon péro dí ka... 14. Pwéde ba huwag kang magálit kay Cárlos, hindí naman... 15. Hindí naman tanga si Cárlos kayá hindí ka... 16. Nátanggap na siya sa Fulbright kayá... 17. Íiwánan niya yung súlat sa palígid tápos... 18. Pá'no kayá siya nátanggap e... 19. Pete, 'wag kang magálit. Hindí... 20. Kayá ngá nagtátaka ako pag mínsan. Magkáno...

BV. Sagutin ang mga sumúsunod na tanong.

1. O Pete! Bákit ganyan ang iyong mukhà? 2. Bákit ka ba naáasar kay Cárlos, Pete? 3. Pete, paáno mo nalámang áalis si Cárlos? 4. Bákit mo naman sinábing akálá mo kung síno na si Cárlos? 5. Ano bang ginawá niya doon sa súlat? 6. Pete, bákit mo binása yung súlat ng may súlat? 7. Bákit ka ba nalúlungkot sa pagkátanggap ni Cárlos? 8. Sa iyong palagay, bákit nátanggap si Cárlos na iskólar ng Fulbright. 9. Bákit mo sinábi Léslie, na dápat akong mahiyá sa mga pinagsásabi ko? 10. Naglagay sigúro si Cárlos kayá nátanggap ano? 11. E ano naman kung méron siyang kakilála sa Embassy? 12. Paáno naman siya nakapások kung walá siyang alam? 13. Sa palagay mo magkáno kayá ang ibinigay niya sa mga táo sa Embassy? 14. Ang tanga ni Cárlos a, dí siya dápat nátanggap, dí ba? 15. Bákit naman kayá iníwan ni Cárlos ang súlat sa kanyang mésa?

CI. Ikatlong Bahági	**CI. Third Part**
Makalípas ang ilang sandalì	**Later**

CÁRLOS	**CARLOS**
26. O handá ka na ba?	26. Oh, are you ready?
LÉSLIE	**LESLIE**
27. Óo. Péro nag-agáhan ka na ba?	27. Yes. But have you had your breakfast?
CÁRLOS	**CARLOS**
28a. Sa Maynílá na lang ako kákáin mámayà.	28a. I'll just have something in Manila (later).
b. Marámi pa kasi táyong dápat gawin sa Maynílà.	b. We still have a lot to do in Manila.
c. Kayá kailángang magmadalí táyo.	c. So we've got to hurry.
d. Papáno naman, itong si Pete nakákaasar!	d. What shall we do about that (lit. this) Pete. He is infuriating.

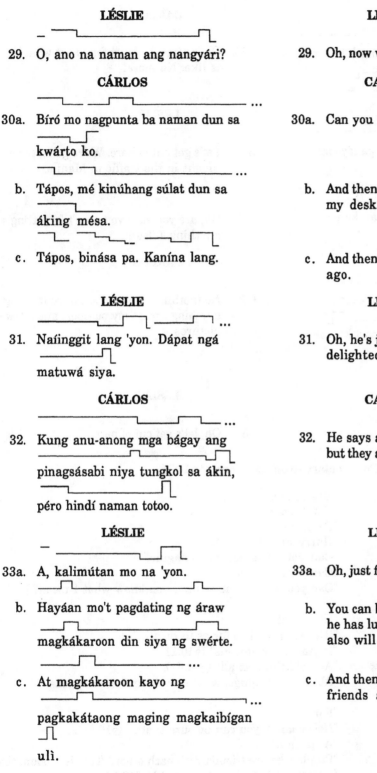

LÉSLIE

29. O, ano na naman ang nangyári?

CÁRLOS

30a. Bíró mo nagpunta ba naman dun sa

kwárto ko.

b. Tápos, mé kinúhang súlat dun sa

áking mésa.

c. Tápos, binása pa. Kanína lang.

LÉSLIE

31. Naíinggit lang 'yon. Dápat ngá

matuwá siya.

CÁRLOS

32. Kung anu-anong mga bágay ang

pinagsásabi niya tungkol sa ákin,

péro hindí naman totoo.

LÉSLIE

33a. A, kalimútan mo na 'yon.

b. Hayáan mo't pagdating ng áraw

magkákaroon din siya ng swérte.

c. At magkákaroon kayo ng

pagkakátaong maging magkaibígan

ulì.

LESLIE

29. Oh, now what happened?

CARLOS

30a. Can you imagine, he goes in my room.

b. And then there is a letter he takes from my desk.

c. And then he even reads it. Just a while ago.

LESLIE

31. Oh, he's just jealous. He should be delighted.

CARLOS

32. He says all kinds of things about me, but they are not true.

LESLIE

33a. Oh, just forget that.

b. You can be sure the day will come when he has luck (lit. when the day comes, he also will come into luck).

c. And then you'll have a chance to be friends again.

CÁRLOS

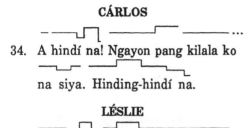

34. A hindí na! Ngayon pang kilala ko

na siya. Hinding-hindí na.

LÉSLIE

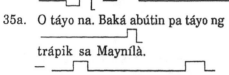

35a. O táyo na. Baká abútin pa táyo ng

trápik sa Maynílà.

b. O, baká may nalílimútan ka pa?

CÁRLOS

36. Walá na. Walá naman akong

dádalhin e, kundí passport ko, saká

ilang litráto.

LÉSLIE

37. O téna na.

CARLOS

34. Oh, no (more)! I just found out what he is like. No more!

LESLIE

35a. Let's get out of here. We're going to get caught in the traffic in Manila.

b. Oh, are you sure you aren't forgetting anything (else)?

CARLOS

36. No (nothing else). I don't have to bring anything except my passport and a few pictures.

LESLIE

37. Oh, let's get out of here.

Commentary to difficult forms in 10CI

27.	*agáhan*	"Breakfast."
	mag-agáhan	"Eat breakfast."
28.	*madalì*	"Fast, easy."
	magmadalì	"Hurry up, do quickly."
30a.	*bíró mo*	"Can you imagine, just imagine!"
	bíró mo ba naman	"Can you imagine?"
	bíró mo nagpunta ba naman	"Can you imagine he went..., you know what I mean?"
c.	*binása*	"(He) read it."
	binása pa	"(He) even went so far as to read it."
	naíinggit	"Is jealous or envious" (§10.11).
32.	*kung anu-ano*	"Any old thing at all" (§10.61).
	kung anu-anong bágay	"All kinds of things, whatever thing there happens."
33a.	*kalimútan*	"Forget (it)."
b.	*hayáan mo't*	"Never mind, you can be sure that..." (§10.81).
	kaibígan	"A friend."
	magkaibígan	"People who are friends with each other." This is a noun, the formation of which is discussed in §12.12.
34.	*pagdating ng áraw*	"When the day comes." For the use of the abstract forms in clauses which refer to time see §11.31.
	ngayon pang...	"Now is the first time that..."

kilala		"Known for what (he or she) is like." Note that this is not the same word as *kilála* "acquainted" which has a long vowel in the penult. *Kilala* "known for being" has a short vowel in the penult.
	hindì	"No."
	hinding-hindì	"Absolutely not" (§19.6).
35a.	*abútin [subject] [genitive]*	"[Genitive] will overtake the [subject]."
	abútin táyo ng trápik	"We (will) get caught in the traffic." This form is a direct passive verb and is explained in §10.44.
b.	*bakà (present tense verb)*	"To fear so-and-so might be the case."
36.	*walà...kundì.., hindì...kundì...*	"There is nothing except..., nothing is (was, were, does, did) except..." (§16.81).

CII. Pagsasánay

1. **Pagpapalit. Ipalit ang mga salitang násas loob ng saklong.**

Have you had breakfast?

Nag-agáhan ka na ba?	*(had lunch)*
Nagtanghalían ka na ba?	*(had dinner)*
Naghapúnan ka na ba?	*(had coffee)*
Nagkape ka na ba?	*(eaten)*
Kumáin ka na ba?	*(had a drink)*
Uminom ka na ba?	

2. **Sagutin ang mga sumúsunod na pangungúsap sa pamamagítan ng paggámit ng *Papáno naman...***

1a. Asar na asar ako dáhil kay Pete.
 b. Papáno naman itong si Pete, nakákaasar.
2a. Suyang-suyá ako dáhil sa Fulbright.
 b. Papáno naman itong Fulbright, nakákasúyà.
3a. Hiyang hiyá ako sa ginawá ni Óscar.
 b. Papáno naman itong ginawá ni Óscar, nakákahiyà.
4a. Lungkot na lungkot ako sa pag-alis ni Juan.
 b. Papáno naman itong pag-alis ni Juan, nakákalungkot.
5a. Galit na galit siya sa sinábi mo.
 b. Papáno naman itong sinábi mo, nakákagálit.
6a. Sélos na sélos sa iyo ang asáwa mo.
 b. Papáno naman ikaw, nakákasélos.
7a. Tuwang tuwá siya sa sinábi ng bátà.
 b. Papáno naman itong sinábi ng bátà, nakàkatuwà.
8a. Suyang-suyá si Léslie sa sinábi ni Óscar.
 b. Papáno naman itong sinábi ni Óscar, nakákasúyà.

3. **Sagutin ang mga sumúsunod na pangungúsap sa pamamagítan ng paggámit ng *Bíró mo...tápos...***

1a. Bíró mo, kumúha siya ng súlat sa áking mésa.
 b. Bíró mo, nagpunta na sa kwárto ko, tápos mé kinúhang súlat sa áking mésa.
2a. Bíró mo, bumása siya ng súlat sa áking mésa.
 b. Bíró mo, nagpunta na sa kwárto ko, tápos mé binásang súlat sa áking mésa.

3a. Bíró mo, kumáin siya ng úlam sa áking mésa.
 b. Bíró mo, nagpunta na sa kwárto ko, tápos mé kináing úlam sa áking mésa.
4a. Bíró mo, kumúha ng mga libro sa áking mésa.
 b. Bíró mo, nagpunta na sa kwárto ko, tápos mé kinúhang mga libro sa áking mésa.
5a. Bíró mo, tumingin siya sa súlat sa áking mésa.
 b. Bíró mo, nagpunta na sa kwárto ko, tápos mé tiningnang súlat sa áking mésa.
6a. Bíró mo, humingí siya ng péra sa ákin.
 b. Bíró mo, nagpunta na sa kwárto ko, tápos mé hininging péra sa ákin.
7a. Bíró mo, nagsirá siya ng sílya.
 b. Bíró mo, nagpunta na sa kwárto ko, tápos mé sinírang sílya.
8a. Bíró mo, nagsábi siya ng mga tsísmis sa kapatid ko.
 b. Bíró mo, nagpunta na sa kwárto ko, tápos mé sinábing mga tsísmis sa kapatid ko.

4. **Sagutin ang mga sumúsunod na pangungúsap sa pamamagítan ng paggámit ng *Kung anu-ano na...***

1a. Walá siyang hindí pinagsásabi tungkol sa ákin.
 b. Kung anu-ano na ang pinagsásabi niya tungkol sa ákin.
2a. Walá na siyang áyaw bilhin sa paléngke.
 b. Kung anu-ano na ang biníbili niya sa paléngke.
3a. Walá silang hindí tinátanggap na regálo.
 b. Kung anu-ano na ang tinátanggap nilang regálo.
4a. Walá na silang áyaw márinig na tsímis.
 b. Kung anu-ano na ang náririnig nilang tsísmis.
5a. Walá na siyang áyaw tanggaping pagkáin.
 b. Kung anu-ano na ang tinátanggap niyang pagkáin.
6a. Walá silang hindí ibiníbigay na gámit.
 b. Kung anu-ano na ang ibiníbigay nilang gámit.
7a. Walá silang hindí nápapansing kílos.
 b. Kung anu-ano na ang nápapansin nilang kílos.
8a. Walá silang hindí pinakíkialamang probléma.
 b. Kung anu-ano na ang pinakíkialaman nilang probléma.
9a. Walá na siyang áyaw basáhing libro.
 b. Kung anu-ano na ang binábása niyang libro.
10a. Walá na silang hindí nilúlútong pagkáin.
 b. Kung anu-ano na ang nilúlútó nilang pagkáin.

5. **Ipalit ang mga salitang nása loob ng saklong.**

I found out now what he's like. Never again.

Ngayon pang kilala ko na siya.   *(I have now seen him)*
  Hinding-hindí na.
Ngayon pang nákíta ko na siya.   *(I now found out for the first time)*
  Hinding-hindí na.
Ngayon pang náláman ko na.   *(I don't want to ever again).*
  Hinding-hindí na.
Ngayon pang náláman ko na. Áyaw na   *(I have now tasted it)*
  áyaw ko na.
Ngayon pang natikman ko na. Áyaw na
  áyaw ko na.

6.   **Bagúhin ang mga sumúsunod na pangungúsap sa pamamagítan ng paggámit ng *Walá naman...kundí...***

1a.   Ilang litráto lang ang kailángan kong dalhin.
 b.   Walá naman akong dádalhin kundí ilang litráto lang.
2a.   Ito na lang lamésa ang kailángan náting iakyat.
 b.   Walá naman táyong iáakyat kundí itong lamésa na lang.
3a.   Isang lámsyed lang ang kailángan niyang bilhin sa paléngke.
 b.   Walá naman siyang bíbilhin sa paléngke kundí isang lámsyed lang.
4a.   Yung kwárto ang kailángan niyang linísin.
 b.   Walá naman siyang lílinísin kundí ang kwárto.
5a.   Itong mga libro ang kailángan nilang isakay.
 b.   Walá naman silang isásakay kundí itong mga libro.
6a.   Kónting gámit lang ang kailángan nilang ilípat.
 b.   Walá naman silang ilílípat kundí kónting gámit lang.
7a.   Ang kaibígan ni Óscar ang kailángan niyang puntahan.
 b.   Walá naman siyang púpuntahan kundí ang kaibígan lang ni Óscar.
8a.   Ang mga bátá ang kailángan niyang asikasúhin.
 b.   Walá naman siyang áasikasúhin kundí ang mga bátà.
9a.   Ito ang librong kailángan niyang tapúsing basáhin.
 b.   Walá naman siyang tátapúsing basáhin kundí ang librong ito.
10a.   Ang pérang ito ang kailángan niyang ibalik sa mámà.
 b.   Walá naman siyang ibábalik sa mámá kundí ang pérang ito.

CIII. **Piliin ang támang sagot.**

1. Áalis na táyo Léslie. Handá ka na ba?
   a.   Óo, kanína pa.
   b.   Óo, mámayá na lang.
   c.   Óo, búkas.
   d.   Óo, kanína pa lang.
2. Sya ngá pala, nag-agáhan ka na ba?
   a.   Óo ngá pala, umága na.
   b.   A, sa Maynílá na lang ako kákáin mámayà.
   c.   Óo. Mámayang umága táyo púpunta sa Maynílà.
   d.   Kahápon, kina Pete ako nag-agáhan.
3. Bákit naman sa Maynílá ka pa kákáin?
   a.   Marámi pa kasi akong dápat gawin sa Maynílà.
   b.   Kasi ay hindí pa ako kumákáin.
   c.   Marámi ngá palang kumákáin sa Maynílà.
   d.   Kasi nakákakáin na ako sa Maynílà.
4. Ano ba'ng ginawá ni Pete?
   a.   Bíró mo ba namang nagpunta sa áking kwárto at binása yung súlat ko.
   b.   Gusto daw niyang basáhin ang áking súlat.
   c.   Kasi ay méron daw siyang kúkúning súlat sa áking mésa.
   d.   Si Pete ngá pala ang kúkúha ng súlat sa kwárto ko.
5. Bákit kayá ginawá ni Pete yon?
   a.   Dápat ngá matuwá siya.
   b.   A sigúro nagsésélos lang yon.
   c.   Kasi walá siyang nagawà.
   d.   Kailángan ngá pala niyang magpunta sa Maynílà.
6. Gusto mo bang magkásundó pa kayo ni Pete?
   a.   Ayóko na. Ngayon pang kilala ko na siya.
   b.   Hindì. Hindí totoo yon!

     c.   Kung pwéde ay ipakilála mo na lang ako kay Pete.

     d.   'Wag na, kalimútan mo na yon.

7. *Áalis na ba táyo?*

     a.   Óo at baká abútin pa táyo ng trápik sa Maynílà.

     b.   Hindí pa masyádong matrápik sa Maynílà.

     c.   Táyo na lang pala ang hindí inábot ng trápik.

     d.   Walá na akong dádalhin.

8. *O baká naman may nalílimútan ka pa?*

     a.   Hindí naman sigúro táyo áabútan ng trápik.

     b.   Walá na sigúro. Walá naman akong ibang dádalhin e.

     c.   Walá na akong ibang púpuntahan.

     d.   A, hindí pa ako nakákalímot.

9. *Anu-ano ba ang inyong dádalhin?*

     a.   Walá naman akong dala a.

     b.   A itong passport ko at saká ilang litráto lang.

     c.   Hindí ko naman dinala ang mga iyan.

     d.   Nalimútan ko palang dalhin ang áking passport at saká litráto.

10. *O Cárlos, kákáin na ba múna táyo?*

     a.   'Wag na múna at marámi pa táyong gágawin?

     b.   Kumáin múna kami. Tápos sila naman ang kumáin.

     c.   Hinding-hindí na ako kákáin doon.

     d.   Óo, nag-agáhan na kami.

CIV.   **Buuin ang mga sumúsunod na pangungúsap úpang magkaroon ng ganap na díwà.**

1. Kailángan táyong magmadalì. Marámi pa kasi táyong... 2. Ang dámi niyang sinábi tungkol sa ákin péro... 3. Kumáin ka na ba? Mámayá na lang sa... 4. Hindí na kami ulí magíging magkaibígan. Ngayon pang... 5. Mabúti pa'y umalis na táyo at baká táyo abútin.. 6. O táyo na ba? Téka baká may... 7. Walá na akong ibang dádalhin kundí passport ko at saká... 8. Pagdating ng áraw magíging magkaibígan... 9. Pumások siya sa áking kwárto at pagkatápos kinúha niya... 10. Marámi táyong gágawin kayá kailángang... 11. Kinúha niya yung súlat sa kwárto tápos... 12. Binása niya yung súlat pagkatápos... 13. Nagsésélos lang yang si Pete. Péro dápat siyang... 14. Bákit sa Maynílá ka pa... 15. Áalis na ba táyo? Baká naman mé...

CV.   **Sagutin ang mga sumúsunod na tanong.**

1. Gusto mo na bang kumáin? 2. Áalis na ba táyo. Baká may nalílimútan ka? 3. Ano, áalis na táyo? Hindí ka pa kumákáin, dí ba? 4. Bákit ba gusto mong umalis na kaagad táyo? 5. O, ano na namang nangyáyári sa 'yo Cárlos? 6. Ano'ng ginawá ni Pete sa kwárto mo? 7. Bákit kayá gano'n yong si Pete? 8. E ano namang ginawá niya pagkabása niya ng súlat mo? 9. Gusto mo pa bang mákasundó si Pete? 10. Anu-ano ba'ng dádalhin mo? 11. Ano'ng mangyáyári sa átin pag hindí táyo umalis agad? 12. Kailan ko kayá magíging kaibígan ulí si Pete? 13. Ano'ng ginawá ni Pete sa iyong mésa? 14. O násaan na yung litrátong dádalhin mo? 15. Hindí siya dápat magsélos dí ba?

DI.   **Guided Conversation for Unit 10**

   Leslie and Pete go to Manila to buy things for the house.

Pete: Leslie, that's the Embassy. That's where I (accompanied my grandfather) last Sunday.

Leslie: So, that's it. By the way, what happened to Inting?

Pete: With regards to Fulbright?

Leslie: Yes.

Pete: He got accepted, but he has not left yet.
Leslie: It's a good thing he was the one chosen. My! If it had been Carlos...
Pete: Oh, yes! Carlos is such a jerk, and he acts as if he were someone... And do you know that he has been spreading things which are not true? He's really infuriating.
Leslie: Isn't it hard to get accepted for the Fulbright?
Pete: Oh, yes! Especially if you don't know anybody and if you don't have anything to put (under the table).
Leslie: I wonder how much Inting gave?
Pete: Oh, no. He didn't pay anything for it.
Leslie: Inting must be so glad.
Pete: Yes. Some of his friends are actually feeling jealous.
Leslie: What is he doing now?
Pete: He's preparing for his trip. That's why he went there to the Embassy yesterday with a passport and some pictures.
Leslie: I hope, someday, I'll have the same luck. Oh, my!
Pete: What's the matter?
Leslie: Don't you notice that we are caught in the traffic?
Pete: Oh, yeah. Oh my! I'll never leave for Manila at this hour again. Oh, why do you have a face like that?
Leslie: My stomach is aching.
Pete: Did you have breakfast before we left?
Leslie: Actually, no. I thought we were going to eat here.
Pete: You were the one who hurried. Okay, let's get off here so we can eat.

The following day at Leslie's place

Pete: Hey, Leslie! Wake up.
Leslie: What's the matter? It's so early. It's only five o'clock.
Pete: The letter on my table (in my room) is missing. You read it, right? Did you take it?
Leslie: Hey! I never take other's letters. It is your fault. You just leave your things anywhere and just forget all about them.
Pete: It's very important. Come on, bring it out.
Leslie: Pete, I really don't know anything about it.
Pete: I'm really getting infuriated. You're just pretending. Please, bring it out.
Leslie: Please don't get mad! I gave it to Jay.
Pete: What! So, you're really brown-nosing him, aren't you? You should be ashamed of what you're doing. What if...? You must know; he's got connections with Carlos! If Carlos learns about this...
Leslie: Just forget that. I'm sure Jay won't say anything to Carlos about the letter.

EI.   Babasahin

Si Juan at ang kanyang Nánay

1. Kasáma ni Juan sa báhay ang kanyang nánay. Ísang gabi inutúsan siya ng kanyang nánay na maglátag ng banig dáhil siya ay ináantok na. At nang matútúlog ang kanyang nánay, naglábásan ang maráming lángaw.

2. "Hoy Juan, bugáwan mo ako ng lángaw hábang ako'y natútúlog ha? At 'wag kang tútúlog."

3. At nagbantay ngá si Juan. Nang... may biglang dumápong lángaw sa noo ng kanyang nánay. Pára siyang sundálo... at dáhan-dáhang kumúha ng isang malaki't mahábang káhoy, sinípat ang lángaw at... pak! Sapol ang lángaw... "Kálá mo maíisahan mo ako ha!" sábi ni Juan.

4. Biglá siyang nágúlat nang mápansin niyang dumúdugó ang noo ng kanyang nánay. "Inay, Inay!" ngúnit hindí pa rin ito kumíkibò. Umiyak nang umiyak si Juan. Akálá niya'y nápatay niya ang kanyang ina.

5. Dáhil sa pagkalito, hindí na niya inakálang ito pala'y nawalan lang ng málay. Dalí-dálí niyang binílot ang banig kasáma ang kanyang nánay at ito'y kanyang binuhat.

6. Patakbo siyang naglakad papuntang sementéryo. Hindí na niya nápansin na untí-untí palang dumádausdos ang kanyang nánay sa banig hanggang... Bag! Nalaglag na ang kanyang nánay.

7. Subáli't hindí ito nápansin ni Juan, takbo pa rin siya nang takbo hanggang abútin niya ang sementéryo. Naghúkay siya ng balon, húkay... húkay... at ínilagay niya ang banig sa balon sa

pag-aakálang nakabálot pa rin doon ang kanyang ina at ito'y kanyang tinabúnan.

8. Samantála nágising ang nánay ni Juan na nagtátaka kung bákit siya nároon. Naglakad siya nang naglakad hanggang makauwí siya sa kanilang báhay.

9. Pawis na pawis si Juan hábang siya'y naglálakad pauwí sa kanilang báhay. Nang makarating siya sa kanilang báhay ay dáhan-dáhan niyang binuksan ang pintò..., may nárinig siya sa may kusínà.

10. Takbo siya at nákíta niya ang kanyang nánay na naglúlútò. "Ngiiiiiii... multo!", ang sigaw ni Juan.

11. Hindí máláman ni Juan kung saan púpunta. Hálos magkandarápá siya sa pagtakbo. Hanggang makalabas siya ng báhay ay nagsísisigaw pa rin siya. At simulá noon, hindí na siya bumalik sa kanilang báhay.

Commentary to difficult forms in Reading 10

1.	*inutúsan*	"Was commanded." The local passive of this verb refers to the person to whom a command is (was etc.) given (§6.21).
	maglátag	"To spread (something) out." The dependent form of the verb is used in a phrase following *inutúsan* "was commanded" (§7.52).
	ináantok	"Be sleepy." The use of the direct passive with verbs which mean "be affected by..." is explained in (§10.44).
	nang matútúlog	"When (so-and-so) was about to sleep." The future form of the verb is used in phrases introduced by *nang* or *noong* which refer to past time when the action is one which is about to happen (§7.911).
	naglábásan	"Came out in numbers." The *mag-an* conjugation of verbs which refer to actions involving several agents is explained in §13.61.
2.	*bugáwan*	"Shoo away from (her, him, it)." The local passive of this verb refers to the place or person from whom something is shooed away. The direct passive *bugáwin* "chase (it) away" refers to the thing which is shooed away.
	huwag kang tútúlog	"Do not under any circumstances sleep." The future imperative is explained in §9.9.
3.	*may dumápong lángaw*	"There was a fly which alighted."
	biglang dumápò	"Suddenly alighted."
	párang sundálo	"Like a soldier."

	matisahan	"Be able to get the better of (him, her)." The local passive potential of the root *isa* means "for the (agent) to get the better of (the subject)." (The local passive here is of the type explained in §7.4, but we will not have a full explanation of it until Unit 15, §15.22).
4.	*dugò*	"Blood."
	dumugò	"Bleed."
	ngúnit	This is a fancy word for "but." In ordinary Pilipíno "but" is expressed by *péro*.
	hindí pa rin	"Still nevertheless (so-and-so) did not happen."
	nápatay	"Accidentally killed." This is the use of the direct passive potential of *patay* in the meaning "accidentally kill (him, her)." Note that the prefix in the accidental meaning has a long vowel.
5.	*pagkalito*	"Confusion." This is the abstract form of the root *lito* "confused" from the verb *malito* "become confused" (§7.73).
	inakálà	"It occurred to (genitive)."
	nawalan ng X	"Lost X." The local passive potential of *walá* means "for (him, her) to lose." The thing lost is expressed by a direct object phrase introduced by *ng* (§7.4).
	binílot	"Rolled it up."
	kasáma ang X	"Together with X" (§9.72).
6.	*patakbong naglakad*	"Went (somewhere) running." For the formation of adjectives which refer to manner by adding *pa-* to the root, see §15.31.
	untí-untì	"Little by little."
	nalaglag	"Fell to the ground."
7.	*subálit*	"But." This is another fancy word for "but."
	takbo nang takbo	"Ran and ran." The formation of verbs referring to intense action is explained in §6.753.
	abutin ang X	"Reach X." The direct passive of *abut* can have the meaning reach (it, him, etc.). The dependent is used after *hanggang* "until" as explained in §10.83.
	húkay	"Dug." In narrative styles affixes may be dropped. This is discussed in detail in Unit 23, §23.37.
	sa pag-aakálà	"In the belief that." This is the abstract form of *mag-akálà* "think something to be (so-and-so)."
	nakabálot	"Was wrapped up." The use of the prefix *naka-* to form a stative adjective is discussed in §13.4.
	tinabúnan	"Covered (it) over."
8.	*samantála*	"In the meantime."
	nágising	"Accidently woke up."
	nagtaka	"Was surprised."
	naglakad nang naglakad	"Walked and walked" (§ 6.753).
8.	*pawis*	"Sweaty."
	pawis na pawis	"Very sweaty" (§6.751).
	pauwì	"Going home" (§15.31).
9.	*sa may kusínà*	"From where the kitchen was."
11.	*dapà*	"Lying face down."
	magkandarápà	"Stumbling so as to fall on one's face." This is a verb which refers to manner, in the active dependent form. The dependent is used after *hálos.*

nagsísisigaw	"Kept shouting and shouting." This is a verb formed by reduplicating the root *sigaw* with a short vowel and adding the prefixes of the *mag-* conjugation. (§13.62).
nagsísigaw pa rin	"Kept shouting despite everything."
simulà (genitive)	"Starting at (genitive)" (§10.83).

EII.   Punuan ng támang sagot ang mga patlang sa mga sumúsunod na pangungúsap.

1. Ang nánay niya ang _____ sa báhay. 2. Naglátag siya ng _____ dáhil _____ ang kanyang nánay. 3. Lumabas ang _____ nang matútúlog na ang kanyang nánay. 4. "Wag kang tútúlog," ang sábi ng nánay, at _____ mo ako ng lángaw. 5. Nagbantay si Juan ngúnit may _____ sa noo ng nánay niya. 6. Kumúha siya ng káhoy na párang isang _____. 7. Sinípat niya ang lángaw at sinábing, "Akálá mo ay _____ mo ako." 8. Ang noo ng kanyang nánay ay _____. 9. _____ niya ang kanyang ina sa banig at _____. 10. Naglakad siya papuntang _____. 11. Dumádausdos ang kanyang nánay at ito ay _____. 12. Naghukay siya at inilagay niya _____ sa húkay. 13. Nagtaka ang nánay ni Juan at _____ pauwí sa báhay.

EIII.   Pagpapahayag na mulì. Muling bumuó ng pangungúsap áyon sa únang pahayag.

1. Kasáma ni Juan sa báhay ang kanyang nánay. Isang gabi ay inutúsan siya ng kanyang nánay na maglátag ng banig dáhil siya ay ináantok na. At nang matútúlog ang kanyang nánay, naglábásan ang maráming lángaw.
   Ang nánay niya... kayá... siya ng banig.
   Ang... sa kanya ay maglátag ng banig.
   ... ni Juan ang banig.
   ... ang kanyang nánay.
2. "Hoy Juan, bugáwan mo ako ng lángaw hábang ako'y natútúlog ha? At 'wag kang tútúlog."
   Hindí siya natúlog at...
   Hábang... ang kanyang nánay ay gising siya.
   ... niyang lahat ang lángaw.
3. At nagbantay ngá si Juan. Nang... may biglang dumápong lángaw sa noo ng kanyang nánay. Pára siyang sundálo at dáhan-dáhang kumúha ng isang malaki't mahábang káhoy, sinípat ang lángaw at... pak! Sapol ang lángaw... "'kálá mo máiisahan mo ako ha!" sábi ni Juan.
   ... ni Juan ang kanyang nánay.
   ... ng lángaw ang noo ng kanyang nánay.
   Kumúha siya ng káhoy na párang...
4. Biglá siyang nagúlat nang mápansin niyang dumúdugó ang noo ng kanyang nánay. "Inay, Inay!"... ngúnit hindí pa rin ito kumíkibò.
   Ang nánay ni Juan ay hindí... at... kayá siya nagúlat.
   May... ang noo ng kanyang nánay.
   Hindí ... ang kanyang nánay.
5. Umiyak nang umiyak si Juan. Akálá niya'y nápatay niya ang kanyang ina.
   Hindí kumíkibó ang kanyang ina, akálá niya'y... at... si Juan.
   ... ni Juan na patay ang kanyang nánay.
   Ang... niya ay patay na ang kanyang nánay.
6. Dáhil sa pagkalito hindí na niya inakálang ito pala'y nawalan lang ng málay, dalí-dálí niyang binílot ng banig ang kanyang nánay at ito'y kanyang binuhat.
   Akálá niya'y... ang nánay niya, yun pala ay...
   ... si Juan dáhil nawalan ng málay ang nánay niya.
   ... ng banig ay binuhat niya iyon.
   Binuhat niya ang kanyang nánay na...

7. Patakbo siyang naglakad papuntang sementéryo. Hindí na niya nápansin na untí-untí palang dumádausdos ang kanyang nánay sa banig hanggang... Bag! Nalaglag na ang kanyang nánay.

Si Juan ay... sa sementéryo at ang nánay niya ay... sa banig dáhil... nang hindí niya nápapansin.

... siya papuntang sementéryo.

... ang nánay niya.

Ang nánay niya ay... sa banig.

8. Subáli't hindí ito nápansin ni Juan, takbo pa rin siya nang takbo hanggang abútin niya ang sementéryo. Naghukay siya ng balon, húkay... húkay at inilagay niya ang banig sa balon sa pag-aakálang nakabálot pa rin doon ang kanyang ina at ito'y kanyang tinabúnan.

... siya ng balon sa...

Ang akálá niya ay... sa banig... kayá ito'y kanyang tinabúnan.

... niya ay nakabálot pa doon ang nánay niya.

9. Samantála, nágising ang nánay ni Juan na nagtaka kung bákit siya nároon. Naglakad siya nang naglakad hanggang makauwí siya sa kanilang báhay.

Nagtaka ang nánay ni Juan nang siya ay...

Dáhil naglakad ang nánay ni Juan, siya ay... sa báhay nila.

... ang nánay ni Juan pauwí sa báhay.

Ang nánay niya ay... pauwì.

... ang nánay niya.

10. Pawis na pawis si Juan hábang siya'y naglálakad pauwí sa kanilang báhay. Nang makarating siya sa kanilang báhay ay dáhan-dáhan niyang binuksan ang pintò..., may nárinig siya sa may kusínà.

Naglakad si Juan pára ... sa kanilang báhay kayá... siya.

... niya sa kanilang báhay ay dahan-dáhan siya sa...

... niya ng pintó ay... siya ng kílos sa kusínà.

11. Takbo siya at nákíta n'ya ang kanyang nánay na naglúlútò. "Ngiiiiiiii... multo!", ang sigaw ni Juan.

Nang... siya sa loob ay nandoon ang kanyang nánay na abala...

... ni Juan na multo ang kanyang nánay.

12. Hindí máláman ni Juan kung saan púpunta. Hálos magkandarápá siya sa pagtakbo. Hanggang makalabas siya ng báhay ay nagsísisigaw pa rin siya. At simulá noon, hindí na siya bumalik sa kanilang báhay.

... lumabas si Juan sa kanilang báhay dáhil sa tákot.

Hindí na... ang kanilang báhay simulá noon.

Lumabas si Juan ng báhay na... at... pa.

EIV. Sagutin ang mga sumúsunod na tanong.

1. Walang kasáma si Juan sa báhay. Támá o malì? 2. Bákit naglátag ng banig si Juan? 3. Ano ang nangyári nang matútúlog na ang nánay ni Juan? 4. Bákit áyaw ng nánay na matúlog si Juan? 5. Biglang may dumápong lángaw na mahábang káhoy na hináhawákan ni Juan. Támá o malì? Bákit? 6. Ano ang ginawá ni Juan sa lángaw nang dumápó sa noo ng kanyang nánay? 7. Párang sundálo ang natútúlog na nánay ni Juan. Támá o malì? Bákit? 8. Bákit tináwag ni Juan ang kanyang nánay? 9. Nápatawa siya nang hindí kumibó ang kanyang nánay. Támá o malì? 10. Totoo bang nápatay niya ang kanyang ina? 11. Papaáno dinala ni Juan ang kanyang nánay? 12. Nahirápan si Juan sa pagdadala ng kanyang nánay sa sementéryo. Támá o malì? 13. Bákit hindí nápansin ni Juan na dumádausdos ang nánay niya sa banig? 14. Pagkalaglag ng nánay niya ay tumígil si Juan. Támá o malì? 15. Bákit inilagay ni Juan ang banig sa húkay káhit walang laman? 16. Hindí nagtaka ang nágising na nánay ni Juan at nagpunta rin siya sa sementéryo. Táma o malì? 17. Bákit pawis na pawis si Juan nang maglakad siya pauwí sa kanilang báhay? 18. Bákit siya sumigaw nang pumások siya sa kusínà? 19. Si Juan ay nawalan ng málay dáhil sa tákot sa

kanyang nánay. Támá o malì? 20. Multo na ang kanyang nánay. Támá o malì? 21. Pagkalípas ng ilang óras, bumalik si Juan sa kanilang báhay. Támá o malì?

Grammar

10.1 Verbs from adjectives

10.11 The *ma-* conjugation

The *ma-* conjugation is the same in form as the potential of the direct passive. (Review Unit Seven, §7.1.) These forms are shown in the following chart:

Root	Past	Present	Dependent	Future	Abstract
túlog	natúlog	natútúlog	matúlog	matútúlog	pagkatúlog

We have the following words of the *ma-* conjugation we had so far (quoted in the dependent form):

matúlog	*sleep*	mahúlog	*fall*
malaglag	*fall out, off*	mátúto	*learn*

1. *Mámà, dáhan-dáhan hó baká mahúlog yung nása likod.* "Driver take it easy. The things at the back **may fall out**." (9B20a)
2. *Nang natútúlog ang kanyang nánay.* "While his mother **was asleep**." (9R2)

Furthermore, the *ma-* conjugation is common with adjectives which have no prefix. Such verbs mean "become (so-and-so)."[1]

asar	*angry*	maasar	*become angry*
bwísit	*bad luck*	mabwísit	*become angry*
basà	*wet*	mabasà	*get wet*
galit	*angry*	magálit	*get angry*
hiyà	*ashamed*	mahiyà	*be ashamed*
lito	*confused*	malito	*get confused*
malungkot[2]	*sad*	malungkot	*get sad*
sirà	*broken*	masírà	*break*
suyà	*fed up*	masúyà	*get fed up*
tuwà	*happy*	matuwà	*become happy*
walà	*be not there*	mawalà	*disappear*
gutom	*hungry*	magútom	*become hungry*
uhaw	*thirsty*	maúhaw	*get thirsty*
busog	*full*	mabusog	*get full*

3. *Mababáhó ang mga pláto dáhil ipinások mo sa platéra hábang ito'y basá pa.* "The plates **smell** because they were still **wet** when you put them back."

---

[1] Technically, *matúlog, mahúlog,* and *malaglag* are also in this class because the root of these are used as adjectives:

   tulog "asleep"   *hulog* "failed (as in exam)"   *laglag* "fallen off"

[2] This root has a prefix *ma-* when used as an adjective.

3a. *Balútan nátin itong mga úlam pára hindí **mabasà**.* "Let's wrap these foods so they won't **get wet**."

4. *Bwísit talaga si Cárlos kasi hambog.* "Carlos is **bad luck** because he is so shook up."

4a. *Nabubwísit na ako.* "I'm really **angry**." (10B16a)

5. *Walá na ang pagkapágod ko.* "My tiredness is **all gone**."

5a. *Mawáwalá ang pagkapágod mo kung máririnig mo ang tugtúgan.* "Your tiredness **will disappear** when you hear the songs." (7A4a)

6. *Lito ang áking ísip.* "My thoughts are all **confused**."

6a. *Dáhil sa **nalito** siya, akálá niya'y patay na ang kanyang nánay.* "Because he **was confused**, he thought his mother was dead."

7. *Tuwang-tuwá si Huwan dáhil naipagbili niya ang kanyang kawálì.* "John was **very happy** because he managed to sell his wok."

7a. *Sa palagay ko'y **matútuwá** iyon.* "I think he **will be happy**." (10A10)

10.111   The *má*- conjugation

Some verbs of the *má*- conjugation have a long vowel prefix.

Root		Past	Present	Dependent	Future	Abstract
túto	*learn*	nátúto	nátutúto	mátúto	mátutúto	pagkatúto

8. *Kung **mátutúto** kang mabúti...* "If you **learn** well..."

10.112   The *ma*- cconjugation affixes added to verbs which refer to position

Some common verbs which refer to position "fall, stand, sit," and the like have the *ma*-conjugation

Root		Past	Present	Dependent	Future	Abstract
upò	*be seated*	naupò	naúupò	maupò	maúupò	pagkaupò
tayò	*be standing*	natayò	natátayò	matayò	matátayò	pagkatayò
higà	*be lying*	nahigà	nahíhigà	mahigà	mahíhigà	pagkahigà

DO GRAMMAR EXERCISES 10A1,10A2.

10.12   The *nakáka*- conjugation

Further, with adjective roots a verb can be formed by adding affixes which have the same shape as the potential active form. Such verbs mean "make something be" (adjective). They are most common in the present tense forms (but can be used in any tense):

nakákaasar	*maddening*	nakákabasà	*can make s.t.wet*
nakákabwísit	*infuriating*	nakákahiyà	*embarrassing*
nakákagalak	*overjoying*	nakákalito	*confusing*
nakákalungkot	*saddening*	nakákasírà	*destructive*
nakákasúyà	*disgusting*	nakákatuwà	*making one happy*
nakákawalà	*making s.t. vanish*	nakákagútom	*causing hunger*
nakákaúhaw	*causing thirst*	nakákabusog	*filling*
nakákatúlog	*sleep inducing*	nakákasélos	*make one jealous*
nakákapagtaka or nakapagtátaka[3]			*surprising*

---

[3] Instead of *nakáka*-, *naka-R*- occurs with all these roots — i.e., *nakaáasar, nakahíhiyà*, etc. But only the form with *nakáka*- is common. *Nakapagtátaka* "surprising" is an exception in that it is common.

Compare the following sentences with the examples of the above section with the same number.

3b. *Párang túbig iyan, péro hindí **nakákabasà**.* "That looks like water, but it **can't get (you) wet**."

5b. *Walang **makákawalá** ng pagkapágod na ito kundí ang márinig ko ang tugtúgan.* "Nothing **can make** this feeling of tiredness **vanish** except if I hear the music."

6b. *Nakákalito yong paliwánag mo.* "Your explanations are **confusing**."

7b. *Hindí **nakákatuwá** yung pinagsásabi mo.* "What you are spreading around does not **make** (me) **happy**."

Other examples:

9. *Nakákahiyá kung ikaw ang magbábáyad ng lahat.* "It's **embarrassing** if you are the one who pays for everything." (4C29)

10. *Nápakatanga niyang si Cárlos. **Nakákasuyà**.* "That Carlos is such a jerk. It's **disgusting**." (10B18b)

DO GRAMMAR EXERCISE 10A3.

10.2 Indefinite words

INDEFINITE WORDS are words which mean "something, anything, anybody, somebody, nothing, nobody," and the like. Most common indefinite words are expressed by sentences that have *may, mayroon, marámi,* or *walá* with a verb as the predicate. These sentences literally mean "have (has), many, some or none, do (so-and-so) or have (so-and-so) happen to them." See §3.3 of Unit Three for sentences of this type with nouns.

10.21 The indefinite word as the direct object of the verb in sentences with a direct passive.

Sentences which mean "(subject) does (or did) anything, something, nothing" are expressed by a predicate consisting of *may, mayroon, marámi,* or *walà* plus a passive verb. The subject is the agent.[4] For example in the following sentences the subject is *ka*. The verb is passive because the indefinite word is the direct object of the verb.

11. *May **gágawin** ka ba ngayon?* "Do you **have anything to do** now?" (10A5)

The verb is future because the action in this example is future. Compare the following two sentences which show other tenses of the verb.

11a. *May **ginágawá** ka ba?* "Are you **doing anything**?"

11b. *May **nagawá** ka na ba?* "Have you **had a chance to do something**?"

11c. *May **ginawá** ka na ba?* "**Did** you **do something** yet?"

11d. *May **magágawá** ka ba?* "**Can** you **do something**?"

The above sentences could have *mayroon* in place of *may* with no difference in meaning.

11e. *Mayroon ka bang **gágawin** ngayon?* "Do you **have anything to do** now?"

If *marámi* is substituted for *may* or *mayroon*, the meaning is "have lots..."

11f. *Marámi ka bang **gágawin** ngayon?* "Do you **have lots to do** now?"

---

[4] Note that in these sentences the agent is the subject of the sentence. Thus the agent is nominative and not genitive as is the case of passive verb in other constructions. In example 11, the agent is nominative *ka* because it is the subject.

The negative of these sentences is *walà* (as always in sentences with predicate of this type- §2.53).

11g. **Walá ka bang gágawin?** "Don't you have **anything to do?**"

In sentences of this type with *walá pa* "haven't done (so-and-so) to anything yet" the verb is in the present tense, as is the case of sentences with *hindí pa* "haven't done yet" (as explained in Unit Four, §4.221). Compare the following two sentences 11b and 11c above.

11b(1). **Walá ka pa bang nagágawà?** "**Haven't** you **managed to do anything?**"
11c(2). **Walá ka pa bang ginágawà?** "**Didn't** you **do anything yet?**"

Other examples:

12. **Marámi pa kasi táyong dápat gawin?** "Because we **still have lots to** (that we should) **do.**" (10C27b)
13. **Walá naman akong dádalhin.** "**I don't have to bring anything.**" (10C36)

The above sentences all have direct passive verbs because the indefinite word is the direct object and the verbs in the example are of the type for which the direct passive refers to the direct object.

10.22 Indefinite words in sentences with passives other than the direct passive

When verbs in which the local passive refers to the direct object are used in sentences meaning "do to anything, something, nothing," the local passive verb form is used. For example *kalímut* "forget" has a local passive to refer to the direct object (the thing forgotten). Thus, in the following sentence where "anything" is the object, the local passive of *kalímut* is used.

14. **Baká may nalílimútan ka pa.** "Are you sure you're not **forgetting anything?**" (10C35b)

Similarly, *máláman* "find out about" has a local passive to refer to the direct object — the thing found out about.

15. **Yung mga táong walang nálaláman.** "Those people who **don't know anything.**" (§10B18a)[5]

Another example: *túto* "learn" only has a local passive (and only potential). Therefore, if the indefinite word is the thing learned, then the local passive is used.

16. **Madámi kang mátututúnan.** "There is **much to learn** (You have lots to learn)." (§5A4)

If the local passive verb refers to the place where or the person to whom the action was done (§6.22ff. in Unit Six), it can also be used in these kind of constructions. For example, in the following sentence the indefinite word is the place of the action. The local passive of the verb *punta* "go to" is used to refer to the place. The subject of the sentence is the agent, as is the case of all sentences of this type.

17. **Walá akong púpuntahan** *sa Linggo.* "**I don't have any place to go to** on Sunday."

Similarly conveyance passive verbs can be used in sentences of this type. If the indefinite word is the direct object (thing given, put, etc.) and the verb is the type that uses the conveyance passive to refer to the direct object, the conveyance passive form of the verb is used.

18. **Walá hó ba táyong dápat iakyat** *sa báhay?* "**Don't** we **have anything** else **to take** (lit. we should take) into the house?"

---

5 In this case the phrase containing the form meaning "anything" is not the predicate but rather a modifier of *táo.*

19. *Marámi ka bang náiuwí gáling sa pista?* **"Did** you **bring home lots (of food)** from the fiesta?" (Lit. Did you have lots that was managed to be brought home?)

Further, a conveyance passive verb which refers to something other than the thing conveyed may also be used in sentences with indefinite words. For example, the conveyance passive of *bili* "buy" refers to the instrument that one buys with. Thus, in the following sentence the potential conveyance passive is used because the indefinite word "anything" is the instrument.

20. *Walá táyong máibíbili ng bigas.* **"We don't have anything to buy** rice **with."**

10.23 The indefinite word as agent

When the indefinite word (anyone, anybody, anything, etc.) is the agent of the action, (that is, the one who does, did, will do, etc. the action), then the sentence consists of a predicate alone introduced by *may, mayroon, marámi,*or of *walá* plus the linker *ng* plus an active verb.
For example, "no one" is the agent in the following sentence. Therefore the active verb is used.

21. **Walang nakákíta..** **"No one saw** (it)." (Lit. There was no one who saw.)

In the following sentence "lots" is the agent of the action. Therefore, the active is used, and the sentence is introduced by *marámi.*

22. *Marámi pang dárating.* **"Lots of people** are still to come."

Another example:

23. *May dumating na ba?* "Has **anyone** come yet?"

10.24 Indefinite words modifying nouns

Indefinite words in English which modify nouns are "any," "some," and "no" as in "I didn't buy any (bought no) books," "some tourists visited Vigan," "I brought some candy." These are expressed by sentences of the types described in §§10.21-10.23 with the noun modified by the indefinite word linked to the verb of the sentence with *ng (na).* The following sentences show these constructions. The sentence with no letter illustrates the indefinite words, and those with *a* illustrate the indefinite words in modifying words in modifying portion.

24. *Walá akong binili.* "I did not buy anything."
24a. *Walá akong biniling libro* or *Walá akong librong binili..*"I didn't buy any books." (Lit. I didn't have any books that were bought.)
25. *May bumisíta sa Vígan.* "Someone visited Vigan."
25a. *May bumisítang turísta sa Vígan.* or *May turístang bumisíta sa Vígan.* "Some tourists visited Vigan."
26. *May binili ako.* "I bought something."
26a. *May binili akong kéndi.* or *May kéndi akong binili.* "I bought some candy."

DO GRAMMAR EXERCISES 10Bff.

10.3   More on *pa, lang, na*

10.31 *Pa* vs. *lang* in past time expressions

In Unit Four, §4.321, we learned that *pa* is used with past time expressions to refer to events that took place earlier than expected.

27. *Nagsimulá ang kláse noong Martes pa.* "The classes started **already** on Tuesday." (§4B13)

28. *Kanína ka pa ba gising?* "Have you been up for some time **already**?" (Lit. Is it **already** awhile that you are awake?)

This usage can be contrasted with *lang* which means "only." With past time expression, the implication is that the event should have happened earlier.

29. *Kanína lang siya dumating.* "He **only** arrived a while ago (He should have arrived earlier)."

The combination *pa lang* emphasizes that it was not until that point in time that the event occurred.

29a. *Kanína pa lang siya dumating.* "He didn't arrive **until just** a while ago."

10.32 Synopsis of *na, lang,* and *pa* in expressions of time

10.321   With expressions of quantity

a. "so-and-so much up to now"

30. *Dalawang taon na akong nátutúto díto.* "I have been studying here **for two years now**."

b. "so-and-so much (in past or future)"

30a. *Dalawang taon akong nátúto díto.* "I studied here **for two years**."

30b. *Dalawang taon akong mátutúto doon.* "I will study there **for two years**."

c. "only so-and-so much up to now"

30c. *Dalawang taon pa lang akong nátutúto díto.* "I have been studying here **for only two years**."

31. *Dalawa pa ngá lang.* "We **only** have **two so far**." (2B22)

d. "only so-and-so much (in past or future)"

30d. *Dalawang taon lang akong nátúto doon.* "I studied there **for only two years**."

30e. *Dalawang taon lang akong mátutúto doon.* "I will study there **for only two years**."

e. "so-and-so much more"

30f. *Dalawang taon pa akong mátutúto díto.* "I will study here **for two more years**."

f. "only so-and-so much more"

30g. *Dalawang taon na lang akong mátutúto díto.* "I will only study here **for only two more years**."

10.322   In expressions of time not referring to length

a. "already by (such-and-such) a time in the past"

32. *Kanínang alas sais pa ako nakaalis.* "I had **already** gotten off **at six**."

b. "only at (such-and-such) a time in the past (for something that should have happened earlier)"

32a. *Kanínang alas sais lang ako nakaalis.* "**I only** got to leave **at six**."

b(1). "not until such-and-such a time in the past"

    32b. ***Kanínang alas sais pa lang*** *ako nakaalis*. "I didn't get to leave **until six**."

Ngayon lang or *ngayon pa lang* has two meanings; (1) "not until now" and (2) "now is the first time."

    33. ***Ngayon lang (pa lang)*** *ako dumating*. "**I just** arrived (**didn't** arrive **till now**)."
    33a. ***Ngayon ka lang*** *ba nakapunta sa pista?* "Is **this your first time** to go to a fiesta?" (§7B25)

c. "already at such-and-such a time in the future"

    34. ***Mámayang alas sais na*** *táyo makákaalis*. "We will **already** be able to leave **at six**."

d. "not until (such-and-such) a time in the future"

    35. ***Mámayang alas sais pa*** *táyo makákaalis*. "We cannot leave **until six o'clock**."

DO GRAMMAR EXERCISE 10Cff.

10.4   Special uses of inflections which we have studied

10.41 *-um-* intransitive verb

    Many intransitive verbs (verbs which do not have direct objects) are of the *-um-* active conjugation. Many of the verbs which refer to motion which we studied in Unit Nine, §9.6 are of this type. (Review §9.6 for a list of these verbs.) In this lesson we have *tumúlog* "sleep" and *gumísing* "wake up." These verbs also occur with the *ma-* conjugation affixes described in §10.1 above, and there is a slight difference of meaning between the *ma-* verb and the *-um-* verb. The *-um-* conjugation in these cases refers to a more purposeful action.

    36. *Tuwing alas-síngko kasi ako* ***gumígísing***. "Because I always **get up** at five o' clock." (10A2)
    37. *Samantála,* ***nágísing*** *ang nánay ni Juan*. "Meanwhile, John's mother **came to**." (§10R8)
    38. *Hábang ako'y* ***natútúlog***, *huwag kang* ***tútúlog***. "While I **am asleep**, don't you dare **go to sleep**." (10R2)

10.42 *Ipagpabúkas, ipagpaliban,* and *ipagsabi*

    These three verbs are used mainly in the conveyance passive form.[6] *Ipagpabúkas* means "put off till tomorrow" and in sentences in which it is a predicate, the subject is the thing postponed.

    39. ***Maipagpápabukas*** *ko naman itong trabáho*. "I can **put** this work **off until tomorrow**."
    40. *Hindí ko* ***maipagpalíban*** *ito*. "**I cannot postpone** this."

Ipagsabi means "spread news." If *ipagsabi* is the predicate the word that refers to "the news that is spread" is the subject.

    41. *Huwag mong* ***ipagsabi*** *ang balítà*. "Do not **spread the news**."
    42. *Dápat mahiyá ka diyan sa mga* ***ipinagsásabi*** *mong iyan*. "You should be ashamed at those things you are **spreading around**." (10B23b)

---

[6]However, the active forms, *magpabúkas* and *magpalíban,* do occur.

DO GRAMMAR EXERCISE 10D.

10.43 *Kakilála* vs. *kilála*

Kilála means "acquainted" and is an adjective which refers to a state. In sentences with *kilála* as the predicate the person with whom one is acquainted is the subject and the one who has the acquaintance is genitive. (Review §6.5, Unit Six.)

> 43. *Kilála ko ngá pala yung kapatid mo.* "Oh yes, I **know** your brother." (6A3)

Kakilála is a noun and means "friend (not close), acquaintance."

> 44. *Basta mayroon kang **kakilála**, makákapások ka.* "As long as you have **an acquaintance** (inside), you can get in." (§10B24c)
> 45. *Hindí ko naman siya kaibígan. **Kakilála** ko lang siya.* "He isn't really a friend. He's just **an acquaintance** of mine."

10.44 Direct passive affixes added to adjectives referring to personal state

Some adjectives which refer to personal state may have the direct passive affixes added to them. The resulting verb means "feel (so-and-so)." If the verb is the predicate, the subject refers to the person who has the feeling.

The following roots we have had may have this formation. (We quote the verb in the dependent tense form.) The following forms represent this formation with adjectives:

malamig	*cool*	lamigin	*feel cool*
gutom	*hungry*	gutúmin	*feel hungry*
antok	*sleepy*	antukin	*feel sleepy*
uhaw	*thirsty*	uháwin	*feel thirsty*

This same formation can also occur with some nouns.

sipon	*cold*	sipunin	*have a cold*
dugò	*blood*	duguin	*menstruate*

> 46. *Ináantok na ang ina ni Juan.* "John's mother **is already sleepy**."
> 47. *Magbáon ka baká ka gutúmin.* "Take something to eat with you in case you **get hungry**."

DO GRAMMAR EXERCISE 10E.

10.45 *Máláman* vs. *alam*

Alam means "known." The one who knows is expressed by the genitive. If *alam* is the predicate, the thing known is the subject. In the following example *alam ko* is the predicate, and *iyon*, the thing known, is the subject.

> 48. *Alam ko na iyon.* "I **know** that already."

English "know, knew", etc. is usually translated by *alam*. *Máláman* means "find out, learn."

> 49. *Kaníno mo naman **náláman** iyong tsísmis na yan.* "Whom did you **find** that gossip **out** from?" (10B15)

50. *Hindí **máláman** ni Juan kung saan púpunta..* "Juan didn't **know** where he should go." (10R11)

10.5 More on adjectives

10.51 Exclamatory sentences with *nápaka-*

The prefix *nápaka-* can be added to adjective roots to form exclamations. If the adjective has a prefix *ma-*, *ma-* is dropped before *nápaka-* is added. The thing exclaimed over is in the genitive. Sentences with *nápaka-* are analogous to exclamatory sentences with *ang + adjective* or *kay + adjective* (as described in §6.71 of Unit Six). For example in the following sentence *nápaka-* is prefixed to *tanga* "jerk." The person exclaimed about is expressed by the genitive.[7]

51. ***Nápakatanga** niyang si Cárlos!* "**What a complete jerk** that Carlos is!" (10B18b)

The exclamation with *nápaka-* expresses greater emotion than an exclamation with *ang*.

51a. ***Ang tanga** ni Cárlos!* "Carlos sure is **a jerk!**"

In the following example the *ma-* of *maláyò* is dropped before the exclamatory prefix.

52. ***Nápakaláyò** naman ng púpuntahan nátin!* "**How terribly far** it is to the place we're going!"

10.52 Comparisons with *kaysa*

Kaysa is used in comparative sentences. *Kaysa* is a preposition which means "than" or "rather than." If *kaysa* is followed by a verb, the verb is dependent. The verb phrase with *kaysa* means "rather than do."

53. *Marámi pa akong áasikasúhin **kaysa** ipagsabi kong áalis ako.* "I have lots of other things to take care of **rather than** spreading the news that I'm going to leave." (10A11)

Kaysa is also followed by nouns or pronouns. In that case the noun or pronoun is **DATIVE** (§3.4 of Unit Three). In the following sentences *kay Cárlos, sa ákin, doon, sa Lólo ko* are dative.

54. *Mas malaki pa si Pete **kaysa kay** Cárlos.* "Pete is even bigger **than Carlos**."
55. *Mas malaki siya **kaysa sa ákin**..* "He is bigger **than I am**."
56. *Mas mahal ito **kaysa doon**.* "This is more expensive **than that**."
57. *Mas matandá siya **kaysa sa Lólo ko**.* "He is older **than my grandfather**."

The form *kaysa sa* is often shortened to *kaysa* or *sa* and *kaysa kay* to *kay*.

54a. *Mas malaki pa si Pete **kay** Cárlos.* "Pete is even bigger **than Cárlos**."
55a. *Mas malaki siya **sa ákin**.* "He is bigger **than I (am)**."
57a. *Mas matandá siya **sa Lólo**.* "He is older **than Grandfather**."

DO GRAMMAR EXERCISES 10Fff.

---

[7] *Niyang si Cárlos* consists of the genitive of the pronoun plus a phrase modifying the pronoun. The modifying phrase linked with *ng (na)* is in the nominative.

10.6   *Kung* plus interrogative

The interrogatives are *síno* "who?" *ano* "what?" *alin* "which?" *ilan* "how many?" *magkáno* "how much (price)?" *saan* "where?" *paáno* and *papaáno* "how?" Phrases consisting of *kung* plus an interrogative mean "anyone, anything, anywhere, anyhow", etc. (§6.922 of Unit Six).

58. *Támá na iyan. Hindí naman siya nagbáyad ng **kung ano**.*[8] "That's enough. He didn't pay **anything**." (10B23a)

59. ***Kung síno** yung mga táong walang nálaláman, siya pang nápipílì.* "**Whoever** doesn't know anything (lit. Whoever those people are that don't know anything), that's just who gets chosen." (10B18a)

The phrase *akálá mo kung síno na* is an idiom meaning "he (she) thinks (lit. you would think) he (she) is somebody."

60. *Pórke ba naman nátanggap sa Fulbright ay **akálá** mo kung síno na siya.* "Just because he got a Fulbright, he thinks (lit. you **would think**) he is somebody." (10B14c)

DO GRAMMAR EXERCISE 10G.

10.61   Doubling of interrogatives

Interrogatives are doubled to form plurals referring to things of different varieties: *anu-ano* "what all," *sínu-síno*, "who all," *alin-alin* "which all," *saan-saan* "where all."

61. ***Sínu-síno** ang darating?* "**Who all** is going to come?"

Kung with the doubled interrogatives means "anyone (anything, anywhere) at all, anything and everthing."

62. ***Kung anu-ano** ang ipinagsásabi niya tungkol sa ákin.* "He says **anything that comes into his head** about me." (10C32)

10.7   *Papaáno, paáno*

Paáno (often contracted to *páno*) means "how, what was, is being done to." *Papaáno* (often contracted to *papáno*) means "how, what will be done to." *Paáno* and *papaáno* are used as predicates. The subject is the thing about which the question is put.

63. *Ikaw, **paáno** ka naman?* "How about you, **how are** you (**what is your situation**)?" (7B15b)

64. ***Papáno** naman itong si Pete?* "**What shall** (we do) with that Pete!" (10C28d)

The phrase with papaáno and paáno may be followed by a verb. The resulting phrase means "how does, did, will (so-and-so) be done." In such cases paáno and papaáno are used interchangeably with no difference in meaning.

65. ***Paáno (papáno)** mo ito **nilútò**?* "**How did** you **cook** it?"

66. ***Páno** mo ito **lúlutúin**?* "**How will** you **cook** this?"

67. ***Páno nilúlútó** ang létse plan?* "**How do they cook** leche flan?"

---

[8] In Unit Six, §6.922 we said that phrases with *kung* + interrogatives are usually the predicate. However, as this example shows, they are free to be used in other constructions. Here the phrase is the direct object of an active verb *nagbáyad* "paid" introduced by *ng* (*nang*).

68. *Páno ito lutúin. Isísigang ba?* "**How should** this **be cooked,** in a soup?"
69. *Hindí ko alam kung paáno ako makákauwí ngayon.* "I don't know **how I can get home** now."

DO GRAMMAR EXERCISE 10H.

10.8   Word study

10.81   *Hayáan, pabayáan*

Pabáyà basically means "leave, abandon." The local passive *pabayáan* refers to the direct object (the thing left).

70. *Hindí ko káyang pabayáan ang trabáho ko.* "I can't afford **to leave** my job."

Pabayáan can also mean "never mind, forget it." In this meaning it is often shortened to *bayáan.*

71. *Pabayáan (bayáan) mo na lang. Walang kwénta yon.* "**Never mind,** forget it. It's nothing."

Hayáan is used in both meanings of *pabayáan.*

71a. *Hayáan mo na lang. Walang kwénta yon.* "**Never mind.** It's nothing."
72. *Hahayáan niya ang mga súlat na mabása ng iba.* "He **leaves** the letters around for others to read." (10B16c)

The phrase *hayáan mo't* means "you can be sure that..."

73. *Hayáan mo't magkákaroon din siya ng swérte.* "**You can be sure** that he will also have a lucky day." (10C33b)

10.82   *Pórke*

Pórke means "just because." *Pórke ba* means "just because..., don't you agree."

74. *Pórke ba naman nátanggap sa Fulbright akálá mo'y kung síno na siya.* "**Just because** he was accepted in the Fulbright program, he thinks he is someone." (10B14c)

10.83   *Hanggang* and *simulà (mulà)*

Hanggang means "until, up to." *Simulá* (also shortened *mulá*) means "beginning at, starting from." These words can be used in temporal or spatial meanings. They may be followed by words or phrases or by clauses. The following expressions show how *hanggang* and *simulá* are used:

a. followed by a word or phrase referring to a date, day or time (in future)

In such contexts *hanggang* and *simulá (mulá)* may be followed by *sa* or nothing with no difference in meaning.

75. *Nandíto ako hanggang (sa) Linggo.* "I will be here **until Sunday.**"
76. *Magtátrabáho ako ríto (si)mulá (sa) Lúnes.* "I will work here **beginning on Monday.**"

Sa does not occur before *alas, ala* (§7.8).

77. *Magtátrabáho ako ríto* **hanggang ala úna.** "I will work here **until one.**"
78. *Magtátrabáho ako ríto* **(si)mulá alas dos.** "I will work here **beginning at two.**"

b. followed by a clause referring to future time

The verb must be in the dependent tense in such clauses. *Hanggang* may optionally be followed by *sa*.

79. **Hanggang (sa) makalabas** *siya ng báhay ay nagsísisigaw pa rin siya.* "He kept shouting and shouting **until he could get out** of the house." (10R11)

c. followed by a word or phrase or clause referring to past time

Hanggang is directly followed by the time phrase or clause.

80. *Naghintay ako sa kanya* **hanggang alas síngko.** "I waited **until five o' clock** for her."
81. *Naghintay ako sa kanya* **hanggang siya'y dumating.** "I waited for her **until she came.**"

Simulà (mulà) is followed by *nang* or *noong* plus the expression of time in past time expression.

82. **Simulá noon,** *hindí na siya bumalik sa kanilang báhay.* "**From then on,** he never went back to his home." (10R11)

With *ala* and *alas* the *nang* may be omitted.

83. **Mulá (nang) alas síngko** *ay namatay ang ílaw.* "The lights were out **starting at five.**"

d. present tense

Hanggang followed by a clause with a present tense verb means "as long as." In the following sentence *nagtátrabáho* "have a job" is a present tense form.

84. *Hanggang* **nagtátrabáho** *ako'y paláging may pagkáin táyo.* "As long as I **have a job,** we will always have food."

Simulà (mulà) is followed by *nang* or *noong* before a clause with a dependent verb.

85. **Simulá noong magtrabáho** *siya ay naging maganda na ang kanyang búhay.* "**From the time he started working,** his life became beautiful."

e. in phrase referring to place

Simulà and *hanggang* are followed by the dative in phrases which refer to place. *Ríto* and *sa Maynílà* are dative (§2.8) in the following sentence. The preposition *sa* may be dropped.

86. *Simulá (mulá)* **ríto** *hanggang* **sa Maynílà** *(or hanggang* **Maynílà**). "**From here** up to Manila."

DO GRAMMAR EXERCISE 10I.

10.9   Particle study

10.91 *Na*

a. basic meaning

The basic notion of *na* is "now, as of a certain time (when it wasn't the case before)".

87. *Ayan. Dumárating **na** siya o.* "There he is. He is on his way **now**." (3A2b)
88. *Dápat sána nagpunta **na** ako sa CR bágo táyo sumakay ng bus.* "I **should have** gone to the toilet already before we got on the bus." (6B19a)

Na can also be used with future time expressions.

89. *Mag-áasáwa **na** ako.* "I'm going to get married." (Lit. **Now** I've decided I'm going to get married.) (7B13d)

This meaning of *na* explains the *na* in expressions of time "(so-and-so) long up to now" (§10.321, a).

90. *Dalawang taon **na** ako díto.* "I have been here for two years."

Also the combination *na lang* "only (so-and-so much) more" is in this category (§10.321, f). Finally, *na* meaning "already, by (such-and-such) a time in the future is in this category (§10.322, c).

Together with *hindì* and *walà*, *na* means "no longer."

91. ***Hindí na** ako nanínigarílyo.* "I **don't** smoke **any longer**." (4B18)
92. ***Walá na** akong péra.* "I **don't have any more** money." (4C27a)

b. in exhortation

The second meaning of *na* is in its use as a particle in imperatives, or in exhortations adding an exhortational or urging tone to the transaction.

93. *Halíka **na** .* "Come on **now**!"
94. *Aba, huwag **na** .* "Oh no! Don't (please)!"
95. *Ako **na** ang bahálà.* "Let me **just** do it!"
96. *Sa ákin **na** ito.* "Let me have it!"

With statements, *na* can have the meaning "just, let (predicate, be the case that is the simplest, best or the like)."

97. *Sila **na** ang súsundó sa ákin.* "Just let **them** fetch us." (Lit. They'll be the **ones** to fetch us.)
98. *Iyon **na** ang kúkúnin ko.* "I'll **just** take that."

b1. the combination *na lang*

The combination *na lang* means pretty much the same as *na* alone in (b), above, but there is a stronger implication that (the predicate) is the best under the circumstances.[9]

99. *A, mabúti ngá bumili ka **na lang** ng isa.* "The best would be **just** to buy one (since your landlord is never going to come across)." (5A9a)

This usage is also frequent in imperatives;

100. *Péro ngayon ako **na lang** múna ang magbábáyad.* "But this time **just** let me pay." (4C32b)

b2. the combination *na rin*

The combination *na rin* can mean "it will do."

101. *Pwéde **na rin**.* "Oh, it's **OK** (but it's not the best). (§3C30)

10.92 *Pa*

a. basic meaning

The basic meaning of *pa* is "still."

102. *Ayóko. Busog **pa** ako.* "No thanks. I'm **still** full." (5A12)
103. *Nanínigarílyo ka **pa** ba?* "Do you **still** smoke?" (4B16)
104. *Sásakay **pa** ba táyo ng dyip pára makarating kina Lóla?* "Will we **still** have to take a jeep to get to Grandmother's?"
105. *Iyon **pa** rin pala ang nóbya mo.* "You **still** have the same girlfriend." (7B20a)
106. *Gaáno **pa** ba katagal táyo bágo tumígil ang bus?* "How much longer (lit. how long **still**) before the bus stops?"

(1) With adjectives *pa* often means "more (adjective)" or "even more (adjective)."

107. ***Mabúti pa** magpunta na lang táyo sa paléngke.* "It would be **better just** to go to the market." (5A6)
108. *Mas mahal **pa** doon.* "It's **even** more expensive there."

(2) With nouns or numbers *pa* can mean "(so-and-so many) **more**, (such-and-such) **another** thing."

109. *Ano **pa** ang háhanápin mo?* "What **else** do you want to look for?" (5A9c)

b. meaning "even"

Pa also can mean "even do (so-and-so) when there is no call to do so."

110. *May kumúha ng súlat doon sa áking mésa, tápos binása **pa**.* "He took a letter from my table and he **even** read it." (10C30b)
111. *Baká abútin **pa** táyo ng trápik sa Maynílà.* "We might get caught in the traffic (when one don't need to have that happen) in Manila." (10C35a)
112. *Kung síno ang walang nálaláman siya **pa'ng** nápipílì.* "They've got to pick **just** that very person that doesn't know anything." (10B18a)

---

[9] There is also *na lang* in meaning (a) of *na* above where the meaning is, "only (so-and-so) much left as of a given point in time."

99a. *Sandalí **na lang** at dárating na táyo.* "**Just** one more second and we'll get there." (6A14c)

c. in negative phrases

In combination with *hindì* and *walà, pa* means "not yet."

113. *Walá pa rin yong lamsyed na ipinangákó sa ákin.* "The lamp that was promised me hasn't arrived **yet**."
114. *Walá pa namang alas diyes.* "It's not ten **yet**." (6C20a)
115. *Kumáin ka na ba? Hindí pa ngá e.* "Have you eaten? No, **not yet**." (4A1,2)

d. with quantities and expressions of time

Pa is also used in quantitative time expressions. (Review §§10.3 ff, above.)

(1) With quantities *pa* means "**only** (so much) **so far**."

116. *May mga anak na hó ba kayo? — O dalawa pa ngá lang e.* "Do you have children yet?" — "Only two **so far**." (1B21, 22)

(2) With future time expressions *pa* means "only at such-and-such a time, not until."

117. *Sa Linggo pa ako lílípat.* "I won't move **until** Sunday." (4A10b)

(3) With past time expressions *pa* means "already by that time."

118. *Akálá ko'y nagsimulá na ang kláse noong Martes pa.* "I thought the classes had started **already** on Tuesday." (4B13)
119. *Kanína ka pa ba gising?* "Were you **already** up a while ago?"

DO GRAMMAR EXERCISE 10J.

Grammar Exercises

10A1. Bangháyang *ma-*. *Ma-* conjugation (§10.11)

1a. Basang-basá ang iyong mga damit. Hindí ito dápat ...
b. mabasà.
2a. Galit na galit ang Tátay. Hindí ito dápat ...
b. magálit.
3a. Ang lungkot-lungkot mo naman. Huwag kang ...
b. malungkot.
4a. Si Léslie ay asar na asar sa mámà. Hindí siya dápat ...
b. maasar.
5a. Sa ginawá ng mámá ay galit na galit ako. Hindí ako dápat ...
b. magálit.
6a. Hiyang-hiyá ang mga bátá sa títser. Hindí sila dápat ...
b. mahiyà.
7a. Bákit litong-lito ka? Huwag kang ...
b. malito.
8a. Sirang-sirá ang sílya dáhil sa bátà. Hindí ito dápat ...
b. masírà.
9a. Suyang-suyá siya sa magtitinda sa paléngke. Hindí siya dápat ...
b. masúyà.
10a. Ako'y tuwang-tuwá sa mga bátà. Dápat akong ...
b. matuwà.

11a. Walang-walá na sila sa plása. Hindí sila dápat ...

b. mawalà.

12a. Gutom na gutom na ako ay walá pang pagkáin. Hindí ako dápat ...

b. magútom.

13a. Uminom siya dáhil uhaw na uhaw na siya. Hindí siya dápat ...

b. maúhaw.

14a. Marámi akong nakáin kayá busog na busog ako. Hindí ako dápat ...

b. mabusog.

15a. Lungkot na lungkot si Córy. Hindí siya dápat ...

b. malungkot.

10A2. Pilíin ang támang sagot sa saklong. (§10.11)

1. Huwag kayong umuwí hanggang hindí pa ninyo (*natátápos, tapos*) ang lábáhin. 2. (*Natápos, tapos*) ka na ba? Áyaw mo nang kumáin? 3. Huwag kang (*galit, magálit*) naman. 4. Huwag mong ilagay doon baká (*basà, mabasà*) mámayà. 5. Áyaw kong gumámit ng damit na (*basà, mabasà*) pa. 6. Talagang (*ubos na ubos, naúbos nang naúbos*) ang péra námin dáhil sa sóbrang magástos ang pista sa ámin. 7. (*Malílito, Lito*) ka talaga sa itinútúró niya sa ámin. 8. Mahírap ang búhay ngayon, (*walang-walà, mawalà*) silang makáin. 9. (*Sirang-sirà, masírà*) kayá ang úpúan pag ginámit? 10. Kapag umalis ka ay (*malúlungkot, lungkot*) kaming lahat. 11. Paláging galit ang tindéra kayá (*masúsuyà, suyà*) ang mga bumíbili. 12. Walang bumíbili sa tindérang iyan dáhil (*masúsuyá, suyá*) sa kanya ang mga mámimíli. 13. Linísin pa ninyong mabúti hanggang hindí (*naáalis, alis*) ang dumi niyan. 14. Ang abokádo ay (*nawalà, walà*) kagabi. 15. Ang mga tamad ay (*magúgútom, gutom*) kapag hindí nagtrabáho.

10A3. Banghávang *nakáka-* (§10.12)

Únang Hakbang. Ipagpatúloy ang pagbalangkas sa pamamagítan ng paggámit ng *Hindí naman nakáka-* .

1a. Bákit nagtátaka ka sa pangyayári?

b. Hindí naman nakákapagtaka iyon.

2a. Bákit sinábi mong asar na asar ka kay Pédro?

b. Hindí naman nakákaasar iyon.

3a. Marámi ang nabúbwisit kay Cárlos.

b. Hindí naman siya nakákabwísit.

4a. Hiyang-hiyá siya pag kasáma ako.

b. Hindí naman ako nakákahiyà.

5a. Marámi raw ang magágalak kapag bumalik si Mr. Ocámpo.

b. Hindí naman nakákagalak iyon.

6a. Nalílito ang mga estudyánte sa títser.

b. Hindí naman siya nakákalito.

7a. Ang sábi niya nalungkot ka dáhil sa istórya ng síne.

b. Hindí naman nakákalungkot iyon.

8a. Masísírá ang sílya pag inupuan.

b. Hindí naman nakákasírà iyon.

9a. Nasúsúyá sila sa ugálí ni Pete.

b. Hindí naman siya nakákasúyà.

10a. Tumátáwa lahat ang nanood ng síne.

b. Hindí naman iyon nakákatawa.

11a. Ang mga bátá ay gutom na gutom dáhil sa págod.

b. Hindí naman iyon nakákagútom.

12a.   Marámi ang uhaw na uhaw sa kláse.
  b.   Hindí naman iyon nakákaúhaw.
13a.   Mabúbusog ka pag kináin mo ito.
  b.   Hindí naman iyon nakákabusog.

Ikalawang Hakbang. Lagyan ng támang panlápí ang mga salitang nása saklong (ma- vs makáka-). (§10.1-12)

1. (*Bwísit*) itong si Pete. Akálá mo walá siyang alam, péro alam na rin pala niya. 2. O, huwag kang (*galit*). Péro (*taka*) ngá yang ginágawá niya. 3. Ako'y hindí (*taka*). (*Lungkot*) lang kasi kung síno yung walang nálaláman, siya pa ang nápipílì. 4. (*Lungkot*) siya. Kung hindí ka marúnong sumipsip hindí ka mátatanggap. 5. Ang kóntí niyang maglútò. Walang (*busog*) sa lútó niya at marámi ang hindí (*káin*). 6. Ayóko ng kanyang kílos na (*súyà*). Marámi ang (*asar*) sa kanya. 7. Huwag kang kumílos, (*basà*) ako. (*Galit*) ako pag hindí ka tumígil. 8. Ang ginawá mo ay (*hiyà*). (*Galit*) tuloy ang Tátay mo. 9. (*Lito*) na ako sa ginágawá mo. Ikaw talaga ay (*asar*). 10. Huwag kang (*lungkot*) at walá nang (*galit*) sa 'yo. 11. Ang ugálí niya ay (*súyà*). Marámi tuloy ang hindí (*tuwà*). 12. (*Gutom*) ang mga bisíta. Walá rin palang túbig díto kayá (*uhaw*). 13. Masarap siyang maglútó kayá (*busog*) péro (*uhaw*) kasi walang dyus. 14. (*Sirá*) ka nang sílya pag hindí ka tumígil. (*Bwísit*) na ako sa 'yo.

10B.   Indefinite words (§§10.2-24)

10B1.   Gamítin ang *marámi pa bang dápat* sa pagbuó ng mga tanong áyon sa únang pahayag.

Únang Hakbang. (Direct passive)

1a.   Magbábasa pa si Léslie.
  b.   Marámi pa ba siyang dápat basáhin?
2a.   Nag-áasikáso pa ako ng mga bisíta.
  b.   Marámi ka pa bang dápat asikasúhin?
3a.   Ako ang nagsásábi sa kanila kung ano'ng dápat gawin.
  b.   Marámi ka pa bang dápat sabíhin?
4a.   Siya ay naggágawá ng makinílya.
  b.   Marámi pa ba siyang dápat gawin.
5a.   Nag-áalis pa ng dumi ang katúlong nila.
  b.   Marámi pa ba siyang dápat alisin?
6a.   Nagbúbuhat siya ng maráming libro.
  b.   Marámi pa ba siyang dápat buhatin?
7a.   Nagdádala pa siya nang tináwag ko siya.
  b.   Marámi pa ba siyang dápat dalhin?
8a.   Nagbábálot ng úlam ang nánay niya.
  b.   Marámi pa ba siyang dápat balútin?
9a.   Nagsísirá siya ng mga lúmang papel.
  b.   Marámi pa ba siyang dápat siráin?
10a. Nagpúputol si Juan ng malaking káhoy.
  b.   Marámi pa ba siyang dápat putúlin?
11a. Nagháhátí sa ságing ang pagong at matsing.
  b.   Marámi pa ba silang dápat hatíin?

Ikalawang Hakbang. (Conveyance passive) Gamítin ang *marámi* ... + *future* sa pagbuó ng mga tanong áyon sa únang pahayag.

1a. Magbíbili ako ng áking mga gámit.
 b. Marámi ka pa bang ipagbíbili?
2a. Mag-áakyat ako ng mga gámit nátin.
 b. Marámi ka pa bang iáakyat?
3a. Mag-úuwí ako ng pagkáin gáling sa pistáhan.
 b. Marámi ka pa bang iúuwì?
4a. Ang laláki ay magbábalot ng úlam.
 b. Marámi pa ba siyang ibábálot?
5a. Maglílípat na ako ng gámit.
 b. Marámi ka pa bang ilílípat?
6a. Magbábalik na ako ng mga libro.
 b. Marámi ka pa bang ibábalik?
7a. Maglálabas na sila ng mga sílya.
 b. Marámi pa ba silang ilálabas?
8a. Mag-íiwan ako káhit kóntì.
 b. Marámi ka pa bang íiwan?
9a. Maglálagay siya ng kánin sa pláto.
 b. Marámi ka pa bang ilálagay?
10a. Magpápások si Léslie ng libro sa báhay.
 b. Marámi pa ba siyang ipápások?
11a. Magtátakip siya ng bóte mámayà.
 b. Marámi pa ba siyang itátakip?
12a. Magsásakay táyo ng gámit sa dyip.
 b. Marámi pa ba táyong isásakay?
13a Magbíbigay sila ng pagkáin kay Léslie.
 b. Marámi pa ba silang ibíbigay?

Ikatlong Hakbang. (Verbs with local passive) Sagutin ang mga sumúsunod na pangungúsap sa pamamagítan ng paggámit ng *Ay sorry! Walá táyong* . . .

1a. Paáno táyo úuwì? Makákasakay kayá táyo?
 b. Ay sorry! Walá táyong masásakyan.
2a. Saan táyo maglálagay ng libro?
 b. Ay sorry! Walá táyong malálagyan ng libro.
3a. Doon kayá táyo makákabili ng abokádo dyus?
 b. Ay sorry! Walá táyong mabíbilhan ng dyus.
4a. Makákauwí kayá táyo sa báhay na yon?
 b. Ay sorry! Walá táyong maúuwían.
5a. Makákalabas ba táyo sa báhay na yon?
 b. Ay sorry! Walá táyong málálabasan.
6a. Saan táyo mag-íiwan ng libro?
 b. Ay sorry! Walá táyong maíiwánan.
7a. Táyo kayá ay makákapások sa kanilang báhay?
 b. Ay sorry! Walá táyong mapápasúkan.
8a. Makákahingí kayá táyo ng pagkáin?
 b. Ay sorry! Walá táyong mahíhingan.
9a. Magbíbigay ba táyo ng mga pagkáin?
 b. Ay sorry! Walá táyong mabíbigyan.
10a. Makákahúkay kayá táyo ng péra sa balon?
 b. Ay sorry! Walá táyong mahúhukáyan.

Ikaápat na Hakbang. (Mixture of all the passives) Sagutin ang mga tanong sa pamamagítan ng paggámit ng *Walá pa naman* ...

1a.   Tapos na ba siyang gumawá ng trabáho?
  b.   Walá pa naman siyang nagágawà.

2a.   Tapos na ba siyang magpások ng mga gámit?
  b.   Walá pa naman siyang naipápások.

3a.   Tapos na ba siyang magbanlaw ng mga damit?
  b.   Walá pa naman siyang nabábanlawan.

4a.   Tapos na ba siyang magbigay sa bátà?
  b.   Walá pa naman siyang naibíbigay.

5a.   Tapos na ba siyang maglútó ng pagkáin?
  b.   Walá pa naman siyang nailúlútò (nalúlutò).

6a.   Tapos na ba siyang magpások ng gámit?
  b.   Walá pa naman siyang naipápások.

7a.   Tapos na ba siyang mag-íwan ng trabáho?
  b.   Walá pa naman siyang naííwan(an).

8a.   Tapos na ba siyang maglabas ng mga libro?
  b.   Walá pa naman siyang nailálabas.

9a.   Tapos na ba siyang magbálot ng mga damit?
  b.   Walá pa naman siyang naibábálot.

10a.   Tapos na ba siyang mag-uwí ng gámit?
  b.   Walá pa naman siyang naiúuwì.

11a.   Tapos na ba siyang magtápon ng basúra?
  b.   Walá pa naman siyang naitátápon.

12a.   Tapos na ba siyang maglagay ng báso sa mésa?
  b.   Walá pa naman siyang nailálagay.

13a.   Tapos na ba siyang mag-asikáso ng bisíta?
  b.   Walá pa naman siyang naáasikáso.

14a.   Tapos na ba siyang magbigay ng péra?
  b.   Walá pa naman siyang naibíbigay.

15a.   Tapos na ba siyang magdala ng mga sílya?
  b.   Walá pa naman siyang nadádala.

Ikalimang Hakbang. (Mixture of all passives) Sagutin ang mga sumúsunod na pangungúsap sa pamamagítan ng paggámit ng *hindí naman, walá siyang*...

1a.   Sigúro palágí siyang tumútúlong sa mga táo.
  b.   Hindí naman, walá siyang tinulúngan.

2a.   Nagbigay din sigúro siya sa simbáhan.
  b.   Hindí naman, walá siyang ibinigay.

3a.   Palágí siyang humáhánap ng mátitirahan.
  b.   Hindí naman, walá siyang hinánap.

4a.   Nag-ááral si Léslie ng Tagálog sa Pilipínas.
  b.   Hindí naman, walá siyang pinag-arálan.

5a.   Naglípat siya ng mga gámit sa báhay.
  b.   Hindí naman, walá siyang inilípat.

6a.   Nagháhandá siya ng pagkáin pag may bisíta.
  b.   Hindí naman, walá siyang inihandà.

7a.   Siya ay nagsásáma ng mga kaibígan.
  b.   Hindí naman, walá siyang isináma.

8a.   Nagbáyad siya sa dyip papuntang plása.
  b.   Hindí naman, walá siyang ibináyad.

9a.   Palágí siyang naglálagay ng túbig sa báso.

b.   Hindí naman, walá siyang inilagay.

10a. Pumúpútol ng káhoy ang Tátay niya sa gúbat.

b.   Hindí naman, walá siyang pinútol.

11a. Palágí siyang bumíbili ng kéndi bar.

b.   Hindí naman, walá siyang binili.

12a. Siya ay kumákáin nang ako ay dumating.

b.   Hindí naman, walá siyang kináin.

13a. Naglátag si Juan ng banig nang inantok ang nánay niya.

b.   Hindí naman, walá siyang inilátag.

14a. Pumípílí siya palágí ng pagkáin.

b.   Hindí naman, walá siyang pinílì.

15a. Humúhúkay siya ng péra sa balon.

b.   Hindí naman, walá siyang hinúkay.

Ikaánim na Hakbang. (Future potential of conveyance passive) Sagutin ang mga sumúsunod na pangungúsap sa pamamagítan ng paggámit ng *sorry na lang, walá akong…*

1a.   Pakitalían mo ngá ang kahon.

b.   Sorry na lang, walá akong maitátálí sa kahon.

2a.   Gusto mo bang magbigay sa simbáhan?

b.   Sorry na lang, walá akong maibíbigay.

3a.   Gusto mo bang ikaw na lang ang magbáyad sa dyip?

b.   Sorry na lang, walá akong maibábáyad.

4a.   Magpások ka ngá ng maráming pagkáin díto.

b.   Sorry na lang, walá akong maipápások.

5a.   Inumin mo naman ang dyus nang makaalis na táyo.

b.   Sorry na lang, walá akong maíinuman.

6a.   Pakibanlawan mo ngá ang mga damit.

b.   Sorry na lang, walá akong maibábanlaw.

7a.   Pakihandaan mo ng pagkáin ang mga bisíta.

b.   Sorry na lang, walá akong maiháhandà.

8a.   Pakibugáwan mo ng lamok ang bátá hábang natútúlog.

b.   Sorry na lang, walá akong maibúbúgaw.

9a.   Pakihatían mo naman si Matsing.

b.   Sorry na lang, walá akong maiháhátì.

10a. Gusto mo bang magsáma ng kapatid sa pistáhan.

b.   Sorry na lang, walá akong maisásáma.

11a. Maglútó ka na ng pagkáin kasi gabi na.

b.   Sorry na lang, walá akong mailúlútò.

12a. Pakiiwánan mo naman ako ng péra.

b.   Sorry na lang, walá akong maíiwan.

13a. Gusto mo bang maglagay ng túbig sa báso?

b.   Sorry na lang, walá akong mailálagay na túbig.

14a. Naputúlan mo na ba ang káhoy na malaki?

b.   Sorry na lang, walá akong maipangpúpútol.

10B2. (Active sentence with *walà*). Sagutin ang mga sumúsunod na pangungúsap sa pamamagítan ng paggámit ng *Hindí walá sigúrong…*

1a.   Hindí pa rin nábibili yon?

b.   Hindì, walá sigúrong bíbili.

2a.   Hindí ba nila nápansin ang nangyári?

b.   Hindì, walá sigúrong nakápansin.

3a.   Hindí pa rin nakíkíta yung látang nawalà.

    b.   Hindì, walá sigúrong naghanap.

4a.   Hindí pa rin tapos inumin yong dyus.

    b.   Hindì, walá sigúrong íinom.

5a.   Hindí pa rin nagágawá yung sílyang nasírà.

    b.   Hindì , walá sigúrong gágawà.

6a.   Hindí pa rin nila nakákáin yang tinápay.

    b.   Hindì, walá sigúrong kákáin.

7a.   Hindí ba nahátí yung tinápay?

    b.   Hindì, walá sigúrong naghátì.

8a.   Hindí pa rin tapos kaínin yung isdà.

    b.   Hindì, wala sigúrong kákáin.

9a.   Hindí pa rin nahíhingí ang mga sílya.

    b.   Hindì, walá sigúrong híhingì.

10a.   Hindí ba nila nahintay dumating ang bisíta?

    b.   Hindì, walá sigúrong nakahintay.

11a.   Hindí pa rin tapos ubúsin ang inúmin.

    b.   Hindì, walá sigúrong úubos.

12a.   Hindí pa rin nagágástos ang péra nila.

    b.   Hindì, walá sigúrong gágástos.

13a.   Hindí pa rin ba nila natátápos basáhin ang libro?

    b.   Hindì, walá sigúrong makákatápos.

14a.   Hindí pa rin napúpútol ang káhoy sa gúbat.

    b.   Hindì, walá sigúrong púpútol.

10B3. Piliín ang támang sagot sa saklong.

1. May kawáling gustong ipagbili (*si, ni*) Juan péro walang gustong (*bumili, bilhin*) kasi may bútas na ito. 2. Péro may (*magágawà, makákagawà*) (*si, ni*) Juan. Lálagyan (*siya, niya*) ng pútik na (*maitátakip, makákatakip*). 3. May paléngke (*sila, nila*) na mapagbíbilhan ng mga bágay nila. Kayá pumunta siya doon. May (*dinádala, nagdádala*) (*niya, siyang*) kawálì. 4. May (*nagdádala, dinádala*) siyang pérang tinggà, péro walang (*tátanggapin, tátanggap*) nito. 5. May (*nákíta, nakákíta*) (*niyang, siyang*) kawálí na gusto niyang bilhin. 6. May (*kumúha, kinúha*) siyang banig at binálot (*niya, siya*) ang kanyang nánay. 7. May (*humingì, hiningì*) ng túlong kay Léslie péro gusto na (*siyang, niyang*) pumunta sa plása. 8. May gustong (*sabíhin, magsábi*) (*si, ni*) Juan sa kanyang nánay péro natátákot siya. 9. May (*nákíta, nakákíta*) (*siyang, niyang*) dugó sa noo ng kanyang nánay. 10. May gustong (*bilhin, bumili*) si Léslie péro walá (*niyang, siyang*) mákasáma sa paléngke. 11. Hindí niya alam kung may (*kumúha, kinúha*) ng péra niya kasi walá doon sa bulsa (*siya, niya*). 12. May (*kumáin, kináin*) siya sa plása péro hindí niya nágustuhan. 13. May gusto siyang (*basáhing, bumásang*) kómiks péro walá naman (*niyang, siyang*) mákíta. 14. May (*hináhánap naghàhanap*) kay Léslie péro walá naman (*niya, siya*). 15. May dádalhin (*niyang, siyang*) súlat, péro hindí alam (*ni, si*) Juan ang báhay.

10C. Expression of Time. (§§10.3-322)

10C1. Piliín ang támang sagot sa saklong.

1. Alas diyes sána ako dumating péro alas ónse (*pa, lang*) dumating ang bus. 2. Sinábi niyang sa Sábado (*pa, lang*) raw siya dárating, péro Byérnes (*pa, lang*) ay nárito na siya. 3. Sorry, hindí (*pa, lang*) pwéde sa Byérnes. Sa Sábado (*pa, lang*) pwéde. 4. Ngayon mo (*pa, lang*) pala natápos. Akálá ko ay noong Sábado mo (*pa, lang*) natápos. 5. Dalawang taon (*pa, lang*) ako doon. Hindí ako nagtagal. 6. Dalawang taon (*pa lang, lang*) ako díto. Hindí (*pa, lang*) matagal. 7. Búkas (*pa, lang*) ako púpunta sa paléngke. Noong Sábado (*lang, pa*) ako

gáling doon. 8. Tátawágan na (*pa, lang*) kita sa Byérnes. Hindí (*lang, pa*) ako áalis búkas.
9. Alas nwébe (*lang, pa lang*). Hindí (*lang, pa*) masyádong gabi. 10. Sa Lúnes (*pa, lang*) ako
púpunta doon. Alas sais (*pa, lang*) nang gabi ang dating ko.

10C2. Punuan ng támang sagot ang mga patlang sa mga sumúsunod na pangungúsap. Gamítin
ang *na, lang, pa.*

1. Marámi ____ang nátanggap sa Fulbright. Higit sa dalawampung katáo____. 2. Hindí
naman totoo yon. Ang nárinig ko'y kókóntí____ang nátanggap. Isa o dalawa ____ ____.
3. At sa súsunod na taon hindí rin marámi. Mga dalawa ____ ang mátatanggap. 4. Péro,
sigúro sa taong ito ay marámi ____ ang tátanggapin nila. 5. Sábi sa Émbasi, hindí na daw
marámi ang pwéde nilang tanggapin____. Mga dalawa____ ____. 6. Kailan mo nárinig
iyon? O hindí ____matagal. Kanína____. 7. Dápat noong Myérkules____nila sinábi sa
ákin, péro aywan kung bákit kanína ____nila sinábi. 8. Kayá náhuli ako,kanínang alas
sais ____ ako nakaalis sa báhay. 9. Ngayon ka ____ ba nag-áaply sa Fulbright o nakaaplay
ka ____ noon ____ng úna?10. Nagtrabáho na siya noong Lúnes____. Hindí____siya
malúlungkot. 11. Kanína____siya ináantok. Hindí____siya makákalákad. 12. Tatlong
taon____siyang nakatira díto. Marámi____siyang natátanggap na súlat. 13. Noon____ako
nakarating díto. Matagal____rin yon. 14. Sábi ni Léslie, tatlong taon____silang nakapunta
sa báhay námin. Matagal____rin silang títígil doon. 15. Íisa ____ ____ang nátatanggap
díto. Marámi ____ang kailángan niya. Sampú____ang tátanggapin. 16. Kóntí____
____ang dumating. Mga pito____silang nakapások. Marámi ____kaming híhintayin.
17. Dápat ay dalawang taon____sila títígil doon. Péro isang taon_____ ay umalis na
sila. 18. Áalis ako ngayon, péro sa Sábado____ako makákarating doon.
19. Ngayon____ako nakarating díto. Noon ____sánang Lúnes ako púpunta díto e may
ginawá pa ako. 20. Sa Myérkules____ako lílípat díto. Kanína____ sinábi na pwéde ako díto.
21. Búkas____ ako matútúlog sa inyo. Marámi ____ kasi akong gágawin. 22. Noong
Lúnes____sila nakalípat. Matagal____silang naghintay sa 'yo at baká daw dumating ka.
23. Kayá ngayon____ako dumating ay áyaw pumáyag si Léslie. Búkas____ ____ daw ako
pumunta díto. 24. Hinintay ko múna siya nang matagal, tápos kanínang alas nwébe ____
____ako nakaalis. 25. Noong isang Sábado____ siya pumunta díto sa báhay. Kókóntí____
____ang napápag-usápan námin. 26. Ngayon ka ____ba nakarating díto sa ámin? Dápat
pala ay noon____kita isináma. 27. Matagal-tagal____rin siyang gising. Ngúnit
ngayon____siya kumáin. 28. May nagsábi na noong Lúnes____dumating ang bisíta. Ang
totoo ay ngayon____. 29. Marámi____ang dárating na bisíta. Dalawang táo____ ____ang
nákikíta ko. 30. Mag-ááral din siya doon. Péro isang taon____ang gusto niya.
Matagal____ang isang taon.

10C3. Piliin ang támang sagot.

1. Sinábi raw na nátanggap ka na sa Fulbright. Kailan ka pa makákaalis?
   a. Hindí pa matagal. Noong Húnyo pa.
   b. Hindí na matagal. Sa Húnyo na.
   c. Hindí matagal. Sa Húnyo lang.
   d. Matagal. Sa Húnyo na lang.
2. Matátagalan pa ba siya doon?
   a. Dalawang taon pa siya doon.
   b. Dalawang taon na siya doon.
   c. Dalawang taon na lang siya doon.
   d. Dalawang taon lang siya doon.
3. Ano ng óras ka pa úuwí sa báhay?
   a. Mámayang alas nwébe pa nang gabi.
   b. Mámayang gabi na.
   c. Mámayá sigúrong gabi na.

d. Alas nwébe sigúro mámayà.

4. *Ilan pa ba ang tátanggapin nila?*
   a. Pito na lang ang pwédeng tanggapin sa Fulbright.
   b. Sigúro mga pito pa ang pwéde nilang tanggapin.
   c. Pito pa lang ang pwéde nilang tanggapin.
   d. Marámi na ang pwéde nilang tanggapin. Mga pito sigúro.

5. *Maláyó ba ang báhay nila sa plása?*
   a. Hindí na maláyò.
   b. Tatlong báhay lang ang láyò.
   c. Maláyó na sa báhay nila.
   d. Tatlo lang sa báhay.

6. *Ilang taon ka mag-ááral doon?*
   a. Mag-ááral nang tatlong taon.
   b. Mag-ááral pa ako doon.
   c. Tatlong taon lang akong mag-ááral doon.
   d. Hindí lang matagal ako.

7. *Marámi ba ang isdá sa mésa?*
   a. Tingnan mo. Dalawa na sila.
   b. Mga dalawa na lang. Tingnan mo.
   c. Tingnan mo na lang.
   d. Dalawa na ang isdá sa mésa.

8. *Ilang óras táyong maghíhintay?*
   a. Matagal na lang at dalawang óras pa.
   b. Hindí na matagal. Dalawang óras na lang.
   c. Dalawang óras na matagal.
   d. Dalawang óras na hindí matagal.

9. *Kaylan ang alis mo sa Pilipínas?*
   a. Dalawang taon na ngayon.
   b. Ngayon lang, dalawang taon.
   c. Matagal na ang dalawang taon.
   d. Mga dalawang taon pa búhat ngayon.

10. *Matagal na bang dumating ang bisíta?*
    a. Dalawa na lang óras.
    b. Hindí matagal. Mga dalawang óras lang.
    c. Matagal na lang ang dalawang óras.
    d. Mga dalawa pang óras.

11. *Ilan ang kasáma mong bisíta sa pista?*
    a. Dárating sila nang kontí lang.
    b. Kóntí lang sila. Mga tatlo lang ang dárating.
    c. Tatlo pa ang dárating.
    d. Marámi lang sila. Mga tatlo.

12. *Kaylan ka pa títira sa báhay námin?*
    a. Matagal pa. Sa isa pang taon.
    b. Isang taon pang matagal.
    c. Matagal na lang ng isang taon.
    d. Isang taong matagal pa.

13. *Marámi na bang kumáin at walá nang kutsára?*
    a. Mga dalawampú na lang.
    b. Hindí pa marámi, mga dalawampú pa lang.
    c. Marámi na ang dalawampù.
    d. Hindí pa marámi ang dalawampù.

14. *Kaylan ba pípilíin ang mga nátanggap?*
    a. Mga Sábado pa ngayon.
    b. Hindí pa Sábado ang pípilíin.

    c. Hindí pa ngayong mga Sábado.
    d. Hindí ngayon, sa Sábado pa.

10D. Pilíin ang támang sagot sa saknong. (§10.44)

1. Káin múna. Baká (gutom, gutúmin) ka mámayá sa biyáhe. 2. (Malamig, Nálamig) sa labas. Kung mamámasyal ka, tiyak na (sipon, sísipunin) ka. 3. Hindí ako (malamig, lálamigin) dáhil sa dámi ng ininom kong lambanog. 4. Kayá íinom ka ng marámi, hindí ka na (uhaw, úuháwin). 5. Ang mga bátá ay (gutom, gutúmin) na dáhil pagod na sila. 6. Tumúlog ka múna, baká (antok, antukin) ka sa síne. 7. Marámi siyang dinalang dyus pára hindí (uhaw, uháwin) ang mga bátà. 8. (Malamig, Lamigin) na ang dyus. Támà, dáhil (uhaw, uháwin) na ako. 9. (Gutom, Gúgutúmin) ang mga bátá dáhil walang pagkáin. 10. (Antok, Áantukin) sila kung hindí táyo úuwí nang maága.

10E. Mga pang-úrì (Adjectives)

10E1. Isúlat mulí ang mga pangungúsap sa pamamagítan ng paggámit ng nápaka- sa mga pang-úrì. (§10.51)

    1a. Masarap siyang maglútò.
      b. Nápakasarap niyang maglútò.
    2a. Ang húsay-húsay mong mambóla.
      b. Nápakahúsay mong mambóla.
    3a. Ang panahon ngayon ay malamig.
      b. Ang panahon ngayon ay nápakalamig.
    4a. Maláyó ang báhay ng bátá sa iskwelahan.
      b. Nápakaláyó ng báhay ng bátá sa iskwelahan.
    5a. Maganda ang binili niyang lámsyed.
      b. Nápakaganda ng binili niyang lámsyed.
    6a. Malaki ang kwárto niya sa báhay.
      b. Nápakalaki ng kwárto niya sa báhay.
    7a. Masakit ang tiyan ko.
      b. Nápakasakit ng tiyan ko.
    8a. Malungkot díto sa plása kung gabi.
      b. Nápakalungkot díto sa plása kung gabi.

10E2. Ipalit ang mga salitang nása loob ng saklong. (§10.52)

I cook better than Nana Ansay.

Mas mahúsay akong maglútó kaysa kay Nána Ánsay.	*(than you)*
Mas mahúsay akong maglútó kaysa sa iyo.	*(than Grandmother)*
Mas mahúsay akong maglútó kaysa kay Lóla.	*(than my cousin)*
Mas mahúsay akong maglútó kaysa sa pínsan ko.	*(than they)*
Mas mahúsay akong maglútó kaysa kanila.	*(than my sister)*
Mas mahúsay akong maglútó kaysa sa kapatid ko.	*(than my mother)*
Mas mahúsay akong maglútó kaysa sa Nánay ko.	*(than my friend)*

Mas mahúsay akong maglútó kaysa sa   *(than the maid)*
  kaibígan ko.

Mas mahúsay akong maglútó kaysa sa   *(than the girl)*
  katúlong.

Mas mahúsay akong maglútó kaysa sa
  babáe.

10F. **Isálin sa Pilipíno ang mga salitang nása saklong sa pamamagítan ng paggámit ng *kung* + *pananong*. (§10.6)**

1. (*Whoever*) walang-walang nálaláman, siya pa ang nápipíli. 2. (*Whoever*) gustong mátanggap na iskólar, pwéde at hindí na dápat magbáyad (*anything*). 3. Ibigay mo ito sa (*whoever*) humíhingí sa 'yo. 4. Kúnin mo (*whichever*) ang gusto mong bilhin. 5. Pasénsya na kayo (*whatever*) ang inyong mákikíta sa kwárto. 6. (*Whenever*) siya áalis ay hindí námin alam. 7. (*Wherever*) masaya, doon na lang ako títira. 8. Hindí niya alam (*how many*) ang mga táo sa plása. 9. Alam niya (*how much*) ang báhay na maganda. 10. (*Whatever*) ang iyong dala ay tátanggapin ko.

10G. **Maláyang pagsagot (Free response). Sagutin ang mga sumúsunod na pangungúsap sa pamamagítan ng paggámit ng *Papaáno*... (§10.7)**

1a. Alas sais na tiyak makákarating ang sasakyang papunta sa átin.
  b. Papaáno táyo makákauwì?

2a. Juan, bugáwan mo ako ng lángaw.
  b. Papaáno ako magbúbúgaw ng lángaw?

3a. Pumunta ka ngá sa paléngke at bumili ka ng isdà.
  b. Papaáno ako makákabili ng isdà?

4a. Mag-áral ka ngang mabúti ng Tagálog.
  b. Papaáno ako makákapag-áral ng Tagálog?

5a. Lumákad siya pauwí sa kanilang báhay.
  b. Papaáno siya naglakad pauwí sa báhay?

6a. Ubúsin mo na ang dyus at úulan na.
  b. Papaáno ko úubúsin ang dyus?

7a. Ang katúlong ang siyang magbábanlaw.
  b. Papaáno niya bábanlawan?

8a. Mag-asikáso ka ng mga bisíta.
  b. Papaáno ko áasikasúhin?

9a. Maghúkay ka ng balon at ilagay mo ang banig.
  b. Papaáno ako makákahúkay ng balon?

10a. Inutúsan siyang maglátag ng banig.
  b. Papaáno siya makákapaglátag ng banig?

10H. **Gámit ng *simulá* at *hanggang*. Isálin sa Pilipíno ang mga salitang nása loob ng saklong úpang maging ganap ang díwá ng pangungúsap. (§10.83)**

1. Nagtátrabáho ako díto mulá (*six o'clock*) hanggang (*four o'clock*). 2. Péro kahápon ay mulá (*four o'clock*) hanggang (*the work was finished*). 3. Naghintay ako mulá (*the time I finished the work*) hanggang (*ten o'clock*), hindí pa siya dumárating. 4. Mulá (*at nine o'clock*) hanggang (*ten o'clock*) nag-áabang ako. Hindí na siya dumating. 5. Ang biyáhe mulá (*New York*) hanggang (*here*) ay mahal na mahal. 6. Simulá (*Sunday*) hanggang (*Saturday*) ang trabáho niya. 7. Naglakad siya mulá (*morning*) hanggang (*Saturday afternoon*). 8. Umiyak siya mulá (*when her mother left the house*) hanggang (*when the visitor heard her*). 9. Nagsulat siya mulá (*the moment Leslie ordered her*) hanggang

(Sunday morning). 10. Nakatúlog ang bátá mulá *(nine o'clock in the morning)* hanggang *(Saturday night).*

10I.   Gamítin ang *na, pa,* o *na lang* sa pagbuó ng mga sumúsunod na pangungúsap. (§§10.9ff)

1. Dumating _____ ba ang Tátay mo? 2. Hindí _____ hò. Nása trabáho _____ hó siya. Matátagalan _____ kasi siya sa opisína. Kayá mámayá _____ nang alas dóse hó siya úuwì. Tumuloy _____ hó kayo. 3. Huwag _____. Búkas _____ ako bábalik. 4. Hindí _____ siya títira díto. Doon _____ siya úuwí sa báhay ni Léslie. 5. Doon ka _____ nag-ááral ngayon? Sa isang taon _____ ako lílípat sa iskwelahang 'yon. 6. Sa kanya ko _____ sásabíhin at méron _____ akong ibíbigay sa kanya. 7. Nag-áway sila noon, péro kákausápin _____ niya si Cárlos. Gusto _____ niyang magkáúsap sila. 8. Hindí _____ siya bumíbili ng lámsyed. Pahíhiramin ko _____ siya ng nása báhay námin. 9. Ako _____ ang púpunta sa paléngke at ako _____ ang maglúlútó ng isdà. 10. Hindí ka _____ niya kailángan. Umalis ka _____ sa báhay na ito. Mabúti _____ sigúro iyon.

Ikalabing-isang Aralin. Unit 11

AI. Únang Bahági

Nagkaprobléma si Léslie sa kanyang katúlong

LÉSLIE

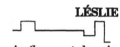

1. Ayóko na talaga!

CÁRLOS

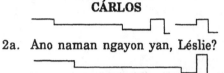

2a. Ano naman ngayon yan, Léslie?

b. Ano'ng pinagmúmura mo diyan?

3a. Kasi inutúsan ko 'tong si Línang

bumili...

b. 'Ba'y isang óras na'y hindí pa

bumábalik.

4. Sa tingin ko'y dápat sisántihin mo

na yang babáeng yan e.

5. Sa palagay ko ngà, kailángang

pauwiin ko na yan sa kanila at

mabigyan ng kaunting bakasyon.

6a. 'Dè, 'wag mo nang pabalikin.

b. Péro síno ngá palang magbábantay

ng báhay?

7a. Hindí naman kailángang

pabantayan ang báhay e.

AI. First Part

Leslie has problems with household help

LESLIE

1. I've had it. (Lit. I really don't want.)

CARLOS

2a. What is the problem there now, Leslie?

b. What are you cursing about there?

3a. Because I told (this) Lina to buy...

b. How come it's already been one hour, and she still hasn't come back!

4. In my opinion you should fire that woman now.

5. In my opinion it really is necessary to send her (lit. that one) home (to her place) so she might get (be given) a small vacation.

6a. Nah! Don't let her come back (here).

b. But by the way, who is going to watch the house?

7a. Oh, I don't have to have anyone watch (lit. have watched) the house.

b. Basta't tuwing áalis ako

kákandadúhan ko na lang yung mga

pintò.

8a. Pá'no naman yung pagkáin mo at

saká yong labáda?

b. Méron bang maglúlútó pára sa 'yo?

9a. A, magpápadala na lang ako ng

pagkáin ko kay Nána Ánsay diyan

sa may iskiníta.

b. Masarap maglútó yon.

10a. A óo. Ipaáyos mo na lang sa kanya

ang pagkáin mo.

b. Tápos ipápadala na lang niya díto.

11. Magtátanong na rin ako sa kanya

kung pwéde niya akong ipaglaba?

12. Kung magpápalaba ka, dí ba mahal

yon?

13a. Hindí naman niya ako sigúro

mámahalan.

b. Basta yung maliliít na bágay, ako

na ang maglálaba .

b. So long as every time I go out, I lock the (those) doors.

8a. How about your food and also your laundry?

b. Is there someone who will cook for you?

9a. Oh, I'll ask Nana Ansay from over there at the corner to send my food (to me here).

b. She is a good cook. (Lit. She cooks deliciously.)

10a. Oh yes. Just have her take care of your food. (Lit. have your food taken care of by her.)

b. And then she will have it brought here.

11. I'll also ask her if she can do my laundry for me.

12. If you send out your laundry, won't that be expensive?

13a. Oh, she probably won't make it expensive for me.

b. As far as the little things go, I'll wash them myself.

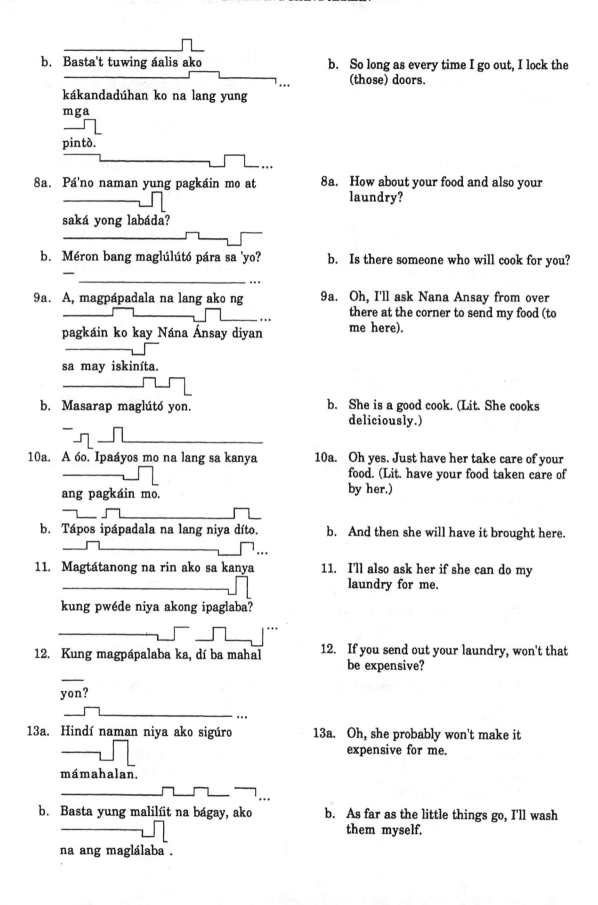

c. Yung malalaki, kagáya ng kúmot,

punda at saká mga pantalon ko,

ipápalaba ko na lang.

c. As for the big ones, like the sheets, pillow cases, and my pants, I'll send them out to be washed.

Commentary to difficult forms in 11AI

intro.	*nagkaprobléma*	"Ran into a problem." The formation of verbs of the *magka-* conjugation is explained in §15.1.
2b.	*pinagmúmura*	"Be complaining about (=*ipinagmúmura*)." This form is explained in §12.511.
3b.	*'ba'y*	"My heavens!" (= *aba ay*).
4.	*yang babáe*	"That woman."
	yang babáe na yan	"That darned woman."
5.	*pauwiin*	"Cause to return home" (§11.11).
	at mabigyan	"So she might be given."
6a.	*'dè*	"Nah" (a slight mispronunciation of *hindì* to indicate scorn).
	'wag na	"Don't bother, don't (do it) any more."
	pabalikin	"Cause (him, her) to come back" (§11.11).
7a.	*pabantayan*	"Have someone watch (it)" (§§11.13, 11.131).
	tuwing áalis	"Every time (X) goes out" (§11.81).
9a.	*magpápadala*	"Will have someone bring" (§11.14).
	magpápadala kay X	"Will have X bring" (§11.14).
b.	*masarap maglútò*	"X cooks well" (§11.2).
10a.	*ipaáyos*	"Have (it) be taken care of."
	ipaáyos kay X	"Have (it) be taken care of by X" (§11.12).
	ipápadala	"Will have someone bring (it)" (§11.12).
11.	*ipaglaba si X*	"Do the laundry for X."
	ipaglálaba niya ako	"She will do the laundry for me" (§11.4).
12.	*magpápalaba*	'Will have someone do the laundry" (§11.14).
13a.	*mámahalan si X*	"Will charge X a high price" (§15.22).
c.	*kagáya ng X*	"Like X (=*gaya ng X*) " (§11.83).
	ipápalaba	"Will cause someone to wash (it)" (§11.12).

AII.   Pagsasánay

1.   **Pagpapalit. Ipalit ang mga salitang násia loob ng saklong.**

What are you cursing about there?
   Ano ang pinagmúmura mo diyan?   (*asking about*)
   Ano ang pinagtátanong mo diyan?   (*promising*)
   Ano ang ipinápangákó mo diyan?   (*saying*)
   Ano ang ipinagsásabi mo diyan?   (*waiting for*)
   Ano ang hiníhintay mo diyan?   (*ironing*)
   Ano ang pinápléntsa mo diyan?   (*ordering*)
   Ano ang iniúútos mo diyan?   (*cooking*)
   Ano ang nilúlútó mo diyan?

2.   **Bagúhin ang mga sumúsunod na pangungúsap áyon sa modélo.**

    1a.   May ipinabili akong yélo kay Lína.
    b.   Inutúsan ko si Línang bumili ng yélo.
    2a.   May ipinalútó akong úlam kay Lína.
    b.   Inutúsan ko si Línang maglútó ng úlam.
    3a.   May pinabantayan akong gámit kay Lína.
    b.   Inutúsan ko si Línang magbantay ng gámit.
    4a.   May ipinabigay akong makinílya kay Lína.
    b.   Inutúsan ko si Línang magbigay ng makinílya.
    5a.   May ipinaíwan akong pagkáin kay Lína.
    b.   Inutúsan ko si Línang mag-íwan ng pagkáin.
    6a.   May ipinatanggap akong labáda kay Lína.
    b.   Inutúsan ko si Línang tumanggap ng labáda.
    7a.   May ipinagawá akong damit kay Lína.
    b.   Inutúsan ko si Línang gumawá ng damit.

3.   **Pagtutuloy. Ituloy ang mga sumúsunod na pangungúsap áyon sa modélo.**

    1a.   Inutúsan ko siyang bumalik agad,
    b.   péro isang óras na'y hindí pa siya bumábalik.
    2a.   Inutúsan ko siyang kandadúhan agad ang pintò,
    b.   péro isang óras na'y hindí pa siya nagkákandádo.
    3a.   Inutúsan ko siyang maghanap ng yélo,
    b.   péro isang óras na'y hindí pa siya nagháhanap.
    4a.   Inutúsan ko siyang magtiklop ng damit,
    b.   péro isang óras na'y hindí pa siya nagtítiklop.
    5a.   Inutúsan ko siyang maglaba ng damit,
    b.   péro isang óras na'y hindí pa siya naglálaba.
    6a.   Inutúsan ko siyang maglútó ng pagkáin,
    b.   péro isang óras na'y hindí pa siya naglúlútò.
    7a.   Inutúsan ko siyang magbáyad sa mámà,
    b.   péro isang óras na'y hindí pa siya nagbábáyad.
    8a.   Inutúsan ko siyang umuwí sa kanila,
    b.   péro isang óras na'y hindí pa siya umúuwì.
    9a.   Inutúsan ko siyang magdala ng pagkáin,
    b.   péro isang óras na'y hindí pa siya nagdádala.
   10a.   Inutúsan ko siyang bumili sa tindáhan,
    b.   péro isang óras na'y hindí pa siya bumíbili.

4.   **Bagúhin ang mga sumúsunod na pangungúsap sa pamamagítan ng paggámit ng *pa-in* sa pagbanghay ng pandíwà.**

    1a.   Dápat siyang umuwí sa kanila.
    b.   Dápat siyang pauwiin.
    2a.   Dápat siyang pumunta sa kanila.
    b.   Dápat siyang papuntahin.
    3a.   Dápat siyang lumabas sa kanila.
    b.   Dápat siyang palabasin.
    4a.   Dápat siyang kumáin sa kanila.
    b.   Dápat siyang pakaínin.
    5a.   Dápat siyang uminom sa kanila.
    b.   Dápat siyang painumin.

5.   **Pagsasánay sa pagsagot. Sagutin ang mga sumúsunod na pangungúsap sa pamamagítan ng paggámit ng** *Hindí naman kailángan...*

      1a.   Síno ngá pala'ng magbábantay ng báhay?

        b.   Hindí naman kailángang pabantayan ang báhay e.

      2a.   Síno ngá pala'ng tútúlong sa Nánay?

        b.   Hindí naman kailángang patulúngan ang Nánay e.

      3a.   Síno ngá pala'ng magdádala ng pagkáin kay Léslie?

        b.   Hindí naman kailángang padalhan ng pagkáin si Léslie e.

      4a.   Síno ngá pala'ng magbíbigay ng pagkáin kay Nána Ánsay?

        b.   Hindí naman kailángang pabigyan ng pagkáin si Nána Ánsay.

      5a.   Síno ngá palang magkákandádo ng pintò?

        b.   Hindí naman kailángang pakandadúhan ang pintò.

      6a.   Síno ngá pala'ng magbúbúgaw ng pagkáin?

        b.   Hindí naman kailángang pabugáwan ang pagkáin.

      7a.   Síno ngá pala'ng magbábasa ng libro sa yo?

        b.   Hindí naman kailángang pabasáhan ako ng libro.

6.   **Ipalit ang mga salitang nása loob ng saklong.**

Each time I go out I will just lock the doors.

Basta't tuwing áalis ako, kákandadúhan ko na lang iyung mga pintò.	*(whenever I go to sleep I will lock)*
Basta't tuwing matútúlog ako, kákandadúhan ko na lang iyung mga pintò.	*(whenever I smoke I will lock)*
Basta't tuwing manínigarílyo ako, kákandadúhan ko na lang iyung mga pintò.	*(whenever I eat I will lock)*
Basta't tuwing kákáin ako, kákandadúhan ko na lang iyung mga pintò.	*(whenever it will rain I will lock)*
Basta't tuwing úulan ay kákandadúhan ko na lang iyung mga pintò.	*(whenever I study I will lock)*
Basta't tuwing mag-ááral ako, kákandadúhan ko na lang iyung mga pintò.	

7.   **Bagúhin ang mga sumúsunod na pangungúsap áyon sa modélo.**

      1a.   Úutúsan ko na lang si Nána Ánsay na magdala ng pagkáin.

        b.   Magpápadala na lang ako ng pagkáin kay Nána Ánsay.

      2a.   Úutúsan ko na lang si Nána Ánsay na maglútò.

        b.   Magpápalútó na lang ako kay Nána Ánsay.

      3a.   Úutúsan ko na lang si Nána Ánsay na maglaba ng damit ko.

        b.   Magpápalaba na lang ako ng damit kay Nána Ánsay.

      4a.   Úutúsan ko na lang si Nána Ánsay na bumili ng yélo.

        b.   Magpápabili na lang ako ng yélo kay Nána Ánsay.

      5a.   Úutúsan ko na lang si Nána Ánsay na maglínis ng báhay.

        b.   Magpápalínis na lang ako ng báhay kay Nána Ánsay.

      6a.   Úutúsan ko na lang si Nána Ánsay na mag-akyat ng tinápay.

        b.   Magpápaakyat na lang ako ng tinápay kay Nána Ánsay.

      7a.   Úutúsan ko na lang si Nána Ánsay na mag-áyos ng pagkáin.

        b.   Magpápaáyos na lang ako ng pagkáin kay Nána Ánsay.

      8a.   Úutúsan ko na lang si Nána Ánsay na magbalik agad.

      b.   Pabábalikin ko na lang agad si Nána Ánsay.
    9a.   Úutúsan ko na lang si Nána Ánsay na magpások ng kape.
      b.   Magpápapápások na lang ako ng kape kay Nána Ánsay.
  10a.   Úutúsan ko na lang si Nána Ánsay na gumawá ng kape.
      b.   Magpápagawá na lang ako ng kape kay Nána Ánsay.

8.   **Bagúhin ang mga sumúsunod na pangungúsap áyon sa modélo.**

    1a.   Masarap ang lútó niya.
      b.   Masarap siyang maglútò.
    2a.   Mabilis ang takbo niya.
      b.   Mabilis siyang tumakbo.
    3a.   Dáhan-dáhan ang káin niya.
      b.   Dáhan-dáhan siyang kumáin.
    4a.   Matagal ang trabáho niya.
      b.   Matagal siyang magtrabáho.
    5a.   Maága ang túlog niya.
      b.   Maága siyang matúlog.
    6a.   Malínis ang laba niya.
      b.   Malínis siyang maglaba.
    7a.   Madalas ang línis niya.
      b.   Madalas siyang maglínis.
    8a.   Marámi ang káin niya.
      b.   Marámi siyang kumáin.
    9a.   Malakas ang kalog niya sa kahon.
      b.   Malakas siyang kumalog sa kahon.
  10a.   Mabúti ang gawá niya.
      b.   Mabúti siyang gumawà.

9.   **Gawing "conveyance passive" ang mga pandíwá sa mga sumúsunod na pangungúsap.**

    1a.   Magtátanong na rin ako sa kanya kung pwéde siyang maglaba pára sa ákin.
      b.   Magtátanong na rin ako sa kanya kung pwéde niya akong ipaglaba.
    2a.   Magtátanong na rin ako sa kanya kung pwéde siyang bumili pára sa ákin.
      b.   Magtátanong na rin ako sa kanya kung pwéde niya kong ibili.
    3a.   Magtátanong na rin ako sa kanya kung pwéde siyang magbálot pára sa ákin.
      b.   Magtátanong na rin ako sa kanya kung pwéde niya akong ipagbálot.
    4a.   Magtátanong na rin ako sa kanya kung pwéde siyang humánap pára sa ákin.
      b.   Magtátanong na rin ako sa kanya kung pwéde niya akong ihánap.
    5a.   Magtátanong na rin ako sa kanya kung pwéde siyang maglínis pára sa ákin.
      b.   Magtátanong na rin ako sa kanya kung pwéde niya akong ipaglínis.
    6a.   Magtátanong na rin ako sa kanya kung pwéde siyang maghandá pára sa ákin.
      b.   Magtátanong na rin ako sa kanya kung pwéde niya akong ipaghandà.
    7a.   Magtátanong na rin ako sa kanya kung pwéde siyang maglátag pára sa ákin.
      b.   Magtátanong na rin ako sa kanya kung pwéde niya akong ipaglátag.
    8a.   Magtátanong na rin ako sa kanya kung pwéde siyang kumúha pára sa ákin.
      b.   Magtátanong na rin ako sa kanya kung pwéde niya akong ikúha.

10.   **Sagutin ang mga sumúsunod na pangungúsap sa pamamagítan ng paggámit ng *Hindí naman niya sigúro...***

    1a.   Dí ba mahal yon?
      b.   Hindí naman niya sigúro mámahalan.
    2a.   Dí ba matáas ang présyo?

    b.   Hindí naman niya sigúro tátaásan ang présyo.
3a.   Dí ba malíit ang báyad?
    b.   Hindí naman niya sigúro líliítan ang báyad.
4a.   Dí ba malaki ang gástos?
    b.   Hindí naman niya sigúro lálakihan ang gástos.
5a.   Dí ba mabigat ang trabáho?
    b.   Hindí naman niya sigúro bíbigatan ang trabáho.
6a.   Dí ba marámi yung úlam?
    b.   Hindí naman niya sigúro dádamíhan ang úlam.
7a.   Dí ba maága yung uwí niya?
    b.   Hindí naman niya sigúro áagáhan ang uwì.
8a.   Dí ba madalas ang gástos?
    b.   Hindí naman niya sigúro dádalasan ang gástos.

11.   **Pagsasánay sa pagtutuloy. Ituloy ang mga sumúsunod na pangungúsap áyon sa modélo.**

1a.   Yung mga malalaki ay hindí ako ang maglálaba,
    b.   ipápalaba ko na lang.
2a.   Yung mga mabibigat ay hindí ako ang mag-áakyat,
    b.   ipápaakyat ko na lang.
3a.   Yung mga malilíit ay hindí ako ang magbábanlaw,
    b.   ipápabanlaw ko na lang.
4a.   Yung mga marurumi ay hindí ako ang maglílínis,
    b.   ipápalínis ko na lang.
5a.   Yung mga malilínis ay hindí ako ang mag-úuwì,
    b.   ipápauwí ko na lang.
6a.   Yung mga mapuputí ay hindí ako ang magpápromplántsa,
    b.   ipápaplántsa ko na lang.
7a.   Yung mga may kúlay ay hindí ako ang magpápások,
    b.   ipápapások ko na lang.
8a.   Yung mga masasarap ay hindí ako ang maglúlútò,
    b.   ipápalútó ko na lang.
9a.   Yung mga mahahábá ay hindí ako ang maglílípat,
    b.   ipápalípat ko na lang.
10.   Yung mga sirá ay hindí ako ang maggágawà.
    b.   ipápagawá ko na lang.

AIII.   **Pilíin ang támang sagot.**

1. *O Léslie, ba't ka nagmúmura diyan?*
    a.   Kasi ngá paúuwiin ko na si Lína.
    b.   Kasi inutúsan ko 'tong si Lína. Isang óras na'y walá pa.
    c.   Kasi ay bumíbili ng yélo si Lína.
    d.   Kasi hindí naman kailángang may magbantay ng báhay.
2. *Pá'no naman ang iyong labáda?*
    a.   Basta yung malalaki na lang ang ipinalaba sa ákin.
    b.   Sísisántihin ko na lang kung áyaw maglaba.
    c.   Itátanong ko kung pwéde akong magpalaba.
    d.   Dí ba mas mahal kung magpápalaba ako?
3. *Síno ang magbábantay ng báhay mo?*
    a.   Kung hindí ako áalis ay hindí ko kákandadúhan ang pintò.
    b.   Hindí naman kailángang pabantayan ang báhay e.
    c.   Walà. Walá ngá palang nagbábantay ng báhay ko.
    d.   Pabantayan mo na lang ang báhay ko.

4. *Síno ang maglúlútó ng pagkáin mo?*
    a.   Ipápaáyos ko na lang sa kanya ang pagkáin mo.
    b.   A, kay Nána Ánsay. Magpápadala na lang ako.
    c.   A, si Nána Ánsay? Naglúlútó ba 'yon?
    d.   A, óo. Masarap maglútó 'yon.

5. *Mabúti pa, bigyan ko ng kónting bakasyon itong si Lína, ano?*
    a.   ÓO. Ipápaáyos ko na lang sa kanya ang pagkáin mo.
    b.   A hindì. 'Wag mo nang pabalikin.
    c.   Mabúti pa sisántihin mo na yung babáeng yan.
    d.   Óo. May ibíbigay ngá ako kay Lína.

6. *Bumalik na ba si Lína?*
    a.   Hindí pa ngà. Isang óras na ngang walá e.
    b.   Kasi inutúsan ko siyang bumili.
    c.   Hindí ko na siya pabábalikin.
    d.   Hindí na ngá pala bábalik si Lína.

7. *Ano pa bang itátanong mo kay Nána Ánsay?*
    a.   Hindí naman niya ako mámahalan.
    b.   Itanong mo kung masarap maglútó si Nána Ánsay.
    c.   Magtátanong ako kung pwéde niya akong ipaglaba.
    d.   Óo, magtátanong ako kay Nána Ánsay.

8. *Ikaw ba ang naglálaba ng lahat ng iyong mga damit?*
    a.   A óo. Ipápaáyos ko na lang yung iba.
    b.   Hindí niya káyang labhan ang mga damit ko.
    c.   Hindì. Hindí naman mahal ang pagpapalaba.
    d.   Hindì. Basta yung malilíit ay ako at yung malalaki na lang ang ipápalaba ko.

9. *O ba't walá díto si Lína?*
    a.   Sa palagay ko kailángang pauwiin ko na yan.
    b.   Paúuwiin ko na talaga yan sa kanila.
    c.   A, inutúsan ko kasi siyang bumili.
    d.   Kasi ay isang óras na'y dí pa dumárating.

10. *Bákit mo ba paúuwiin si Lína?*
    a.   Kasi'y hindí pa siya bumábalik.
    b.   A, bíbigyan ko lang naman siya ng kónting bakasyon.
    c.   Kasi ay inutúsan ko siyang bumili ng yélo.
    d.   Hindí naman kailángang pabantayan ang báhay a.

AIV.   **Buuin ang mga sumúsunod na pangungúsap úpang magkaroon ng ganap na díwà.**

1. Ano yan Léslie? Ano yang... 2. Inutúsan ko itong si Lína. Aba'y isang óras... 3. Kung ganyan si Lína, mabúti... 4. Pauwiin mo na si Lína at bigyan mo... 5. Pag-alis niya'y síno ba... 6. Ikákandádo ko na lang yung mga pintó kayá hindí na kailángang... 7. Basta't tuwing áalis ako'y kákandadúhan... 8. Pá'no yung iyong pagkáin at saká... 9. Hindí probléma yan. Magpápadala na lang ako kay... 10. Magpápalaba ako péro ako na ang maglálaba nung... 11. Ipápalaba ko na lang yung malalaki kagáya ng... 12. Kung magpápalaba ka rin sa kanya baká... 13. Hindí naman niya sigúro ako... 14. Mas mabúti pa ngang ipaáyos... 15. Pá'no yung pagkáin mo? Méron bang...

AV.   **Sagutin ang mga sumúsunod na tanong.**

1. O, násaan na si Lína? 2. Síno ang magbábantay ng báhay pag umalis si Lína? 3. Bákit mo naman paáalisin na si Lína? 4. Papaáno na ang mga damit mo? 5. Lahat ba ng damit mo'y ipápalaba mo? 6. O ba't ka nagmúmura? 7. Sa palagay mo ano'ng kailángan kong gawin kay Lína? 8. Pabábalikin ko pa ba si Lína? 9. Paáno na ang pagkáin mo pag pinagbakasyon mo si Lína? 10. Ano ngá bang itátanong mo kay Nána Ánsay? 11. Ano kaya'ng dápat kong

gawin dun sa babáeng yun? Isang óras na'y walá pa. 12. Bákit naman hindí na kailángang pabantayan ang báhay mo? 13. Dí ba mas mahal kung magpápalaba ka rin? 14. O ba't kinákandádo mo yang pintò? 15. O ngayong walá na si Lína e di sásáma ka na sa áking kumáin sa labas?

BI. Ikalawang Bahági

LÉSLIE

14a. O Lína, saan ka nanggáling?

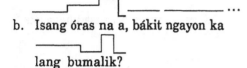

b. Isang óras na a, bákit ngayon ka lang bumalik?

LÍNA

15. Walá kasing yélo e kayá naghanap pa ako sa ibang tindáhan diyan.

LÉSLIE

16a. Ano? Isang óras kang naghanap ng yélo?

b. O nása'n na yung binili mo?

LÍNA

17. Nandiyan sa labábo.

LÉSLIE

18a. Nasísírá ka na ba?

b. Dí ba sábi ko sa iyo pagkabili mo, ilagay mo agad sa cooler?

c. Sigúro tunaw na yun ngayon.

d. O nása'n na yung kapeng pinabíbili ko sa iyo?

BI. Second Part

LESLIE

14a. Oh Lina, where have you been? (Lit. where are you from?)

b. It's been an hour, why have you just come back now?

LINA

15. There wasn't any ice, so I had to (still) look in another store there.

LESLIE

16a. What? (You spent) one hour looking for ice?

b. Well, where are the things you bought?

LINA

17. Over there, in the sink.

LESLIE

18a. Have you gone mad?

b. Didn't I say to you that after you have bought (it), to put it in the cooler immediately?

c. It's probably all melted by now.

d. Anyway, now where's the coffee I told you to buy?

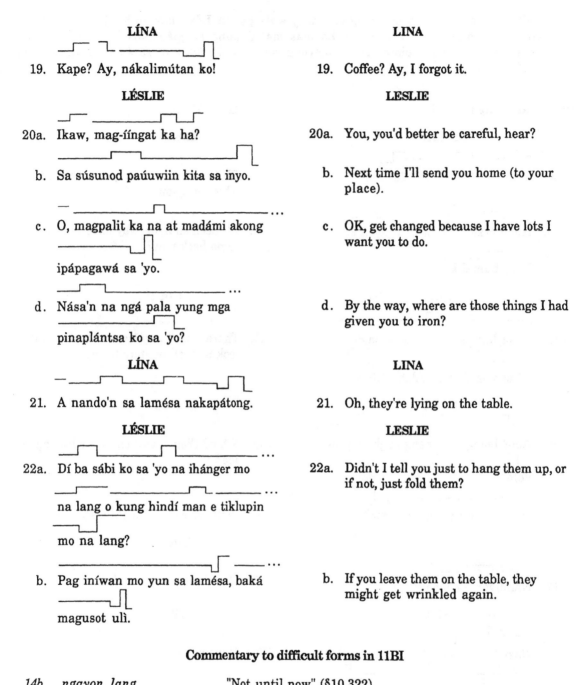

	LÍNA		LINA
19.	Kape? Ay, nákalimútan ko!	19.	Coffee? Ay, I forgot it.

LÉSLIE — **LESLIE**

20a. Ikaw, mag-íngat ka ha?

20a. You, you'd better be careful, hear?

b. Sa súsunod paúuwiin kita sa inyo.

b. Next time I'll send you home (to your place).

c. O, magpalit ka na at madámi akong
ipápagawá sa 'yo.

c. OK, get changed because I have lots I want you to do.

d. Nása'n na ngá pala yung mga
pinaplántsa ko sa 'yo?

d. By the way, where are those things I had given you to iron?

LÍNA — **LINA**

21. A nando'n sa lamésa nakapátong.

21. Oh, they're lying on the table.

LÉSLIE — **LESLIE**

22a. Dí ba sábi ko sa 'yo na ihánger mo
na lang o kung hindí man e tiklupin
mo na lang?

22a. Didn't I tell you just to hang them up, or if not, just fold them?

b. Pag iníwan mo yun sa lamésa, baká
magusot ulì.

b. If you leave them on the table, they might get wrinkled again.

Commentary to difficult forms in 11BI

14b.	*ngayon lang*	"Not until now" (§10.322).
16b.	*násaan na*	"Where in the world is it?"
18a.	*nasísírà*	"Be crazy." *Masírà* can mean "be broken" or "be crazy."
b.	*sábi ko sa iyo*	"I told you."
	pagkabili ni X	"After X has bought" (§7.73).
20a.	*mag-íngat ka*	"Be careful."
	mag-íingat ka	"Don't fail to be careful, you'd better be careful!"
20c.	*magpalit ka*	"Change your clothes."
	magpalit ka at...	"Change your clothes because..."
	ipápagawá ko	"I will cause (it) to be done" (§11.12).
	may ipápagawá ako	"I have something to be done (lit. to cause someone to do)."

	marámi akong ipápagawà	"I have lots of things to have someone do."
	marámi akong ipápagawá kay X	"I have lots of things which I will have X do." The passive in existential sentences is explained in §§10.21, 2.
20d.	*pinaplántsa ko sa iyo*	"I had (it) ironed by you, i.e. I gave to you to iron." *(=ipinaplántsa ko sa iyo)*
21.	*nakapátong*	"Be stacked up, be in the *pátong* position" (§13.4).
22a.	*kung hindì*	"If not."
	kung hindí man	"In case not."
23.	*pag iníwan mo*	"If you leave it." For the use of *pag* plus a past tense verb in an if-clause, see §11.3.

BII. **Pagsasánay. Ipalit ang mga salitáng nása loob ng saklong.**

1. *Why did you come back just now?*

Bákit ngayon ka lang bumalik?	*(until just a while ago)*
Bákit kangína ka lang bumalik?	*(last December)*
Bákit noong Disyémbre ka lang bumalik?	*(last December already)*
Bákit noong Disyémbre ka pa bumalik?	*(at nine o'clock)*
Bákit alas nwébe ka bumalik?	*(not yet three o'clock)*
Bákit walá pang alas tres nang bumalik ka?	*(not yet four o'clock)*
Bákit walá pang alas kwátro nang bumalik ka?	*(already at four o'clock)*
Bákit alas kwátro ka na bumalik?	

2. *I've spent one hour looking for ice.*

Isang óras akong nagháhanap ng yélo.	*(have been)*
Isang óras na akong nagháhanap ng yélo.	*(will look)*
Isang óras akong magháhanap ng yélo.	*(was looking)*
Isang óras akong nagháhanap ng yélo.	*(have been looking)*
Isang óras na akong nagháhanap ng yélo.	*(looked for one hour)*
Isang óras akong naghanap ng yélo.	*(only for one hour)*
Isang óras pa lang akong nagháhanap ng yélo.	

3. **Bagúhin ang mga sumúsunod na pangungúsap sa pamamagítan ng paggámit ng *Dí ba sinábi ko sa iyo, pagka-* + pandíwà.**

1a. Bákit hindí mo nailagay sa cooler pagkatápos mong bilhin?
  b. Dí ba sinábi ko sa iyo, pagkabili mo, ilagay mo agad sa cooler?
2a. Bákit hindí mo pinatuyó pagkatápos mong banlawan?
  b. Dí ba sinábi ko sa iyo, pagkabanlaw mo, patuyuin mo agad?
3a. Bákit hindí mo tiniklop pagkatápos mong plántsahin?
  b. Dí ba sinábi ko sa iyo, pagkaplántsa mo, tiklupin mo agad?
4a. Bákit hindí mo naikandádo ang pintó pagkatápos umalis ang mga bisíta?
  b. Dí ba sinábi ko sa iyo, pagkaalis ng mga bisíta, kandadúhan mo agad ang pintò?
5a. Bákit hindí mo binigyan ang mga bisíta ng pagkáin pagkatápos mong maglútò?
  b. Dí ba sinábi ko sa iyo, pagkalútó mo, bigyan mo agad ng pagkáin ang mga bisíta?
6a. Bákit hindí mo inihánger ang mga damit pagkatápos mong plántsahin?
  b. Dí ba sinábi ko sa iyo, pagkaplántsa mo ng mga damit, ihánger mo agad?
7a. Bákit hindí mo nilínis ang makinílya pagkatápos mong gamítin?
  b. Dí ba sinábi ko sa iyo, pagkagámit mo ng makinílya, linísin mo agad?
8a. Bákit hindí mo naiuwí ang káhoy pagkatápos mong putúlin?
  b. Dí ba sinábi ko sa iyo, pagkapútol mo ng káhoy, iuwí mo agad?

9a. Bákit hindí mo binása ang libro pagkatápos mong matúlog?
  b. Dí ba sinábi ko sa iyo, pagkatúlog mo, basáhin mo agad yung libro?
10a. Bákit hindí mo inilabas ang mga gámit pagkatápos mong talían?
  b. Dí ba sinábi ko sa iyo, pagkatálí mo ng mga gámit, ilabas mo agad?

4. **Pagsasánay sa pagtutuloy. Ituloy ang mga sumúsunod na pangungúsap sa pamamagítan ng paggámit ng *Násaan na yung...***

1a. Dí ba inutúsan kitang bumili ng kape?
  b. Násaan na yong kapeng ipinabili ko sa iyo?
2a. Dí ba inutúsan kitang plántsahin ang áking pantalon?
  b. Násaan na yong pantalong ipinaplántsa ko sa 'yo?
3a. Dí ba inutúsan kitang ilagay ang yélo sa cooler?
  b. Násaan na yung yélong ipinalagay ko sa 'yo?
4a. Dí ba inutúsan kitang kúnin ang súlat?
  b. Násaan na yung súlat na ipinakúha ko sa 'yo?
5a. Dí ba inutúsan kitang pumútol ng káhoy sa gúbat?
  b. Násaan na yung káhoy na ipinapútol ko sa iyo?
6a. Dí ba inutúsan kitang ilabas yung mga libro?
  b. Násaan na yung mga librong ipinalabas ko sa iyo?
7a. Dí ba inutúsan kitang iuwí ang mga lúmang libro?
  b. Násaan na yung lúmang librong ipinauwí ko sa iyo?
8a. Dí ba inutúsan kitang ilútó ang isdà?
  b. Násaan na yung isdang ipinalútó ko sa iyo?
9a. Dí ba inutúsan kitang tiklupin ang mga damit?
  b. Násaan na yung mga damit na ipinatiklop ko sa iyo?
10a Dí ba inutúsan kitang dalhin ang mga kahon?
  b. Násaan na yung kahong ipinadala ko sa iyo?

5. **Bagúhin ang mga sumúsunod na pangungúsap sa pamamagítan ng paggámit ng *Marámi akong ipapa-* + pandíwà...**

1a. Marámi kang gágawin.
  b. Marámi akong ipápagawá sa iyo.
2a. Marámi kang páplántsahin.
  b. Marámi akong ipápaplántsa sa iyo.
3a. Marámi kang áalising gámit.
  b. Marámi akong ipápaalis sa iyo.
4a. Marámi kang háhanáping libro.
  b. Marámi akong ipápahánap sa iyo.
5a. Marámi kang bíbilhin sa paléngke.
  b. Marámi akong ipápabili sa iyo.
6a. Marámi kang kúkuháning pagkáin.
  b. Marámi akong ipápakúha sa iyo.
7a. Marámi kang sásabíhin sa mga bátà.
  b. Marámi akong ipápasábi sa iyo.
8a. Marámi kang líliníwing pláto.
  b. Marámi akong ipápalínis sa iyo.
9a. Marámi kang tátapúsing trabáho.
  b. Marámi akong ipápatápos sa iyo.
10a. Marámi kang ibábalik na sílya.
  b. Marámi akong ipápabalik sa iyo.

6. **Bagúhin ang mga sumúsunod na pangungúsap sa pamamagítan ng paggámit ng *Pag* + pandíwà...**

1a. Nagusot ulì, kasi iníwan mo sa lamésa.
b. Pag iníwan mo sa lamésa, magúgusot ulì.
2a. Natúnaw, kasi ay hindí mo inilagay sa cooler.
b. Pag hindí mo inilagay sa cooler, matútúnaw.
3a. Nasírà, kasi ay pinatúngan ng mabibigat.
b. Pag pinatúngan ng mabibigat, masísírà.
4a. Nahúlog, kasi ay pinabilis ang takbo ng dyip.
b. Pag pinabilis ang takbo ng dyip, mahúhúlog.
5a. Napútol ang tálì, kasi pinabigat ang dala mong kahon.
b. Pag pinabigat ang dala mong kahon, mapúpútol ang tálì.
7a. Nábili agad ang lámsyed kasi magaling magtinda yung mámà.
b. Pag magaling magtinda yung mámà, mábíbili agad.
8a. Naúhaw agad ang bátá kasi pinakáin mo ng kéndi.
b. Pag pinakáin mo ng kéndi, maúúhaw agad.
9a. Nagútom ang mga bisíta kasi matagal kayong maglútò.
b. Pag matagal kayong maglútò, magúgútom ang mga bisíta.
10a. Nawalá ang mga damit kasi pinabayáan niya sa labas.
b. Pag pinabayáan niya sa labas, mawáwalá ang mga damit.

BIII. **Pilíin ang támang sagot.**

1. *O ba't ngayon ka lang bumalik?*
   a. Kasi mámayá pa ang bili ko ng yélo.
   b. Gusto kong ngayon na ako bumalik.
   c. Naghanap pa kasi ako ng yélo.
   d. Kung bábalik ako'y ang gusto ko'y ngayon na.
2. *Nása'n na yung mga damit na pinaplántsa ko sa iyo?*
   a. Mabúti at naihánger ko yung damit.
   b. A nándo'n sa lamésa, nakapátong.
   c. Hindí ko ngá pala pwédeng ipátong ang mga damit sa lamésa.
   d. Marámi akong ipápaplántsa sa iyo.
3. *Nása'n na yung kapeng ipinabíbili ko sa 'yo?*
   a. Naghanap pa ako sa ibang tindáhan e.
   b. Kape? Ay nalimútan ko!
   c. Sa tindáhan pa ako bíbili ng kape.
   d. Ákina ang péra at bíbili ako ng kape sa tindáhan.
4. *May ipápagawá ka ba sa ákin?*
   a. Óo. Kayá ngá magpalit ka na ng damit.
   b. Ang dámi kong ipinagawá sa iyo, péro walá ka pang nagágawà.
   c. Hindí ako marúnong magpagawá ng makinílya.
   d. Madámi ka ngá palang dápat gawin.
5. *Ano ba'ng hináhánap mo sa mga tindáhan?*
   a. A, sa tindáhan ako naghanap.
   b. A, naghanap ako ng tindáhan.
   c. Magháhanap sána ako ng yélo sa tindáhan.
   d. A yélo. Walá kasi do'n sa tindáhan.
6. *Ba't áyaw mong ilagay ang yélo sa labábo?*
   a. Kasi ngayon ay sigurádong tunaw na ang yélo.
   b. Kasi ay sigurádong matútúnaw ang yélo.
   c. Kasi ay walá naman sa labábo ang yélo.
   d. Ilálagay mo kasi ang yélo sa labábo e.

7. *Magpápalit na ba ako ng damit?*
   a. Hindí magtátagal basta walang pápalitan.
   b. Óo at madámi akong ipápagawá sa iyo.
   c. Óo, kúnin mo na yung damit at ihánger mo.
   d. Huwag na, marámi namang damit diyan e.
8. *Saan ko ba ilálagay itong damit kong pinalántsa?*
   a. Pag iníwan mo sa lamésa baká magusot ulì.
   b. Dí ba sábi ko sa iyo pakihánger mo na lang.
   c. Dápat sána ay inilagay mo na lang sa mésa.
   d. Nándo'n sa lamésa, nakapátong.
9. *Bákit nagpunta ka pa sa ibang tindáhan?*
   a. Walá na palang yélo sa isa e.
   b. Kasi ay isang óras na'y hindí pa bumábalik.
   c. Kasi ay walá akong mábiling yélo.
   d. Gusto ko na kasing magbalik sa tindáhan.

BIV. Buuin ang mga sumúsunod na pangungúsap úpang magkaroon ng ganap na díwà.

1. O Lína, isang óras na a, bákit... 2. Íbig mong sabíhin isang óras... 3. Matagal ako dáhil naghanap pa ako ng yélo sa... 4. Nasísírá ka na ba? Bákit mo inilagay...? 5. Dí ba sinábi ko sa iyo, pagkabili mo ay ilagay mo...? 6. Hoy Lína, mag–íngat ka ha? Sa súsunod... 7. Madámi akong ipápagawá sa iyo kayá... 8. Magpalit ka na ng damit mo at madámi... 9. Dí ba sábi ko sa iyo, ihánger... 10. Kung íiwánan mo yung damit sa lamésa ay baká... 11. Ano? Inilagay mo sa labábo yung yélo. Sigúro... 12. Dí ba pinabíbili kita ng kape? Nása'n na? Ay... 13. O nása'n na yung mga pinaplántsa ko sa 'yo? Nándun... 14. Paúuwiin kita sa súsunod kung hindí ka...

BV. Sagutin ang mga sumúsunod na tanong.

1. O Lína, ba't isang óras kang nawalà? 2. Ba't nagpunta ka pa sa ibang tindáhan? 3. Téka, nása'n na yung pinabíbili ko sa iyong yélo? 4. Dí ba may pinabíbili akong kape sa iyo, násaan na? 5. Nása'n na yung mga damit na pinaplántsa ko sa 'yo? 6. Ba't sinábi mong magpalit na ako ng damit? 7. Ano bang gágawin ko bágo ko gawin ang iniúútos mo sa ákin? 8. O ba't gusot yung mga damit? 9. Saan ko ba ilálagay yung yélong bíbilhin ko? 10. Ano'ng mangyáyári sa súsunod kung hindí ako mag–íingat? 11. O Lína, ano yung nása mésa? 12. Ano ba'ng gágawin ko díto sa pinalántsa ko? 13. Ba't mo naman sinábing tanga si Lína?. 14. Bákit áyaw mong ipátong ko sa mésa ang mga damit? 15. Bákit natúnaw ang yélong ipinabili ko sa iyo?

CI. Ikatlong Bahági	CI. Third Part
LÍNA	**LINA**
23. O nárito na yung títingin sa makinílya.	23. Oh, the man who was going to look at the typewriter is here.
LÉSLIE	**LESLIE**
24a. Síge, papasúkin mo.	24a. OK, have him come in.

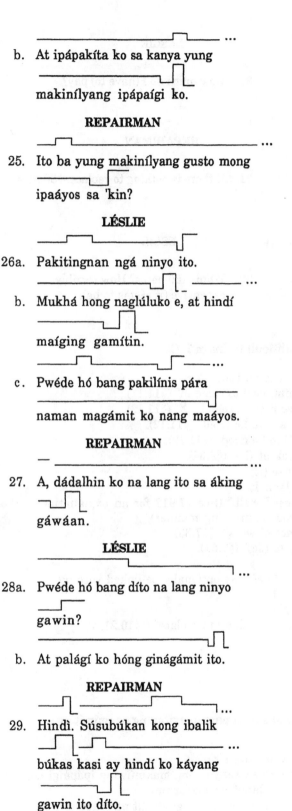

b. At ipápakíta ko sa kanya yung makinílyang ipápaígi ko.

b. And I will show him the typewriter I want fixed.

REPAIRMAN

REPAIRMAN

25. Ito ba yung makinílyang gusto mong ipaáyos sa 'kin?

25. Is this the typewriter you want me to fix?

LÉSLIE

LESLIE

26a. Pakitingnan ngá ninyo ito.

26a. Could you look at it?

b. Mukhá hong naglúluko e, at hindí maíging gamítin.

b. It seems to be acting up and it tends to stick (lit. isn't nice to use).

c. Pwéde hó bang pakilínis pára naman magámit ko nang maáyos.

c. Could you clean it for me, so I could use it properly?

REPAIRMAN

REPAIRMAN

27. A, dádalhin ko na lang ito sa áking gáwáan.

27. Oh, I'll just bring this to the (lit. my) shop.

LÉSLIE

LESLIE

28a. Pwéde hó bang díto na lang ninyo gawin?

28a. Could you just do it here?

b. At palágí ko hóng ginágámit ito.

b. Because I always use it (lit. this).

REPAIRMAN

REPAIRMAN

29. Hindì. Súsubúkan kong ibalik búkas kasi ay hindí ko káyang gawin ito díto.

29. No. I will try to bring it back tomorrow, because I cannot do it here.

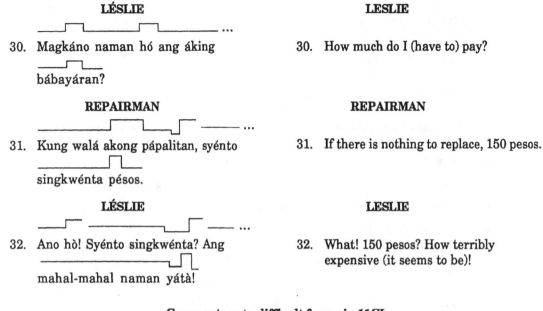

LÉSLIE

30. Magkáno naman hó ang áking bábayáran?

REPAIRMAN

31. Kung walá akong pápalitan, syénto singkwénta pésos.

LÉSLIE

32. Ano hò! Syénto singkwénta? Ang mahal-mahal naman yátà!

LESLIE

30. How much do I (have to) pay?

REPAIRMAN

31. If there is nothing to replace, 150 pesos.

LESLIE

32. What! 150 pesos? How terribly expensive (it seems to be)!

Commentary to difficult forms in 11CI

23.	*yung títingin*	"The one who will look."
	papasúkin	"Cause (him, her) to come in" (§11.11).
24b.	*ipápakíta kay X*	"Will cause it to be seen by X" (§11.12).
	ipápaígi	"Will cause it to be fixed" (§11.12).
25.	*ipaáyos*	"Cause (it) to be fixed" (§11.12).
26a.	*pakitingnan*	"Please look at (it)" (§9.31).
b.	*maíging gamítin*	"Easy to use (it)."
c.	*pakilínis*	"Please clean it."
	magámit nang maáyos	"Can be used well." (See §7.912 for an explanation of the *nang* phrase expressing manner).
27.	*gáwáan*	"Shop, place of work" (§17.33).
	súsubúkan kong (dependent)	"I will try to (do)" (§7.51).
	kasi ay	"Because." *Kasi* may optionally be linked with *ay*.
	káyang gawin	"Able to do (it)."
31.	*pápalitan ko*	"I will replace (it)."
	walá akong pápalitan	"I don't have anything to replace" (§§10.21, 2).

CII.   Pagsasánay

1.   **Sagutin ang mga sumúsunod na pangungúsap sa pamamagítan ng paggámit ng O, papasúkin...**

   1a.   O, nandíto yung títingin sa makinílyang sirà.
   b.   O, papasúkin siya at patítingnan ko sa kanya yong makinílyang ipápaígi ko.
   2a.   O nandíto yung maglálaba ng mga damit na marurumi.
   b.   O, papasúkin siya at ipápalaba ko sa kanya ang mga damit na ipápalínis ko.
   3a.   O, nandíto yung kúkúha ng mga damit na gusot.
   b.   O, papasúkin siya at ipápakúha ko sa kanya yang mga damit na ipápaplántsa ko.
   4a.   O, nandíto yung magbúbuhat ng mga gámit na nása ibabà.

b. O, papasúkin siya at ipápabuhat ko sa kanya yung mga gámit na ipápaakyat ko.
5a. O, nandíto yung maglílípat ng mga librong nása labas.
b. O, papasúkin siya at ipápalípat ko sa kanya yang mga librong ipápapások ko.
6a. O, nandíto yung magdádala ng mésang nása loob.
b. O, papasúkin siya at ipápadala ko sa kanya yang mésang ipápalabas ko.
7a. O, nandíto yung magbábalik ng turnílyong natanggal.
b. O, papasúkin siya at ipápabalik ko sa kanya yung turnílyong ipápalagay ko.

2. **Pagsasánay sa pagsagot. Sagutin ang mga sumúsunod na pangungúsap sa pamamagítan ng paggámit ng *Pwéde hó ba* ...**

1a. Ito ba yung makinílyang gusto mong ipalínis sa ákin?
b. Pwéde hó bang pakilínis?
2a. Ito ba yung makinílyang gusto mong patingnan sa ákin?
b. Pwéde hó bang pakitingnan?
3a. Ito ba yung damit na gusto mong palabhan?
b. Pwéde hó bang pakilabhan?
4a. Ito ba yung kwártong gusto mong ipalínis?
b. Pwéde hó bang pakilínis?
5a. Ito ba yung isdang gusto mong ipalútò?
b. Pwéde hó bang pakilútò?
6a. Ito ba yung pagkáing gusto mong ipahandà?
b. Pwéde hó bang pakihandà?
7a. Ito ba yung gámit na gusto mong ipalípat?
b. Pwéde hó bang pakilípat?
8a. Ito ba yung kahong gusto mong ipabuhat?
b. Pwéde hó bang pakibuhat?
9a. Ito ba yung librong gusto mong ipadala?
b. Pwéde hó bang pakidala?
10a. Ito ba yung damit na gusto mong ipaplántsa?
b. Pwéde hó bang pakiplántsa?

3. **Ipalit ang mga salitang nása loob ng saklong.**

Could you clean it so I could use it properly?

Pwéde hó bang pakilínis pára naman   *(so it could be nice to use)*
magámit ko nang maáyos?

Pwéde hó bang pakilínis pára naman   *(so it won't act up anymore)*
maíging gamítin?

Pwéde hó bang pakilínis pára naman   *(could you fix it)*
hindí na magluko?

Pwéde hó bang pakigawá pára hindí na   *(change a screw)*
magluko?

Pwéde hó bang pakipalitan ng turnílyo   *(so I could use it properly)*
pára hindi na magluko?

Pwéde hó bang pakipalitan ng turnílyo   *(return it tomorrow)*
pára magámit ko nang maáyos?

Pwéde hó bang pakibalik búkas para
magámit ko nang maáyos?

4. **Pagpapalit**

Could you just do it here?

Pwéde hó bang díto na lang ninyo gawin?   *(in your shop)*

Pwéde hó bang sa gáwáan na lang ninyo   *(clean it)*
    gawin?
Pwéde hó bang sa gáwáan na lang ninyo   *(just here)*
    linísin?
Pwéde hó bang díto na lang ninyo linísin?   *(look at it)*
Pwéde hó bang díto na lang ninyo   *(at your shop)*
    tingnan?
Pwéde hó bang sa gáwáan na lang ninyo   *(bring it)*
    tingnan?
Pwéde hó bang sa gáwáan na lang ninyo
    dalhin?

5.   **Sagutin ang mga sumúsunod na pangungúsap sa pamamagítan ng paggámit ng *Hindì*.**
      Dápat kong...kasi hindí ko káyang...

   1a.   Pwéde hó bang díto na lang ninyo gawin at hindí sa inyong gáwáan?
    b.   Hindì. Sa áking gáwáan ko dápat gawin kasi hindí ko káyang gawin ito díto.
   2a.   Pwéde hó bang ngayon na lang ninyo linísin at hindí búkas?
    b.   Hindì. Búkas ko dápat linísin kasi hindí ko káyang linísin ito ngayon.
   3a.   Pwéde hó bang díto na lang ninyo tingnan at hindí sa inyong gáwáan?
    b.   Hindì. Sa áking gáwáan ko dápat tingnan ito kasi hindí ko káyang tingnan ito
         díto.
   4a.   Pwéde hó bang díto na lang ninyo plántsahin at hindí sa inyong báhay?
    b.   Hindì. Sa áking báhay ko dápat plántsahin kasi hindí ko káyang plántsahin ito
         díto.
   5a.   Pwéde hó bang lutúin nyo ang isdá ngayon at hindí mámayà?
    b.   Hindì. Mámayá ko dápat lutúin ang isdá kasi ay hindí ko káyang lutúin ito
         ngayon?
   6a.   Pwéde hó bang dalhin nyo ang mga libro sa Lúnes at hindí sa Sábado?
    b.   Hindì. Sa Sábado ko dápat dalhin ang mga libro kasi ay hindí ko káyang dalhin
         sa Lúnes.

6.   **Ipalit ang mga salitang nása loob ng saklong.**

   I'll try to bring it back tomorrow.
   Súsubúkan kong ibalik búkas.   *(repair it)*
   Súsubúkan kong gawin búkas.   *(clean it)*
   Súsubúkan kong linísin búkas.   *(look at it)*
   Súsubúkan kong tingnan búkas.   *(change it)*
   Súsubúkan kong palitan búkas.   *(have someone fix it)*
   Súsubúkan kong ipagawá búkas.   *(bring it)*
   Súsubúkan kong dalhin búkas.   *(have someone bring it)*
   Súsubúkan kong ipadala búkas.

7.   **Bagúhin ang mga sumúsunod na pangungúsap sa pamamagítan ng paggámit ng *Kung***
      walá akong...

   1a.   Kung hindí ko kailángang magpalit ng anuman.
    b.   Kung walá akong pápalitan.
   2a.   Kung hindí ko kailángang magbáyad ng anuman.
    b.   Kung walá akong bábayáran.
   3a.   Kung hindí ko kailángang magpaígi ng anuman.
    b.   Kung walá akong ipápaígi.
   4a.   Kung hindí ko kailángang magpakíta ng anuman.

b.   Kung walá akong ipápakíta.
5a. Kung hindí ko kailángang gumámit ng anuman.
b.   Kung walá akong gágamítin.
6a. Kung hindí ko kailángang gumawá ng anuman.
b.   Kung walá akong gágawin.

CIII.   Piliin ang támang sagot.

1. O Lína síno yang dumating?
   a.   Násaan na hó yung títingin ng makinílya?
   b.   Dumating na hó yung títingin ng makinílya.
   c.   Walá pa ngá hong dumárating.
   d.   Hindí pa dumárating yung títingin sa makinílya.

2. Ano ba'ng gágawin ko díto sa makinílya?
   a.   Téka sandalí at ipápakíta ko sa iyo ang gágawin mong makinílya.
   b.   Walá pa ngá akong magágawá sa makinílya.
   c.   Pwéde bang pakilínis at pakiáyos, mukhá kasing naglúluko.
   d.   O gawin mo na ang makinílya.

3. Kailan hó ninyo ibábalik itong makinílya?
   a.   Búkas ko na lang hó ito bábalikan.
   b.   Súsubúkan ko hong ibalik búkas.
   c.   Pwéde akong bumalik mámayà.
   d.   Kasi ay hindí ko pwédeng gawin díto.

4. Magkáno hó ang bábayáran ko?
   a.   Syénto singkwénta ngá pala ang ibináyad mo sa ákin.
   b.   Syénto singkwénta kung walá akong pápalitan.
   c.   Syénto singkwénta pa lang ang ibináyad mo sa ákin.
   d.   Ito sigúro ang syénto singkwéntang ibábáyad mo sa ákin.

5. Pwéde bang dalhin ko na lang ito sa áking gáwáan?
   a.   Hindí pwéde kasi ay dinala na niya sa áking gáwáan.
   b.   Mabúti naman at nadala mo na pala sa iyong gáwáan.
   c.   'Wag na lang, palágí ko hó kasi itong ginágámit e.
   d.   Téka, ako na lang ang magdádala.

6. Saan hó ninyo gágawin itong áking makinílya?
   a.   Hindí ko káyang gawin díto.
   b.   Hindí ko alam kung paáno ko gágawin itong makinílya.
   c.   A dádalhin ko na lang ito sa áking gáwáan.
   d.   Búkas ko na lang dádalhin díto.

7. Ano ba'ng ipápaáyos mo sa ákin?
   a.   Mukhá hó kasing naglúluko e.
   b.   A itong makinílya, mukhá kasing naglúluko e.
   c.   A dádalhin ko na lang itong makinílya.
   d.   Pwéde pa sigúro kung díto na lang ayúsin yung makinílya.

8. Bákit hó ba ninyo dádalhin ang makinílya?
   a.   Walá ngá akong madádalhan ng makinílya.
   b.   Kasi ay hindí ko káyang madala.
   c.   Sirá sigúro itong makinílya.
   d.   Kasi ay hindí pala pwédeng gawin díto.

9. Pwéde bang díto nyo na lang gawin itong makinílya?
   a.   Búkas ko lang ibábalik.
   b.   A dádalhin ko na lang ito sa áking gáwáan kung hindí pwéde díto.
   c.   Hindí pwéde kasi ay hindí ko káyang gawin ito díto.
   d.   Hindí pwéde ngayon kayá búkas ko na lang gágawin.

10. *Syénto singkwénta ngá hó ba ang bábayáran ko?*
    a.   A óo. Yun ay kung walá akong pápalitan.
    b.   Óo. Syénto singkwénta pala ang ibináyad mo sa ákin.
    c.   Hindí mo naman kailángang magbáyad.
    d.   Óo, kailángan mo talagang magbáyad.

CIV.   Buuin ang mga sumúsunod na pangungúsap úpang magkaroon ng ganap na díwà.

1. Kung walá akong pápalitan, ang bábayáran... 2. Nándiyan na ba yung títingin...
3. Syénto singkwénta ang bábayáran mo kung... 4. Dádalhin ko ito dáhil hindí ko
káyang... 5. Péro súsubúkan ko... 6. Magkáno naman hó... 7. Díto na lang hó ninyo gawin
at palágí... 8. Kailángan ko hong dalhin ito sa... 9. Pakilínis naman hó itong áking
makinílya pára... 10. Pwéde hó bang tingnan ninyo itong áking makinílya at mukhá...
11. Násaan hó ba yung makinílyang gusto... 12. Ano hò, syénto singkwénta ang bábayáran
ko? Ay... 13. Pwéde hó bang díto n'yo na lang gawin at palágí... 14. Kung walá hong
pápalitan, magkáno hó... 15. Nándiyan na pala yung títingin ng makinílya, síge...

CV.   Sagutin ang mga sumúsunod na tanong.

1. Ano ba'ng ipápakíta n'yo sa ákin? 2. O Lína, síno na yang dumating? 3. Hindí ko
káyang gawin díto ito. Pwéde bang dalhin ko na lang? 4. Ba't áyaw mong dalhin ko itong
makinílya? 5. Saan n'yo gágawin itong makinílya? 6. Magkáno kayá ang bábayáran ko?
7. Kailan mo ibábalik itong makinílya? 8. Ano ba'ng gusto mong gawin ko díto sa
makinílya? 9. Káya mo ba akong bayáran ng syénto singkwénta? 10 Bákit áyaw mong
magbáyad ng syénto singkwénta?

DI.   Guided Conversation

Leslie and Pete meet on the street

Leslie: Oh, Pete. Where are you heading for?
Pete: Oh, I am going home to eat. Come on. Come with me. Let's eat at my place.
Leslie: I can't because I am having Nana Ansay send food to the house. She is the one that
             lives near the corner. She is a good cook. Maybe you would like her to take care of
             your food for you (have your food taken care of by her). Oh yes, I also have her do my
             laundry.
Pete: Isn't that more expensive?
Leslie: No. Actually, she knows me. So she won't bother charging me a lot. How about you?
Pete: Oh me? The big things I have washed, but I wash the small things myself.

Pete drops by his godfather's house

Godfather: Oh Pete, it's a good thing you have come. Could you buy some ice for me? Because
             that cousin of yours, Caloy, I had him buy ice. Good Lord! It took him an hour to get
             back. And you know where he put the ice he bought? He put it in the sink. So, it melted
             immediately. And he forgot to buy the coffee I told him to buy.
Pete: Really!
Godfather: Good Lord! That cousin of yours is really a jerk. I told him to be careful, for (at) the
             next time he does it again, I'll just send him home. Oh, here is the money to buy
             (pambili) the ice and coffee.
Pete: *(Upon returning)* Sorry it took some time before I could get back because I had to look
             for the ice.
Godfather: Where is that ice now?
Pete: It's there in the cooler.

Godfather:	Just a second. Didn't you iron the other day? You should have put the clothes on hangers. Or if not, you should have just folded them. You left them on the table, didn't you? So, they got wrinkled again.
Pete:	Godfather, there is a man outside.
Godfather:	Ask him what he wants (lit. needs).
Pete:	Oh, he says he is the one who is supposed to look at your typewriter.
Godfather:	OK, have him come in.
Repairman:	Where is the typewriter you want me to repair?
Godfather:	Oh, you are the one who is going to look at the typewriter. Come over this way. Because the typewriter is over here.
Repairman:	Oh, is this the one you wanted to have repaired? It still looks OK. What is the problem with it (lit. with this)?
Godfather:	Because if I use it, it always acts up. And I really cannot use it properly.
Repairman:	Just a second. I think that it isn't just cleaning (línis) that this requires. I might just have to make some replacements. Therefore, I probably will have to take this to my shop.
Godfather:	Can't you just do it here? Because I'm going to use it tomorrow.
Repairman:	Really, it is impossible. But I will try to return it tomorrow.
Godfather:	How much shall I pay for it?
Repairman:	If I don't have to replace anything, just 150 pesos.
Godfather:	What?150! That seems high.
Repairman:	That's really what they pay me.

Later

Carlos:	Pete, what is our Godfather cursing about?
Pete:	Because he was going to have the typewriter repaired. But the charge is 150 pesos.
Godfather:	Hey, Pete, Carlos, where is Lena?
Carlos:	I dunno, sir.
Godfather:	Gosh. Here it is eleven and she still hasn't cooked (lunch). I'd better just fire that woman. I'll probably send her home so that (*at*) she can be given a short vacation. Why what's wrong? No, no I won't let her come back again. She doesn't do anything around here anyway, does she?
Carlos:	But, Godfather, who is going to watch this house when we're not here?
Godfather:	I don't care. Hey, you two. I'm going out for the while, OK? If you go out, lock the doors, will you?
Carlos:	Yes, sir.

EI.   Babasahin

Si Huwan Tamad

1. Nápakatamad nitong si Juan. Maága siyang naulíla sa ama kayá ang nánay na lámang niya ang kanyang kasáma. Sila ay mahírap. Hálos walá na silang makáin.

2. Isang umága, "Hoy Juan, gísing at kumúha ka ng gátong sa gúbat!" "Ináantok pa ako e," ang sábi ni Juan. Galit na galit ang kanyang nánay. Hindí siya tinigílan ng múra. Kayá áyaw man niya..., "Óhò,

kúkúha na hò!" Umalis si Juan na ináantok pa, dala-dala ang kanyang palakol.

3. Dumating siya sa gúbat. Nakákíta siya ng isang matandang-matandang púnó na hálos ay bulok na bulok na. At ito ay may isang malaking-malaking bútas. "A, ito na lang ang púputúlin ko pára naman hindí ako mahirápan."

4. Kayá iniangat niya ang palakol, iniúmang sa púnó nang..., "Juan 'wag!" Nágitla si Juan, tumingin siya sa palígid,

subáli't walá naman siyang nákíta. Iniangat niya ulí ang palakol, iniúmang. "Wag! Juan 'waag!" Nágitla na naman siya. Tumingin sa palígid-lígid subáli't walá na naman siyang nákíta. Iniúmang na naman niya ang palakol..."Juan 'wag! Pára mo nang áwà!"

5. Nápaúrong si Juan. Nakiramdam siya kung saan nanggágáling ang bóses. At may nagsalitá na naman, "Juan itígil mo ang pagpútol sa ákin." Lumápit siya sa púnó, dáhan-dáhan..., subáli't walá pa rin siyang mákíta. "Kung hindí mo ako púpútúlin mayroon akong ibíbigay sa iyo." Hindí pa rin makapagsalitá si Juan.

6. "Ilagay mo ang iyong kamay sa bútas. O ano, síge na 'wag kang matákot!" At inilagay ni Juan ang kanyang kamay sa bútas. Mayroon siyang nákapà..."Síge, síge kúnin mo ako!" Nákíta n'ya ang isang pitákà. "O ngayon, kalugin mo ako." Kinalog ngá ni Juan ang pitáká at naglábásan ang maráming péra.

7. Tuwang-tuwá si Juan. Hindí n'ya máláman kung saan ilálagay ang péra sa dámi nito. "Basta kalugin mo ako at may lálabas na perá, káhit na magkáno ang gusto mo, dáhil ito ay isang mahiwágang pitákà. Subáli't dápat ay walang makákaalam ng líhim na 'yan. Kapag ito'y sinábi mo káhit kaníno, mawáwalá ang hiwágá nito." "Óhò, óhó walá hong makákaalam!"

8. Kinalog nang kinalog ulí ni Juan ang pitáká hanggang hálos hindí na niya madala ang mga ito. Umuwí siyang masayang-masaya. "Nay! nay! Nárito na ako!" "O násaan na yung gátong? Paáno táyo makákapaglútó niyan e walá ka palang dalang gátong!" At minúra siya ng kanyang nánay.

9. "Nay, támá na yan, simulá ngayon hindí na nátin kailángang mangáhoy pa, at hindí na rin táyo maghíhírap. Makákabili na kayo ng lahat ng gusto ninyo, damit na magaganda..." "Anong pinagsásabi mo!"

10. "Nay, o..." Ipinakíta ni Juan ang mga pérang dala niya. "Saan mo kinúha iyan ha? Nagnákaw ka ano? Hoy Juan ibalik mo yan! Ibalik mo yan!" "Nay alam nyo namang hindí ko magágawá iyon, a basta magtiwálá na lang kayo!" Nakatingin pa rin sa kanya ang kanyang

ina. "E saan gáling iyan?" Hindí umimik si Juan, nag-áalala siyang baká masábi niya ang katotohánan sa kanyang ina.

11. Simulá noon ay namúhay sila nang marangyá at matiwasay, hanggang isang áraw mayroon siyang nápagpasiyahan. "Nay pakákasalan ko ang anak ng hárì." "Ano? Nalólóko ka na ba?" Nag-íiyak at nagmámakaáwá ang nánay ni Juan na 'wag na niyang ituloy ang kanyang bálak. Dáhil sa áwà niya sa kanyang ina ay muntik na niyang masábi ang tungkol sa pitákà. Búti na lang at naalála niya ang sábi ng bóses. Subáli't talagang buó na ang kanyang pasya.

12. Kinábukásan siya'y nagpunta sa palásyo. "Mahal na hárì, gusto ko pong pakasalan ang mahal na prinsésa." Nagtawa ang hárì. "Isang pangkaraníwang táong kagáya mo, nanánagínip na mápangasáwa ang áking anak na prinsésa, ha ha ha!" "Handá hó akong tumanggap ng anumang hámon, mápasa ákin lang ang mahal na prinsésa."

13. Nag-isip ang hárì, "O síge, biníbigyan kita ng beyntekwátro óras pára makapagdala ka díto ng dalawampu't ápat na karitong punung-punó ng gintò. Ngayon ay alas-dóse nang tanghálì. Kayá sa pagtunog ng alas-dóse nang tanghálí búkas, dápat ay nárito ng lahat ang mga gintò! Pag hindí ka dumating ay papúpugútan kita ng úlo!"

14. Bumalik si Juan sa kanilang báhay at sinábi niya sa kanyang nánay kung ano'ng nangyári. Nag-íiyak ang kanyang nánay. "Saan ka kúkúha ng ganoon kadáming gintò? Papaáno na 'ko," at umiyak siya nang umiyak, "Juan ayókong mawalá ka sa ákin!"

15. Gusto na sánang sabíhin ni Juan ang tungkol sa pitáká dáhil sa áwà niya sa kanyang nánay. Subáli't pinigílan pa rin niya ang kanyang saríli. Siya'y dálí-dáling umalis sa kanilang báhay at nagpunta sa isang liblib na lugar at doon sinimulan niyang kalugin ang mahiwágang pitákà.

16. Kalog siya nang kalog, walang tígil. Subáli't pagdating ng alas-dóse nang gabi ay sapat lámang ang pérang lumabas sa pitáká pára sa isang kariton. Kaya't binilisan pa niya káhit na siya'y hirap na hirap na. Dumating naman ang alas-sais

nang umága, "Hah hah, hirap na hirap na ako péro hálos tatlong kariton pa lang ang káyang punuin nitong péra."

17. Nag-isip siya, ísip, ísip... hanggang... "A, alam ko na!" Tumáwag siya ng dalawang katáo at sila'y nagpunta sa kanilang báhay. Dáhan-dáhan silang naglakad úpang 'wag mápansin ng kanyang nánay. Inutúsan niya ang dalawa na 'wag pápások úpang dí nila mákíta ang pitáká sa loob ng kwárto. Tinalían niya ang dúlo ng pitáká ng manipis na tálí at ito'y kanyang isinábit. At ang kabilang dúlo ng tálí ay háwak naman ng mga tao sa labas. "O higit-higitin ninyo nang mabilis...mabilis, dalì!" At naglábásan ang maráming péra.

18. Pagdating nang alas nuwébe i médya nang umága hálos sampú pa lang na kariton ng gintó ang káyang bilhin ng pérang lumabas sa pitákà. Péro...pagod na pagod na ang dalawa káhit na sila'y nagpápálit-pálítan. "O kumaon pa kayo ng iba at bilisan ninyo!" Nang bumalik ang dal'wa ay may kasáma silang mga ánim na táo. "O higit-higitin ninyo yung tálí at bilisan ninyo!" At naghálinhínan ang walong táo sa paghigit ng tálì.

19. At sa wakas pagdating ng alas-ónse nang umága ay nakaípon siya ng sapat na péra. Dálí-dálí siyang tumáwag ng isangdaang katáo úpang tulúngan siyang buhatin ang isangdaang sáko ng péra. Nagtuloy siya sa isang manggagáwá ng

kariton at bumili siya ng dalawampu't-ápat na kariton. Pagkatápos ay nagpunta siya sa bángko at bumili siya ng gintò, sapat lámang pára punuin ang dalawampu't-ápat na kariton.

20. Pagdating ng alas-ónse singkwénta'y síngko ay nailagay nang lahat ang gintó sa kariton. Kasabay nito ang pagdating ng dalawampu't-ápat na puting kalabaw na híhíla sa dalawampu't-ápat na kariton papuntang palásyo.

21. Ganap nang alas-ónse singkwénta'y nuwébe, ang hárí ay nása búngad na ng pasukan ng palásyo. "Káwal! Pagtunog ng alas-dóse nang tanghálí ay simulan na ninyong hanápin iyang si Juan. At pag náhúli nyo ay pugútan ng úlo!" "Dong! Dong!..." at tumunog ang alas-dóse.

22. "Hintay! Nárito na ako! Mahal na hárì, héto hó ang dalawampu't-ápat na kariton ng gintó na kagáya ng gusto nyo." Nágitla ang hárí hindí siya makapaniwálá sa kanyang nákíta. Subáli't walá siyang magágawá kundí tupadin ang kanilang nápagkásunduan.

23. Isang marangyang kásálan ang naganap sa palásyo. Tuwang-tuwá ang nánay ni Juan. Hindí siya makapaniwálá sa mga nangyári. Nároon siya sa palásyo at doon na rin siya títira. Dáhil sa pagkákasal ni Juan sa anak ng hárí siya'y itinúring na ring isang dugong mahárlika. At nang mamatay ang hárì, si Juan ang siyang naging tagapagmána ng kaharian.

Commentary to difficult forms in 11EI

1.	*nápakatamad*	"Very lazy." This is the exclamatory form (§10.51).
	nitong si Juan	"This (well-known) John." Note the genitive after the exclamatory form (§10.51).
	hálos	"Almost."
	makáin	"Food (lit. something to be eaten)." Note the use of the dependent potential in negative clauses (§7.24).
2.	*gísing*	"Get up." This is the root alone used as an imperative with *ka*.
	ináantok si X	"X is sleepy." For the use of the direct passive with *antok* and other verbs of this sort, see §10.44.
	hindí tinigílan ng *múra*	"Kept being scolded (lit. not have a scolding stopped on [him])." The conveyance passive of *tígil* refers to the thing which is stopped and the local passive refers to the person who is (or was) affected by the stopping.

	ináantok-antok	"Rather tired." Doubling of the adjective with no linker and shortening of the penult forms a word meaning "rather (adjective)" –§6.741. In this case the doubled adjective gets the direct passive affixes to form a verb meaning "affected by (being rather tired)" according to the formation described in §10.44.
	dala-dala ang X	"Carrying X with him" (§13.5).
3.	*bulok na bulok*	"Very rotten."
	mahirápan si X	"X has a hard time" (§11.52).
4.	*subálit*	"But (a fancy word)."
	iniúmang	"Aimed it."
	iniúmang na naman	"Aimed it again."
	palígid	"Place around something."
	palígid-lígid	"Place all around something, area near something."
	pára mo nang áwà	This is an idiom meaning "have mercy!" One can also say *pára pó ninyo nang áwà* (§12.62).
5.	*nápaúrong*	"Was made to move backward (by an outside force)" (§12.4).
	nakiramdam	"Try to hear, try to see, try to perceive" (§13.81).
	kung saan nanggáling	"Where it was coming from." Indirect questions are introduced by *kung* (§6.921).
	may nagsalità	"There was someone who spoke."
	may nagsalitá na naman	"There was someone who spoke again."
	itígil mo	"Stop it."
	ang pagpútol	"The action of cutting" (§§7.72, 7.73).
	lumápit	"Approached" (§13.21). Compare *malápit* "near" (§16.82).
	walá pa	"There wasn't any yet."
	walá pa rin	"There still wasn't any."
	mákíta	"Could be seen." The dependent of the potential is used in negative sentences.
6.	*mayroon siyang kinapà*	"He took hold of something (on purpose)."
	mayroon siyang nákapà	"He grabbed something (something came into his grasp)."
	naglábásan	"Came out in quantity" (§13.61).
7.	*hindí máláman*	"Didn't know." The dependent of the potential is used in negative sentences.
	sa dámi nito	"On account of the quantity thereof" (§11.6).
	káhit na magkáno ang gusto mo (pwéde)	"No matter how much you want (it's all right)." The word *pwéde* is dropped in the text, but it is understood.
	walang makákaalam	"No one would know." The root *alam* only occurs with the potential affixes when it means "know." This is the active future potential. The passive is a local passive *máláman* or *maláman* (§10.45).
	kapag sinábi mo	"If you say it." For the use of *kapag (=pag)* and the past tense verb form after *kapag* or *pag*, see §11.3.
8.	*ang mga ito*	"These things." *Ito* "this" is used to refer to something just mentioned immediately previously. In English we would use *that* or *those* in contexts of this sort.
	walá kang dalang gátong	"You've brought no firewood (lit. you have no *dala* [thing brought] which is firewood.)"
9.	*támá na yan*	"That's enough now."
	simulá ng X	"Beginning on X" (§10.83).

simulá ngayon	"Beginning now."
kailángang mangáhoy	"Have to look for firewood."
kailángang mangáhoy pa	"Have to bother looking for firewood."
maghírap	"Will have a hard time."
pinagsásabi mo	(=*ipinagsásabi*) "Things you are saying."
ano'ng	(=*ano ang*) "What is it?"
10. *magtiwálà*	"Have trust in, have confidence."
katotohánan	"Truth."
11. *namúhay*	"Have a certain life-style."
nang marangyà	"In a luxurious fashion." For sentences expressing manner with *nang* see §§7.912, 11.2.
pagpasiya	"Decide."
nápagpasiyahan	"Decide on it." The base *pasiya* "decide" has the local passive to refer to the thing decided on.
pakákasalan ko si Juan, si María.	"I will marry John, Mary."
magmakaáwà	"Ask for mercy" (§12.62).
muntik na niyang masábi	"He almost blurted (it) out." For *muntik* linked with *na* plus the dependent, forming sentences meaning "almost do (so-and-so)" see §11.72.
tungkol	"Matter, thing about something."
tungkol sa pitákà	"Matter concerning the purse." Note that *tungkol* is followed by the dative (§16.2).
búti na lang at...	(=*mabúti na lang at*) "It was a good thing that..."
buó ang pasya	"His decision was final (lit. complete)."
12. *karaníwan*	"Ordinary."
pangkaraníwan	"Ordinary type."
panagínip	"A dream."
managínip	"To dream."
mápangasáwa	"Marry (him, her)." For the conjugation of *asáwa* "spouse" see §11.843.
handà	"Be prepared." This is followed by a dependent verb form.
anuman	"Whatsoever."
anumang hámon	"Any challenge at all."
mápasaákin	This is the base *sa ákin* "belong to me" to which the verb prefix *mápa-* has been added. §11.86 explains the formation of this verb. For the use of the dependent in sentences meaning "may so-and-so!" – see §11.71.
13. *makapagdala*	"Can bring." Note that *dala* must have *pag-* inserted before the active potential prefix, but the passive has no *pag-* (*madala* "can be brought, can bring [it]").
sa pagtunog nang alas dóse	"When 12 o'clock strikes." *Sa* plus an abstract with *pag-* forms a clause which means "when (so-and-so) happens (in the future)."
papúpugútan	(=*pápapugútan*) "Will have something cut off from (him, her)."
ganoon kadámi	"That much" (§4.5).
ganoon kadáming gintò	"That much gold."
ayókong mawalá ka	"I don't want you to get lost."
15. *gusto na sánang sabíhin*	"(He) would have liked to have said..."

	pinigílan niya ang saríli niya	"He controlled himself."
	liblib	"Remote, out of contact with other people."
16.	*walang tígil*	"There was no stopping."
	pagdating nang alas X	"When X o'clock arrived."
	binilisan pa	"Made it faster" (§11.51).
	hálos tatlo pa lang	"Only nearly three so far."
	káyang punuin ng X	"X can fill it" (§7.97).
17.	*ísip, ísip*	"Thinking hard."
	dalawang katáo	"Two people." For the prefix *ka-* before *táo* "person" after a number see §11.88.
	úpang huwag	"So that (so-and-so) not happen."
	úpang hwag mápansin	"So that it will not be noticed by accident."
	huwag pápások	"Be sure not to go in."
	tinalían niya ng X ang Y	"He tied X to Y, he tied Y up (with) some X."
	tinalían niya ang dúlo	"He tied something to the end, edge."
	sábit	"Hook."
	kabilà	"The other one (of two)."
	kabilang dúlo	"The other end."
	háwak	"Thing held on to." For the unaffixed root as a noun used where we would use a verb in English see §7.74.
	higit-higit	"Rather taut."
	higit-higitin	"Make it be somewhat tauter."
	naglábásan	"Came out (plurally)" (§13.61).
18.	*nagpálítan*	"Changed places with each other" (§13.61).
	nagpápápálit-pálítan	"Keep changing places with one other."
	bilisan	"Make it fast" (§11.51).
	naghálinhínan	"Took turns" (§13.611).
	sa paghigit	"From making taut."
19.	*manggagáwà*	"One who makes (as an occupation)" (§17.31).
20.	*kasabay ng X*	"Together with X."
21.	*pasukan*	"Entrance" (§17.33).
	pag náhúli ninyo	"When you have caught (him)" (§11.3).
22.	*maniwálá sa X*	"Believe X." Note that *maniwálà* has a dative direct object.
	walá...kundì	"Nothing other than..."
	walá kundí tupadin	"Nothing but fulfill it." Note *walá... kundí* takes the dependent after it (§16.81).
	nápagkásunduan	"Come to an agreement with each other about (it)" (§25.1).
23.	*kásálan*	"Wedding party" (§16.33).
	pagkakákasal	"Manner of having gotten married" (§17.7).
	tagapagmána	"Heir" (§11.87).

EII. **Punuan ng támang sagot ang mga patlang sa mga sumúsunod na pangungúsap.**

1. Si Juan ay _____. 2. _____ si Juan sa ama kayá ang kanyang nánay ang kasáma niya. 3. Walá hálos silang _____, sila ay mahírap. 4. Isang umága, _____ ng gátong ng kanyang nánay sa gúbat si Juan. 5. Ináantok si Juan, kayá _____ ang kanyang nánay. 6. Hindí _____ ng múra si Juan ng kanyang nánay. 7. Kumúha siya ng gátong sa gúbat na _____ ang palakol. 8. Nakákíta si Juan ng isang _____ púnó at may _____. 9. Ang púputúlin ni Juan ay púnong may _____ pára hindí siya mahirápan. 10. _____ si Juan kung saan

nanggágáling ang bóses. 11. _____ ang péra sa pitákà. 12. Nágitla si Juan, walá siyang _____. 13. Mayroon akong ibíbigay sa iyo kung hindí mo ako _____. 14. 'Wag kang matákot at _____ ni Juan ang kamay sa bútas. 15. Sa bútas ay may _____. 16. Ang hiwágá ng pítáká ay mawáwalá kung may _____ ng líhim. 17. _____ umuwí si Juan. 18. Hindí na nila kailángang _____. 19. Nag-áalala si Juan na masábi ang katotohánan kayá hindí siya _____. 20. Napagpasiyahan ni Juan na _____ ang anak ng hárì. 21. Handá si Juan na tumanggap ng _____. 22. Pag hindí nakapagdala si Juan ng _____ ay _____. 23. Ang kanyang nánay ay _____ nang sabíhin ni Juan kung ano ang nangyári. 24. Pagdating nang alas dóse, ang lumabas sa pitáká ay pára sa _____. 25. Ang kabilang tálí ay _____ ng dalawang táo sa labas. 26. _____ ang naghálinhíhan sa paghigit ng tálì. 27. Nakaípon siya ng sapat na péra pagdating nang _____. 28. Ang híhíla sa kariton ay _____. 29. Isang _____ ang naganap sa palásyo. 30. Si Juan ang _____ nang mamatay ang hárì.

EIIIa. Supplementary exercise on indefinite sentences

1. Nápakatamad nitong si Juan. Maága siyang naulílá sa ama kayá ang nánay na lámang niya ang kanyang kasáma. Sila ay mahírap. Hálos walá na silang makáin.
   Walá nang ... kayá nánay na lang ...
   Walá ... sa báhay kundí ...
2. Isang umága, "Hoy Juan, gísing at kumúha ka ng gátong sa gúbat!"
   Ginísing ng nánay si Juan kasi may...
   "Ináantok pa ako e," ang sábi ni Juan. Galit na galit ang kanyang nánay. Hindí siya tinigílan ng múra.
   Kayá áyaw man niya...,
   "Óhò, kúkúha na hò!" Umalis si Juan na ináantok pa, dala-dala ang kanyang palakol.
   Pagpunta ni Juan sa gúbat may...
3. Dumating siya sa gúbat. Nakákíta siya ng isang matandang-matandang púnó na hálos ay bulok na bulok na.
   Pagdating niya sa gúbat may...
   At ito ay may isang malaking-malaking bútas. "A, ito na lang ang púpútúlin ko pára naman hindí ako mahirápan."
   Pára hindí mahirápan ay...
4. Kayá iniangat niya ang palakol, iniúmang sa púnó nang..., "Juan 'wag!" Nágitla si Juan, tumingin siya sa palígid, subáli't walá naman siyang nákíta.
   May táo sa púnong káhoy, péro walá...
   Iniangat niya ulí ang palakol, iniúmang. "Wag! Juan 'waag!" Nágitla na naman siya. Tumingin sa palígid-lígid subáli't walá na naman siyang nákíta. Iniúmang na naman niya ang palakol... "Juan 'wag! Pára mo nang áwà!"
5. Nápaúrong si Juan. Nakiramdam siya kung saan nanggágáling ang bóses. At may nagsalitá na naman, "Juan itígil mo ang pagpútol sa ákin."
   Ang táo sa púnong káhoy ay may...
   Lumápit siya sa púnó, dáhan-dáhan..., subáli't hindí pa rin siya makákíta ng táo.
   Walá pa rin...
   "Kung hindí mo ako púpútúlin magbíbigay ako ng regálo sa iyo." Hindí pa rin makapagsalitá si Juan.
   Basta hindí mo ako pinútol may...
   Walá...
6. "Ilagay mo ang iyong kamay sa bútas. O ano, síge na 'wag kang matákot!"
   Walá... dápat...
   At inilagay ni Juan ang kanyang kamay sa bútas. Nakákapá siya ng isang bágay.
   Mayroon...
   "Síge, síge kúnin mo ako!" Nákíta n'ya ang isang pitákà.
   May...

"O ngayon, kalugin mo ako." Kinalog ngá ni Juan ang pitáká at naglábásan ang maráming péra.

Nang kalugin ni Juan ang pitáká ay may...

7. Tuwang-tuwá si Juan. Hindí n'ya máláman kung saan ilálagay ang péra sa dámi nito.

Walá... ng péra dáhil sa dámi nito.

"Basta kalugin mo ako at may lálabas na péra, káhit na magkáno ang gusto mo, dáhil ito ay isang mahiwágang pitákà. Subáli't dápat ay hindí máláman ang líhim na 'yan

Walang...

Kapag ito'y sinábi mo káhit kaníno, mawáwalá ang hiwágá nito."

Pag may... mawáwalá ang hiwágá nito.

"Óhò, óhó hindí málaláman ng káhit síno!"

Walá...

8. Kinalog nang kinalog ulí ni Juan ang pitáká hanggang hálos hindí na niya madala ang mga ito. Umuwí siyang masayang-masaya. "Nay! nay! Nárito na ako!" "O násaan na yung gátong? Paáno táyo makákapaglútó niyan e hindí ka nagdádala ng gátong!"

Walang...

At minúra siya ng kanyang nánay.

9. "Nay, támá na yan, simulá ngayon hindí na nátin kailángang mangáhoy pa, at hindí na rin táyo maghíhírap. Makákabili na kayo ng lahat ng gusto ninyo, damit na magaganda."

May... damit na magaganda.

"Anong pinagsásabi mo!"

10. "Nay, o..." Ipinakíta ni Juan ang mga pérang dala niya.

May pérang...

"Saan mo kinúha iyan ha? Nagnákaw ka ano?

Akálá ng Nánay ay... ni Juan...

Hoy Juan ibalik mo yan! Ibalik mo yan!" "Nay alam n'yo namang hindí ko magágawá iyon, a basta magtiwálá na lang kayo!" Nakatingin pa rin sa kanya ang kanyang ina. "E saan gáling iyan?" Hindí umimik si Juan,

Walang...

nag-áalala siyang baká masábi niya ang katotohánan sa kanyang ina.

11. Simulá noon ay namúhay sila nang marangyá at matiwasay, hanggang isang áraw nagpasiya siya tungkol sa isang bágay. "Nay pakákasalan ko ang anak ng hárì."

May gustong...

"Ano? Nalólóko ka na ba?" Nag-iiyak at nagmámakaáwá ang nánay ni Juan na 'wag na niyang ituloy ang kanyang bálak. Dáhil sa áwá niya sa kanyang ina ay muntik na niyang masábi ang tungkol sa pitákà. Búti na lang at naalála niya ang sábi ng bóses.

Mabúti na lang at may...

Subáli't talagang buó na ang kanyang pasya.

May ...

12. Kinábukásan siya'y nagpunta sa palásyo.

Kinábukásan ay may...

"Mahal na hárì, gusto ko pong pakasalan ang mahal na prinsésa."

Mahal na hárì, may...

Nagtawa ang hárì. "Isang pangkaraníwang táong kagáya mo, nanánagínip na mápangasáwa ang áking anak na prinsésa, ha ha ha!" "Handá hó akong tumanggap ng anumang hámon, mápasaákin lang ang mahal na prinsésa."

13. Nag-isip ang hárì, "O síge, biníbigyan kita ng béynte kwátro óras pára makapagdala ka díto ng dalawampu't ápat na karitong punung-punó ng gintò.

May dalawampu't ápat na karitong...

Ngayon ay alas-dóse na ng tanghálì. Kayá sa pagtunog nang alas-dóse ng tanghálí búkas, dápat ay nárito nang lahat ang mga gintò! Pag hindí ka dumating ay papúpugútan kita ng úlo!"

14. Bumalik si Juan sa kanilang báhay at sinábi niya sa kanyang nánay kung ano'ng nangyári. Nag-iiyak ang kanyang nánay. "Saan ka kúkúha ng ganoon kadáming gintò?

Hindí náláman ng Nánay na may...
Papaáno na 'ko," at umiyak siya nang umiyak, "Juan ayókong mawalá ka sa ákin!"

15. Gusto na sánang sabíhin ni Juan ang tungkol sa pitáká dáhil sa áwá niya sa kanyang nánay. Subáli't pinigílan pa rin niya ang kanyang saríli. Siya'y dálí-dáling umalis sa kanilang báhay at nagpunta sa isang liblib na lugar at doon sinimulan niyang kalugin ang mahiwágang pitákà.
    May isang liblib na lugar na...

16. Kalog siya nang kalog, walang tígil. Subáli't pagdating ng alas-dóse ng gabi ay sapat lámang ang pérang lumabas sa pitáká pára sa isang kariton.
    Mayroon ngang... péro sapat lang ito pára sa isang kariton.

EIIIb. Pagpapahayag na mulì. Muling bumuó ng pangungúsap áyon sa únang pahayag.

1. Nápakatamad nitong si Juan. Maága siyang naulílá sa ama kayá ang nánay na lámang niya ang kanyang kasáma. Sila ay mahírap. Hálos walá na silang makáin.
    Tamad na tamad...
    Ulílá na siya...
    Si Juan at ang kanyang nánay ay...
    Si Juan lang at ang kanyang nánay ang...

2. Isang umága, "Hoy Juan, gísing at kumúha ka ng gátong sa gúbat!" "Ináantok pa ako e," ang sábi ni Juan.
    Pina-...
    Áyaw kumúha... sa gúbat, gusto pang matúlog ni Juan kaysa...
    Gátong ang... ng Nánay...

3. Galit na galit ang kanyang nánay. Hindí siya tinigílan ng múra. Kayá áyaw man niya..., "Ohò, kúkúha na hò!" Umalis si Juan na ináantok-antok pa, dala-dala ang kanyang palakol.
    Walang tígil ang...
    Si Juan ay hindí... ng múra...
    Hindí tumígil ang ina sa... kayá...
    Kumúha siya ng panggátong dáhil... ang kanyang nánay.

4. Dumating siya sa gúbat. Nakákíta siya ng isang matandang-matandang púnó hálos ay bulok na bulok na. At ito ay may isang malaking-malaking bútas. "A, ito na lang ang púpútúlin ko pára naman hindí ako mahirápan."
    ... si Juan sa gúbat ng... na may... at... pa.
    May isang...
    ... ni Juan ang púnò.
    Hindí siya mahíhirápan kung...
    Pára hindí mahirápan, nag-isip siyang...

5. Kayá iniangat niya ang palakol, iniúmang sa púnó nang..., "Juan 'wag!" Nágitlá si Juan, tumingin siya sa palígid, subáli't walá naman siyang nákíta. Iniangat niya ulí ang palakol, iniúmang mulì.
    ... iniúmang ni Juan ang palakol.
    Walang mákíta si Juan kayá... nang may nagsalità.
    ... ng... si Juan sa palígid.
    Walang nákítang... kayá... ni Juan ang palakol sa púnò.
    Áyaw ng púnong...

6. Nápaúrong si Juan. Nakiramdam siya kung saan nanggágáling ang bóses. At may nagsalitá na naman, "Juan, itígil mo ang pagpútol sa ákin."
    Pina-... si Juan...
    Ang bóses ay... kayá... si Juan.
    May... si Juan.
    Gustong ... ni Juan ang...
    Umúrong... pára...

7. Lumápit siya sa púnò, dáhan-dáhan... subáli't walá pa rin siyang mákíta. "Kung hindí mo
   ako púputúlin, mayroon akong ibíbigay sa iyo. Hindí pa rin makapagsalitá si Juan.

   ... ni Juan ang púnò.
   Si Juan ay walang...
   Walá siyang mákíta...
   Ang púnó ay hindí dápat...
   Kung... ay walang ibíbigay ang púnò.
   Ang púnò, pag hindí púputúlin ay... kay Juan.

8. "Ilagay mo ang iyong kamay sa bútas. O ano, síge na, 'wag kang matákot!" At inilagay ni
   Juan ang kanyang kamay sa bútas. Mayroon siyang nákapà... "Síge, síge kúnin mo ako!"
   Nákíta niya ang isang pitákà.

   Ang malaking bútas ay may...
   ... niya ito nang ilagay niya ang kanyang kamay.
   ... ni Juan ang pitáká sa bútas.
   Ang pitáká ay... ni Juan.

9. "O ngayon, kalugin mo ako." Kinalog ngá ni Juan ang pitáká at naglábásan ang
   maráming péra.

   ... ang péra nang... ni Juan ang...
   Hábang... ni Juan ang pitáká ay naglábásan ang maráming péra.
   ... ang péra sa pitákà.
   ... ang maráming péra sa pitákà.

10. Tuwang-tuwá si Juan. Hindí niya máláman kung saan ilálagay ang mga péra sa dámi
    nito. "Bastá kalugin mo ako at may lálabas na péra, káhit na magkáno ang gusto mo dáhil
    ito ay mahiwágang pitákà.

    Sa mahiwágang pitáká... ang péra kung... ito.
    Ang péra ay... kayá hindí niya máláman kung saan ito ilálagay.

11. "Subáli't dápat ay walang makákaalam ng líhim na yan, kapag ito'y sinábi mo káhit
    kaníno, mawáwalá ang hiwágá nito." Óhò, óhó walá hong makákaalam."

    Ang mahiwágang pitáká ay... kung may makákaalam ng...
    Kung... ng iba ay mawáwalá ang hiwágà.

12. Kinalog nang kinalog ulí ni Juan ang pitáká hanggang hálos hindí na niya madala ang
    mga ito. Umuwí siyang masayang-masaya. "Nay! Nay! Nárito na ako!" "O násaan na
    yung gátong? Paáno táyo makákapaglútó niyan e walá ka palang dalang gátong." At
    minúra siya ng kanyang nánay.

    Hindí sila makákapaglútó... si Juan.
    Ang... ay hindí dala ni Juan.
    ... ang nánay ni Juan subálit walang panggátong.
    Ang nánay ni Juan ay... subáli't walang panggátong.

13. "Nay, támá na yan, simulá ngayon ay hindí na nátin kailángang mangáhoy pa, at hindí
    na rin táyo maghíhírap. Makákabili na kayo ng lahat ng gusto ninyo, damit na
    magaganda." "Ano'ng pinagsásabi mo!" "Nay, o..."

    Hindí na sila... at...
    Pwéde na silang... ng damit.
    Lahat ay pwéde na nilang...
    Búhat ngayon ay pwéde na silang... ng kailángan nila.

14. Ipinakíta ni Juan ang mga pérang dala niya. "Saan mo kinúha iyan ha? Nagnákaw ka,
    ano? Hoy Juan, ibalik mo yan! Ibalik mo yan!" "Nay, alam n'yo namang hindí ko
    magágawá iyon, a basta magtiwálá na lang kayo."

    Hindí magágawá ni Juan ang...
    ... ng nánay ni Juan ang dala niyang péra.
    Áyaw... ng nánay ni Juan kasi akálá niya ay... niya ang péra.

15. Nakatingin pa rin sa kanya ang kanyang ina. "E saan gáling iyan?" Hindí umimik si
    Juan, nag-áalala siyang baká masábi niya ang katotohánan sa kanyang ina.

    ... si Juang masábi ang katotohánan kapag umimik siya.

Ang... ni Juan ay baká masábi niya ang tungkol sa pitákà.

Hindí... si Juan.

16. Simulá noon ay namúhay sila nang marangyá at matiwasay hanggang isang áraw ay mayroon siyang napagpasiyahan. "Nay pakákasalan ko ang anak ng hárì." "Ano? Nalólóko ka na ba?" Nag-iiyak at nagmámakaáwá ang nánay ni Juan na 'wag na niyang ituloy ang kanyang bálak.

May bálak si Juan na... at ang nánay niya ay nagmámakaáwang...

Ang... ni Juan ay... ang prinsésa.

... ang nánay ni Juan.

17. Dáhil sa áwá niya sa kanyang ina ay muntik na niyang masábi ang tungkol sa pitákà. Búti na lang at náalála niya ang sábi ng bóses. Subáli't talagang buó na ang kanyang pasya.

Hindí niya nasábi ang tungkol sa pitáká dáhil...

... si Juan sa kanyang ina kayá muntik na niyang masábi ang tungkol sa pitákà.

18. Kinábukásan, siya'y nagpunta sa palásyo. "Mahal na hárì, gusto ko pong pakasalan ang mahal na prinsésa." Nagtawa ang hárì, "Isang pangkaraníwang táong kagáya mo, nanánagínip na mapangasáwa ang áking anak na prinsésa, ha, ha, ha!" "Handá po akong tumanggap ng anumang hámon, mápasaákin lang ang mahal na prinsésa.

... si Juan sa palásyo.

Si Juan... sa palásyo.

Gusto niyang... sa prinsésa.

Ang hárí ay...

... ang hárì.

Ang prinsésa ang gusto niyang...

... hó ako ng anumang hámon.

Si Juang... ay nanánagínip na pakasalan ang prinsésa.

... ay gágawin ni Juan dáhil gusto niyang pakasalan ang prinsésa.

19. Nag-isip ang hárì, "O síge, biníbigyan kita ng béynte kwátro óras pára makapagdala ka díto ng dalawampu't ápat na karitong punung-punó ng gintò, ngayon ay alas dóse nang tangháli. Kayá sa pagtunog ng alas dóse nang tanghálì búkas, dápat ay nárito nang lahat ang mga gintò. Pag hindí ka dumating ay papúpugútan kita ng úlo."

Ang hámon ng hárí kay Juan ay...

... ay papúpugútan siya ng úlo pag hindí dumating nang...

Ang... ng hárí sa kanya ay béynte kwátro óras.

... si Juan ng dalawampu't ápat na kariton ng gintò.

Kung... ang alas dóse ay kailángang nása palásyo na siya.

Ang dápat niyang... sa palásyo ay alas dóse.

... ang kanyang úlo kung hindí siya dádating.

20. Bumalik si Juan sa kanilang báhay at sinábi niya sa kanyang nánay kung ano'ng nangyári. Nag-iiyak ang kanyang nánay, "Saan ka kúkúha ng ganoon kadáming gintò? Papaáno na'ko?" At umiyak siya nang umiyak, "Juan, ayókong mawalá ka sa ákin."

Umuwí... at... nang sabíhin ni Juan kung ano ang nangyári.

... ang kanyang nánay... niya ang nangyári.

Áyaw ng nánay ni Juan na...

21. Gusto na sánang sabíhin ni Juan ang tungkol sa pitáká dáhil sa áwá niya sa kanyang nánay, subáli't pinigílan pa rin niya ang kanyang saríli. Siya'y dálí-dáling umalis sa kanilang báhay at nagpunta sa isang liblib na lugar at doon sinimulan niyang kalugin ang mahiwágang pitákà.

Dáhil... ay hindí nasábi ni Juan ang tungkol sa pitákà.

Sa... niya kinalog ang pitákà.

... ni Juan ang kanyang saríli.

Ang kanyang saríli ay... niya.

Sa isang liblib na lugar... ni Juan ang pitákà.

22. Kalog siya nang kalog, walang tígil. Subáli't pagdating nang alas dóse nang gabi ay sapat lámang ang pérang lumabas sa pitáká pára sa isang kariton.

    Nang... ang alas dóse, si Juan ay... na péra.

23. Kaya't binilisan pa niya káhit na siya'y hirap na hirap na. Dumating naman ang alas sais nang umága. "Hah, hah, hirap na hirap na ako péro hálos tatlong kariton pa lang ang káyang punuin nitong péra."

    ... nang dumating ang alas sais, subáli't siya ay hirap na hirap na.

    ... ang pagkalog sa pitáká ay...

24. Nag-isip siya, ísip, ísip...hanggang..."A, alam ko na!" Tumáwag siya ng dalawang katáo at sila'y nagpunta sa kanilang báhay, dáhan-dáhan silang naglakad úpang 'wag mápansin ng kanyang nánay.

    Si Juan at... ay dáhan-dáhang naglakad nang dumating sila sa báhay.

    Ang... niya ay dalawang katáo.

    Sila ay... sa kanilang báhay.

25. Inutúsan niya ang dalawa na 'wag pápások úpang dí nila mákíta ang pitáká sa loob ng kwárto. Tinalían niya ang dúlo ng manipis na tálí at ito'y kanyang isinábit, at ang kabilang dúlo ng tálí ay háwak naman ng mga táo sa labas. "O higit-higitin ninyo nang mabilis... mabilis, dalì." At naglabásan ang maráming péra.

    Ang pitáká ay nása... at may manipis na táling... ng dalawang táo sa labas.

    Ang... niya sa dalawang táo ay huwag pápások sa loob.

    Ang pitáká ay may... sa dalawang dúlo.

    Úpang hindí mákíta ay ...

26. Pagdáting nang alas nwébe i médya nang umága, hálos sampú pa lang na kariton ng gintó ang káyang bilhin ng pérang lumabas sa pitáká péro pagod na pagod na ang dalawa káhit na sila'y nagpápalit-pálítan.

    Pagod na ang dalawa, subáli't...

    Káya na nilang... ng sampung kariton ng gintò.

27. "O kumaon pa kayo ng iba at bilisan ninyo!" Nang bumalik ang dal'wa ay may kasáma silang mga ánim na táo. "O higit-higitin ninyo yung tálí at bilisan ninyo!" At naghálinhínan ang walong táo sa paghigit ng tálì.

    Ang naghálinhínan sa paghigit sa tálí ay...

    Ang... nila ay ánim na táo.

    ... nila ang tálì.

    ... nila ang paghigit sa tálì.

28. At sa wakas pagdating ng alas-ónse nang umága ay nakaípon siya ng sapat na péra. Dálí-dálí siyang tumáwag ng isandaang katáo úpang tulúngan siyang buhatin ang isandáang sáko ng péra.

    Si Juan ay may... nang dumating ang alas-ónse.

    Ang pérang... ay sapat... kayá siya... ng isandáang táo.

    ... niya ang isandáang táo.

    ... siya ng isandáang táo.

    ... ng isandáang táo ang mga sáko ng péra.

29. Nagtuloy siya sa isang manggagáwá ng kariton at bumili siya ng dalawampu't ápat na kariton. Pagkatápos ay nagpunta siya sa bángko at bumili siya ng gintò, sapat lámang pára punuin ang dalawampu't ápat na kariton.

    Bumili si Juan ng... at...

    ... ni Juan ang dalawampu't ápat na kariton.

    ... si Juan sa bángko.

    ... ng gintó ang kariton.

30. Pagdating ng alas ónse singkwénta'y síngko ay nailagay nang lahat ang gintó sa kariton. Kasabay nito ang pagdating ng dalawampu't ápat na puting kalabaw na híhíla sa dalawampu't ápat na kariton papuntang palásyo.

    ... ang híhíla sa kariton.

    ... nila ang gintó sa kariton.

Ang gintó ay... sa kariton.

Ang... ay dalawampu't ápat na kalabaw.

31. Ganap nang alas ónse singkwenta'y nwébe, ang hárí ay nása búngad na pasukan ng palásyo. "Káwal! Pagtunog ng alas dóse nang tangháli ay simulan na ninyong hanápin iyang si Juan. At pag nahúli n'yo ay pugútan kaagad ng úlo!" "Dong! Dong!" at tumunog ang alas dóse....

     Púpugútan si Juan ng úlo kapag... at kung walang dalang...

     ... nila si Juan pag... ang alas dóse.

     ... nila si Juan kung walang dalang gintò.

     Si Juan ay... pag dumating ang alas dóse.

32. "Hintay! Nárito na ako. Mahal na hárì, héto hó ang dalawampu't ápat na kariton ng gintó kagáya ng gusto n'yo." Nágitla ang hárì, hindí siya makapaniwálá sa kanyang nákíta. Subalí't walá siyang magágawá kundí tuparin ang kanilang nápagkásunduan.

     Hindí.pa nasísimulang hanápin si Juan ay...

     Nabiglá ang hárí sa... dala ni Juan kayá ang kásundúan nila na ipápakasal
     niya ang prinsésa kay Juan ay...

     Nabiglá ang hárí sa... niya.

     Ang... ng hárí at ni Juan ay... ang prinsésa.

33. Isang marangyang kásálan ang naganap sa palásyo. Tuwang-tuwá ang nánay ni Juan. Hindí siya makapaniwálá sa mga nangyári. Nároon siya sa palásyo at doon na rin siya títíra. Dáhil sa pagkakákasal ni Juan sa anak ng hárì, siya'y itinúring na ring isang dugong mahárlika. At nang mamatay ang hárì, si Juan ang siyang naging tagapagmána ng kaharian.

     Tuwang-tuwá ang nánay ni Juan dáhil...

     Si Juan ang naging hárí dáhil...

     Ang... nina Juan at ng prinsésa ay marangyà.

     Si Juan at ang kanyang nánay ay... sa palásyo.

     Ang... kay Juan ay dugong mahárlika.

EIV. Sagutin ang mga sumúsunod na tanong.

1. Walang makáin sina Juan dáhil tamad siya. Támá o malì? 2. Bákit hindí tinigílan ng múra ng kanyang nánay si Juan? 3. Ano ang naísip ni Juan pagdating niya sa gúbat pára hindí siya mahirápan? 4. Bákit hindí wastó ang úlat na ito? Tatlong béses iniúmang ni Juan ang palakol dáhil hindí nagsásalitá ang púnó 5. Pinútol na ni Juan ang púnó dáhil walang mangyáyári kung hindí niya púputúlin yon. Támá o malì? 6. Ano ang iniútos ng bóses kay Juan nang hindí niya putúlin ang púnó at bákit ito ang iniútos sa kanya? 7. Walang nangyári nang kalugin ni Juan ang pitákà. Támá o malì? 8. Bákit tináwag na mahiwágá ang pitákang nakúha sa púnò? 9. Bákit hindí dápat maláman ng ibang táo ang líhim ng pitákà? 10. Bákit umuwí si Juan na masayang-masaya gáling sa gúbat? 11. Bákit minúra ulí ng kanyang nánay si Juan pagdating niya sa kanilang báhay? 12. Makákapaglútó na ang kanyang nánay dáhil may dalang panggátong si Juan. Támá o malì? 13. Naging malaking probléma sa kanila na walá siyang nakúhang gátong. Támá o malì? 14. Ano ang nangyári nang ipakíta ni Juan sa kanyang nánay ang dala niyang péra? 15. Talaga bang naníniwálá ang kanyang nánay na ninákaw ni Juan ang dala niyang péra? Bákit o bákit hindì? 16. Ano ang dahilan ng pag-iyak at pagmamakaáwá ng nánay ni Juan isang áraw? 17. Bákit hindí sinábi ni Juan ang tungkol sa pitáká káhit naaáwá siya sa kanyang ina? 18. Bákit pinagtawanan ng hárí ang gustong mangyári ni Juan? 19. Madalí lámang ang naging hámon ng hárí kay Juan at hindí siya parúrusáhan kung hindí niya matupad yon. Támá o malì? 20. Bumalik si Juan sa kanilang báhay at doon niya sinimulang kalugin ang pitákà. Támá o malì? 21. Bákit malí ang pahayag na ito? Nakaípon na ng sapat na pérang pambili ng gintó si Juan pagdating ng alas-sais nang umága. 22. Bákit dáhan-dáhan ang ginawang pagpások nina Juan at ng dalawang táong kasáma niya sa kanilang báhay? 23. Pinahawákan ni Juan ang pitáká sa dalawang táong kasáma niya.

Támá o malì? 24. Bákit nagpakaon pa si Juan ng mga táo sa dalawang kasáma niya?
25. Alas-dóse na ay hindí pa nakakaípon ng sapat na pérang pambili ng gintó si Juan. Támá
o malì? 26. Ang isandaang sáko ng péra ay ibinili lahat ni Juan ng gintò. Támá o malì?
27. Isandaang katáo ang tinawágan ni Juan pára humíla ng mga kariton papuntang
palásyo. Támá o malì? 28. Tinupad din ng hárí ang pinagkásunduan nila ni Juan na
papugútan siya ng úlo. Támá o malì? 29. Bákit ikinatuwá ng kanyang nánay ang
pagkakákasal ni Juan sa anak ng hárí? 30. Itinúring pa ring karaníwang táo si Juan káhit
kasal na siya sa anak ng hárí hanggang sa mamatay ang hárì. Támá o malì?

Grammar

11.1 Pa-

There are several prefixes with the shape *pa-*. In this section we will study the prefix *pa-*
"causative." This *pa-* forms verbs which refer to an action which someone causes (allows) to be
done or happen, or have someone do.

Verbs with *pa-* are derived from roots by adding *pa-* to the ROOT. To the resulting BASE the
verbal affixes, active and passive are added. Thus a form such as *magpalaba* "have someone do
one's laundry" is formed by adding *pa-* to the ROOT *laba*. To the BASE *palaba* the active and
passive affixes can be added. In this case, the active dependent affix *mag-* has been added to
palaba.

11.11 Direct passive of verbs with *pa-*

The direct passive of verbs with *pa-* refers to the person who was caused to do the action of the
root.

Root		Base	Direct Passive	
uwì	*go home*	pauwì	pauwiin	*send him / her home*
balik	*come back*	pabalik	pabalikin	*allow him / her to come back*
pások	*come in*	papások	papasúkin	*allow him / her to come in*
gawà	*do*	pagawà	pagawain	*make him / her do*
bili	*buy*	pabili	pabilhin	*make someone buy*
káin	*eat*	pakáin	pakaínin	*make someone eat*

The following chart shows the conjugation of the direct passive causative verb:

Past	Present	Dependent	Future
pinauwì	pinápauwì *or*	pauwiin	pápauwiin *or*
	pinaúuwì		paúuwiin

Examples:

(a) With the verb as the predicate: the **subject** is the one caused to do the action.

1. *Kailángang pauwiin ko na lang iyan.* "I'll just have to send **her** home!" (11A5)
2. *Huwag mo na siyang pabalikin.* "Don't allow **her to** come back." (11A6a)
3. *Papasúkin mo ang mámà.* "Let **the man** come in." (11C24A)

(b) With the verb as the subject: the **predicate** is the person who is caused to do the action.

4. *Si Lína na lang ang pabíbilhin ko.* "**Lina** is the one I will have buy (it)."

(c) With the verb modifying something: the **word which is modified** refers to the person who was caused to do.

5. *Ang **anak** na pabábasáhin ko sa súsunod*..."The **child** whom I will call on to read next..."

DO GRAMMAR EXERCISES 11A1, 11A4.

11.12 The conveyance passive of verbs with *pa-*

The conveyance passsive of verbs with *pa-* refers to the direct object of the action referred to by the root, that is the thing that was bought, washed, eaten, etc.

Root		Conveyance Passives	
laba	*wash*	ipalaba	*make (someone) wash it*
uwì	*go home*	ipauwì	*make (someone) take it home*
gawà	*repair*	ipagawà	*make someone repair it*
kilála	*be acquainted*	ipakilála	*introduce someone*
bili	*buy*	ipabili	*have (someone) buy it*
káin	*eat*	ipakáin	*feed it to someone, have (someone) eat it*

The following chart shows the conveyance passive forms of verbs with *pa-* :

Past	Present	Dependent	Future
(i)pinabili	(i)pinápabili *or* (i)pinabíbili	(i)pabili	(i)pápabili *or* (i)pabíbili

Examples:

With the verb as predicate: the **subject** refers to the direct object of the action of the root.

6. *Ipaáyos mo na lang sa kanya **ang pagkáin** mo. Tápos padádala (= ipápadala) na lang díto.* "Just turn **your food** over to her to take care of. Then (she) will have someone bring it here." (11A10a,b)

7. *Yung mga malalaki ipápalaba ko na lang.* "I'll have someone wash **the big things.**" (11A13c)

With the verb as subject: the **predicate** refers to the direct object of the action of the root.

8. *Ito ba ang gusto mong ipaáyos sa ákin?* "Is **this the one** you want me to fix (lit. to give to me to be repaired)?" (11C25)

With the verb modifying a noun: the **noun** refers to the direct object of the action of the root.

9. *O násaan na yung **kapeng** pinabíbili (=ipinabíbili) ko sa iyo?* "Oh, now where is the **coffee** I want you to buy?" (11B18d)

11.121 Comparison of the conveyance and direct passive of *pa-* verbs, the roots of which refer to motion

For roots which refer to motion, the direct passive with *pa-* refers to the person who is made to go and the conveyance passive refers to the thing which someone is told to take, move, give, etc. The following list gives some examples:

paalisin	*make (one) go away*	ipaalis	*have (it) removed*
paakyatin	*have (one) go up*	ipaakyat	*have (it) brought up*
pababain	*have (one) go down*	ipababà	*have (it) brought down*
pabalikin	*have (one) go back*	ipabalik	*have (it) brought back*
palabasin	*have (one) go out*	ipalabas	*have (it) brought out*
palipátin	*have (one) move*	ipalípat	*have (it) moved*
papasúkin	*have (one) come in*	ipapások	*have (it) brought*
patuluyin	*have (one) continue*	ipatuloy	*have (something) continued*
pauwiin	*have (one) go home*	ipauwì	*have (something) brought home*

In the following sentences compare those types of passives:

10. *Kailángang pauwiin ko na iyan.* "I just have to send **her** home."
10a. *Ipápauwí ko na lang ang hindi nagámit na báso.* "I'll have them take **the glasses we didn't use** back."
11. *Síge. Papasúkin mo yang mámà.* "Go ahead. Have **the man** come in."
11a. *Ipápapápások na nátin ang mga gámit.* "We'll have someone bring **the things** inside."

DO GRAMMAR EXERCISES 11A2, 11A4.

11.13 The local passive of verbs with *pa-*

The local passive of verbs with *pa-* refer to the same things as the local passive formed to the root without *pa-*. Let us give some examples (in the dependent form).

tulúngan	*help (one)*	patulúngan	*have (someone) help (one)*
tingnan	*look at (it)*	patingnan	*have someone look at (it)*
banlawan	*rinse (it)*	pabanlawan	*have someone rinse (it)*
bantayan	*watch (it)*	pabantayan	*have someone watch (it)*

(See §6.21 for a discussion of local passive of the above type where the local passive refers to the direct object.). There are also local passives which refer to the place of the action. The following list compares the local passive of root of this kind of verb and the local passive of bases with *pa-* .

bigyan	*give to (one)*	pabigyan	*have someone give to (one)*
kaínan	*eat at (a place), or from it*	pakaínan	*allow someone to eat at (a place) or eat from (it)*
bayáran	*pay to (one)*	pabayáran	*have someone pay to (one)*
payágan	*give (one) permission*	papayágan	*allow someone to give (one) permission*
hingan	*ask from (one)*	pahingan	*allow someone to ask from (one)*

The following chart shows the form of the local passive with *pa-* :

Past	Present	Dependent	Future
pinabigyan	pinabíbigyan *or* pinápabigyan	pabigyan	pápabigyan *or* pabíbigyan

11.131 Local passive with *pa-* added to verbal roots which have a local passive referring to the direct object

These are the roots of the type *túlong* "help," *tingin* "look at," *banlaw* "rinse," *bantay* "watch," etc. that were listed in §11.13 above.

Examples of these as predicates:

12. *Hindí kailángang **pabantayan** ang báhay e.* "It isn't necessary **to have someone watch** the house." (11A7a)
13. ***Patawágan** na lang nátin sila.* "Let's just **have someone call** them up."

Compare similar sentences which contain a verb without *pa-* :

12a. *Hindí kailángang bantayan **ang báhay**.* "It isn't necessary **to watch** the house."
13a. ***Tawágan** na lang nátin sila.* "Let's just **call** them up."

These verbs can also be used in other than predicate construction. For example, the following sentence shows the local passive of a verb with *pa-* as the subject. The predicate is the direct object of the verb.

14. *Síno ang gusto mong **patulúngan**?* "Who is it you want **to have someone help**?"

Compare a similar sentence containing a verb with no *pa-* :

14a. *Síno ang gusto mong **tulúngan**?* "Who do you want **to help**?"

The following sentence contains a local passive verb with *pa-* modifying a noun:

15. *Iyan ang babáeng **pinasamáhan** nila kay Pete.* "That was the woman they **had** Pete **accompany**."

11.132 *Pa-* with roots, the local passive of which refer to place

When such verbs are the subject, the predicate refers to the place.

16. *Síno ang **padádalhan** mo ng tsokoláte?* "Whom are you going **to send** chocolate **to**?"

When such verbs are in a modifying construction, the word modified refers to the place of the action.

17. *Síno yong babáeng **pinakúnan** mo ng litráto?* "Who was the woman you **had (someone) take** a picture of?"

Compare a similar sentence containing a verb with no *pa-* :

17a. *Ang babáeng **kinúnan** ko ng litráto.* "The lady I **took** a picture of."

DO GRAMMAR EXERCISES 11A2, 11A4.

11.14 Active with *pa-*

Verbs with *pa-* take the *mag-* active prefix.

gumamot	*treat (an illness)*	magpagamot	*have oneself treated*
magtúrò	*teach*	magpatúrò	*have (someone) teach one*
makákíta	*see*	magpakíta	*show oneself*
gumupit	*cut someone's hair*	magpagupit	*get a hair cut*

The following chart shows the active conjugation of verbs with *pa-* :

Past	Present	Dependent	Future	Abstract
nagpakíta	nagpápakíta	magpakíta	magpápakíta	pagpapakíta

Active verbs with *pa-* have two meanings depending on the context. (1) If there is no direct object which refers to the agent of the action of the root, verbs with the *magpa-* conjugation mean "have someone do (root) to one."

18. *Áyaw ko pang magpakíta kasi hindí maáyos ang buhok ko.* "I don't want to **show myself** because I haven't fixed my hair."

19. *Kung hindí mo alam, magpatúró ka na lang.* "If you don't know, **have someone teach you.**"

(2) If there is a direct object which refers to the agent of the action of the root, the active of the *pa-* verb means "have (the direct object) do (so-and-so)." The direct object is **boldfaced** in the following example.

20. *Magpápadala na lang ako ng pagkáin ko kay Nána Ánsay.* "I will just have my food delivered **by Nana Ansay.**" (11A9a)

21. *Kung magpápalaba ka...* "If you have (**someone**) wash your clothes..." (11A12)

DO GRAMMAR EXERCISES 11A3, 11A4.

11.15 *Pakasal*

Kasal is an adjective meaning "married."[1]

22. *Nagsásáma sila péro hindí sila kasal.* "They live together, but they are not **married.**"

Pakasal means "get married" (lit. "have someone marry one").

22c. *Pwéde na akong magpakasal.* "I can **get married** now." (7B19b)

The local passive of the *kasal* with *pa-* refers to the person whom one marries.

23. *Nay, pakákasalan ko ang anak ng hárì.* "Mom, **I'm going to marry** the king's daughter." (11R11)

The conveyance passive refers to the person (bride or groom) who is (to be) married off.

23a. *Ipápakasal ako ni Mang Ambó sa anak niyang babáe.* "Mang Ambo is going **to marry** me **off** to his daughter." (12R16)

---

[1] The conveyance passive means "marry (someone)"

22a. *Ikákasal sila búkas.* "They will be married (lit. someone will marry **them**) tomorrow."
The abstract form of this verb with *pagkaká-* means "having been married."

22b. *Dáhil sa pagkakákasal ni Juan sa anak ng hárì...* "Because John was married to the king's daughter..." (11R23)

11.2   Sentences expressing manner

One way of expressing manner is by sentences which have an adjective which refers to the manner placed at the beginning of the sentence. The verb is **DEPENDENT** if the statement is about a general situation (something which is normally the case). In the following example *masarap* "deliciously" is the manner. It is placed first. The verb *maglútò* "cook" is dependent because the action is a general one.

24. ***Masarap*[2]** *maglútó iyan.* "She cooks **well**." (11A9b)

If the action referred to happened in the past, a past tense verb form is used.

25. *Dáhan-dáhan silang **naglakad**.* "They **walked** softly." (11R17)

In exclamatory sentences the agent is **genitive**, but the verb remains active (dependent).

26. *Ang sarap maglútó **niyan!*** "How deliciously **she** cooks!"
27. *Ang húsay **mong** mambóla!* "**You** sure are good at lying!" (9C28)

We have also studied manner expressed by *nang* plus an adjective at the end of the sentence (§7.912).

28. *Naglakad sila **nang dáhan-dáhan**.* "They walked **softly**."

DO GRAMMAR EXERCISE 11B.

11.3   "When" future, present, and past

Pag- or *kapag-* plus a past tense verb forms a phrase which means "when (so-and-so) happens in the future" or "if (so-and-so) happens." In the following sentence *iníwan* is a past tense verb but refers to future after *pag*.

29. ***Pag iníwan*** *mo yun sa lamésa magúgusot ulì.* "If you **leave** them on the table they will get wrinkled again." (11B2b)

Similarly, *sinábi* is past in the following example after *kapag* (but refers to future).

30. *Kapag ito'y **sinábi** mo káhit kanino...* "If you **say** this to anyone..." (11R7)

Kapag or *pag* plus present refer to something which is generally true.

31. *Kapag (pag) ako ang **bumíbili,** minámahalan nila ako.* "When I do the **buying**, they raise the price on me."

For "when" in the past we learned *nang* or *noong* plus a dependent verb (Unit Seven, §7.911). *Mákíta* "saw" is dependent in the following examples.

32. *Nang huli kitang **mákíta**...*"When we **saw** each other last." (7B13a)
33. *Nang **mákíta** ni Huwan ang púnò ...*"When John **saw** the tree..."

11.31   "When" expressed by the abstract form

The abstract form (§§7.72, 7.73) expresses past and future of the verb. (The tense can only be determined by the context.) The agent of the abstract form is genitive and the direct object is *ng*

---

[2]There is no linker here because preposed modifiers of this sort are linked with *ng* but not *na*, and *ng* is not possible here. If *siya* is inserted, the *ng* linker appears.

24a. *Masarap siyang maglútò.* "She cooks well."

(nang) plus a noun phrase or a dative of a personal name (i.e., the same as the direct object of an active verb (Unit Five, §5.5). For example *ni Juan*, the agent is genitive in the following example and the direct object of the abstract is *ng púnong kahoy* "a tree." *Pagkákíta* is the potential abstract form.

> 33a. ***Pagkákíta ni Juan*** *ng púnong káhoy...* **"When John saw** a tree..."

We now will give sentences which we have had with abstract forms which mean "when..." In the following sentence we know the abstract refers to future time because of the context.

> 34. ***Pagdating ng áraw,*** *magkákaroon din siya ng swérte.* **"When the day comes,** he will also have luck." (10C33b)

In the following sentence, the abstract refers to past time.

> 35. ***Pagdating ng alas dóse ng gabi...*** **"When twelve o'clock at night came..."** (11R16)

In the following sentence the potential abstract is used to mean "when X has been done." (Review what we said about the potential abstract form in §7.73.)

> 37. ***Pagkabili mo,*** *ilagay mo agad sa cooler.* **"After you have** bought (it), put it immediately in the cooler." (11B18b)

DO GRAMMAR EXERCISE 11C.

11.4   The conveyance passive in a benefactive meaning

The conveyance passive is used with many roots to form verbs which refer to the beneficiary of the action: "do (so-and-so) on behalf of (subject)" (if the verb is the predicate); or "do (so-and-so) on behalf of the (predicate)" (if the verb is the subject); or "do (so-and-so) on behalf of (the word modified)" (if the verb modifies another word). The most common usage of this form is in the imperative. For example in the following sentence, *ikúha* is the conveyance passive imperative, the subject is *ako* "me" the beneficiary of the action, and *ng túbig* is the direct object.

> 37. ***Ikúha*** *mo ako ng túbig.* **"Get me** some water."

Often the conveyance passive with a benefactive meaning has a prefix *pag-* before the root. This is especially the case where the root already occurs with the conveyance passive affix in a different meaning. The following sentence shows the conveyance passive with a benefactive meaning. The root *laba* "laundry" requires a *pag-* with the benefactive meaning of the conveyance passive. The subject *ako* "me" is the beneficiary. In this case we have a verb which is not an imperative.

> 38. *Kung pwéde niya akong* ***ipaglaba.*** "If she can **do the laundry for me.**"

The following list gives verbs we have had which can have benefactive meaning in the conveyance passive.

ipagbabà	*bring down on behalf of (one)*
ibili	*buy on behalf of (one)*
ipagbantay	*watch for or on behalf of (one)*
ipagbanlaw	*rinse for (one)*
ipagbúhat	*lift for (one)*
ipagbálot	*wrap up for (one)*
ipagbúgaw	*chase away for (one)*
ipagdala	*bring on behalf of (one)*
igawà	*make for (one)*

ihánap	*look for on behalf of (one)*
ipaghandà	*serve to (one)*
ihátì	*divide up for (one)*
ikúha	*get on behalf of (one)*
ikumusta	*give his/her/their regards*
ipaglútò	*cook on behalf of (one)*
ipaglínis	*clean on behalf of (one)*
ipaglátag	*spread out (a mat) for (one)*
ipagpaálam	*say goodbye on behalf of (one)*
ipagpasalámat	*say thank you on behalf of (one)*
ipílì	*choose for (one)*
ipagpatay	*butcher something for (one)*
ipútol *or*	
ipagpútol	*cut something for (one)*
ipagtápon	*throw away on behalf of (one)*
isundò	*fetch on behalf of (one)*
ipag-uwì	*bring back for (one)*

Examples:

39. *Ipag-uwí mo ako ng úlam gáling sa pista.* "**Bring me** some food **back** from the fiesta."
40. *Ang Lóla'y* kailángan náting **isundó** ng doktor. "We have **to fetch** a doctor **for Grandmother.**"
41. *Ikumusta nyo na lang ako sa Lóla.* "Give my regards to your grandmother. (Lit. **Greet** your grandmother **for me.**)"
42. *Síge lákad. Ipagpápaálam na lang kita sa Nánay.* "Go on ahead. I'll just **say goodbye** to Mother **for you.**"

DO GRAMMAR EXERCISE 11D.

11.5   More on local passives

11.51   Local passive of *ma-* adjectives

Roots of adjective which have the prefix *ma-* occur with the local passive affixed to form verbs which may have one of the meanings: (1) "do (it) in (such-and-such a manner)." The following list gives some adjectives of this type and the local passive verbs formed from these.

maága	*early*	agáhan	*do it early*
mabilis	*fast*	bilisan	*do something fast*
madalas	*be frequent*	dalasan	*do frequently*
matagal	*long*	tagalan	*make something take long*
mabúti	*good*	butíhan	*do in a nice way*

43. *Binilisan pa niya káhit na siya'y hirap na.* "He **did it** even **faster** even though he was having a hard time." (11R16)
44. *Hwag ka pang tumígil. Tagalan mo!* "Don't stop yet! **Make it last!**"

(2) The local passive of such verbs may also mean "make something become or come out (so-and-so)."

malaki	*large*	lakihan	*enlarge*
mabigat	*heavy*	bigatan	*make something heavier*
malamig	*cool*	lamigan	*do something to something so it comes out or becomes cool*
mahábà	*long*	habáan	*make something come out long*
masarap	*delicious*	sarapan	*do something to something to make it delicious*
maganda	*beautiful*	gandahan	*do something to something to make it come out beautiful*
manipis	*thin*	nipisan	*make it come out thin*
maliwánag	*clear*	liwanágan	*make it so it comes out clear*

44a. *Pag hinátí mo ang kéndi bar, dápat mong **lakihan** ang pára sa kapatid mo.* "When you divide the candy bar, you should break it **so** your little brother's part **is big**."

44b. *Huwag mong masyádong **bigatan** ang maléta.* "Don't **make** the suitcase too **heavy**."

44c. ***Lamigan** mo ang sabaw.* "(Serve) the soup cool."

44d. *Pag **sinarapan** mo ang lútó mo, marámi ang kákáin sa karindérya mo.* "If you **make** your food **come out delicious**, many people will come to eat in your eatery."

44e. ***Habáan** mo ang istro pára matalían náting mabúti.* "**Cut** the raffia **long** so we can tie it up well."

11.32 Local passive of adjective with no *ma-*

Many adjectives which do not have a prefix *ma-* occur with the local passive verb affixes. However, the meaning of the verb is not the same as with the formations discussed in §11.51 above. With roots of these types, the local passive verbs mean "be affected by (root), have (root) happen to one." We discussed these before in §7.4 of Unit Seven.

Adjective		**Verb**	
walà	*gone*	mawalan	*lose*
ubos	*used up*	maubúsan	*run out of*
mamatay	*die*	mamatayan	*lose through death*
mahal	*expensive*	mahalan	*be charged a high price*
hirap	*have a hard time*	mahirápan	*have a hard time*

Masakit is in this class even though it has a prefix *ma-*

masakit	*painful*	saktan	*be hurt*

Examples:

45. ***Mawáwalan sila** ng lúpà.* "**They will lose** their lands."

46. ***Ubos** na ang ínúmin.* "The drinks are all **drunk up**."

46a. ***Naubúsan sila** ng inúmin.* "Their drinks **ran out on them**."

47. ***Namatay** ang áso nila.* "Their dog **died**."

47a. ***Namatayan sila** ng áso.* "Their dog **died on them**."

48. ***Mahal** naman ang pinabáyad mo sa ákin.* "You sure are making me pay **a lot**."

48a. *Hindí naman niya **ako mámahalan**.* "She won't **make it expensive for me**."

49. ***Masakit** na masakit ang súgat ko.* "My wound is **painful**."

49a. ***Sinaktan** niya ako.* "He **hurt me**."

11.53   Local passive with *pag-*

With many roots the local passive can or must have a prefix *pag-* affixed to the root. In many of these cases the insertion of *pag-* is obligatory, and the *pag-* has no meaning. These are mainly verbs which have a *mag-* active conjugation. Verbs we have had of this group so far are:

pag-arálan	*study (it)*
pagtrabahúhan	*work at (it)*
pagpasénsyahan	*be patient with (it)*
pagpasyahan	*decide (it)*
pagsalitaan	*say, tell to (one)*
pagmakaawáan	*ask pity from (one)*
pagkásundúan	*make an agreement to do (it)*
pagkátiwaláan	*have confidence in (one)*

The local passive of these verb roots (and many others) must have a *pag-* .

50. *Isang áraw mayroon siyang napagpasyahan..* "One day he **decided on** something." (11R11)
51. *Walá siyang magágawá kundí tupadin ang kanilang nápagkásunduan.* "He couldn't do anything except comply with what they **had agreed to do.**" (11R22)
52. *Pagpasénsyahan na lang ninyo ang handá ko ha?* "I hope you **will just put up with** my food."

Many roots may have a *pag-* inserted in the local passive, and there is a difference in meaning between the form with *pag-* and that without *pag-* . One root of this sort which we have had so far is *bili: pagbilhan* "sell to" and *bilhan* "buy from."

53. *Pagbíbilhan ko siya ng isdà.* "I **will sell** her some fish."
54. *Bíbilhan ko siya ng isdà.* "I will **buy** some fish from **her.**

11.54   Verbs which have a local passive that refer to a direct object

In §6.21 we studied local passives which refer to a direct object. In these intervening lessons we have had a number of verbs which have a local passive that refers to the direct object.

iwánan (=íiwan)	*leave (one)*
utúsan	*order (one)*
isahan	*better, outdo*
paniwaláan	*believe (it)*
pagkátiwaláan	*have faith in (it)*
kandadúhan	*lock (it)*
labhan	*wash (it)*
malimútan	*forget (it)*
palitan	*replace (it)*
mapanaginípan	*dream about (it)*
pinigílan	*restrain (it)*

55. *Kung walá akong pápalitan.* "If there is nothing that I have **to replace.**" (11C31)
56. *Tuwing áalis ako kákandadúhan ko na lang yung mga pintò.* "Every time I go out I **will** just **lock** the doors." (11A7b)

DO GRAMMAR EXERCISE 11E3.

11.6   Roots of adjectives used as nouns in phrases with *sa*

We have had roots of adjectives used in exclamations (§6.71). Roots of adjectives can also be used after *sa* in phrases which mean "on account of (so-and-so)." The word which the adjective modifies is in the genitive. For example, in the following sentence, the word *dámi* "being a large amount" follows *sa* and is followed by a genitive *nito* "this" which refers to the thing which is in a large quantity.

57.   *Hindí niya maláman kung saan ilálagay ang mga péra **sa dámi nito***. "He didn't know where to put the money **because there was so much of it** (lit. because of its quantity)." (11R7)

The following sentence shows a preposed genitive *kanya* "his" in this construction.

58.   *Sa kanyang tuwá hindí niya nápansin...*"**On account of his happiness**, he didn't notice..." (9R5)

A few roots may be followed by modifiers other than a genitive. For example *dámi* in the following sentence is followed by the linker *ng* plus **noun.**

59.   *Sa dámi niyang*[3] *péra káya niyang bilhin kung ano ang gusto niya*. "**Because of the great amount of his money** (lit. **of his much money**) he could buy whatever he wanted."

This sentence could also be expressed with *dámi* modified by a genitive, *ng péra*.

59a.   *Sa dámi ng péra niya'y káya niyang bilhin kung ano ang gusto niya*. "**Because of the great amount of his money,** he could buy whatever he wanted."

Roots of adjectives which refer to manner can be followed by the linker *ng* plus a clause which refers to the action. The formation of sentences referring to manner is discussed in §11.2 above. The verb is dependent if the reference is to a general truth. *Maglútò* "cook" is dependent in the following sentence:

60.   *Sa sarap niyang maglútò...*"On account of her skill in cooking (lit. **the delicious way in which she cooks**)..."

DO GRAMMAR EXERCISE 11F.

11.7   More on the dependent

11.71   "May (so-and-so) be!"

The dependent form is used in wishes, expressions of hope, and the like: "may so-and-so be the case." For example *mabúhay* is the dependent (of the *ma-* conjugation-§10.11).

61.   *Mabúhay ang hárì!* "**Long live** the king!"
62.   *Handá hó akong tumanggap ng anumang hámon, **mápasa ákin** lang ang mahal na prinsésa*. "I am prepared to accept any challenge, so that I can obtain (lit. **may I obtain**) the hand of the princess." (11R12)

11.72   Dependent after *muntik* or other words of similar meaning

Muntik or *muntik na* means "(so-and-so) almost happened." *Muntik* is followed by *ng* plus a clause with a dependent verb. *Masábi* "was blurted out" is dependent in the following sentence.

---

[3] *Niya* "his" is a genitive and goes together with *péra* "money."

63. **Muntik na** *niyang* **masábi** *ang tungkol sa pitákà.* "He **almost blurted** out the matter of the purse." (11R11)

If *káhit* (with an interrogative) or a word of similar meaning is in the predicate and the subject contains a verb, the verb is dependent. (See §11.82, below for a discussion of *káhit*.) Thus, *ibigay* "give" is dependent in the following sentence because it is the subject in a sentence with *káhit* (interrogative) as a part of the predicate.

64. *Káhit anong hámon ang* **ibigay** *mo sa ákin, tátanggapin ko.* "I will accept whatever challenge you **give** me."

DO GRAMMAR EXERCISE 11G.

11.8   Word Study

11.81   *Tuwì*

Tuwì may modify nouns which refer to time or actions (especially those derived from verbs —§§7.72 and 7.74). *Tuwì* precedes the noun it modifies and the phrase means "every (so-and-so), every time (so-and-so) takes place." *Tuwì* is linked with *ng*.

65. **Tuwing Linggo** *siya bumíbisíta díto.* "He visits here **every Sunday**."
66. **Tuwing alas síngko** *kasi ako gumígísing.* "Because I get up **every** (day) **at five o'clock.**" (10A2)

Tuwì also may precede clauses. Clauses introduced by *tuwì* mean "each time (so-and-so) happens." The verb is present or future. The present refers to a repeated action. When *tuwì* precedes a clause it is optionally preceded by *sa*.

67. *Sa* **tuwì** *akong* **pumúpunta** *doon ay nagháhandá sila ng masarap na pagkáin.* "**Each time I go** there they prepare delicious food."

The future after *tuwì* refers to something which will be the case.

68. *Basta't* **tuwing áalis** *ako, kákandadúhan ko na lang yung mga pintò.* "I will always lock the door **each time I go out**." (11A7b)

DO GRAMMAR EXERCISE 11H.

11.82   *Káhit, maski, man*

Káhit and *maski* mean "even if." These two words do not differ in meaning and can be used to introduce predicates to form a phrase meaning "even if it is (so-and-so)."

69. **Káhit** *hó malíit lang.* "**Even if** it is a small one." (2A3b)

Man is a particle with the same meaning but it is placed after the main word of the predicate. Often it is used in combination with *káhit (maski)*.

69a. **Káhit** *hó malíit* **man** *lang?* "**Even if** it is a small one?"

Káhit (maski) can also be modified by *na*, a particle which emphasizes that the predicate is the second choice.

68b. **Káhit na** *malíit lang.* "**It doesn't matter**, even if it is small."

Káhit (maski) can be followed by interrogatives. In that case they have the same meaning as *kung* plus interrogative (§§6.922, 10.6). The meanings of *káhit (maski, kung)* plus an interrogative are as follows:

káhit ano	*anything, whatsoever*
káhit síno	*anybody, whoever*
káhit kaníno	*to anyone*
káhit ilan	*any amount*
káhit magkáno	*any price at all*
káhit paáno	*in any way*
káhit saan	*anywhere, wheresoever*
káhit kaylan	*whensoever*

These phrases may be modified by the post positive particle *man* which adds the meaning: "at all, whatsoever":

káhit ano man	*anything whatsoever*
káhit saan man	*any place whatsoever*
káhit magkáno man	*any amount whatsoever, etc.*

69. *Kapag ito'y sinábi mo **káhit kaníno**...* "If you tell **anyone**..." (11R7)

In the following sentence *káhit* is modified by *na*. The combination with *na* means "even if (so-and-so), that's OK."

70. ***Káhit** na magkáno ang gusto mo.* "**Whatever** amount you want, that will be all right." (11R7)

Interrogatives plus *man* occur as well. Such phrases have the same meaning as *káhit* plus interrogative. The following sentence illustrates *man*.

71. *Handá hó akong tumanggap ng **anumang** hámon.* "I am prepared to accept **any** challenge." (11R12)

DO GRAMMAR EXERCISE 11G.

11.83 *Kagáya, gáya*

Kagáya (or the short form *gáya*) "like" is followed by a genitive.

72. *Yung malalaki **kagáya** (**gáya**) ng kúmot...* "The big ones **like** sheets..." (11A13c)

73. *Isang pangkaraníwang táong kagáya **mo**...* "An ordinary person like **you**..." (11R12)

The word *ganito* "like this," *ganyan* "like that," *ganoon* "like that" are contractions of *gáya* plus the genitive of the demonstratives.

11.841 *Dala*

Dala "bring, carry" has *pag-* inserted in the active potential form.[4]

74. *Bíbigyan kita ng beynte kwátro óras pára **makapagdala** ka díto ng dalawampu't ápat na kariton.* "I will give you 24 hours (for you) **to bring** 24 carts here." (11R13)

---

[4] The potential without *pag-* occurs in certain specialized meanings of *dala* but it is not common or important.

Pag- is also affixed to *dala* with the conveyance passive affixes (§11.4 above).

11.842 *Tiwálà*

The root *tiwálà* "belief" forms two verbs: (1) with the *maN-* conjugation meaning "believe"; (2) with the *mag-* conjugation meaning "trust, have faith in."

In the meaning "believe":

> 75. *Hindí siya **makapaniwálá** sa kanyang nákíta.* "He **couldn't believe** what he saw."

In the meaning "have faith":

> 76. *Nay, álam nyo namang hindí ko magágawá yon. A basta **magtiwálá** lang kayo!* "Mother, you know I couldn't do that. Just **trust** (me)!" (11R10)

11.843 *Asáwa*

The root *asáwa* "spouse" can be made a verb meaning "get married." In the active, the verb has the *mag-* conjugation.

> 77. *Bíró mo hálos treinta'y-kwátro ka na at hindí ka pa ngá **nag-áasáwa**.* "Imagine, you're nearly thirty-four and you still haven't gotten married!" (7B14b)

In the passive, the verb has a *paN-* prefixed before the root.[5]

> 78. *Isang pangkaraníwang táong kagáya mo nanánagínip na **mapangasáwa** ang áking anak na prinsésa!* "An ordinary person like you is dreaming of **marrying** my daughter, the princess!" (11R12)

11.85 *Sa may*

The phrase *sa may X* means "where X is located, in the vicinity of X."

> 79. *Diyan **sa may** iskiníta.* "There, near the corner." (11A9a)

11.86 Verbs from *pa* + dative

A verb of the *má-* conjugation (§10.111) can be formed with *pa* plus a dative. The meaning of sentence with form of this type as predicate is "(subject) gets to where (dative) is."

mápasa ákin	*get the (the subject)*
mápasa Lóla	*Grandmother gets (it)*
mápa kay Pédro	*Pedro gets (it)"*

> 80. *Handá hó akong tumanggap ng anumang hámon, **mápasaákin** lang ang mahal na prinsésa.* "I am prepared to accept any challenge, **let me have** Her Highness, the Princess." (11R12)
> 81. *Papá'no **mápapa kay Juan** ang gintò?* "How is the gold **going to get to Juan**?"

In sentences that have predicates that consist of this formation plus a deictic (the dative of the demonstrative –§3.4) the subject must be animate. *Maparíto, mapariyan, maparoon* mean "come

---

[5]The active with *maN-* also occurs with *asáwa : mangasáwa. Mangasáwa* originally meant "be in the courting stage prior to marriage," but now it is a coarse word meaning "engage in sex with a married woman."

here" and "go there" respectively. The prefix has a short vowel (that is, *mapa-*, *napápa-*, *mapá*, *mapápa-* for the past, present, dependent, and future forms).

82. ***Naparíto** si Juan kahápon.* "John **came** yesterday."

11.87 *Taga-*

Taga- is an affix which forms nouns referring to the agent. That is, *taga-* is added to verb bases to form words meaning "the one who did (or does) (such-and-such a particular activity)."[6] For example, *tagalútò* "the one who does the cooking." The following example contains a word with *taga-* which has been added to the verbal base with *pag-*: *tagapagmána* "the heir, the one who inherited" (from *magmána* "inherit").

83. *Si Juan ang siyang naging **tagapagmána** ng kaharían.* "John was the one who became **heir** to the kingdom." (11R23)

11.88 *Katáo*

The word *táo* "man" is irregular in that it may optionally have the form *katáo* after numbers. If the form *katáo* is used, the linker after the number may optionally be dropped.

84. *Dalawang katáo (or dalawa katáo or dalawang táo) ang lúlan ng kariton.* "The cart carried two people."

85. *Dáli-dáli siyang tumáwag ng isang-daang katáo (or isang daan katáo or isang daang táo).* "He quickly called one hundred people." (11R19)

Grammar Exercises

11A. Causatives

11A1. Pagsasánay sa pagpapalit. (§11.11)

Únang Hakbang

1a. Áyaw pa niyang umuwì.
 b. Huwag mo múna siyang pauwiin.
2a. Áyaw pa niyang kumáin.
 b. Huwag mo múna siyang pakaínin.
3a. Áyaw pa niyang pumások.
 b. Huwag mo múna siyang papasúkin.
4a. Áyaw pa niyang bumalik.
 b. Huwag mo múna siyang pabalikin.
5a. Áyaw pa niyang bumabà.
 b. Huwag mo múna siyang pababain.
6a. Áyaw pa niyang umakyat.
 b. Huwag mo múna siyang paakyatin.
7a. Áyaw pa niyang lumabas.
 b. Huwag mo múna siyang palabasin.
8a. Áyaw pa niyang lumípat.

---

[6] A word with *taga-* refers to one who acts in a certain capacity. This prefix does not usually form words that refer to persons in a certain occupation. This meaning is usually expressed by a noun with *maN-r-* or *mag-r-* (§17.31).

  mánunulat   *"author, scribe"*   tagapagsulat   *"one in-charge of writing something down"*

b. Huwag mo múna siyang palipátin.

9a. Áyaw pa niyang tumúlong.

b. Huwag mo múna siyang patulúngin.

10a. Áyaw pa niyang bumili.

b. Huwag mo múna siyang pabilhin.

11a. Áyaw pa niyang gumawà.

b. Huwag mo múna siyang pagawain.

12a. Áyaw pa niyang sumúlat.

b. Huwag mo múna siyang pasulátin.

13a. Áyaw pa niyang tumuloy.

b. Huwag mo múna siyang patuluyin.

14a. Áyaw pa niyang tumígil.

b. Huwag mo múna siyang patigílin.

15a. Áyaw pa niyang umalis.

b. Huwag mo múna siyang paalisin.

Ikalawang Hakbang. Ibat-ibang panahúnan (Variety of tenses). Gumámit ng ibang anyó ng pandíwá malíban sa ginámit.

1a. Inutúsan ko itong si Línang bumili ng ságing.

b. Pinabili ko ng ságing itong si Lína.

2a. Úutúsan ko siyang umarkila ng kómiks kina Nána Ánsay.

b. Paáarkilahin ko siya ng kómiks kina Nána Ánsay.

3a. Inúutúsan ko siyang umútang ng bigas sa tindáhan.

b. Pinaúútang ko siya ng bigas sa tindáhan.

4a. Siya na lang ang utúsan mong umakyat sa púnò.

b. Siya na lang ang paakyatin mo sa púnò.

5a. Úutúsan niyo hó ba akong humúli ng manok?.

b. Pahúhulíhin niyo hó ba ako ng manok?

6a. Bákit siya ang inutúsan mong pumútol ng púnò?

b. Bákit siya ang pinapútol mo ng púnò?

7a. Úutúsan ko siyang mamúlot ng basúra.

b. Pamúmulútin ko siya ng basúra.

8a. Síno ba ang inutúsan mong mangúha ng panggátong?

b. Síno ba ang pinangúha mo ng panggátong?

9a. Si Pete na lang ang úutúsan kong sumundó kay Édna.

b. Si Pete na lang ang pasúsunduin ko kay Édna.

10a. Utúsan mo na siyang kumaon ng gágawá ng makinílya.

b. Pakaunin mo na siya ng gágawá ng makinílya.

11A2. Pagsasánay sa pagsagot. (§11.12-13)

Únang Hakbang

1a. Pakigawá mo yung makinílya.

b. Ito hó ba ang makinílyang ipinápagawá nyo?

2a. Pakitáwag mo ngá ang bátang iyon.

b. Ito hó ba ang bátang ipinápatáwag nyo?

3a. Pakipklántsa mo ngá ang damit ko.

b. Ito hó ba ang damit na ipinápaplántsa nyo?

4a. Tiklupin mo ang mga damit sa lamésa.

b. Ito hó ba ang mga damit na ipinápatiklop nyo?

5a. Linísin mo iyong kwárto sa tabi ng kusínà.

b.   Ito hó ba ang kwárto na ipinápalínis nyo?
6a.   Dalhin mo na ang makinílya sa báhay nyo.
b.   Ito hó ba ang makinílyang ipinápadala nyo?
7a.   Pakilaba hó ninyo ang maruruming damit.
b.   Ito hó ba ang mga damit na ipinápalaba nyo?
8a.   Lutúin mo na ang isdang binili ko kahápon.
b.   Ito hó ba ang isdang ipinápalútó nyo?
9a.   Pakiuwí mo itong pagkáin pára kay Léslie.
b.   Ito hó ba ang pagkáing ipinápauwí nyo pára kay Léslie?
10a. Ibalik mo itong makinílya sa gáwáan.
b.   Ito hó ba ang makinílyang ipinápabalik nyo sa gáwáan?
11a. Pakipások mo ríto ang mga kahon sa labas.
b.   Ito hó ba ang mga kahon na ipinápapások nyo?
12a. Pakibigay mo kay Juan ang palakol na nása may pintò.
b.   Ito hó ba ang palakol na ipinápabigay nyo kay Juan?
13a. Pakitápon mo ngá ang mga basúra na nása kusínà.
b.   Ito hó ba ang mga basúrang ipinápatápon nyo?
14a. Pakilípat mo ang mga sílyang iyon sa kwárto ko.
b.   Ito hó ba ang mga sílya na ipinápalípat nyo sa kwárto nyo?
15a. Pakiakyat mo ang mga labáda sa báhay.
b.   Ito hó ba ang mga labádang ipinápaakyat nyo sa báhay?

Ikalawang Hakbang. (Mixture of conveyance and local)

1a.   Yung mga libro, ikaw ba ang magbábalat noon?
b.   Hindí na. Yung mga libro ay pabábalatan ko na lang.
2a.   Yung isang sákong mangga, ikaw ba ang magbúbuhat?
b.   Hindí na. Yung isang sákong mangga ay ipápabúhat ko na lang.
3a.   Itong tindáhan, ikaw ba ang magbábantay?
b.   Hindí na. Itong tindáhan ay pabábantayan ko na lang.
4a.   Yung kariton, ikaw ba ang maglálabas?
b.   Hindí na. Yung kariton ay ipápalabas ko na lang.
5a.   Yung mga damit mo, ikaw na ba ang mamámalántsa?
b.   Hindí na. Yung mga damit ko ay ipápapalántsa ko na lang.
6a.   Iyong mga manok, ikaw ba ang magpúpúgot?
b.   Hindí na. Yung mga manok ay papúpugútan ko na lang.
7a.   Itong péra, ikaw ba ang magpápapalit?
b.   Hindí na. Yung péra ay ipapápalit ko na lang.
8a.   Itong kape at ságing, ikaw na ba ang mag-úuwí nito?
b.   Hindí na. Yung kape at ságing ay ipápauwí ko na lang.
9a.   Itong palakol, ikaw na ba ang magpápások?
b.   Hindí na. Yung palakol ay ipapapások ko na lang.
10a. Yung kariton, ikaw na ba ang maglálabas?
b.   Hindí na. Yung kariton ay ipápalabas ko na lang.
11a. Itong yélo, ikaw ba ang maglílípat sa cooler?
b.   Hindí na. Yung yélo ay ipápalípat ko na lang sa cooler.
12a. Yung kape, ikaw ba ang magbábalik sa kusínà?
b.   Hindí na. Yung kape ay ipápabalik ko na lang sa kusínà.
13a. Itong labáda, ikaw na ba ang mag-áakyat?
b.   Hindí na. Yung labáda ay ipápaakyat ko na lang.
14a. Yung báyad, ikaw na ba ang magbíbigay?
b.   Hindí na. Yung báyad ay ipápabigay ko na lang.
15a. Yung palakol, ikaw na ba ang magháhanap?
b.   Hindí na. Yung palakol ay ipápahánap ko na lang.

Ikatlong Hakbang. Pagsasánay sa pagsagot

1a. Tútúlong ka ba sa Nánay?
  b. Óo. Pinatútulúngan siya ng Tátay.
2a. Mag-áakyat na ba táyo ng mga gámit na ito?
  b. Óo. Ipinápaakyat na iyan ng Tátay.
3a. Magbíbigay na ba táyo ng kéndi kay Jójò?
  b. Óo. Pinabíbigyan na siya ng kéndi ng Tátay.
4a. Magbíbigay na ba táyo ng péra ngayon?
  b. Óo. Ipinápabigay na yan ng Tátay.
5a. Kúkúnan ko ba siya ng litráto?
  b. Óo. Pinakúkúnan siya ng Tátay.
6a. Kúkúnin ko na ba ang pagkáin.
  b. Óo. Ipinápakúha na iyan ng Tátay.
7a. Magdádala ba táyo ng yélo kay Áte?
  b. Óo. Pinadádalhan siya ng Tátay.
8a. Magdádala ba táyo ng palakol mámayà?
  b. Óo. Ipinápadala iyan ng Tátay.
9a. Sásamáhan ba nátin siya sa báhay?
  b. Óo. Pinasásamáhan siya ng Tátay.
10a. Sásamáhan ba nátin ng malalaking damit itong labáda?
  b. Óo. Ipinápasáma iyan ng Tátay.
11a. Tátáwag ka ba sa kanya?
  b. Óo. Pinatátawágan siya ng Tátay.
12a. Tátawágin ba nátin ang katúlong?
  b. Óo. Ipinápatáwag siya ng Tátay.
13a. Magbábantay ba táyo ng báhay?
  b. Óo. Pinabábantayan yan ng Tátay.
14a. Bábanlawan ba nátin ang labáda?
  b. Óo. Pinabábanlawan yan ng Tátay.

Ikaápat na Hakbang. Lagyan ng támang panlápí ang mga salitang-ugat na nása panaklong úpang maging ganap ang díwá ng pangungúsap. (Mixture of direct, local and conveyance passive with pa-)

1. Kailángang (alam) mo sa áting mga kaibígan na tuloy ang píknik nátin búkas. 2. (Punta) ko ngá pala si Édna mámayá sa paléngke pára bumili ng isdà. 3. Kung ganon ay (daan) mo na rin siya kina Léslie pára siya na lang ang magsábi kay Léslie. 4. Kailángan kasing (sábi) nátin si Léslie pára máláman niya ang tungkol sa píknik. 5. Ako naman, (handà) ko na kay Línda ang mga gágamítin nátin. 6. Púpunta kasi ako sa tindáhan nila ngayon dáhil (báyad) sa ákin ni Tátay yung útang námin sa kanila. 7. Siya ngá pala, gusto kong (hánap) si Nána Ánsay ng maáyos na katúlong. 8. Úlit ngà, ano'ng (hánap) mo kay Nána Ánsay? 9. Magpápahánap ako ng katúlong na magágawá nang áyos ang mga (trabáho) ko sa kanya. 10. Íbig mong sabíhin, gusto mong (alis) na si Lína sa inyo? 11. Óo. (Uwì) ko na siya sa Mindóro sa Linggo. 12. Téka ngá pala, magkáno ba gustong (arkila) ni Mang Juan ang kanilang dyip? 13. Ápat na raang píso ang sábi niya noong mínsang (arkila) ako ng dyip pára mágámit sa kásalan. 14. Maganda na ngayon ang dyip nila dáhil (palit) na niya ng bágong úpúan. 15. Síno naman ang (punta) nátin sa paléngke pára mamili ng mga kailángan nátin? 16. Marámi kasi táyong (bili) na mga kailángan nátin. 17. Walá ngá pala si Pete sa kanila ngayon dáhil (sundò) ni Nána Ánsay sa kanya ang kanyang kapatid sa Maynílà. 18. Kung (túlong) mo ako sa kapatid mo ay ako na lang ang mamímili ng mga kailángan nátin. Ayaw ko kasing mamili na mag-isa. 19. Óo ngà. Ókey lang sigúro sa kanya kung (túlong) ko siya sa iyo sa pamimili. 20. (Handà) ko ang lítson sa kanya.

11A3. Active causative. Bagúhin ang mga sumúsunod na pangungúsap sa pamamagítan ng paggámit ng panláping *magpa-* sa pagbanghay ng pandíwà. (§11.14)

1a.   Hindí pa ako marúnong. Kayá pwéde akong turúan ni Kíkò.
 b.   Magpápatúró ako kay Kíkò.
2a.   Áyaw kong may makákíta sa ákin.
 b.   Áyaw kong magpakíta.
3a.   Gusto kong may doktor na tumingin sa ákin.
 b.   Gusto kong magpatingin sa doktor.
4a.   Mahábá nang masyádo ang buhok ko. Kailángan nang may gumupit sa ákin.
 b.   Kailángan ko nang magpagupit.
5a.   May doktor na gumágamot sa kanya.
 b.   Nagpápagamot siya sa doktor.
6a.   Si Nána Ánsay ang nagdádala ng pagkáin sa ákin.
 b.   Nagpápadala ako ng pagkáin kay Nána Ánsay.
7a.   May naglálaba na ng mga damit niya.
 b.   Nagpápalaba na siya ng mga damit.
8a.   Si Nána Ánsay ang gusto kong maglútó ng pagkáin ko.
 b.   Gusto kong magpalútó ng pagkáin kay Nána Ánsay.
9a.   Siya na rin ang mag-ááyos ng pagkáin ko.
 b.   Magpápaáyos na rin ako ng pagkáin sa kanya.
10a. Síno ang magpaplántsa ng damit mo?
 b.   Kaníno ka magpápaplántsa ng damit mo?
11a. Si Lína ang bíbili ng yélo nátin.
 b.   Magpápabili táyo ng yélo kay Lína.
12a. Ikaw na lang ang humánap ng gágawá sa makinílya.
 b.   Sa iyo na lang ako magpápahanap ng gágawá sa makinílya.
13a. Pwéde bang ikaw na ang gumawá ng makinílya ko?
 b.   Pwéde bang sa iyo na ako magpagawá ng makinílya?
14a. Si Juan ang kúkúha ng gátong nila.
 b.   Magpápakúha sila ng gátong kay Juan.
15a. Si Juan din ba ang púpútol ng gátong ninyo?
 b.   Magpápapútol din ba kayo ng gátong kay Juan?

11A4. Isálin sa Pilipíno ang mga pariralang nása panaklong úpang maging ganap ang díwá ng pangungúsap. (§§11.11-.14)

1. (*Sent home*) ni Léslie si Lína kasi matagal niyang matápos ang mga trabáho (*which Leslie gave her to do*). 2. Hindí sigúro siya (*will be allowed to come back*) kasi noong isang áraw na (*told to go*) siya ni Léslie sa tindáhan ay hindí niya nadala yung mga (*Leslie had her buy*). 3. Ngayon, si Léslie na ang maglálaba péro ang mga malalaki (*will send out to wash*) na lang. At yung mga úlam niya (*will still have Nana Ansay cook them*). 4. Naglúluko ang makinílya ni Léslie. Kailángan niyang (*have it fixed*) péro hindí pa rin (*able to have it fixed*). 5. Kailángang (*have it cleaned*) at saká (*have it replaced*) ng turnílyo. 6. Áyaw ni Léslie (*allow to use*) ang makinílya sa ibang táo. Péro kung mínsan, si Lóling (*is allowed to use it*) kasi (*wants to have someone teach her*) niyon. 7. (*Will allow to come in*) mo si Nána Ánsay at (*will have it washed*) ko itong mga damit. 8. Nána Ánsay, kákándadúhan ko na hó ang pintó pára hindí na kailángang (*have someone watch*) ang báhay. 9. (*I will allow you to take it home*) múna sa inyo ang mga labáda. 10. (*Will introduce you*) kita sa kaibígan kong doktor kung (*want to have yourself get treated*). 11. (*Have go away*) mo na siya. Ayókong (*show myself*). 12. (*Will allow to eat*) na kayo ni Léslie kayá (*have it continued*) n'yo na lang sa ákin yang gusto niyang (*have it cleaned*). 13. (*Will allow you to accompany us*) ka ni Cárlos pára magpagupit. 14. (*Will allow to go down*) mo ngá si Cárlos at magpápatúlong ako sa kanyang (*have the man look at*) ang makinílya.

15. (*I sent to buy*) siya ng (*will give to eat*) sa mámá dáhil magpápagawá táyo sa kanya ng makinílya. 16. (*Will send to buy*) kita ng (*will let you take it home*) ko sa inyo. 17. (*Will have it washed*) ko sa inyo itong kúmot at sa inyo ko na rin (*have it ironed*). 18. (*Will have you accompany*) kita kay Cárlos at (*will have the two of you get*) ko kayo ng gátong sa gúbat. 19. (*Had it brought*) sa kanila ang palakol at maráming káhoy ang (*told them to cut*). 20. (*Will have it fixed*) ko múna itong palakol na (*have it brought*) ninyo sa ákin. 21. (*Had it put inside*) sa kanya ang yélo sa cooler, tápos ay (*had him take it out*). 22. (*Will allow you to help*) ako sa iyong maghanap kung saan pwédeng (*get a hair cut*).

11B. Bagúhin ang mga sumúsunod na pangungúnap sa pamamagítan ng paggámit ng anyong pawatas ng mga pandíwà. (§11.2)

1a. Masarap ang pagkálútó niya.
b. Masarap siyang maglútò.
2a. Malakas ang pagkákalog niya sa kahon.
b. Malakas siyang kumalog ng kahon.
3a. Malínis ang pagkálaba niya.
b. Malínis siyang maglaba.
4a. Mabúti ang pagkááyos niya.
b. Mabúti siyang mag-áyos.
5a. OK ang pagkágawá niya.
b. OK siyang gumawà.
6a. Mabilis ang pagkaplántsa niya.
b. Mabilis siyang magplántsa.
7a. Matagal ang pagkábili niya.
b. Matagal siyang bumili.
8a. Dáhan-dáhan ang pagkalákad niya.
b. Dáhan-dáhan siyang maglakad.
9a. Marámi ang pagkákúha niya.
b. Marámi siyang kumúha.
10a. Kóntí ang pagkáin niya.
b. Kóntí siyang kumáin.
11a. Marumi ang pagkábanlaw niya.
b. Marumi siyang magbanlaw.
12a. Matagal ang pagkáuwí niya.
b. Matagal siyang umuwì.
13a. Maígi ang pagkábantay niya.
b. Maígi siyang magbantay.
14a. Masamá ang pagkátingin niya.
b. Masamá siyang tumingin.
15a. Madalí ang pagkábalik niya.
b. Madalí siyang bumalik.

11C. Lagyan ng panlápí ang mga salitang-ugat na nása panaklong úpang maging ganap ang díwá ng pangungúsap. (§§11.3, 11.31)

1. Pag (*dating*) ni Léslie sa báhay, nákíta niya ang mga damit niya sa mésa. Noong (*táwag*) niya si Lína, hindí ito dumating. 2. Nang (*dating*) na si Lína ay sinábi ni Léslie na, "Dápat ay ihánger mo ang mga damit." 3. Pag hindí mo (*hánger*) ay magúgusot. 4. Pag (*kíta*) ko ulí na hindí mo (*tiklop*) ang mga damit ay sísisántihin kita. 5. Pag (*útos*) kita dápat mong gawin agad. 6. Nang hindí (*gawà*) ni Lína ang útos ni Léslie ay pinauwí siya. 7. Pag (*pauwì*) si Lína, walá ng katúlong si Léslie pag may (*laba*) siya. 8. Pagka (*uwì*) ni Lína ay may ibang babáeng humingí ng trabáho niya. 9. Lína, pag (*bigay*) kita ng bakasyon, úuwí ka ba? 10. Kapag (*alis*) si Léslie ay kinákandadúhan niya ang mga pintò. 11. Nang (*alis*) si

Lína, kay Nána Ánsay na nagpápalútó ng pagkáin si Léslie. 12. Pagka (*dala*) ni Nána
Ánsay ng pagkáin, kinúha naman niya ang mga labáda. 13. Nang (*balik*) si Lína gáling sa
tindáhan ay hindí niya dala ang yélo. 14. Kapag (*bili*) siya ay nalílimútan niya kung ano
ang dápat bilhin. 15. Sigurádong hindí na maglúluko ang makinílya pag (*áyos*) mo.

11D.   **Pagsasánay sa pagtutuloy. Ituloy ang mga sumúsunod na pangungúsap áyon sa modélo.
(The conveyance passive in benefactive meaning). (§11.4)**

1a.   Marámi akong ipápalaba,
  b.   kung pwéde mo akong ipaglaba.
2a.   Marámi akong dápat ipabili.
  b.   kung pwéde mo akong ibili.
3a.   Marámi akong gustong ipababà,
  b.   kung pwéde mo akong ipagbabà.
4a.   Marámi akong ipápabanlaw,
  b.   kung pwéde mo akong ipagbanlaw.
5a.   Marámi akong kailángang ipabuhat,
  b.   kung pwéde mo akong ipagbuhat.
6a.   Marámi akong ipápabálot.
  b.   kung pwéde mo akong ipagbálot.
7a.   Marámi akong dápat ipagawà,
  b.   kung pwéde mo akong igawà.
8a.   Marámi akong gustong ipahánap.
  b.   kung pwéde mo akong ihánap.
9a.   Marámi akong pwédeng ipahandà.
  b.   kung pwéde mo akong ipaghandà.
10a.   Marámi akong dápat ipahátì,
  b.   kung pwéde mo akong ipaghátì.
11a.   Marámi akong gustong ipakumusta,
  b.   kung pwéde mo akong ikumusta.
12a.   Marámi akong ipápakúha,
  b.   kung pwéde mo akong ikúha.
13a.   Marámi akong ipápalútò,
  b.   kung pwéde mo akong ipaglútò.
14a.   Marámi akong dápat ipalínis,
  b.   kung pwéde mo akong ipaglínis.
15a.   Marámi akong dápat ipalátag,
  b.   kung pwéde mo akong ipaglátag.

11E.   **Local passive**

11E1.   **Bagúhin ang mga pangungúsap. (§11.51)**

1a.   Kung púpunta táyo sa Maynílà, dápat táyong umalis nang maága.
  b.   Agáhan nátin ang pag-alis kung púpunta táyo sa Maynílà.
2a.   Káhit na siya'y hirap na hirap, nagtrabáho pa siya nang mabilis.
  b.   Binilisan pa niya ang trabáho káhit na hirap na hirap siya.
3a.   Huwag mo siyang bigyan ng mabigat na trabáho.
  b.   Huwag mong bigatan ang trabáho niya.
4a.   Kung maglúlútó ka, dápat ay masarap ang lútó mo.
  b.   Dápat mong sarapan ang lútó mo.
5a.   Nang siya ang mamaléngke, marámi ang binili niya.
  b.   Dinamíhan niya ang bili nang siya ay namaléngke.

6a.   Kapag nagtátrabáho siya, madalas siyang umíinom ng kape.
b.   Dinádalasan niya ang pag-inom ng kape.
7a.   Kahit matagal bumili si Lína, mahábá ang pasénsya ni Léslie sa kanya.
b.   Hinabáan ni Léslie ang pasénsya niya sa kanya.
8a.   Marámi silang péra kayá marangyá ang kanilang kasal.
b.   Nirangyaan nila ang kanilang kasal.
9a.   Kapag namímili siya, malaki ang gástos.
b.   Nilálakihan niya ang gástos kapag namímili siya.
10a.   Nang siya ang kumúha ng gátong, malaki ang pagkápútol niya.
b.   Nilakihan niya ang pagpútol sa gátong.
11a.   Pag siya ang nagbanlaw ng pláto, sigurádong malínis.
b.   Nilinísan niya ang pagbabanlaw ng pláto.
12a.   Sa iyo ko ipápabantay ang báhay kayá magbantay kang mabúti.
b.   Butíhan mo ang pagbabantay ng báhay.
13a.   Kapag siya ang bumíbili sa tindáhan, matagal siyang bumalik.
b.   Tinátagalan niya ang pagbalilk.
14a.   Kapag may ibiníbigay siyang trabáho ay malíit siyang magbáyad.
b.   Nilíliítan niya ang báyad.
15a.   Káhit malaki pa ang prútas ay manipis ang pagható niya.
b.   Nininipisan niya ang hátí sa prútas.

11E2.   Bagúhin ang mga sumúsunod na pangungúsap sa pamamagítan ng paggámit ng anyong "local passive" ng mga pandíwà. (§11.52)

1a.   Naúbos na ang péra námin noon.
b.   Naubúsan kami ng péra noon.
2a.   Mawáwalá ang péra mo kung hindí ka mag-íingat.
b.   Mawáwalan ka ng péra.
3a.   Namatay ang mga tanim námin.
b.   Namatayan kami ng mga tanim.
4a.   Kapag siya ang nagtítinda, masyádong mahal.
b.   Minámahalan niya ako.
5a.   Hirap ako sa ipinápagawá mo sa ákin.
b.   Nahíhirápan ako sa ipinápagawá mo.
6a.   Masakit ang ginawá ko sa kanya.
b.   Nasaktan ko siya.
7a.   May nawalá sa ámin nung Martes.
b.   Nawalan kami nung Martes.
8a.   Ubos na ang óras ko pára kumáin.
b.   Naubúsan na ako ng óras.
9a.   Nalungkot siya nang mamatay ang áso nila.
b.   Nalungkot siya nang namatayan sila ng áso.
10a.   Hirap ako sa paglalaba.
b.   Nahíhirápan ako sa paglalaba.

11E3.   (Local passive vs. direct and conveyance passives.) Ipalit ang mga salitang nása loob ng saklong. (§§11.53, 11.54)

Únang Hakbang (Panghináharap)

Did you think he will be able to outdo me?
Akálá mo ba'y maíisahan niya ako?   *(forget)*
Akálá mo ba'y malílimútan niya ako?   *(fire me)*

Akálá mo ba'y masísisánte niya ako?	*(command me)*
Akálá mo ba'y maúutúsan niya ako?	*(replace me)*
Akálá mo ba'y mapápalitan niya ako?	*(take care of me)*
Akálá mo ba'y mááasikáso niya ako?	*(restrain me)*
Akálá mo ba'y mapípigílan niya ako?	*(notice me)*
Akálá mo ba'y mapápansin niya ako?	*(believe me)*
Akálá mo ba'y mapápaniwaláan niya ako?	*(make a fool of me)*
Akálá mo ba'y malólóko niya ako?	*(send me home)*
Akálá mo ba'y mapápauwí niya ako?	*(lock me up)*
Akálá mo ba'y makákandadúhan niya ako?	*(allow me to eat)*
Akálá mo ba'y mapápakáin niya ako?	*(be patient with me)*
Akálá mo ba'y mapagpápasénsyahan niya ako?	*(allow me to come back)*
Akálá mo ba'y mapápabalik niya ako?	*(leave me)*
Akálá mo ba'y maíiwánan niya ako?	*(make me buy)*
Akálá mo ba'y mapápabili niya ako?	

Ikalawang Hakbang

Maybe she won't make it expensive for me.

Hindí naman niya sigúro ako mámahalan.	*(have patience with)*
Hindí naman niya sigúro ako pagpápasénsyahan.	*(ask)*
Hindí naman niya sigúro ako tátanungin.	*(believe)*
Hindí naman niya sigúro ako paniniwaláan.	*(restrain)*
Hindí naman niya sigúro ako pípigílan.	*(deceive)*
Hindí naman niya sigúro ako lólokóhin.	*(ask pity)*
Hindí naman niya sigúro ako pagmámakaawáan.	*(leave)*
Hindí naman niya sigúro ako íiwánan.	*(tell me something)*
Hindí naman niya sigúro ako pagsásalitaan.	*(order)*
Hindí naman niya sigúro ako úutúsan.	*(send me home)*
Hindí naman niya sigúro ako paúuwiin.	*(outdo)*
Hindí naman niya sigúro ako íisahan.	*(allow me to come in)*
Hindí naman niya sigúro ako papápasúkin.	*(lock me up)*
Hindí naman niya sigúro ako kákandadúhan.	*(forget)*
Hindí naman niya sigúro ako kákalimútan.	

11 F. **Mga pang-úring ginágámit na pangngálan (adjectives used as nouns). Bagúhin ang mga sumúsunod na pangungúsap áyon na modélo-sa + salitang-ugat ng pang-úrì. (§11.6)**

1a. Mukhang káya niyang bilhin kung ano ang gusto niya dáhil marámi siyang péra.

b. Óo. Sa dámi ng péra niya, káya niyang bilhin kung ano ang gusto niya.

2a. Masarap yátá siyang maglútò, kayá marámi ang kumákáin doon.

b. Sa sarap niyang maglútò, maráming kumákáin doon.

3a.   Matagal niyang natápos ang trabáho. Hindí pa ba naúúbos ang pasénya mo?

  b.   Óo. Sa tagal niyang natápos ang trabáho, naúbos na ang pasénsiya ko.

4a.   Mababáhó ang mga pláto. Sigúro mawáwalan siya ng gánang kumáin.

  b.   Óo. Sa báhó ng mga pláto, mawáwalan siya ng gánang kumáin.

5a.   Maága siyang nágising. Marámi sigúro siyang magágawang trabáho.

  b.   Óo. Sa ága niyang nágising, marámi siyang magágawang trabáho.

6a.   Mabigat ang trabáho niya kayá sigúro maága siyang matúlog.

  b.   Óo. Sa bigat ng trabáho niya maága siyang matúlog.

7a.   Mabilis siyang magtrabáho kayá ba maága siyang umuwì?

  b.   Óo. Sa bilis niyang magtrabáho, maága siyang umuwì.

8a.   Marámi siyang tanong. Sigúro, maliwánag na ang lahat sa kanya.

  b.   Óo. Sa dámi ng tanong niya, maliwánag na ang lahat sa kanya.

9a.   Madalí ang trabáho niya, sigúro mabilis niya itong matátápos.

  b.   Óo. Sa dalí ng trabáho niya, mabilis niya itong matátápos.

10a.   Masamá ang loob niya. Mukhang hindí siya lálabas pára kumáin.

  b.   Óo. Sa samá ng loob niya, mukhang hindí siya lálabas pára kumáin.

11a.   Mahábá yátá ang pasénsya mo kayá hindí mo pa siya sinísisánte.

  b.   Óo. Sa hábá ng pasénsya ko, hindí ko pa siya sinísisánte .

12a.   Mukhá yátang mabúti siyang maglínis ng makinílya. Malaki sigúro ang ibináyad mo sa kanya.

  b.   Óo. Sa búti niyang maglínis ng makinílya, malaki ang ibináyad ko sa kanya.

13a.   Marangyá ang kasal ni Juan. Prinsésa sigúro ang pinakasalan niya.

  b.   Óo. Sa rangyá ng kasal ni Juan, prinsésa sigúro ang pinakasalan niya.

14a.   Magástos yátá ang kumáin sa labas. Mukhang maúúbos na ang péra ko.

  b.   Óo. Sa gástos ng kumáin sa labas, mukhang maúúbos na ang péra ko.

15a.   Madalas siyang maglaba kayá sigúro láging malínis ang kanyang damit.

  b.   Óo. Sa dalas niyang maglaba, láging malínis ang kanyang damit.

11G.   **Únang Hakbang. Bumuong mulí ng pangungúsap áyon sa únang pahayag sa pamamagítan ng paggámit ng *káhit*. (§§11.72, 11.82)**

1a.   Ang lahat ng sásabíhin mo ay gágawin ko.

  b.   Káhit ano ang sabíhin mo ay gágawin ko.

2a.   Ang lahat ng táong hindí makatupad sa hámon ay púpugútan ng úlo.

  b.   Káhit sínong hindí makatupad sa hámon ay púpugútan ng úlo.

3a.   Ang lahat ng táong pagtátrabahúhan mo ay hindí ka sísisántihin.

  b.   Káhit kaníno ka magtrabáho ay hindí ka sísisántihin.

4a.   Ang lahat ng ipápalaba mo ay lálabhan niya.

  b.   Káhit ilan ang ipalaba mo ay lálabhan niya.

5a.   Bilhin mo ang yélo sa halagang gusto nila.

  b.   Bilhin mo ang yélo káhit magkáno.

6a.   Ilútó mo ang pagkáin sa paraang gusto mo.

  b.   Ilútó mo ang pagkáin káhit paáno.

7a.   Mahal talaga ang yélo sa lahat ng tindáhan.

  b.   Mahal talaga ang yélo káhit saang tindáhan

8a.   Lahat ng áraw na utúsan siya ay méron siyang nakakalimútan.

  b.   Káhit kélan ay méron siyang nakákalimútan.

9a.   Huwag ka nang bíbili diyan sa lahat ng áraw na dárating.

  b.   Huwag ka nang bíbili diyan káhit kailan.

10a.   Bábayáran kita sa gusto mong présyo, ipaglaba mo lang ako.

  b.   Bábayáran kita káhit na magkáno, ipaglaba mo lang ako.

Ikalawang Hakbang. Isálin sa Pilipíno ang mga salitang nása panaklong úpang maging ganap ang díwá ng pangungúsap.

1. (*Even one peso*) na lang, áyaw niyang magbigay. 2. Talagang walang-walá na, (*even one*) walá na. 3. (*Any amount*) hó pwéde. (*Even ten pesos*) pa ito (*or even one peso*) matátanggap námin. 4. (*Any one at all*) pwédeng mag-apply. At (*any one at all*) makákapások, basta may kakilála sa loob. 5. (*Even if she still has some*) sinásábi niyang walá na. 6. Walá nang túbig! (*Even a drop*) walá na. 7. Walá na akong magágawà. (*Even if you persist*). 8. (*Even if it's hard*) pinípílit niyang gawin. 9. Mag-áaplay hó ako. Tátanggapin ko hó (*any job at all*). 10. (*Any time*) pwéde mo akong tawágan.

11H. *Tuwì* **(Pangkasalukúyan at Panghináharap). Isálin sa Pilipíno ang mga salitang nása panaklong úpang maging ganap ang díwá ng pangungúsap. (§11.81)**

1. Naglúluko si Lína (*every time Leslie sends her on an errand she takes a long time*). 2. Sinábi ni Léslie kay Lína, ("*Every time you go out*) (*lock*) ang pintò." 3. At (*every time you buy something*) (*bargain*) múna. 4. (*Every time I buy*) ng isdà (*put it into*) ko sa cooler. 5. (*Every time I iron*) (*will put on a hanger*) ko ang mga damit. 6. (*Every time you wash*) ng damit (*start with the white ones first*). 7. (*Every time I have it repaired*) ang makinílya (*I have him clean*) ko rin ito. 8. (*Every time I have him fix it*) ako sa kanya (*he makes me pay a lot*). 9. (*Every time I cook*) (*lose*) sila ng gánang kumáin. 10. (*Every time anybody outdoes me*) hindí ko siya (*have faith in him*). 11. (*Every morning*) ay (*leave*) ako úpang (*work*). 12. (*Every time I buy*) sa kanya hindí niya (*makes me pay a lot*). 13. (*Every time I make her buy*) sa tindáhan (*makes it fast*). 14. (*Every time she makes it fast*) ang pamimili may (*forgets something*) siya. 15. (*Every time you eat*) (*wash*) ka múna ng mga kamay.

Ikalabingdalawang Aralin. Unit 12

<table>
<tr><td>

AI. Únang Bahági

Tinawágan ni Pete si Cárlos sa telépono.

</td><td>

AI. First Part

Pete calls Carlos on the telephone.

</td></tr>
<tr><td>

PETE
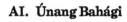

1. Hello. Nándiyan hó ba si Cárlos?

</td><td>

PETE

1. Hello. Is Carlos there?

</td></tr>
<tr><td>

BÓSES
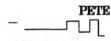

2. Síno hó sila?

</td><td>

VOICE

2. Who shall I say is calling? (Lit. Who are you, Sir?)

</td></tr>
<tr><td>

PETE

3a. A, si Pete hó ito.

b. Pwéde ko hó bang mákaúsap si

Cárlos?

</td><td>

PETE

3a. Oh, this is Pete.

b. Could I talk to Carlos?

</td></tr>
<tr><td>

BÓSES

4. Ano hó bang kailángan nila?

</td><td>

VOICE

4. What shall I say it is about? (Lit. What do you need?)

</td></tr>
<tr><td>

PETE

5. Pakisábi hó kay Cárlos, ito yung

kanyang matálik na kaibígan.

</td><td>

PETE

5. Could you tell Carlos this is his very good friend.

</td></tr>
<tr><td>

BÓSES

6. A téka, sandalí lang tátawágin ko.

</td><td>

VOICE

6. Just a second. One minute, I'll call (him).

</td></tr>
<tr><td>

PETE

7. Cárlos, kumusta ka?

</td><td>

PETE

7. Carlos, how are you?

</td></tr>
<tr><td>

CÁRLOS

8. O Pete, kumusta ka rin? Ang tagal

na náting hindí nagkíkíta a.

</td><td>

CARLOS

8. Hey Pete, how are you? It's been such a long time since we have seen each other.

</td></tr>
</table>

PETE

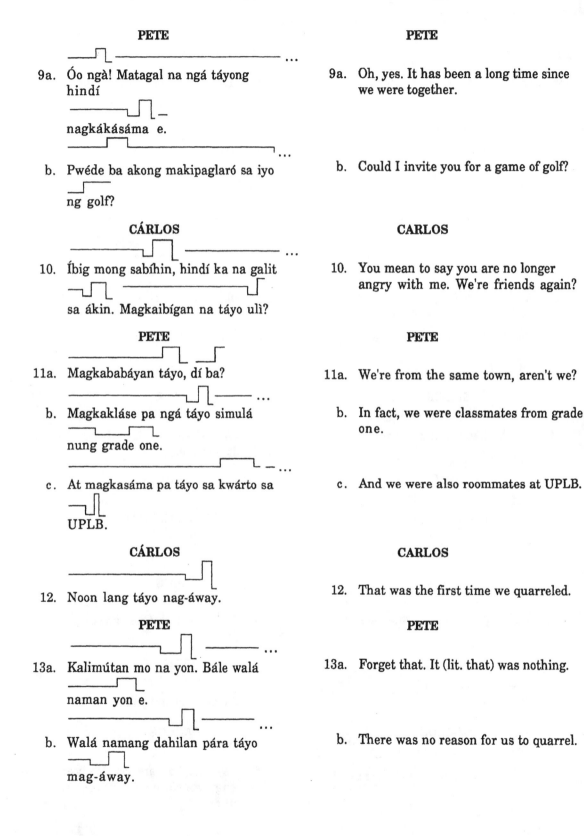

9a. Óo ngà! Matagal na ngá táyong hindí

nagkákásáma e.

b. Pwéde ba akong makipaglaró sa iyo ng golf?

CÁRLOS

10. Íbig mong sabíhin, hindí ka na galit sa ákin. Magkaibígan na táyo ulì?

PETE

11a. Magkababáyan táyo, dí ba?

b. Magkakláse pa ngá táyo simulá nung grade one.

c. At magkasáma pa táyo sa kwárto sa UPLB.

CÁRLOS

12. Noon lang táyo nag-áway.

PETE

13a. Kalimútan mo na yon. Bále walá naman yon e.

b. Walá namang dahilan pára táyo mag-áway.

PETE

9a. Oh, yes. It has been a long time since we were together.

b. Could I invite you for a game of golf?

CARLOS

10. You mean to say you are no longer angry with me. We're friends again?

PETE

11a. We're from the same town, aren't we?

b. In fact, we were classmates from grade one.

c. And we were also roommates at UPLB.

CARLOS

12. That was the first time we quarreled.

PETE

13a. Forget that. It (lit. that) was nothing.

b. There was no reason for us to quarrel.

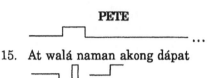

CÁRLOS	CARLOS
14. At walá naman akong ipinagmámalaki sa 'yo.	14. And there is no reason for me to think I am so much better than you (lit. reason for being haughty to you).
PETE	PETE
15. At walá naman akong dápat ipagsélos, dí ba?	15. And there is nothing for me to be jealous about, right?

Commentary to difficult forms in 12A

2.	*sila*	"You." *Sila* is used to mean "you" in addressing people whom one does not know at all. This usage originates in the use of *sila* as a term of address to show deep respect for the person addressed (§12.65).
3b.	*mákaúsap*	"Can speak to (him, her)." This is the direct passive potential of the form *kaúsap* "person with whom one speaks." This formation is discussed in §12.15.
4.	*nila*	"Your." See the commentary to *sila* in sentence 2, above.
5.	*pakisábi*	"Please say (it)" (§9.31).
8.	*nátin*	"We." This is a genitive form. The genitive form is used here to refer to the agent (the one who did the action), even though the verb is active, because the predicate is modified by an exclamatory adjective (§11.2, examples 26 and 27).
	nagkíkíta	"See each other." This is the present mutual action active form of the verb (§12.13). The present tense is used because present tense is used to refer to past in sentences which are negative and refer to an action which did not take place with a certain period of time (§7.6).
9a.	*nagkákásáma*	"Did things with each other." This is the present tense of the potential mutual action form of *sáma* (§12.131). The potential forms *magkásáma* (etc.) mean "go around together, do things together", whereas the nonpotential forms *magsáma*, (etc.) mean "live together."
b.	*makipaglaró sa iyo*	"Engage you in a game." The *makipag-* conjugation is discussed in §12.14.
10.	*magkaibígan*	"People who are friends with each other." This is a noun which refers to people who are in a certain relation with each other, discussed in §12.12.
lla,b,c.	*magkababáyan, magkakláse, magkasáma sa kwárto*	"Compatriots, classmates, roommates." These are all nouns which refer to people who are in a certain relation with each other, discussed in §12.12.
12.	*noon lang*	"That was the first time" or "that was the only time" (10.322).
	nag-áway	"Quarrel (with each other)" (§12.13).

14. *ipinagmámalaki*   "Reason for boasting." This is the present tense of the
                                conveyance passive verb referring to the reason on account
                                of which the agent feels in the way expressed by the root
                                (§12.511).

15. *ipagsélos*   "Reason for feeling jealous" (§12.511).

AII. Pagsasánay

Ipalit ang mga salitang nása loob ng saklong.

1. *It's been such a long time since we saw each other.*
   Ang tagal na náting hindí nagkíkíta.   *(fought)*
   Ang tagal na náting hindí nag-ááway.   *(went around together)*
   Ang tagal na náting hindí nagkákásáma.   *(talked to each oher)*
   Ang tagal na náting hindí nagkákáúsap.   *(played together)*
   Ang tagal na náting hindí nagkákálarò.   *(agreed with each other)*
   Ang tagal na náting hindí nagkákásundò.   *(helped each other)*
   Ang tagal na náting hindí
      nagkákátúlong.   *(rode together)*
   Ang tagal na náting hindí
      nagkákásakay.

2. *May I speak with Carlos?*
   Pwéde ko hó bang mákaúsap si Cárlos?   *(have him come along)*
   Pwéde ko hó bang mákasáma si Cárlos?   *(have him play with)*
   Pwéde ko hó bang mákalaró si Cárlos?   *(get to know)*
   Pwéde ko hó bang mákilála si Cárlos?   *(have him help me)*
   Pwéde ko hó bang mákatúlong si Cárlos?   *(have him ride with me)*
   Pwéde ko hó bang mákasakay si Cárlos?   *(get him to agree)*
   Pwéde ko hó bang mákasundó si Cárlos?

3. *It has indeed been long since we did something together.*
   Matagal na ngá táyong hindí
      nagkákásáma a.   *(since we fought)*
   Matagal na ngá táyong hindí
      nagkákááway a.   *(since we helped one another)*
   Matagal na ngá táyong hindí
      nagkákátúlong a.   *(since we played together)*
   Matagal na ngá táyong hindí
      nagkákálaró a.   *(since we talked to each other)*
   Matagal na ngá táyong hindí
      nagkákáúsap a.   *(since we rode together)*
   Matagal na ngá táyong hindí
      nagkákásakay a.   *(since we helped one another)*
   Matagal na ngá táyong hindí
      nagkákátúlong a.

4. **Bagúhin ang mga sumúsunod na pangungúsap sa pamamagítan ng paggámit ng *Pwéde
    ba akong* + *maki-*...**

   1a. Maglaró táyo ng golf.
    b. Pwéde ba akong makipaglaró sa iyo ng golf?
   2a. Magkaibígan táyo.
    b. Pwéde ba akong makipagkaibígan sa iyo?
   3a. Magkakilála táyo.

b. Pwéde ba akong makipagkilála sa iyo?

4a. Magkíta táyo sa plása.

b. Pwéde ba akong makipagkíta sa iyo sa plása?

5a. Mag-úsap táyo mámayà.

b. Pwéde ba akong makipag-úsap sa iyo mámayà?

6a. Magpalit táyo ng lugar.

b. Pwéde ba akong makipagpalit sa iyo ng lugar?

7a. Magsayaw táyo ng tinikling.

b. Pwéde ba akong makipagsayaw sa iyo ng tinikling?

8a. Magkásundó táyo.

b. Pwéde ba akong makipagkásundó sa iyo?

5. **Bagúhin ang mga sumúsunod na pangungúsap sa pamamagítan ng paggámit ng *mag-*.**

1a. Noong grade one pa, kakláse mo na ako.

b. Magkakláse táyo simulá noong grade one.

2a. Noong lokóhin mo ako, naging kaáway na kita.

b. Magkaáway táyo simulá noong lokóhin mo ako.

3a. Noong iligtas mo ako, naging kaibígan na kita.

b. Magkaibígan táyo simulá noong iligtas mo ako.

4a. Noong isang taon pa, kalaró mo na ako.

b. Magkalaró táyo simulá noong isang taon.

5a. Noong nákíta kita sa plása, naging kakilála kita.

b. Magkakilála táyo simulá noong mákíta kita sa plása.

6a. Noong isang linggo pa, kaáway mo na ako.

b. Magkaáway táyo simulá noong isang linggo.

7a. Noong pumunta táyo sa pista, kasáma mo na ako.

b. Magkasáma táyo simulá noong pumunta táyo sa pista.

8a. Noong kumáin táyo kina Pete, kaúsap na kita.

b. Magkaúsap táyo simulá noong kumáin táyo kina Pete.

9a. Noong may probléma ako, katúlong na kita.

b. Magkatúlong táyo simulá noong may probléma ako.

10a. Noong magkaroon ng sáyáwan, kasayaw mo na ako.

b. Magkasayaw táyo simulá noong magkaroon ng sáyáwan.

6. **Bagúhin ang mga sumúsunod na pangungúsap sa pamamagítan ng paggámit ng *Walá namang dahilan pára...***

1a. Walá naman akong ipagmámalaki sa iyo.

b. Walá namang dahilan pára ako'y magmalaki.

2a. Walá naman akong dápat ipagsélos.

b. Walá namang dahilan pára ako'y magsélos.

3a. Walá naman siyang dápat ikalungkot.

b. Walá namang dahilan pára siya'y malungkot.

4a. Walá naman siyang dápat ikalito.

b. Walá namang dahilan pára siya'y malito.

5a. Walá naman siyang dápat ikahiyà.

b. Walá namang dahilan pára siya'y mahiyà.

6a. Walá naman siyang dápat ikatuwà.

b. Walá namang dahilan pára siya'y matuwà.

7a. Walá naman siyang dápat ikagálit.

b. Walá namang dahilan pára siya'y magálit.

8a. Walá naman siyang dápat ipagsaya.

b. Walá namang dahilan pára siya'y magsaya.

9a.   Walá naman siyang dápat ipagtawa.
  b.   Walá namang dahilan pára siya'y magtawa.
10a.   Walá naman siyang dápat ipagpasalámat.
  b.   Walá namang dahilan pára siya'y magpasalámat.

AIII. Pilíin ang támang sagot.

1. Síno ba'ng hináhánap mo?
  a.   Násaan hó ba si Cárlos?
  b.   Síno hó ba'ng nándiyan?
  c.   Si Cárlos hò. Pwéde ko hó ba siyang mákaúsap?
  d.   Si Cárlos hó ba'y pwéde kong mákaúsap?

2. Pwéde ka bang mákalaró ng golf?
  a.   Óo. Sandalí lang at dádalhin ko.
  b.   Óo ngà. Matagal na kasi táyong hindí nagkákásáma eh.
  c.   Hindì. Naglaró pa kasi ako ng golf.
  d.   O síge. Ìbig mong sabíhin hindí ka na galit sa ákin?

3. Ano hó ba'ng kailángan nila?
  a.   Gusto ko hó sánang mákaúsap si Cárlos.
  b.   Hindí ko kailángang mákaúsap si Cárlos.
  c.   Walá akong kailángang ipagmalaki sa iyo.
  d.   Kailángan hó ni Cárlos ng túlong.

4. Nándiyan hó ba si Cárlos?
  a.   Óo. Pwéde siyang mákalaró ng golf.
  b.   Walá siya. Ano hó ba'ng kailángan nila?
  c.   Hindí naman diyan nakatira si Cárlos.
  d.   Óo. Hindí niya ako mákákaúsap.

5. Síno ba itong tumátáwag?
  a.   Tinátáwag ka ni Pete.
  b.   Si Pete ang tumátáwag sa iyo.
  c.   Si Cárlos ba'y pwédeng tawágin?
  d.   Hindí tumátáwag si Pete sa iyo.

6. Ang tagal na náting hindí nagkíkíta, ano?
  a.   Óo ngà. Matagal na ngá táyong hindí nagkákásáma.
  b.   Hindí nátin kailángang magkíta.
  c.   Óo. Hindí kita nákíta.
  d.   Óo ngà. Matagal na rin táyong nagkásáma.

7. Magkakláse ngá ba kayo sa UPLB?
  a.   Hindí naman táyo magkakláse sa UPLB.
  b.   Óo, magkakláse ngá táyo sa UPLB.
  c.   Óo, sa UPLB ngá táyo magkakasáma.
  d.   Óo, sa UPLB ngá kami magkakláse.

8. Kailan lang kayo nag-áway?
  a.   Óo ngà. Nag-ááway ngá kami.
  b.   Tuwing nagkákásáma táyo, nag-ááway táyo.
  c.   Noong magkakasáma kami sa kwárto, hindí kami nag-ááway.
  d.   Hay, kalimútan mo na lang 'yon.

9. Walá namang dahilan pára táyo mag-áway, dí ba?
  a.   Óo at saká walá naman akong ipagmámalaki sa iyo.
  b.   Hindí naman námin kailángang mag-áway.
  c.   Bákit? Méron ba akong dápat ipagsélos?
  d.   Óo ngà, at noon lang táyo nag-áway.

10. Galit ka pa ba sa ákin?
  a.   Hindí pa. Walá naman akong ipagmámalaki sa iyo.

   b. Hindì, kasi ay hindí táyo nagkákagalit.

   c. Hindí na. Walá naman akong ipagmámalaki sa iyo.

   d. Óo. Noon lang táyo nag-áway.

AIV. Buuin ang mga sumúsunod na pangungúsap úpang magkaroon ng ganap na díwà.

1. Hello. Pwéde hó bang mákaúsap... 2. Pakisábi hó sa kanya... 3. A óo. Téka lang at... 4. O ikaw pala Pete. Ang tagal na... 5. Mabúti't tumáwag ka. Matagal na ngá táyong... 6. Pwéde ka bang mákalaró... 7. Dí ba magkakláse táyo simulá pa... 8. At saká magkasáma pa... 9. Dí ba noon lang... 10. 'Wag mong isípin. Bále... 11. Dí ba walá namang dahilan pára... 12. At walá din naman akong... 13. Hindí ka na galit. Íbig sabíhin magkaibígan... 14. Bále walá naman yun. Basta... 15. Simulá nung grade one ay...

AV. Sagutin ang mga sumúsunod na tanong.

1. Ano ba ang kailángan mo kay Cárlos? 2. Síno ba itong gustong makipag-úsap kay Cárlos? 3. Síno daw ang tumátáwag sa ákin? 4. Kailan lang kayo nag-áway ni Pete? 5. Ano ang sásabíhin ko kay Cárlos? 6. Bákit mo ba gustong makipaglaró sa ákin? 7. Bákit walá táyong dahilan pára mag-áway? 8. Kailan ba táyo nagsimulang maging magkakláse? 9. Násaan hó ba si Cárlos? 10. Nagsésélos ka pa ba sa ákin? 11. Ano ba ang gusto mong laruin? 12. Bákit gusto mong kalimútan na nag-áway kayo ni Cárlos? 13. Ano ang íbig mong sabíhin kung gusto mong makipaglaró sa ákin? 14. Bákit kayo naging matálik na magkaibígan? 15. May dahilan ba akong magmalaki sa iyo?

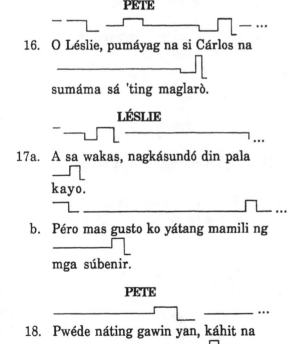

BI. Ikalawang Bahági	**BI. Second Part**
PETE	PETE
16. O Léslie, pumáyag na si Cárlos na sumáma sá 'ting maglarò.	16. Oh, Leslie, Carlos has agreed to go play with us.
LÉSLIE	LESLIE
17a. A sa wakas, nagkásundó din pala kayo.	17a. At last. You have finally come to be on good terms with each other.
b. Péro mas gusto ko yátang mamili ng mga súbenir.	b. But I think I would rather shop for souvenirs.
PETE	PETE
18. Pwéde náting gawin yan, káhit na magkakasáma táyong tatlo.	18. We can do that even though the three of us are together.

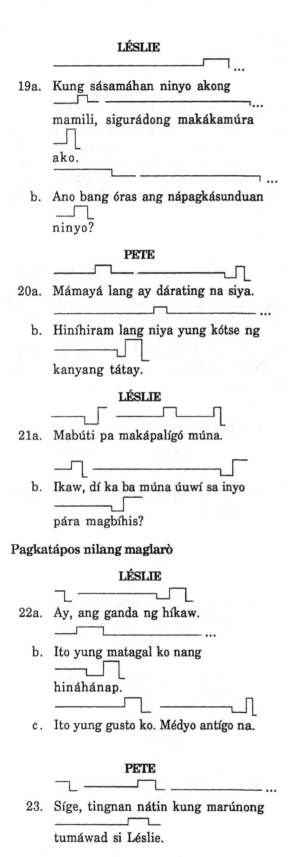

LÉSLIE

19a. Kung sásamáhan ninyo akong mamili, sigurádong makákamúra ako.

b. Ano bang óras ang nápagkásunduan ninyo?

PETE

20a. Mámayá lang ay dárating na siya.

b. Hiníhiram lang niya yung kótse ng kanyang tátay.

LÉSLIE

21a. Mabúti pa makápalígó múna.

b. Ikaw, dí ka ba múna úuwí sa inyo pára magbíhis?

Pagkatápos nilang maglarò

LÉSLIE

22a. Ay, ang ganda ng híkaw.

b. Ito yung matagal ko nang hináhánap.

c. Ito yung gusto ko. Médyo antígo na.

PETE

23. Síge, tingnan nátin kung marúnong tumáwad si Léslie.

LESLIE

19a. If you come shopping with me, I surely will manage to get it cheap.

b. What time did you agree on?

PETE

20a. He will come later.

b. He is just borrowing his father's car (lit. that car of his father's).

LESLIE

21a. It would be better if (I) had a chance to take a bath first.

b. How about you, aren't you going to go home to change?

After they play

LESLIE

22a. My! What beautiful earrings!

b. That's what I have been looking for for a long time.

c. That's what I want. A bit old-fashioned.

PETE

23. OK, let's see if Leslie knows how to bargain.

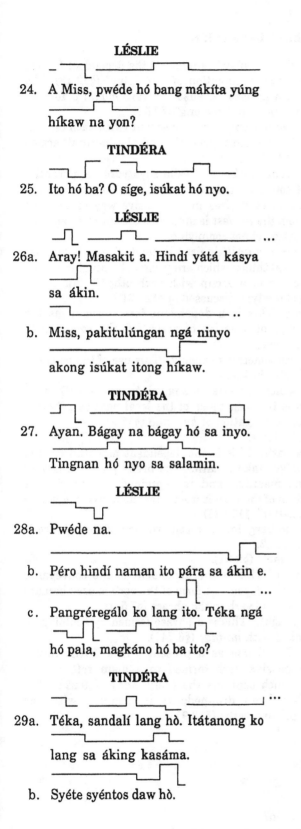

LÉSLIE

24. A Miss, pwéde hó bang mákíta yúng híkaw na yon?

TINDÉRA

25. Ito hó ba? O síge, isúkat hó nyo.

LÉSLIE

26a. Aray! Masakit a. Hindí yátá kásya sa ákin.

b. Miss, pakitulúngan ngá ninyo akong isúkat itong híkaw.

TINDÉRA

27. Ayan. Bágay na bágay hó sa inyo. Tingnan hó nyo sa salamin.

LÉSLIE

28a. Pwéde na.

b. Péro hindí naman ito pára sa ákin e.

c. Pangréregálo ko lang ito. Téka ngá hó pala, magkáno hó ba ito?

TINDÉRA

29a. Téka, sandalí lang hò. Itátanong ko lang sa áking kasáma.

b. Syéte syéntos daw hò.

LESLIE

24. Oh, Miss, could I take a look at those earrings?

SALESLADY

25. These? OK, try them on.

LESLIE

26a. Ouch! It hurts. It seems not to be the right size for me.

b. Miss, could you help me put on these earrings?

SALESLADY

27. There! They're just right for you. Take a look in the mirror.

LESLIE

28a. They'll do.

b. But this isn't for me.

c. I was going to use this for a present. By the way, how much are they?

SALESLADY

29a. Just a second. I'll ask my companion.

b. She says 700.00.

Commentary to difficult forms in 12B

16.	sumáma sa áting maglarò	"Go along with us to play." *Maglarò* is the dependent form of the mutual action conjugation of *larò* "play" (§12.13). The dependent form is used because the verb *maglarò* follows another verb *sumáma* "go along" (§7.51).
17a.	nagkásundò	"Have managed to come to an agreement (with each other)." This form is the past potential of the mutual action conjugation (§12.131).
b.	mas gusto ko yátà	"I probably would rather..." Leslie says *yátà* "apparently" as a way of softening the statement. It is considered good form to state one's desires in a tentative way so that the person of whom the request is made has the option or appears to have the option of not complying.
	mamili	"Buy." The form *mamili* is used instead of *bumili* because there are several things which are going to be bought.
18.	magkakasáma	"People who are in a group with each other." This is the plural noun of the type discussed in §12.121.
19a.	mamili	"In shopping." This is a dependent form used in as the second member of a series of verbs (cf. the comment to sentence 16, above).
	makákamúra	"Manage to get something cheaply." This use of the potential is discussed later in §24.31.
b.	nápagkásunduan	"Thing on which (agents) managed to agree with each other." This is the past tense of the local passive potential mutual action conjugation of *kásundò* (§17.2).
20a.	mámayá lang ay	"It will just be later."
21a.	makápalígò	"Can take a bath." This is the dependent potential form of the verb *palígò* "take a bath." The prefix *pa-* in this verb form has no meaning and is explained in §12.66. The dependent form of the verb is used after the phrase *mabúti pa* "it would be better" (§15.433).
23.	marúnong tumáwad	"Knows how to bargain." The construction of this phrase is explained in §11.2.
26b.	pakitulúngan	"Please help (me)" (§9.31).
	isúkat	"Try (them) on." This is the dependent of the conveyance passive verb. The dependent form of the verb is used because *isúkat* is the second verb in the phrase (§7.51).
	bágay na bágay	"Just exactly right." This is a phrase formed by doubling an adjective linked with *na* (*ng*) (§6.741).
28c.	pangréregálo ko	"Something I will use as a present." This is the future conveyance passive verb formed to a noun referring to instrument which contains the prefix *pang-* (§9.221). The prefix *i-* has been dropped, as is common with the conveyance passive verbs (§13.911).

BII. Pagsasánay

1. Pagsasánay sa pagsagot

1a. Sásáma ba si Cárlos sa paglalaró nátin?
 b. Óo. Pumáyag na si Cárlos na sumáma sa áting maglarò.
2a. Sásamáhan mo ba sila sa pamimili nila?

    b.   Óo. Pumáyag na akong sumáma sa kanilang mamili.

3a.   Sásamáhan ba ni Pete sina Léslie sa paghahanap ng híkaw?

    b.   Óo. Pumáyag na si Pete na sumáma kina Lésling maghanap ng híkaw.

4a.   Sásamáhan ba nila si Pete sa pagtatrabáho?

    b.   Óo. Pumáyag na silang sumáma kay Pete na magtrabáho.

5a.   Sásamáhan ba niya si Léslie sa pagtitinda sa paléngke?

    b.   Óo. Pumáyag na siyang sumáma kay Lésling magtinda sa paléngke.

6a.   Sásamáhan mo ba sila sa paghahanap ng kwárto?

    b.   Óo. Pumáyag na akong sumáma sa kanilang maghanap ng kwárto.

7a.   Sásamáhan ba nila si Léslie sa pagpunta sa Marindúque?

    b.   Óo. Pumáyag na silang sumáma kay Lésling magpunta sa Marindúque.

8a.   Sásamáhan mo ba sila sa paghihintay ng sasakyan?

    b.   Óo. Pumáyag na akong sumáma sa kanilang maghintay ng sasakyan.

9a.   Sásamáhan ba ni Léslie si Cárlos sa paglalakad sa may Ágrix?

    b.   Óo. Pumáyag na si Léslie na sumáma kay Cárlos na maglakad sa may Ágrix.

10a. Sásamáhan ba ninyo si Pete sa pagbabantay ng mga gámit nila?

    b.   Óo. Pumáyag na kaming sumáma kay Pete na magbantay ng mga gámit nila.

2.   **Ipalit ang mga salitang nása loob ng saklong.**

   If you go shopping with me, I'll be sure to get it cheap.

Kung sásamáhan ninyo akong mamili, sigurádong makákamúra ako.	*(if you go to look with me)*
Kung sásamáhan ninyo akong tumingin, sigurádong makákamúra ako.	*(you go to Manila with me)*
Kung sásamáhan ninyo akong pumunta sa Maynílà, sigurádong makákamúra ako.	*(I can borrow my father's car)*
Kung sásamáhan ninyo akong pumunta sa Maynílà, sigurádong mahíhiram ko ang kótse ng áking Tátay.	*(I can buy the books I need)*
Kung sásamáhan ninyo akong pumunta sa Maynílà, sigurádong mabíbili ko ang mga librong kailángan ko.	*(I can attend the fiesta there)*
Kung sásamáhan ninyo akong pumunta sa Maynílà, sigurádong makákadalo ako sa pista doon.	

3.   **Bagúhin ang mga sumúsunod na pangungúsap áyon sa modélo.**

1a.   Nagkásundó na ba kayo kung anong óras kayo magkíkíta?

    b.   Anong óras ang nápagkásunduan ninyong magkíta?

2a.   Nagkásundó na ba sila kung magkáno ang ibábáyad nila?

    b.   Magkáno ang nápagkásunduan nilang ibáyad?

3a.   Nagkásundó na ba sila kung síno ang tátanggapin?

    b.   Síno ang nápagkásunduan nilang tanggapin?

4a.   Nagkásundó na ba sila kung anong áraw sila mag-úúsap?

    b.   Anong áraw ang nápagkásunduan nilang mag-úsap?

5a.   Nagkásundó na ba sila kung aling libro ang gágamítin nila?

    b.   Aling libro ang nápagkásunduan nilang gamítin?

6a.   Nagkásundó ba sila kung saan sila maghíhintay?

    b.   Saan ang nápagkásunduan nilang maghintay?

7a.   Nagkásundó ba sila kung anong pangregálo ang dádalhin nila?

    b.   Anong pangregálo ang nápagkásunduan nilang dalhin?

8a. Nagkásundó na ba sila kung anong úlam ang iháhandá nila?
 b. Anong úlam ang nápagkásunduan nilang ihandà?
9a. Nagkásundó na ba sila kung kailan nila ibábalik ang diksyonáryo?
 b. Kailan ang nápagkásunduan nilang ibalik ang diksyonáryo?
10a. Nagkásundó na ba sila kung anong ibábálot nila pára maiuwí mo?
 b. Anong nápagkásunduan nilang ibálot pára maiuwí mo?

4. **Bumuó ng pangungúsap na patanong sa pamamagítan ng paggámit ng *Nagkásundó...* mulá sa únang pahayag.**

1a. Magkáno ang nápagkásunduan nilang gástusin sa pista?
 b. Nagkásundó na ba sila kung magkáno ang gágástusin nila sa pista?
2a. Síno ang nápagkásunduan nilang papuntahin sa Marindúque?
 b. Nagkásundó na ba sila kung síno ang papúpuntahin sa Marindúque?
3a. Aling diksyonáryo ang nápagkásunduan nilang bilhin?
 b. Nagkásundó ba sila kung anong diksyonáryo ang bíbilhin nila?
4a. Kailan ang nápagkásunduan nilang magkíta sa may Ágrix?
 b. Nagkásundó na ba sila kung kailan sila magkíkíta sa may Ágrix?
5a. Magkáno ang nápagkásunduan nilang ibáyad buwan-buwan?
 b. Nagkásundó na ba sila kung magkáno ang ibábáyad nila buwan-buwan?
6a. Anong áraw ang nápagkásunduan nilang magpunta sa Maynílà?
 b. Nagkásundó na ba sila kung anong áraw sila magpúpunta sa Maynílà?
7a. Síno ang nápagkásunduan nilang magpunta sa paléngke pára mamili?
 b. Nagkásundó ba sila kung síno ang magpúpunta sa paléngke pára mamili?
8a. Anong pagkáin ang nápagkásunduan nilang ihandá pára sa mga bisíta.
 b. Nagkásundó na ba sila kung anong pagkáin ang iháhandá nila pára sa mga bisíta?

5. **Ipalit ang mga salitang nása loob ng saklong.**

This is what I have been looking for for a long time.

Ito yung matagal ko nang hináhánap.	*(studying)*
Ito yung matagal ko nang pinag-áarálan.	*(reading)*
Ito yung matagal ko nang binábása.	*(cooking)*
Ito yung matagal ko nang nilúlútò.	*(believing)*
Ito yung matagal ko nang pinaníniwaláan.	*(using)*
Ito yung matagal ko nang ginágámit.	*(saying)*
Ito yung matagal ko nang sinásábi.	*(doing)*
Ito yung matagal ko nang ginágawà.	*(seeing)*
Ito yung matagal ko nang nákikíta.	*(asking for)*
Ito yung matagal ko nang hiníhingì.	*(buying)*
Ito yung matagal ko nang biníbili.	

6. *OK. Let's see if Leslie knows how to bargain.*

Síge. Tingnan nátin kung marúnong tumáwad si Léslie.	*(play golf)*
Síge. Tingnan nátin kung marúnong maglaró ng golf si Léslie.	*(read books)*
Síge. Tingnan nátin kung marúnong magbasa ng mga libro si Léslie.	*(use the dictionary)*
Síge. Tingnan nátin kung marúnong gumámit ng diksyonáryo si Léslie.	*(cook)*
Síge. Tingnan nátin kung marúnong maglútó si Léslie	*(drink a beer)*

Síge. Tingnan nátin kung marúnong   *(teach English)*
  uminom ng bir si Léslie.
Síge. Tingnan nátin kung marúnong   *(wash the dishes)*
  magtúró ng Ingles si Léslie.
Síge. Tingnan nátin kung marúnong
  maghúgas ng mga pláto si Léslie.

7.   **Ituloy ang mga sumúsunod na pangungúsap áyon sa modélo.**

    1a. Masyádong malaki ang híkaw sa ákin.
      b. Hindí yátá kásya sa ákin.
    2a. Masyádong pángit yong híkaw sa ákin.
      b. Hindí yátá bágay sa ákin.
    3a. Masyádong kókóntí yong kánin sa ákin.
      b. Hindí yátá támá sa ákin.
    4a. Masyádong masikip yong damit sa ákin.
      b. Hindí yátá kásya sa ákin.
    5a. Masyádong mahábá ang bestída sa ákin.
      b. Hindí yátá bágay sa ákin.

8.   **Pagsasánay sa pagsagot**

    1a. Gusto ba ninyong isúkat itong híkaw?
      b. Óo. Pakitulúngan ngá ninyo akong isúkat itong híkaw.
    2a. Gusto mo bang pumílí ng híkaw?
      b. Óo. Pakitulúngan ngá ninyo akong pumílí ng híkaw.
    3a. Gusto mo bang maglútó ng úlam?
      b. Óo. Pakitulúngan ngá ninyo akong maglútó ng úlam.
    4a. Gusto mo bang maglínis ng kwárto?
      b. Óo. Pakitulúngan ngá ninyo akong maglínis ng kwárto.
    5a. Gusto mo bang isúkat itong bestída?
      b. Óo. Pakitulúngan ngá ninyo akong isúkat itong bestída.
    6a. Gusto mo bang iakyat itong makinílya sa itaas?
      b. Óo. Pakitulúngan ngá ninyo akong iakyat itong makinílya sa itaas.
    7a. Gusto mo bang ibabá itong lámsyed?
      b. Óo. Pakitulúngan ngá ninyo akong ibabá itong lámsyed.
    8a. Gusto mo bang ibálot yong létse plang nása lamésa?
      b. Óo. Pakitulúngan ngá ninyo akong ibálot yong létse plang nása lamésa.
    9a. Gusto mo bang hanápin ang diksyonáryo?
      b Óo. Pakitulúngan ngá ninyo akong hanápin ang diksyonáryo.
    10a. Gusto mo bang ilagay sa kahon itong kaldéro?
      b. Óo. Pakitulúngan ngá ninyo akong ilagay sa kahon itong kaldéro.

9.   **Sagutin ang mga sumúsunod na pangungúsap sa pamamagítan ng paggámit ng *Hindí naman... Pang-...***

    1a. Pára sa inyo hó ba o regálo lang hó ba?
      b. Hindí naman ito sa ákin. Pangréregálo ko lang ito.
    2a. Ibíbigay hó ba ninyo o gágamítin lang ninyo sa trabáho?
      b. Hindí ko naman ito ibíbigay. Pangtátrabáho ko lang ito.
    3a. Ipagbíbili hó ba ninyo o gágamítin lang ninyo sa paghahandá sa pista?
      b. Hindí ko naman ito ipagbíbili. Pangháhandá ko lang sa pista.
    4a. Itátabi mo ba o gágamítin mo lang sa pagpútol ng istro?
      b. Hindí ko naman ito itátabi. Pangpúpútol ko lang ng istro.

5a.   Ibíbili mo ba ang péra mo ng damit o ibábáyad mo lang sa iyong útang?
b.   Hindí ko naman ibíbili ng damit ang péra ko. Pangbábáyad ko lang ng útang ko.
6a.   Isúsuot mo ba ito lágí o sa tuwing may lákad ka lang?
b.   Hindí ko naman ito isúsuot lágì. Panglálákad ko lang ito.

10.   **Sagutin ang mga sumúsunod na pangungúsap sa pamamagítan ng paggámit ng *Ano hó ang* + conveyance passive.**

1a.   Pwéde mo bang tanungin ang iyong kasáma?
b.   Ano hó ang itátanong ko sa kasáma ko?
2a.   Pwéde mo bang turúan ang áking anak?
b.   Ano hó ang itútúró ko sa inyong anak?
3a.   Pwéde mo bang sagutin ang tanong ni Léslie?
b.   Ano hó ang isásagot ko sa tanong ni Léslie?
4a.   Pwéde mo ba akong akyatan ng isang básong túbig?
b.   Ano hó ang iáakyat ko sa inyo?
5a.   Pwéde mo bang talían ang kahong may lamang libro?
b.   Ano hó ang itátálí ko sa kahong may lamang libro?
6a.   Pwéde mo ba silang labasan ng bir?
b.   Ano hó ang ilálabas ko sa kanila?
7a.   Pwéde mo bang patúngan itong kahon?
b.   Ano hó ang ipápátong ko sa kahong ito?

BIII.   **Pilíin ang támang sagot.**

1. Magkasundó na ba kayo ni Cárlos?
a.   Óo at sásáma ngá siya sa áting maglarò.
b.   Kung sásamáhan ninyo akong mamili.
c.   Óo, kayá mabúti pa, malígó ka na múna.
d.   Mámayá lang ay dárating na siya.
2. Anong óras ba ang nápagkásunduan ninyo?
a.   Mámayá lang ay dárating na siya.
b.   Matagal pa bágo siya dumating.
c.   Kanína pang alas dos ko siya nákaúsap.
d.   Ang nápagkásunduan námin ay alas dos siya dárating.
3. Gusto mo bang isúkat itong híkaw?
a.   Óo. Naisúkat ko na at kásya sa ákin.
b.   Óo, pára mákíta ko naman kung kásya ito sa ákin.
c.   Óo, ang ganda ngá nitong híkaw.
d.   Óo, gustung-gusto ko talaga ang híkaw na iyan.
4. Bágay ba sa ákin itong híkaw?
a.   Óo síge, isúkat mo lang.
b.   Naku, bágay na bágay hó sa inyo.
c.   Hindì, hindí pára sa ákin ang híkaw na iyan.
d.   Pwéde na, péro hindí naman ito pára sa ákin.
5. Paáno táyo mamímili kung tatlo táyo?
a.   Pumáyag na namang sumáma si Cárlos sa átin e.
b.   Makákamúra ako kung sásamáhan nyo akong mamili.
c.   Pwéde naman náting gawin yan káhit tatlo táyo.
d.   'Wag kang mag-alala mámaya'y dárating na yon.
6. Pára ba kaníno yang híkaw?
a.   A hindí yátá kásya sa ákin itong híkaw.
b.   Pitung daan hó itong híkaw?
c.   Téka itátanong ko lang sa áking kasáma.

    d.   Hindí sa ákin yan. Pangréregálo ko lang.

7. *Bákit gusto mong may kasáma pag mamímili?*
    a.   Pwéde táyong mamili káhit táyo'y magkakasáma.
    b.   Yon ang matagal ko nang hináhánap.
    c.   Kung sásáma si Cárlos ay tatlo na táyo.
    d.   Kung may kasáma ako, sigurádong makákamúra ako.

8. *Bákit pinuntahan pa ni Cárlos ang kanyang Tátay?*
    a.   Pumáyag na si Cárlos na sumáma sa átin.
    b.   Mámayá lang ay dárating na siya.
    c.   Hiníhiram lang niya ang kótse ng kanyang Tátay.
    d.   Ay! Hindí púpunta díto ang Tátay niya.

9. *Ano ba, mamímili ba táyo o maglálarò?*
    a.   Pumáyag na si Cárlos na sumáma sa áting maglarò.
    b.   Mabúti pa, samáhan nátin siyang mamili.
    c.   Párang gusto kong mamili ng súbenir.
    d.   Téka lang at itátanong ko lang sa áking kasáma.

10. *Gusto mo pa rin ba itong híkaw káhit médyo antígo na?*
    a.   Óo, dárating na siya.
    b.   Óhò, bágay na bágay hó sa inyo.
    c.   Óo. Matagal na ngá akong nagháhanap ng ganyan e.
    d.   Ito hó ba? Síge, isúkat nyo.

BIV. **Buuin ang mga sumúsunod na pangungúsap úpang magkaroon ng ganap na díwà.**

1. Mabúti naman at pumáyag... 2. Ay salámat, sa wakas ay nagkásundó... 3. Kaysa maglarò, mas gusto ko yátang... 4. Hindí bále, pwéde naman náting gawin yan káhit na... 5. Káhit na magkakasáma táyong tatlo ay pwéde... 6. Téka, anong óras ba ang... 7. Ang sábi n'ya sandalí lang daw kayá mámayá ay... 8. Híhiramin lang daw niya yung... 9. Téka múna. Mabúti pa... 10. O Pete. Hindí ka ba úuwí múna pára... 11. Ito yung híkaw na matagal... 12. Matagal ko nang hináhánap ang... 13. Mabúti pa tingnan nátin kung... 14. Ganito ang híkaw na gusto ko, médyo... 15. Ayan. Ang ganda sa iyo. Tingnan mo sa salamin o...

BV. **Sagutin ang mga sumúsunod na tanong.**

1. Alin ba sa dalawa ang gusto mong gawin, ang mamili o maglarò? 2. Paáno táyo mamímili kung kasáma nátin si Cárlos? 3. Bákit ba gusto mo pang magpasáma sa áming mamili? 4. Anong óras ba dádating si Cárlos? 5. Bákit pa niya pinuntahan yung Tátay niya? 6. O, bákit ka umaray? 7. Magkáno ba itong híkaw na ito? 8. Ano ba ang gágawin mo diyan sa híkaw? 9. Bákit mo gusto ang híkaw na iyan? 10. Ano bang óras ang nápagkásunduan ninyo? 11. Ano ba ang mabúti náting gawin bágo táyo mamili? 12. Bákit masakit ang pagsúkat mo ng híkaw? 13. Bágay ba sa ákin itong híkaw? 14. Anong híkaw ba ang gusto mo? 15. Pára sa iyo ba ang híkaw na iyan?

CI. Ikatlong Bahági	CI. Third Part
LÉSLIE	**LESLIE**

30a. Ano? Ang lúma-lúmá na nito at

    mukhang walá na sa úso.

30a. What? This is so old, and it looks out of style.

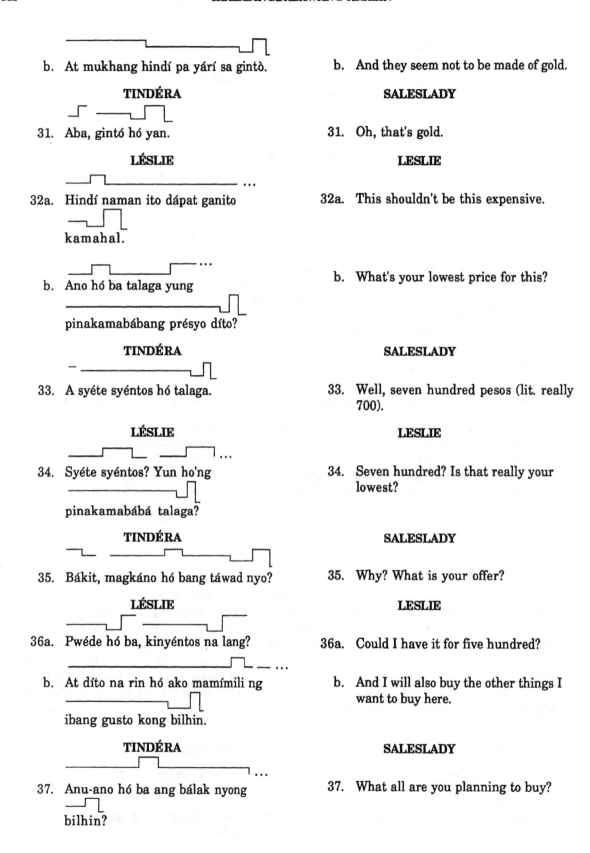

b. At mukhang hindí pa yárí sa gintò.

b. And they seem not to be made of gold.

TINDÉRA

SALESLADY

31. Aba, gintó hó yan.

31. Oh, that's gold.

LÉSLIE

LESLIE

32a. Hindí naman ito dápat ganito kamahal.

32a. This shouldn't be this expensive.

b. Ano hó ba talaga yung pinakamabábang présyo díto?

b. What's your lowest price for this?

TINDÉRA

SALESLADY

33. A syéte syéntos hó talaga.

33. Well, seven hundred pesos (lit. really 700).

LÉSLIE

LESLIE

34. Syéte syéntos? Yun ho'ng pinakamabábá talaga?

34. Seven hundred? Is that really your lowest?

TINDÉRA

SALESLADY

35. Bákit, magkáno hó bang táwad nyo?

35. Why? What is your offer?

LÉSLIE

LESLIE

36a. Pwéde hó ba, kinyéntos na lang?

36a. Could I have it for five hundred?

b. At díto na rin hó ako mamímili ng ibang gusto kong bilhin.

b. And I will also buy the other things I want to buy here.

TINDÉRA

SALESLADY

37. Anu-ano hó ba ang bálak nyong bilhin?

37. What all are you planning to buy?

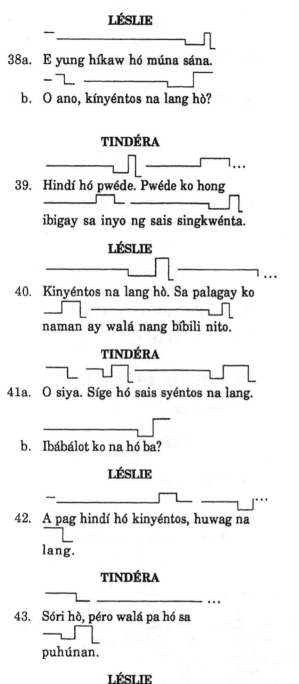

LÉSLIE	**LESLIE**
38a. E yung híkaw hó múna sána.	38a. I'd just like to do the earrings first.
b. O ano, kínyéntos na lang hò?	b. How about it, (can you make it) five hundred?
TINDÉRA	**SALESLADY**
39. Hindí hó pwéde. Pwéde ko hong ibigay sa inyo ng sais singkwénta.	39. It's impossible. I could let you have it for six hundred fifty.
LÉSLIE	**LESLIE**
40. Kinyéntos na lang hò. Sa palagay ko naman ay walá nang bíbili nito.	40. Just make it five hundred. I think nobody is going to buy this anyway.
TINDÉRA	**SALESLADY**
41a. O siya. Síge hó sais syéntos na lang.	41a. Oh, hmm, OK, I'll give it to you for six hundred.
b. Ibábálot ko na hó ba?	b. Shall I wrap it up?
LÉSLIE	**LESLIE**
42. A pag hindí hó kinyéntos, huwag na lang.	42. If I can't have it for five hundred, never mind.
TINDÉRA	**SALESLADY**
43. Sóri hò, péro walá pa hó sa puhúnan.	43. Sorry, but that is less than what we paid (lit. not up to the capital).
LÉSLIE	**LESLIE**
44. Síge, dí bále na lang hò. Áalis na hó ako.	44. OK, never mind. I'll just be going.
TINDÉRA	**SALESLADY**
45. O síge...A, Miss! Miss!	45. OK...Oh, Miss! Miss!

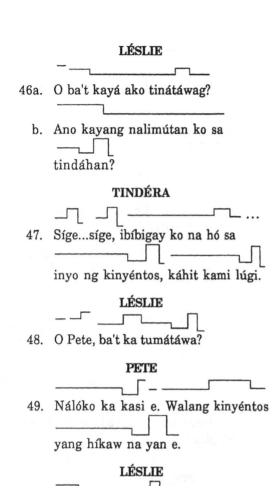

LÉSLIE	**LESLIE**
46a. O ba't kayá ako tinátáwag?	46a. Oh, why is (she) calling me?
b. Ano kayang nalimútan ko sa tindáhan?	b. What can I have forgotten in the store?
TINDÉRA	**SALESLADY**
47. Síge...síge, ibíbigay ko na hó sa inyo ng kinyéntos, káhit kami lúgi.	47. OK, I'll let you have it for five hundred, even if we take a loss.
LÉSLIE	**LESLIE**
48. O Pete, ba't ka tumátáwa?	48. Oh, Pete, why are you laughing?
PETE	**PETE**
49. Nálóko ka kasi e. Walang kinyéntos yang híkaw na yan e.	49. Because you got taken! That's (not worth) any five hundred, those earrings!
LÉSLIE	**LESLIE**
50a. Yan ang akálá mo.	50a. That's what you think!
b. Péro sa New York, kinyéntos dolyáres na iyan, o higit pa.	b. But in New York, those are five hundred dollars or even more.

Commentary to difficult forms in 12C

30a.	*ang lúma-lúmà*	"How very old." This is the doubling of the exclamatory adjective for intensification, explained in §6.742.
	walá na sa úso	"It is no longer in style" (§12.61).
32a.	*ganito kamahal*	"As expensive as this" (§4.5).
b.	*díto*	"For this." The dative of the demonstrative pronouns (*ito* "this," etc.) is expressed by the deictics (§§3.31, 15.33).
36b.	*díto na rin ako mamímili*	"I will also just shop here (lit. it will also just be here that I shop)."
37.	*anu-ano*	"What all different things?" The doubling of the interrogatives is discussed in §10.61.
39.	*ibigay ng X (píso)*	"Give it for X (pesos)."
40.	*walá nang bíbili nito*	"No one is going to buy it (any more)." The use of the active verb in indefinite sentences meaning "nobody ..." is explained in 10.23.

41a.	*O siya.*	This is a phrase uttered on concluding something and starting a new topic (§15.712).
43.	*walá pa hó sa puhúnan*	"It is less than our capital" (§12.61).
46a.	*ba't kayà*	"I wonder why it is!" (§6.93).
49.	*walang kinyéntos*	"It's not worth five hundred" (§12.61).

CII.   Pagsasánay

1.   Ipalit ang mga salitang nása loob ng saklong.

I can give it to you for six hundred fifty.

Pwéde ko hong ipagbili sa inyo ng sais
syéntos singkwénta.   *(I can sell it to you)*

Pwéde ko hong ipagbili sa inyo ng sais
syéntos singkwénta.   *(she can sell it to me)*

Pwéde hó niyang ipagbili sa ákin ng sais
syéntos singkwénta.   *(for eight hundred)*

Pwéde hó niyang ipagbili sa ákin ng ótso
syéntos.   *(for eight hundred twenty)*

Pwéde hó niyang ipagbili sa ákin ng ótso
syéntos béynte.   *(she can sell it to them)*

Pwéde hó niyang ipagbili sa kanila ng ótso
syéntos béynte.   *(they can sell it to her)*

Pwéde hó nilang ipagbili sa kanya ng ótso
syéntos béynte.   *(for three hundred thirty)*

Pwéde hó nilang ipagbili sa kanya ng trés
syéntos tréynta.

2.   Bagúhin ang mga sumúsunod na pangungúsap áyon sa modélo.

1a.   Hindí na yátá mábibili ito.
b.   Sa palagay ko naman, walá nang bíbili nito.
2a.   Hindí na yátá makákáin ang tinápay.
b.   Sa palagay ko naman, walá nang kákáin ng tinápay.
3a.   Hindí na yátá makúkúha ang labáda.
b.   Sa palagay ko naman, walá nang kúkúha ng labáda.
4a.   Hindí na yátá maíinom ang softdrink.
b.   Sa palagay ko naman walá nang íinom ng softdrink.
5a.   Hindí na yátá matátrabáho iyan.
b.   Sa palagay ko naman, walá nang tátrabáho niyan.
6a.   Hindí na yátá maááyos ang probléma nila.
b.   Sa palagay ko naman, walá nang ááyos sa probléma nila.
7a.   Hindí na yátá magágawá ang sirang makinílya.
b.   Sa palagay ko naman, walá nang gágawá ng sirang makinílya.
8a.   Hindí na yátá mabábása ang librong ito.
b.   Sa palagay ko naman, walá nang bábása ng librong ito.

3.   Bagúhin ang mga sumúsunod na pangungúsap áyon sa modélo.

1a.   Hindí hó ako pápáyag kung hindí kinyéntos.
b.   Pag hindí hó kinyéntos, huwag na lang.
2a.   Hindí ako pápáyag kung lúgi ako.
b.   Pag lúgi ako, huwag na lang.

3a. Hindí ako pápáyag kung hindí ninyo ibíbigay ng kinyéntos.
  b. Pag hindí ninyo ibíbigay ng kinyéntos, huwag na lang.
4a. Hindí ako pápáyag kung hindí ninyo ipagbíbili ng syéte syéntos.
  b. Pag hindí ninyo ipagbíbili ng syéte syéntos, huwag na lang.
5a. Hindí ako pápáyag kung walá nang táwad sa kinyéntos.
  b. Pag walá nang táwad sa kinyéntos, huwag na lang.
6a. Hindí ako pápáyag kung hindí maganda ang ipápagawá mo.
  b. Pag hindí maganda and ipápagawá mo, huwag na lang.
7a. Hindí ako pápáyag kung hindí kasáma si Léslie.
  b. Pag hindí kasáma si Léslie, huwag na lang.
8a. Hindí ako pápáyag kung hindí ikaw ang maglúlútó nito.
  b. Pag hindí ikaw ang maglúlútò, huwag na lang.

4. **Ipalit ang mga salitang nása loob ng saklong.**

We bought it for 600, so I'll let you have it for 650.

Binili hó námin ng sais syéntos, kayá ibíbigay ko sa inyo ng sais syéntos singkwénta. *(bought for 300, sell it for 500)*

Binili hó námin ng tres syéntos, kayá ibíbigay ko sa inyo ng kinyéntos. *(bought for 200, sell for 250)*

Binili hó námin ng dos syéntos, kayá ibíbigay ko sa inyo ng dos syéntos singkwénta *(bought for 400, sell for 600)*

Binili hó námin ng kwátro syéntos, kayá ibíbigay ko sa inyo ng sais syéntos. *(bought for 500, sell for 550)*

Binili hó námin ng kinyéntos, kayá ibíbigay ko sa inyo ng kinyéntos singkwénta. *(bought for 600, sell for 620)*

Binili hó námin ng sais syéntos, kayá ibíbigay ko sa inyo ng sais syéntos béynte. *(bought for 100, sell for 130)*

Binili hó námin ng syénto (isandaan), kayá ibíbigay ko sa inyo ng syénto tréynta.

5. **Bagúhin ang mga sumúsunod na pangungúsap sa pamamagítan ng paggámit ng *ibíbigay ko ng...* sa bahági ng nagtítinda, o *kúkúnin ko sa...* sa bahági ng bumíbili.**

1a. Káhit kami'y lúgi, pwéde na sa kinyéntos.
  b. O síge, ibíbigay ko na hó sa inyo ng kinyéntos, káhit kami'y lúgi.
2a. Káhit walá pa sa puhúnan námin, pwéde na ninyong kúnin sa singkwénta.
  b. O síge, ibíbigay ko sa inyo ng singkwénta káhit walá pa sa puhúnan námin.
3a. Káhit walang kinyéntos yong híkaw, magbábáyad ako ng sais syéntos.
  b. O síge, kúkúnin ko sa sais syéntos káhit walá pang kinyéntos.
4a. Káhit namámahalan ako, bábayáran ko itong damit ng kinyéntos.
  b. O síge, kúkúnin ko sa kinyéntos ang damit na ito káhit namámahalan ako.
5a. Káhit nápakamúra ng táwad ninyo, pwéde na ninyong bayáran itong híkaw sa kinyéntos.
  b. O síge, ibíbigay ko sa inyo ng kinyéntos káhit nápakamúra ng táwad ninyo.
6a. Káhit masyádong mataas ang présyo ninyo, bíbilhin ko na ito sa kinyéntos.
  b. O síge, kúkúnin ko na ito sa kinyéntos káhit masyádong mataas ang présyo ninyo.

CIII. Piliín ang támang sagot.

1. *Magkáno hó ba ang pinakamabábang présyo díto?*
    a. Pwéde hó bang kinyéntos na lang?
    b Lúgi pa hó kami sa kinyéntos.
    c. Syéte syéntos na lang ang pinakamabábang táwad mo.
    d. Syéte syéntos na lang ang pinakamabábá díto.
2. *O síge, sais syéntos na lang. Kúkuhánin mo na ba?*
    a. Hindí naman ito dápat ganito kabábà?
    b. Naku! Ang lúma-lúmá at mukhang walá na sa úso.
    c. Ayóko! Pag hindí kinyéntos ay huwag na lang.
    d. Óo, kasi hindí ito kásya sa ákin.
3. *Bákit nagtátawa ka diyan, Pete?*
    a. Kasi binili mo ang híkaw na hindí naman bágay sa iyo.
    b. Kasi ang ganda-ganda e.
    c. Hindí na ngá ako galit sa yo.
    d. Sa palagay ko naman walá nang bíbili nito.
4. *Anu-ano bang mga gámit ang gusto mong bilhin?*
    a. Walá akong biníbiling gámit.
    b. E, gusto ko múnang bilhin yung híkaw.
    c. Sa palagay ko naman ay walá nang bíbili niyan.
    d. Kailángang-kailángan kong bumili ng gámit.
5. *Pwédeng kinyéntos na lang hò?*
    a. Ang mahal naman!
    b. Síge hò. Kúkúnin ko basta kwátro syéntos.
    c. Hindí hò, kasi walá pa hó sa puhúnan.
    d. Pag hindí kinyéntos ay huwag na lang.
6. *Maibíbigay mo ba sa ákin 'yan nang mas mabábà?*
    a. Mukhá naman kasing lúmang-lúmà at walá na sa úso.
    b. Hindí pwéde, péro pwéde nang sa sais syéntos singkwénta na lang.
    c. Maibíbigay ko sa inyo ito kung bábágay sa iyo.
    d. Hindí naman mabábá ang bigay ko sa iyo niyan.
7. *Nalólóko ka ba Léslie?*
    a. Hindí naman ako pwédeng lokóhin e.
    b. Malápit na akong malóko.
    c. Sa palagay ko naman ay hindí ka nalóko.
    d. Óo, péro sa palagay ko nga'y nalóko ka.
8. *Magkáno ba ang táwad mo?*
    a. Kinyéntos na lang hò, kasi sa palagay ko'y walá namang bíbili nito.
    b. Walá na hò. Walá na hong táwad.
    c. Sa sais syéntos ko lang ito maibíbigay sa iyo.
    d. Kung hindí bábabá sa syéte syéntos ay huwag na lang.
9. *Bákit hó ba ninyo ako tinátáwag.*
    a. Ano kayá ang nákalimútan sa tindáhan.
    b. Tinátáwag kita kanína pa.
    c. Nákalimútan kasi kitang tawágan.
    d. Nákalimútan mo kasi ang binili mong híkaw.
10. *Sa palagay mo, magkáno ang híkaw na iyan sa New York?*
    a. Kinyéntos na lang ang táwad ko diyan.
    b. Kinyéntos ang bili ko sa híkaw na iyan.
    c. Síge, sa sais syéntos ko na lang ibíbigay sa iyo ang híkaw.
    d. Baká mga kinyéntos dolyáres na iyon o higit pa.

CIV.   Buúin ang mga sumúsunod na pangungúsap úpang magkaroon ng ganap na díwà.

1. Syéte syéntos ito! E mukhá namang lúmang-lúmá at mukhang... 2. Syéte syéntos e mukhá namang hindí yárí... 3. Maski na gintò. Hindí naman ito dápat ganito... 4. Syéte syéntos. Pwéde ba... 5. Kung ibíbigay mo sa ákin, díto na rin ako mamímili ng... 6. Bákit anu-ano hó... 7. Madámi hó péro híkaw hó... 8. Hindí hó pwédeng kinyéntos ... Péro kung gusto ninyo... 9. Kinyéntos na lang. Sa palagay ko naman ho'y walá... 10. O siya, síge sais syéntos na lang. O ano... 11. A basta pag hindí kinyéntos... 12. Talaga hong hindí pwéde kasi ay walá pa... 13. O síge, ibíbigay ko na lang sa inyo ng kinyéntos káhit... 14. A Léslie, nalóko ka. E walá pang kinyéntos ang... 15. A hindì. Sa New York...

CV.   Sagutin ang mga sumúsunod na tanong.

1. Bákit mo nasábing hindí dápat syéte syéntos ang présyo ng híkaw na ito? 2. O Pete, bákit ka nagtátawa? 3. Ba't hó ninyo ako tinátáwag? 4. Ba't naman ako nalóko? 5. Ano pa ba ang gusto mong bilhin? 6. Sa palagay mo, magkáno ba yang híkaw na iyan sa New York? 7. Bákit áyaw mong bilhin itong híkaw? 8. O ano, ibíbigay mo na ba sa ákin ng kinyéntos? 9. Syéte syéntos hó ito. Ano hò, kúkúnin na ba ninyo? 10. Pwéde bang ibigay ninyo sa ákin ng mas mabábá sa syéte syéntos? 11. Ano hó ba talaga yung pinakamabábang présyo díto? 12. Magkáno ang bigay mo sa ákin ng híkaw? 13. Bákit áyaw mong ibigay sa ákin ang híkaw ng kinyéntos? 14. Hindí ba gintó ang mga híkaw na iyan? 15. Kúkúnin mo ba ang híkaw sa sais syéntos singkwénta o hindì?

DI.   Guided Conversation

Leslie sees Pete and Carlos together.

Leslie:	Carlos, where are you and Pete going that you borrowed your father's car?
Carlos:	Oh, I am going with Pete because (he said) he's going to buy earrings which he is giving as a present.
Pete:	Come, join us, Leslie .
Leslie:	OK. You'll surely get them cheap if I buy them for you, because I know how to bargain.
Pete:	That's exactly why I want you to accompany us.
Leslie:	It's good that you two have finally come to be on good terms with each other. I thought that your anger would never disappear.
Pete:	I should not be angry with him because we've been friends for a long time.
Carlos:	The two of us are even townmates.
Leslie:	And isn't it the case that you two have been classmates since grade one?
Pete:	In addition to that, we were also roommates at UPLB.
Carlos:	Actually, when we had a misunderstanding, I felt sad because that was the only time we ever fought, and there was really no reason for us to fight.
Leslie:	But I'm glad now that you have finally patched things up.
Pete:	Oh yes! Now, we can play (together) again every Sunday.
Carlos:	It's been a long time (I realized) that we haven't played (together). What now? Would you like for us to go play after buying the earrings?
Leslie:	It's OK with me. Actually, I don't have anything to do today. What about you, Pete, can you make it?
Pete:	Oh, sure! When it comes to playing, it's always OK with me.
Leslie:	Wait a second, Pete. What kind of earrings would you like for your girlfiend?
Pete:	What she likes (according to her) is a bit old-fashioned. You see, she has been looking for some for a long time now but she can't find any.
Carlos:	Oh, Leslie, talk to the saleslady now. Let's see if you really know how to bargain.
Leslie:	OK, you watch.
Saleslady:	What would you like, Ma'am?
Leslie:	Oh, those earrings. May I try them on?

Saleslady: Sure! Here's a mirror so you can see if they suit you.

Leslie: Ouch! This hurts! Maybe these earrings are not right for me.

Saleslady: Oh, no, Ma'am! Actually, they suit you very well.

Leslie: Actually, they are not for me. My friend will give them to his girlfriend. (Lit. My friend will use these as a gift for his girlfriend.) So how much are they?

Saleslady: Because it's a gift, I'll give them to you for only 500.

Leslie: How expensive! I thought only three hundred. If you will not let me have them for 300, we won't buy them. We'll just buy them someplace else.

Saleslady: Wait a second, Ma'am, and I'll ask my companion.

Leslie: How about it? Are you going to give (them) to us for the price we want?

Saleslady: OK, even though we lose, we'll give you those earrings for the price you want.

Leslie: In that case, thank you. Because of that, next time we buy something we'll come here.

Saleslady: Thank you, Ma'am.

Pete: Oh my, Leslie! You were fooled by the saleslady. Those earrings are not worth three hundred.

Leslie: So why did you pay for them? Furthermore, I'm sure that we got them cheap. If you had bought them in Manila, 500 would have been the cheapest.

Carlos: That's enough. Let's play now.

Pete: That's a better idea (I agree with you). And after that, let's just eat at the plaza.

EI. Babasahin

Ang Matsing at ang Pagong

1. Noong únang panahon, ang Pagong at ang Matsing ay magkaibígan. Isang áraw, magkasámang naglálakad sina Matsing at Pagong sa tabi ng ílog nang makákíta sila ng isang púnó ng ságing na lúlutang-lútang. Dáhil hindí naman marúnong lumangoy itong si Matsing, "Hoy Pagong kúnin mo yung púnó ng ságing, dalì!" Lumúsong naman si Pagong papuntang ílog at kanyang itinúlak ang púnó papunta sa pampang. Nang ito'y malápit na sa tabi, ito'y kanyang hiníla pataas subáli't hindí niya ito makáya.

2. "Hah, hah! Hoy Matsing halíka ngá díto, tulúngan mo akong itaas itong púnó ng ságing at ako'y hirap na hirap na." Lumápit si Matsing at kanyang hiníla ang púnó ng ságing hanggang maitaas nila ito sa pampang. "O paáno Pagong, e di, ákin na itong púnó ng ságing." Sumagot si Pagong, "Parého lang naman táyong naghírap diyan, kayá dápat ay hatíin na lang nátin." Sumang-áyon naman si Matsing, "Óo, pápáyag ako kung ako ang únang pípílí kung aling parte ang gusto ko. "O síge."

3. Hinátí ngá nila ang púnó ng ságing, "Ákin na lang itong nása itaas,"

ang wíká ni Matsing. Nása ísip niyang dáhil madámi na itong dáhon, hindí magtátagal at mamúmúnga na ito. Kinúha rin naman ni Pagong ang kanyang kaparte. At sabay silang nagtanim. Hindi nila alam na kay Mang Ambó pala ang lúpang kanilang nápagtaniman.

4. At lumípas ang mga áraw. Untí-unting natuyó ang tanim ni Matsing hanggang túlúyan na itong mamatay. At ang kay Pagong nama'y nagsimulang tubúan ng búko at hindí nagtagal lumabas naman ang mga dáhon. At dumaan pa ang mga linggo at buwan, nagsimulá nang mamúnga ang púnò. At hindí nagtagal nahinog ang mga búnga nito.

5. Subáli't hindí naman káyang kúnin ni Pagong ang mga búnga nito kayá nakiúsap siya sa kaibígang Matsing, "Kaibígang Matsing, pwéde bang pakiakyat mo yung búnga at ipinangángákó ko, bíbigyan kita." Pumáyag naman itong si Matsing at kaagad niyang inakyat ang púnò.

6. Péro nang dumating siya sa dúlo, may biglang pumások sa kanyang ísip, "He, he, he, bákit ko pa ba bíbigyan itong si Pagong? Pwéde namang ákin na lang ito, Masarap ito!" At sinimulan niyang kaínin

ang mga ságing, káin siya nang káin. "Hoy Matsing, ákin yan, hulúgan mo ako ríto!"

7. Subáli't tuluy-tuloy pa rin ang káin ni Matsing. At nagmakaáwá si Pagong, "Pára mo nang áwà, Matsing bigyan mo ako." Tumáwa lang si Matsing, "Hay ang sarap talaga, pati na 'tong balat, hmnnnn. Péro hindí kita bíbigyan, ákin lang 'to." Galit na galit si Págong. Kítang-kíta niyang isa-isang kinákáin ni Matsing ang mga ságing.

8. "Magbábáyad ka Matsing, magbábáyad ka!" Lumákad si Pagong, mabilis. Kumúha siya ng mga sangang punung-punó ng tinik at ito'y kanyang ipinalígid sa púnó ng ságing at siya'y nagtágò. Híhintayin niyang bumabá si Matsing. Tapos nang kumáin si Matsing kayá siya'y nagpadausdos sa púnó ng ságing pára makababá, "Ahhh aaaa, araaaaaayy ko!" Naghihiyaw sa sakit si Matsing dáhil sa mga tinik na tumúsok sa kanyang puwitan.

9. Tuwang-tuwá naman ang nagtátágong si Pagong. "Mabúti ngá sa 'yo, matákaw ka kasi." Galit na galit naman si Matsing. "Pagong! Pagong! Lumabas ka diyan. Pag náhúli kita'y..." Naghanap nang naghanap si Matsing péro hindí niya mákíta si Pagong. Nang..., nákíta niya ang buntot ni Pagong na nakalabas sa ilálim ng bunot. "Aha! Húli ka. Akálá mo maíísahan mo ako ha! Patay ka ngayon!"

10. "'Wag Matsing, pára mo nang áwà, 'wag. Maáwá ka sa ákin!" Subáli't talagang galit si Matsing. "Bwéno, hindí naman ako talagang masamà. Papípilíin kita sa tatlong parúsang náísip ko pára sa iyo. Úna, gusto mo bang itápon na lang kita sa apoy?" "Síge Matsing, yun na lang, noong bátá pa ako, tuwing umága'y inilálagay ako ni Nánay sa apoy kayá ngá mapula itong áking harapan." "Kung gayon, hindí na kita ilálagay sa apoy. Bábayuhin na lang kita sa lusong." "Síge, síge Matsing, yun na lang. Dáti na akong binábayo ni Nánay tuwing umága nung bátá pa ako. Kayá ngá ang tigas nitong likod ko." "Ha? Hindí na lang pala yon ang ipáparúsa ko sa 'yo. Téka múna ...

11. Alam ko na! Itátápon na lang kita sa ílog at sigurádong malúlúnod ka." Nápatawa si Pagong at pakunwaring,

"Kaibígang Matsing, nakíkiúsap ako sa 'yo. 'Wag mo akong itápon sa ílog. Sigurádong malúlúnod ako." Binuhat ni Matsing si Pagong at buong lakas na inihágis si Pagong sa ílog. Bumagsak si Pagong sa ílog, "He, he, he nalóko rin kita. Hindí mo ba alam na ito ang tíráhan ko, " wiká ni Pagong.

12. Galit na galit na naman si Matsing kayá tumakbo siya sa tabi ng ílog at uminom siya nang uminom ng túbig sa ílog. Nagbábakásakálí siyang baká maúbos niya ang túbig ng ílog pára máhúli ulí niya si Pagong, péro hindí niya nakáya at nakawalá si Pagong.

13. Lumangoy nang lumangoy si Pagong at pagkaraan ng ilang sandalí ay napagpasyahan niyang balikan ang kanyang púnó ng ságing. Títingnan niya kung méron pang nátirang ságing. Nang siya'y nándoon na, hindí niya alam na nakaabang pala sa kanya si Mang Ambò, ang may-árí ng lúpà.

14. "Aha? Ikaw pala ang kumáin ng áking mga ságing ha. Lagot ka sa ákin ngayon!" Binuhat niya si Pagong at dinala pauwí sa kanilang báhay, "Búkas ay lúlutúin kita. Támang-támá ka, gágawin kitang handá pára sa kasal ng áking anak." At ikinulong siya nito.

15. Umiyak nang umiyak si Pagong. Takot na takot siya. Nagmámakaáwá siya sa mga táong dumáraan, "Pára na ninyong áwá pakawalan ninyo ako díto." Subáli't walang pumápansin sa kanya imbis ay nagtátawánan lang ang mga ito, "Talaga palang magíging masarap ang pagkáin nátin búkas," at tátáwa na naman sila.

16. Noong gabi ding yon ay biglang dumating si Matsing. "O anong ginágawá mo diyan sa kúlúngan," ang wíká ni Matsing. "Kasi si Mang Ambó búkas ay ipápakasal niya ako sa anak niyang babáe. Ay ayóko naman, kayá niya ako ikinulong díto." "Maganda ba yung kanyang anak?" ang tanong ni Matsing. "Óo, talagang maganda siya. Kayá ngá ayókong magpakasal sa kanya dáhil sóbra siyang maganda pára sa ákin, ho hoooo hoooo!" Nag-íiyak na naman si Pagong.

17. "Téka, téka, itígil mo yan. Dáhil isa kang kaibígan ay tútulúngan kita. Ako na lang ang magpápakasal sa anak ni

Mang Ambò." Binuksan ni Matsing ang kúlúngan at dálí-dálí namang lumabas si Pagong. Isinara niya ang pintó ng kúlúngan. At dáhil sa kanyang tákot ay dálí-dálí siyang umalis at hindí na muling bumalik sa lugar na iyon.

18. Kinábukásan, maága pa ay gising na si Mang Ambò. Pinuntahan niya ang kúlúngan at binuksan ito nang, "Dalhin mo ako sa iyong anak at ako'ng magpápakasal sa kanya!" ang sábi ni

Matsing. Natulalá si Mang Ambò. Hindí siya makakílos. Natákot siya nang mákíta niya si Matsing at hindí si Pagong. Náísip niya na baká aswang ang kanyang náhúli. "Ahhhhh!" At kumarípas siya ng takbo. Takot na takot ang matandà.

19. Lumabas si Matsing sa kúlúngan. Takang-taka siya, "Bákit kayà? Sigúro napangítan siya sa ákin." Naglakad siya pabalik sa kagubátan na nagtátaka at nanghíhináyang.

Commentary to difficult forms in Reading 12

This story is traditional in the Philippines and elsewhere in SE Asia. It has become very well known, as it is commonly read in elementary schools. The version we have here, which we rewrote from several oral versions that we collected, has some elements not usually found in the school book versions.

1.	*magkaibígan*	"People who are friends with each other" (§12.12).
	magkasáma	"Being companions" (§12.12). In this case the noun *magkasáma* is used like an adjective of manner, telling how the two were walking together.
	lúlutang-lútang	"Floating" (§12.22).
	papuntang ílog	"In the direction of the river." The formation of *papunta* is discussed in §12.21. The use of the linker *ng* in place of *sa* is discussed in §7.96.
	kanyang itinúlak	"He pushed it" (= *itinúlak niya*). *Túlak* "push" has the conveyance passive affixes to form a verb meaning "push (something)" (§12.53). The use of the prepositive genitive *kanya* linked with *ng* in place of the more common genitive *niya* is discussed in §6.4.
	kanyang hiníla *pataas*	"He dragged it upwards." The formation of the adjective *pataas* "upwards" is discussed in §12.21.
2.	*at ako'y hirap na* *hirap na*	"Because I am having a really hard time." *At* may mean "because" (§15.78).
	ákin na	"Let me have" (§9.41).
	parého táyong (verb)	"We both did (verb)" (§23.85).
3.	*ákin na lang*	"I'll just take..." (§9.41).
	ang wíká ni X	"Said X."
	hindí magtátagal at	"It won't take long and..." (§15.74).
	kaparte	"The one part (of two)" (§12.11).
	sabay (verb)	"Do (verb) at the same time."
	kay Mang Ambò	"Belonged to Mr. Ambo" (§9.42).
	nápagtaniman	"Happened to have planted on (it)." This verb has the past local passive potential affixes added to a base to which *pag-* also has been added. The addition of *pag-* to bases from which local passive verbs are formed is discussed in §19.1.
4.	*túlúyang (verb)*	"And the next thing in the normal course of events, (verb) happened" (§23.15).
	ang kay pagong	"The one belonging to the turtle."

nagsimulang tubúan ng X	"Began to have X grow on it." *Tubúan* "grow on it" is the dependent form of the local passive form of *túbò* "grow." The dependent is used because *tubúan* is in a phrase following another verb (§7.51).
nagsimulang mamúnga	"Began to bear fruit." *Mamúnga* is dependent because it is in a phrase following *nagsimulà* (§7.51).
5. *ipinangángákó ko bíbigyan kita*	"I promise you I will give you some."
pakiakyat yung X	"Please climb up to get X." The use of *paki-* as a prefix for passive verbs is discussed in §9.31. *Pakiakyat* is the polite form of the direct passive *akyatin* "climb up to (it)" or "climb up to get (it)." The use of the direct passive of verbs of motion to refer to the place gone to or thing gone to get is described in §12.31.
inakyat ang púnò	"Climbed the tree." This is a direct passive of *akyat* "climb." In this case the verb refers to the place climbed up to (§12.31).
6. *bákit pa*	"Why ever!" This use of *pa* is discussed in §§18.5 and 23.86.
hulúgan mo ako ríto	"Throw me some down here." The conveyance and local passives of *húlog* "throw" are used in the same way as the forms described in §9.23.
7. *tuluy-tuloy pa rin*	"Continuing nevertheless." *Tuluy-tuloy* is a doubled stative adjective. The doubling of roots to form a stative adjective is discussed in §24.5 under §(3).
ang káin	"The action of eating." The use of verbal roots as nouns referring to action is discussed in §7.74.
nagmakaáwà	"Asked for pity" (§12.62).
pára mo nang áwà	"Please have mercy" (§12.62).
kítang-kíta	"Very much visible." *Kíta* may be used as an unaffixed root referring to a state and in this usage means "visible" (§§18.12, 24.5). In this case the adjective is doubled and linked with *ng* for intensification (§6.741 under §(2)).
isa-isang X	"Did X one at a time, one after the other." The doubling of *isa* to form an adjective meaning "one at a time" is discussed in §13.5. The use of doubling to form adjectives is discussed in its widest context in §24.5.
8. *kanyang ipinalígid*	"He wound it around."
nagtágò	"Hid (himself)" (§17.1).
híhintayin niyang bumabà ang X	"He would wait for the X to go down." *Bumabà* is the dependent active of the *-um-* conjugation of verb *babà* "go down." The dependent form is used because *bumabà* is in a phrase following another verb (§7.51).
tapos nang kumáin si X	"X had finished eating" (§7.92).
nagpadausdos	"Let himself slide down." *Nagpadausdos* is the active causative of the verb "slide down." The reflexive meaning of the active causative is explained in §15.32. *Dumausdos* means "slide down" (either deliberately or accidentally), whereas *nagpadausdos* means "let oneself slide down."
9. *nakalabas ang buntot ni Pagong sa ilálim ng bunot*	"The turtle's tail stuck out from under the coconut shell." The writer forgot to mention in the preceding paragraph that the turtle had hidden under a coconut shell.

	húli ka	"You have been caught" *Húli* can be used without affixes as a stative adjective (§9.7). However unlike most adjectives of this type, the vowel of the first syllable of the root does not shorten.
	matisahan mo ako	"You will be able to put one over on me" (§15.22).
10.	*papípilíin kita sa tatlong parúsa*	"I will have you choose from among three punishments." The formation of *papípilíin* is discussed in §11.11.
	ipáparúsa ko	"The punishment I will give."
11.	*nápatawa*	"Burst out laughing (but not loudly)" (§12.4).
	pakunwári	"Pretending" (§12.21).
	nalóko rin kita	"I managed to fool you anyway."
	tíráhan	"Dwelling place." *Tíráhan* is a noun with affixes similar to the local passive verb, formed from the root *tira* "dwell" (§17.33).
12.	*nagbábakásakáli*	"He was going on the hopes that..."
	nakawalà	"Escaped" (§12.611).
13.	*pagkaraan ng ilang sandalì*	"After a few moments."
	napagpasiyahan niya	"He decided on it." *Pasiya* takes the local passive affixes with *pag-* (§6.11).
	balikan	"Go back to." This is the dependent local passive of *balik* "go back." The dependent form is used after *napagpasyahan* (§7.51). The use of the local passive of *balik* to refer to the thing gone back to is explained in §12.32.
	nátira	"Left over."
14.	*lagot ka sa ákin*	"You are going to get it from me." *Lagot* is explained in §18.35.
	handà	"Food served at a party."
	ikinulong siya nito	"He (the farmer) put him (the turtle) in a cage." The use of the demonstrative *nito* "this one" to refer to a person is discussed in §3.62.
15.	*nagmámakaáwà*	"Asked for pity" (§12.62).
	pakawalan	"Free (me)." This is the local passive of the base *pakawalà* §12.611.
	imbis ay	"Instead."
	nagtátawánan	"Were laughing (plurally)." This verb is formed by adding the plural action affix to the root *táwa* "laugh" (§13.61). *Táwa* has an *n* added to the end of the root before a suffix is added (§6.14 under §5.)
16.	*kúlúngan*	"Cage" (§17.33).
	ipápakasal niya ako sa	"He will marry me off to" (§11.15).
	kayá ngà	"That's exactly why" (§19.73).
18.	*pinuntahan*	"Went to (it)" (§12.32).
	kumarípas ng takbo	"Ran away immediately."
19.	*napangítan siya (dative)*	"He considered (dative) ugly." This verb is formed by adding local passive potential affixes to the adjective *pángit* "ugly." The local passive potential of adjectives may mean "consider (dative) to be (adjective)" (§15.23).

EII.   Punuan ng támang sagot ang mga patlang sa mga sumúsunod na pangungúsap.

1. Noong únang panahon, ang Pagong at Matsing ay _____. 2. Magkasámang naglálakad sina Matsing at Pagong sa _____ nang makákíta sila ng _____ na lúlutang-lútang.

3. Lumápit si Matsing at kanyang hiníla ang _____ hanggang maitaas niya ito sa _____.
4. Ang kinúhang párte ni Matsing ay ang _____. 5. Ang may-árí ng lúpang napagtaniman nina Matsing at Pagong ay si _____. 6. Ang tanim ni _____ ay untí-unting natuyó hanggang _____. 7. Ang tanim naman ni _____ ay nabúhay at namúnga pa. 8. Ang umakyat sa púnó pára kúnin ang búnga ay si _____. 9. Galit na galit si Pagong kasi ay hindí siya _____ ni Matsing ng ságing. 10. Kumúha si Pagong ng _____ na siyang ipinalígid niya sa púnó ng ságing. 11. _____ sa púnó ng ságing si Matsing pára makababà. 12. Naghihiyaw sa sakit si Matsing dáhil sa mga tinik na tumúsok sa _____. 13. Nákíta ni Matsing ang _____ na nakalabas sa ilálim ng bunot. 14. Pinapílí ni Matsing si Pagong sa _____ náisip niya. 15. Sa únang parúsa ay itátápon ni Matsing si Pagong sa _____. 16. Mapula ang _____ kasi inilálagay siya sa _____ ng kanyang Nánay nung bátá pa siya. 17. Sa pangalawang parúsa ay bábayuhin si Pagong sa _____. 18. Matigas ang _____ kasi lágí siyang binábayo ng kanyang Nánay nung maliit pa siya. 19. Sa pangatlong parúsa ay itátápon si Pagong sa _____. 20. Hindí alam ni Matsing na ang ílog ay _____ ni Pagong. 21. Si Pagong ay lúlutúin at gágawing handá sa _____ ni Mang Ambò. 22. Áyaw daw magpakasal ni Pagong sa anak ni Mang Ambó kasi _____ siya pára kay Pagong. 23. Binuksan ni Matsing ang _____ pára makalabas si Pagong at siya naman ang pumások doon. 24. Náisip ni Mang Ambó na _____ ang kanyang náhúli. 25. Si Matsing ay naglakad _____ na nagtátaka at nanghíhináyang.

EIII.   Pagpapahayag na mulì. Muling bumuó ng pangungúsap áyon sa únang pahayag.

1. Isang áraw, magkasámang naglálakad sina Matsing at si Pagong sa tabi ng ílog nang makákíta sila ng isang púnó ng ságing na lúlutang-lútang.

    ... sina Pagong at Matsing ng isang ... hábang sila ay ... ng ílog.

2. Dáhil hindí marúnong lumangoy itong si Matsing, "Hoy, Pagong, kúnin mo yung púnó ng ságing, dalì!" Lumúsong naman si Pagong papuntang ílog at kanyang itinúlak ang púnó papunta sa pampang.

    ... ni Matsing kay Pagong yung púnó ng ságing kasi...
    ... ni Pagong ang ílog pára ... sa pampang.

3. Nang ito'y malápit na sa tabi, ito'y kanyang hiníla pataas subáli't hindí niya ito makáya. "Hah, hah! Hoy Matsing, halíka ngá díto. Tulúngan mo akong itaas itong púnó ng ságing at ako'y hirap na hirap na." Lumápit si Matsing at kanyang hiníla ang púnó ng ságing hanggang maitaas nila ito sa pampang.

    Hindí nakáya ni Pagong ... ng ságing.
    ... si Pagong kay Matsing na itaas ang púnó ng ságing kasi ...
    ... ni Matsing ang púnó pára ... yon hanggang sa ...

4. "O, paáno Pagong, e di ákin na itong púnó ng ságing." Sumagot si Pagong, "Parého lang naman táyong naghírap diyan, kayá dápat ay hatíin na lang nátin." Sumang-áyon naman si Matsing. "Óo. Pápáyag ako kung ako ang únang pípílí kung aling párte ang gusto ko." "O, síge."

    Ang gusto ni Matsing ay...
    Ang gusto naman ni Pagong ay ... ni Matsing dáhil ...
    ... ni Matsing ang gusto ni Pagong péro dápat...

5. Hinátí ngá ang púnó ng ságing, "Ákin na lang itong nása itaas," ang wíká ni Matsing. Nása ísip niyang dáhil madámi itong dáhon, hindí magtátagal at mamúmúnga na ito.

    ... ngá sina Pagong at Matsing sa ...
    Ang piníling párte ni Matsing ay ...
    Ang dahilan ng pagpílí ni Matsing sa párte niya ay ...

6. Kinúha rin naman ni Pagong ang kanyang kapárte at sabay silang nagtanim.

    Sabay ... nina Pagong at Matsing ang ...

7. Hindí nila alam na kay Mang Ambó pala ang lúpang kanilang nápagtaniman.

    Si Mang Ambó pala ang ... ng lúpà.

8. At lumípas ang mga áraw. Untí-unting natuyó ang tanim ni Matsing hanggang tulúyan na itong mamatay.

     Hindí nagtagal at nagsimulá nang ... hanggang sa iyon ay ...

9. At ang kay Pagong nama'y nagsimulang tubúan ng búko at hindí nagtagal lumabas naman ang mga dáhon.

     ... na ng búko at dáhon ang ...

10. At dumaan pa ang mga linggo at buwan, nagsimulá nang mamúnga ang púnò. At hindí nagtagal, nahinog ang mga búnga nito.

     ... na ang púnó pagkaráan ng ilang buwan hanggang sa ...

11. Subáli't hindí naman káyang kúnin ni Pagong ang mga búnga nito kayá nakiúsap siya sa kaibígang Matsing, "Kaibígang Matsing, pwéde bang pakiakyat mo yung búnga at ipinangángákó ko, bíbigyan kita."

     Ipinakiúsap ni Pagong kay Matsing na ... dáhil hindí niya ...

     ... ni Pagong na bíbigyan si Matsing kung ...

12. Pumáyag naman itong si Matsing at kaagad niyang inakyat ang púnò. Péro nang dumating siya sa dúlo, may biglang pumások sa kanyang ísip, "He, he, he, bákit ko pa ba bíbigyan itong si Pagong? Pwéde namang ákin na lang ito?"

     Pagkapáyag ni Matsing sa pakiúsap ni Pagong ay kaagad siyang ...

     ... ni Matsing sa dúlo ay náisip niyang huwag...

13. At sinimulan niyang kaínin ang mga ságing, káin siya nang káin. "Hoy Matsing, ákin yan, hulúgan mo ako díto!" Subáli't tuluy-tuloy pa rin ang káin ni Matsing.

     Hindí tinigílan ni Matsing ang ... káhit sinábi ni Pagong na ...

14. Galit na galit si Pagong. Kítang-kíta niyang kinákáin ni Matsing ang mga ságing.

     Ang ikinagálit ni Pagong kay Matsing ay ...

15. Lumákad si Pagong, mabilis. Kumúha siya ng mga sangang punung-punó ng tinik at ito'y kanyang ipinalígid sa púnó ng ságing at siya'y nagtágò. Híhintayin niyang bumabá si Matsing.

     Bílang kabayaran sa ginawá sa kanya ni Matsing, si Pagong ay ...

     Nagtágó si Pagong pára ...

16. Tapos nang kumáin si Matsing kayá siya'y nagpadausdos sa púnó ng ságing pára makababà, "Ahhh, aray, araaaay ko!" Naghihiyaw sa sakit si Matsing dáhil sa mga tinik na tumúsok sa kanyang puwitan.

     Pagkatápos kumáin ni Matsing, siya ay bumabá nang ... ng ságing.

     Humíhiyaw si Matsing kasi ...

17. Naghanap nang naghanap si Matsing péro hindí niya mákíta si Pagong. Nang ... , nákíta niya ang buntot ni Pagong na nakalabas sa ilálim ng bunot.

     Si Pagong ay hindí kaagad ... Matsing.

     Ngúnit hindí rin mahúsay magtágó si Pagong kasi ...

18. "Hindí naman ako talagang masamà. Papípilíin kita sa tatlong parúsang náisip ko pára sa iyo."

     Ipinakíta ni Matsing kay Pagong na ... kayá pinapilí niya ito sa ...

19. Úna, gusto mo bang itápon na lang kita sa apoy?"

     Ang únang parúsang náisip ni Matsing ay ...

20. "... Nung bátá pa ako, tuwing umága'y inilálagay ako ni Nánay sa apoy kayá ngá mapula itong áking harapan.

     Mapula ang harapan ni Pagong kasi ...

21. "Bábayuhin na lang kita sa lusong." "Síge, síge Matsing, yun na lang. Dáti na akong binábayo ni Nánay tuwing umága nung bátá pa ako. Kayá ngá ang tigas nitong likod ko." "Ha? Hindí na lang pala yon ang ipáparúsa ko sa iyo."

     Ang pangalawang parúsang náisip ni Matsing ay ...

     Matigas ang likod ni Pagong kasi ...

     Hindí itinuloy ni Matsing ang pangalawang parúsa kasi ...

22. "Alam ko na! Itátápon na lang kita sa ílog at sigurádong malúlúnod ka."

     Ang gusto ni Matsing ay ... pára ... siya.

23. Bumagsak si Pagong sa ílog, "he, he, he, nalóko rin kita. Hindí mo ba alam na ito ang tíráhan ko," wíká ni Pagong.

   Nalóko ni Pagong si Matsing kasi ...

24. Galit na galit na naman si Matsing kayá tumakbo siya sa tabi ng ílog at uminom nang uminom ng túbig sa ilog.

   Sa gálit ni Matsing ay tumakbo siya sa ílog pára ... doon.

   Kanyang ... ang túbig ng ílog dáhil ... niya ang panlolóko ni pagong

25. Nagbábakásakálí siyang baká maúbos niya ang túbig ng ílog pára mahúli ulí niya si Pagong, péro hindí niya nakáya at nakawalá si Pagong.

   Ginawá niya iyon dáhil sa ... na ...

   Nakawalá si Pagong kasi ...

26. Lumangoy nang lumangoy si Pagong at pagkaraan ng ilang sandalí ay nápagpasiyahan niyang balikan ang kanyang púnó ng ságing. Títingnan kung méron pang nátirang ságing.

   Náísip ni Pagong na ... hábang siya ay ...

   Gusto niyang ... kung ...

27. Nang siya'y nándoon na, hindí niya alam na nakaabang pala sa kanya si Mang Ambò, ang may-árí ng lúpà.

   ... na siya pala ay ... ni Mang Ambò.

28. "Aha! Ikaw pala ang kumáin ng áking mga ságing ha. Lagot ka sa ákin ngayon!"

   ... si Pagong kay Mang Ambó dáhil nahúli siya nito na ...

29. Binuhat niya si Pagong at dinala pauwí sa kanilang báhay. "Búkas ay lúlutúin kita. Támang-támá ka, gágawin kitang handá pára sa kasal ng áking anak."

   Si Pagong ay iniuwí ni Mang Ambó dáhil ...

   ... ang anak ni Mang Ambó at bálak niyang ...

30. Umiyak nang umiyak si Pagong. Takot na takot siya. Nagmámakaáwá siya sa mga táong dumáraan, "Pára na ninyong áwà, pakawalan ninyo ako díto."

   Nag-iiyak si Pagong dáhil...

   Gayon na lang ang ... ni Pagong sa mga dumáraan na ...

31. Subali't walang pumápansin sa kanya, imbes ay nagtátawánan lang ang mga ito, "Talaga palang magíging masarap ang pagkáin nátin búkas," at tátáwa na naman sila.

   Si Pagong ay hindí ... dumáraan.

   Imbis ay ... ng mga iyon si Pagong dáhil ...

32. "Maganda ba yung kanyang anak?" ang tanong ni Matsing. "Óo, talagang maganda siya kayá ngá ayókong pakasal sa kanya dáhil sóbra siyang maganda pára sa ákin,... "

   Ang sábi ni Pagong ay ... ang anak ni Mang Ambó dáhil yon ay ... sa kanya.

33. "Dáhil isa kang kaibígan ay tútulúngan kita. Ako na lang ang magpápakasal sa anak ni Mang Ambò.

   ... si Matsing kay Pagong dáhil ... sila.

   Gusto ni Matsing ... ni Mang Ambò.

34. Natulalá si Mang Ambò. Hindí siya makakílos. Natákot siya nang mákíta niya si Matsing at hindí si Pagong. Náísip niya na baká aswang ang kanyang nahúli. At kumarípas siya ng takbo.

   ... ni Mang Ambó ay si Matsing at hindí si Pagong kayá ... siya.

   Tumakbo siya kasi ang akálá niya...

35. Lumabas si Matsing sa kúlúngan ... naglakad siya pabalik sa kagubátan na nagtátaka at nanghíhináyang.

   Pagkalabas ni Matsing ay ... na siya úpang ...

   Nagtátaka at nanghíhináyang si Matsing hábang...

EIV. Sagutin ang mga sumúsunod na tanong.

1. Bákit masásábi náting magkaibígan ngá si Matsing at si Pagong noong únang panahon?

2. Bákit si Pagong ang lumúsong sa ílog at hindí si Matsing? 3. Nag-ááway sina Pagong at

Matsing nang makákíta sila ng búnga ng ságing sa pampang ng ílog. Támá o malì? 4. Bákit tumúlong si Matsing sa paghíla sa ságing mulá si ílog? 5. Pumáyag si Pagong na kay Matsing na lang ang nakúha nilang púnò. Támá o malì? 6. Bákit pumáyag si Matsing na magpárte sila ni Pagong sa nakúha nilang púnò? 7. Bákit itaas ng púnó ang pinílí ni Matsing? Támá ba ang násá ísip niya? Bákit? 8. Nagálit si Pagong dáhil hindí niya nágustuhan ang párte niya. Támá o malì? 9. Bákit malí ang úlat na ito: Walang nagmámay-árí ng lúpang pinagtaniman nina Matsing at Pagong? 10. Namatay ang itinanim ni Pagong at namúnga naman ang kay Matsing. Támá o malì? 11. Bákit nakiúsap pa si Pagong kay Matsing na akyatin at kuhánin ang búnga ng ságing? 12. Pumáyag ba si Matsing sa gusto ni Pagong? Bákit? 13. Ano ang dahilan at náísip ni Matsing na huwag bigyan ng ságing si Pagong nang pinaakyat siya nito? 14. Hindí nagálit si Pagong sa ginawá ni Matsing dáhil áyaw niya ng ságing. Támá o malì? 15. Paáno pinagbáyad ni Pagong si Matsing sa ginawá nito sa kanya? 16. Hindí bumabá si Matsing mulá sa púnó ng ságing dáhil alam niya ang ginawá ni Pagong pára sa kanya. Támá o malì? 17. Bákit natuwá si Pagong sa pagbabá ni Matsing? 18. Mahúsay magtágó si Pagong.Támá o malì? 19. Paáno ipinakíta ni Matsing kay Pagong na hindí naman siya talaga masamà? 20. Bákit hindí itinuloy ni Matsing ang únang dalawang parúsang náísip niya pára kay Pagong? 21. Ano ang pangatlong parúsang náísip ni Matsing at bákit itinuloy niya iyon? 22. Totoo bang nalóko ni Pagong si Matsing sa pamamagítan ng pangatlong parúsa? Bákit? 23. Bákit uminom nang uminom ng túbig sa ílog si Matsing pagkatápon niya kay Pagong? 24. Bákit nagpasiya si Pagong na balikan ang kanyang púnó ng ságing? Mahúsay ba ang naging pasiya niyang ito? Bákit? 25. Bákit dinala pauwí ni Mang Ambó si Pagong? 26. Natuwá si Pagong sa sinábi ni Mang Ambó tungkol sa gágawin sa kanya kinábukásan. Támá o malí? 27. Bákit hindí tinulúngan ng mga táong nagdáraan si Pagong pára makawalá siya sa kúlúngan? 28. Papáno ipinaliwánag ni Pagong kay Matsing kung bákit siya nakakulong? 29. Sa iyong palagay, ang pagíging magkaibígan ba nila ni Pagong ang túnay na dahilan at sinábi ni Matsing na siya na lang ang magpápakasal sa anak ni Mang Ambó? Bákit? 30. Nang palabasin ni Matsing si Pagong mulá sa kúlúngan ay hindí pa rin siya umalis dáhil gusto niyang mákíta ang kasal nina Matsing at ng anak ni Mang Ambò. Támá o malì? 31. Bákit masásábi náting hindí alam ni Matsing na naisahan na naman siya ni Pagong? 32. Bákit naíisahan palágí ni Pagong si Matsing? (Ano ang masásábi mo tungkol kay Pagong? Kay Matsing?) 33. Pagkatápos mong mabása ang kwénto, sa palagay mo ba ay talagang túnay na magkaibígan sina Matsing at Pagong? Bákit?

EV. **Pagsasánay sa pagsúlat. Basáhin ang sumúsunod na babasahin. Sabíhin kung wastó o malì ang mga sumúsunod na pangungúsap. Kung malì, isúlat kung bákit.**

1. Noong únang panahon, ang Pagong at ang Matsing ay magkaibígan. Isang áraw, magkasámang naglálakad sina Matsing at Pagong sa tabi ng ílog nang makákíta sila ng isang púnó ng ságing na lúlútang-lútang.

   Magkasámang binalikan ng magkaibígan ang púnó ng ságing na lúlútang-lútang sa ílog.

2. Dáhil hindí naman marúnong lumangoy itong si Matsing, "Hoy Pagong kúnin mo yung púnó ng ságing, dalì!"

   Dáli-dáli ang dalawa sa paglúsong sa ílog úpang kúnin ang púnó ng ságing.

3. Lumúsong naman si Pagong papuntang ílog at kanyang itinúlak ang púnó papunta sa pampang. Nang ito'y malápit na sa tabi, ito'y kanyang hiníla pataas subáli't hindí niya ito makáya.

   Mabigat ang púnó. Hindí ito madala ni Pagong sa may pampang.

4. "Hah, hah! Hoy Matsing halíka ngá díto, tulúngan mo akong itaas itong púnó ng ságing at ako'y hirap na hirap na."

   Nagpatúlong si Pagong kay Matsing pára madala ang púnó sa pampang.

5. Lumápit si Matsing at kanyang hiníla ang púnó ng ságing hanggang maítaas nila ito sa pampang. "O paáno Pagong, e di, ákin na itong púnó ng ságing."

Parého silang nahirápan kayá dápat nilang paghatían ang púnó, áyon kay Matsing.

6. Sumagot si Pagong, "Parého lang naman táyong naghírap diyan, kayá dápat ay hatíin na lang nátin."

Pumáyag si Pagong sa sinábi ni Matsing.

7. Sumang-áyon naman si Matsing, "Óo, pápáyag ako kung ako ang únang pípílí kung aling párte ang gusto ko. "O síge."

Pinapílí na ni Matsing si Pagong bilang pagsang-áyon sa sinábi nito.

8. Hinátí ngá nila ang púnó ng ságing, "Ákin na lang itong nása itaas," ang wíká ni Matsing. Nása ísip niyang dáhil madámi na itong dáhon, hindí magtátagal at mamúmúnga na ito.

Namúmúnga na ang násá itaas kayá iyon ang pinílí ni Matsing.

9. Kinúha rin naman ni Pagong ang kanyang kapárte. At sabay silang nagtanim. Hindi nila alam na kay Mang Ambó pala ang lúpang kanilang nápagtaniman.

Magkasabay nilang itinanim sa kani-kanilang lúpá ang kanilang kapárte.

10. At lumípas ang mga áraw. Untí-unting natuyó ang tanim ni Matsing hanggang túlúyan na itong mamatay.

Pagkatanim ng kapárte ni Matsing ay natuyó agad ito.

11. At ang kay Pagong nama'y nagsimulang tubúan ng búko at hindí nagtagal lumabas naman ang mga dáhon. At dumaan pa ang mga linggo at buwan, nagsimulá nang mamúnga ang púnò. At hindí nagtagal nahinog ang mga búnga nito.

Ang nangyári sa itinanim ni Pagong ay katúlad ng nangyári sa itinanim ni Matsing.

12. Subáli't hindí naman káyang kúnin ni Pagong ang mga búnga nito kayá nakiúsap siya sa kaibígang Matsing, "Kaibígang Matsing, pwéde bang pakiakyat mo yung búnga at ipinangángákó ko, bíbigyan kita." Pumáyag naman itong si Matsing at kaagad niyang inakyat ang púnò.

Nang mahinog na ang mga búnga ng itinanim ni Pagong ay pinitas na niya ang mga ito pára makáin na niya.

13. Péro nang dumating siya sa dúlo, may biglang pumások sa kanyang ísip, "He, he, he, bákit ko pa ba bíbigyan itong si Pagong? Pwéde namang ákin na lang ito, Masarap ito!"

Dáhil matulungin si Matsing ay pinitas niya ang mga búnga pára kay Pagong.

14. At sinimulan niyang kaínin ang mga ságing, káin siya nang káin. "Hoy Matsing, ákin yan, hulúgan mo ako ríto!"

Masayang-masaya ang magkaibígan hábang sila ay kumákáin ng ságing.

15. Subáli't tuluy-tuloy pa rin ang káin ni Matsing. At nagmakaáwá si Pagong, "Pára mo nang áwà, Matsing bigyan mo ako."

Pinakiusápan ni Pagong si Matsing na bumabá na sa púnó dáhil baká ubúsin niya ang mga búnga niyon.

16. Tumáwa lang si Matsing, "Hay ang sarap talaga, pati na 'tong balat, hmnnnn. Péro hindí kita bíbigyan, ákin lang 'to."

Dáhil sa áwá kay Pagong ay hinagísan niya ito ng mga balat ng ságing.

17. Galit na galit si Págong. Kítang-kíta niyang isa-isang kinákáin ni Matsing ang mga ságing.

Káhit íisa-isa lang ang kináin ni Matsing ay nagálit sa kanya si Pagong.

18. "Magbábáyad ka Matsing, magbábáyad ka!" Lumákad si Pagong, mabilis. Kumúha siya ng mga sangang punung-punó ng tinik at ito'y kanyang ipinalígid sa púnó ng ságing at siya'y nagtágò.

Pinabayáan na lang niya si Matsing dáhil pabábayáran naman niya ang mga ságing na nakáin nito.

19. Híhintayin niyang bumabá si Matsing. Tapos nang kumáin si Matsing kayá siya'y nagpadausdos sa púnó ng ságing pára makababà, "Ahhh aaaa, araaaaaayy ko!"

    Padausdos na bumabá si Matsing pára alisin ang mga tinik na ipinalígid doon ni Pagong.

20. Naghíhiyaw sa sakit si Matsing dáhil sa mga tinik na tumúsok sa kanyang puwitan.

    Nasaktan si Matsing nang tusúkin siya ni Pagong ng tinik sa kanyang puwitan.

21. Tuwang-tuwá naman ang nagtátágong si Pagong. "Mabúti ngá sa 'yo, matákaw ka kasi." Galit na galit naman si Matsing. "Pagong! Pagong! Lumabas ka diyan. Pag náhúli kita'y..."

    Ikinagálit ni Matsing ang pagkakásábi ni Pagong na siya ay matákaw.

22. Naghanap nang naghanap si Matsing péro hindí niya mákíta si Pagong. Nang..., nákíta niya ang buntot ni Pagong na nakalabas sa ilálim ng bunot. "Aha! Húli ka. Akálá mo maíísahan mo ako ha! Patay ka ngayon!"

    Ligtas si Pagong sa kanyang pinagtátagúan dáhil buntot lang niya ang nakalabas..

23. "'Wag Matsing, pára mo nang áwà, 'wag. Maáwá ka sa ákin!" Subáli't talagang galit si Matsing. "Bwéno, hindí naman ako talagang masamà. Papípilíin kita sa tatlong parúsang náísip ko pára sa iyo.

    Dáhil sa pagmamakaáwá ni Pagong ay hindi na siya papatayin ni Matsing. parúrusáhan na lang siya nito.

24. Úna, gusto mo bang itápon na lang kita sa apoy?" "Síge Matsing, yun na lang, noong bátá pa ako, tuwing umága'y inilálagay ako ni Nánay sa apoy kayá ngá mapula itong áking harapan." "Kung gayon, hindí na kita ilálagay sa apoy.

    Tátapúnan niya ng apoy si Pagong bílang parúsa.

25. Bábayuhin na lang kita sa lusong." "Síge, síge Matsing, yun na lang. Dáti na akong binábayo ni Nánay tuwing umága nung bátá pa ako. Kayá ngá ang tigas nitong likod ko." "Ha? Hindí na lang pala yon ang ipáparúsa ko sa 'yo. Téka múna . . .

    Pagbábayuhin na lang niya si Pagong pára ito ay mahirápan.

26. Alam ko na! Itátápon na lang kita sa ílog at sigurádong malúlúnod ka." Nápatawa si Pagong at pakunwaring, "Kaibígang Matsing, nakíkiúsap ako sa 'yo. 'Wag mo akong itápon sa ílog. Sigurádong malúlúnod ako.."

    Nakiusáp si Pagong kay Matsing na huwag siyang itápon sa ílog. Tiyak na malúlúnod siya kapag ginawá iyon ni Matsing.

27. Binuhat ni Matsing si Pagong at buong lakas na inihágis si Pagong sa ílog. Bumagsak si Pagong sa ílog, "He, he, he nálóko rin kita. Hindí mo ba alam na ito ang tíráhan ko, " wiká ni Pagong.

    Nang iháhágis na niya si Pagong sa ílog ay náísip niya na iyon ngá pala ang tíráhan nito.

28. Galit na galit na naman si Matsing kayá tumakbo siya sa tabi ng ilog at uminom siya nang uminom ng túbig sa ílog. Nagbábakásakálí siyang baká maúbos niya ang túbig ng ílog pára máhúli ulí niya si Pagong, péro hindí niya nakáya at nakawalá si Pagong.

    Sa gálit kay Pagong ay masyádong naúhaw si Matsing . Tumakbo siya sa tabi ng ílog pára uminom ng maráming túbig.

29. Lumangoy nang lumangoy si Pagong at pagkaraan ng ilang sandalí ay napagpasyahan niyang balikan ang kanyang púnó ng ságing. Títingnan niya kung méron pang nátirang ságing. Nang siya'y nándoon na, hindí niya alam na nakaabang pala sa kanya si Mang Ambò, ang may-árí ng lúpà.

    Napágod sa paglangoy si Pagong. Bábalik siya sa pampang úpang magpahinga, subálit náróroon si Mang Ambó at nag-áabang sa kanya.

30. "Aha? Ikaw pala ang kumáin ng áking mga ságing ha. Lagot ka sa ákin ngayon!" Binuhat niya si Pagong at dinala pauwí sa kanilang báhay, "Búkas ay lúlutúin kita. Támang-támá ka, gágawin kitang handá pára sa kasal ng áking anak." At ikinúlong siya nito.

Pinagbuhat ni Mang Ambó si Pagong ng kanyang mga dádalhin pauwí sa báhay bílang parúsa sa kanya.

31. Umiyak nang umiyak si Pagong. Takot na takot siya. Nagmámakaáwá siya sa mga táong dumáraan, "Pára na ninyong áwá pakawalan ninyo ako díto." Subáli't walang pumápansin sa kanya imbis ay nagtátawánan lang ang mga ito, "Talaga palang magíging masarap ang pagkáin nátin búkas," at tátáwa na naman sila.
    Nagtátáwánan ang mga táong nagdáraan dáhil isang pagong ang ipápakasal ni Mang Ambó sa anak niyang babáe.

32. Noong gabi ding yon ay biglang dumating si Matsing. "O anong ginágawá mo diyan sa kúlúngan," ang wiká ni Matsing. "Kasi si Mang Ambó búkas ay ipápakasal niya ako sa anak niyang babáe. Ay ayóko naman kayá niya ako ikinulong díto."
    Nákulong si Pagong dáhil áyaw niyang pakasalan ang anak ni Mang Ambò.

33. "Maganda ba yung kanyang anak?' ang tanong ni Matsing. "Óo, talagang maganda siya. Kayá ngá ayókong magpakasal sa kanya dáhil sóbra siyang maganda pára sa ákin, ho hoooo hoooo!" Nag-íiyak na naman si Pagong.
    Ang dahilan ng pag-iiyak ni Pagong ay ang sóbrang kagandáhan ng anak ni Mang Ambó na ipápakasal sa kanya.

34. "Téka, téka, itígil mo yan. Dáhil isa kang kaibígan ay tútulúngan kita. Ako na lang ang magpápakasal sa anak ni Mang Ambò." Binuksan ni Matsing ang kúlúngan at dálí-dálí namang lumabas si Pagong. Isinara niya ang pintó ng kúlúngan. At dáhil sa kanyang tákot ay dálí-dálí siyang umalis at hindí na muling bumalik sa lugar na iyon.
    Pagkalabas sa kúlúngan ay umalis agad si Pagong dáhil áyaw niyang mákíta ang kasal ni Matsing.

35. Kinábukásan, maága pa ay gising na si Mang Ambò. Pinuntahan niya ang kúlúngan at binuksan ito nang, "Dalhin mo ako sa iyong anak at ako'ng magpápakasal sa kanya,!" ang sábi ni Matsing.
    Maágang gumísing si Mang Ambó kinábukásan úpang pakaínin ang alágá niyang pagong.

36 Natulalá si Mang Ambò. Hindí siya makakílos. Natákot siya nang mákíta niya si Matsing at hindí si Pagong. Náisip niya na baká aswang ang kanyang náhúli. "Ahhhhh!" At kumarípas siya ng takbo. Takot na takot ang matandà.
    Kumarípas ng takbo si Mang Ambó nang mákíta niya si Matsing dáhil takot siya sa unggoy.

37. Lumabas si Matsing sa kúlúngan. Takang-taka siya, "Bákit kayà? Sigúro napangítan siya sa ákin." Naglakad siya pabalik sa kagubátan na nagtátaka at nanghíhináyang.
    Bábalik si Matsing sa gúbat. Háhanápin niya si Pagong dáhil náisahan na naman siya nito.

Grammar

12.1 Mutual Action

Pilipino has a variety of verbal and nominal forms which refer to plural, reciprocal, and mutual actions. We will look at some of the forms referring to mutual action which have come up in the texts so far.

12.11 *Ka-* "co-"

Ka- is a prefix which forms nouns meaning "one of the two (or more) that is the pair." For example:

kasáma	*playmate*
kaparte	*one of two (or more) parts*
kaklóse	*classmate*
kababáyan	*townmate*
kabilà	*next door (lit. one of two sides)*
kaáway	*enemy (one with whom one quarrels)*
kasabay	*something done together with something else (one with whom one does something together)*
kaúsap	*one with whom one talks*
katúlong	*helper (one who is a fellow helper)*
kasang-áyon	*one who is in agreement*
kasakay	*one with whom one rides*
kakilála	*acquaintance*
kamag-ának	*relative (one of the same family [mag-ának])*
kadugò	*kin (one of the same blood)*

1. *Síno yong* **kaúsap** *mo?* **Kababáyan** *ko siya.* **Kalaró** *ko siya noong bátá pa ako,* **kaklóse** *ko siya sa UPLB.* "Who was that you **were talking to**? He is my **townmate**. He was my **playmate** when I was a child and my **schoolmate** at UPLB."

2. *Basta mayroon kang* **kakilála**, *makákapások ka.* "So long as you have an **acquaintance** you can get in." (10B24C)

DO GRAMMAR EXERCISE12A1.

12.12 *Magka-* people who are in (such-and-such) a relation with each other

The prefix *mag-* can be a prefix which forms nouns that refer to several people who are in the relation of (root) to each other.

mag-asáwa	*husband and wife*	magkapatid	*brother and sister*
mag-ának	*family*	mag-ina	*mother and child*
mag-ama	*father and child*	magkaibígan	*friends*

This *mag-* can be added to most of the words with the affix *ka-* listed in §12.11 above.

magkasáma	*people who are companions*
magkalaró	*playmates (with each other)*
magkakláse	*classmates*
magkababáyan	*townmates*
magkábilà[1]	*the place on each side of one another*
magkaáway	*enemies (with each other)*
magkaúsap	*conversation mates*
magkatúlong	*people who work together*
magkasang-áyon	*people who are in agreement*
magkakilála	*aquaintances (with each other)*
magkamag-ának	*members of the same clan*
magkadugò	*people who are related by blood*

3. *Magkaibígan na táyo ulì?* "Are we **friends** again?" (12A10)

---

[1] This noun does not refer to people but to things in a certain position. The formation is irregular in that the prefix is *magká-* — that is, with a long *á*.

4. **Magkababáyan** *táyo, dí ba?* **Magkakláse** *pa ngá táyo simulá noong grade one, at* **magkasáma** *táyo sa kwárto sa UPLB.* "We were **townmates**, aren't we? In fact, we are **classmates** starting grade one, and we were **roommates** at UPLB." (12A11)

12.121   Plurals: *magkaka-, mag-r-*

Most of the words in the formation described above can be pluralized (i.e. refer to three or more people who are in a certain relationship). Plurals are formed by reduplicating the first consonant and vowel which comes after the prefix *mag-*:[2]

mag-iina	*mother and (two or more) children*
mag-aama	*father and (two or more) children*
magkakapatid	*(three or more) people who are siblings*
magkakaáway	*(three or more) people who are enemies*
magkakaibígan	*(three or more) friends*
magkakakilála	*three or more acquaintances*

5. *Pwéde náting gawin yan káhit na* **magkakasáma** *táyong tatlo.* "We can do that even though the **three of us** will be **going around together** (lit. **companions**)." (12B18)
6. **Magkakadugó** *táyong lahat. Kayá dápat magkáisa.* "We are all **kin**. Therefore, we should be united."

12.13 Mutual action verbs with the *mag-* conjugation

For some roots the *mag-* prefix for verbs referring to action which people do together. For example (in the dependent form):

mag-áway	*quarrel*
magsang-áyon	*be in agreement with one and other*
magkíta	*meet*
maglarò	*play together*
magsáma	*live together*
magtúlong	*work together on something, cooperate*

7. *Íbig mong sabíhin hindí múna kayo* **magsásáma?** "You mean to say you won't **be living together** for the while?" (7B22)
8. *Ang tagal na náting hindí* **nagkíkíta.** "It's been a long time since we **saw each other**." (12A8)
9. *Noon lang táyo* **nag-áway.** "That was the first time we **quarrelled**." (12A12)

12.131   Mutual action verb with *magká-*

Most of the words listed in §12.11 above can be made verbs by lengthening the prefix *ka-* and adding the active affixes of the *mag-* conjugation. Such verbs mean "do (root) mutually." The following chart illustrates the *magká-* conjugation:

Past	Present	Dependent	Future	Abstract
nagkáiba	nagkákáiba	magkáiba	magkákáiba	pagkakáiba

Examples (in the dependent form):

---

[2]The reduplication is with a short vowel, as is normal in noun formations.

magkálarò	*play (a certain game) together*
magkáiba	*be different from each other*
magkásakay	*ride together, be fellow passengers*
magkákilála	*be well acquainted with each other*

10. *Ano ang **pagkakáiba** ng balut sa pénoy?* "What is the **difference** between *balut* and *pénoy*?"

In some cases the mutual action root occurs with *ká-* and also without *ká-*. In those cases the form with *ká-* is the potential verb form. The form with *ká-* most commonly refers to an unintentional action.

magkásabay	*happen to do something together*
magkááway	*happen to fight with each other*
magkátúlong	*be able to work together*

11. ***Nagkásabay** sila sa pagsakay sa eropláno.* "They **went together** on the plane."

In some of these cases, however, there is no potential meaning, e.g. *magkásáma* "be together, do things together."[3]

12. *Matagal na ngá táyong hindí **nagkákásáma** e.* "It has been a long time since we **did things together.**" (12A9a)

12.14 The *makipag-* conjugation

Some of the roots which have mutual action forms also have affixes of the active *makipag-*conjugation. These affixes are listed in the following chart (with *larò* "play" as the paradigm):

Past	Present	Dependent	Future	Abstract
nakipaglarò	nakíkipaglarò	makipaglarò	makíkipaglarò	pakíkipaglarò

The meaning of verbs with this formation is "engage (someone) in doing (so-and-so) together with one."

13. *Pwéde ba akong **makipaglaró** sa iyo ng golf?* "Could I **invite** you **to play golf with me?**" (12A9b)
14. *Gusto kong **makipagkaibígan** sa iyo kasi mabait ka.* "I would like **to be friends with you** because you are a good person."
15. *Huwag kang **makipag-áway** sa ákin dáhil táyo'y magkaibígan.* "Don't **pick a fight** with me because we are friends."

12.141   *Makipagká-*

In some cases the root has a prefix *ká-* affixed before the affixes of the *makipag-*conjugation are added, e.g. *makipagkásundò* "enter into agreement" (*nagkásundò* "made an agreement with each other").

16. *Ang Pilipínas ay **nakipagkásundó** sa Amérikang padalhan ng armas.* "The Philippines **entered into an agreement** with America to get arms shipped."

DO GRAMMAR EXERCISES 12Aff.

---

[3]In the case of *sáma* the nonpotential mutual action verb, *magsáma,* means "live together."

12.15 The direct passive affixes added to nouns with *ka-*

Some nouns with *ka-* (§12.11) can have the direct passive affixes added to them. Such verbs mean "make (someone) into a fellow (so-and-so)." Only the potential affixes are productive. The nonpotential affixes of verbs of this class are confined to a few roots.

mákasayaw	*invite (him / her) to be a dancing partner*
kausápin, mákaúsap	*speak with (him / her)*
kalaruin, mákalaró	*play with (him / her)*
kaibigánin, mákaibígan	*make (him / her) into a friend*
kaawáyin, mákaáway	*quarrel with (him / her)*
mákasakay	*invite (him / her) to ride together*
mákasabay	*invite (him / her) to go together*
mákatúlong	*invite (him / her) to be one's helper*
kasunduin, mákasundò	*make an agreement with (him / her)*
kasamáhin, mákasáma	*have (him / her) come along*
mákasang-áyon	*reach an understanding with (him / her)*

16a. *Pwéde ko bang **mákaúsap** si Cárlos?* "May I **speak with** Carlos?"
16b. *Huwag mong **kalaruin** si Cárlos.* "Don't **play with** Carlos!"

12.151   Direct passive of mutual action verbs with no prefix *ka-*

The direct passive affix of mutual verbs occurs without the prefix *ka-* with a small number of roots referring to mutual action. However, these forms occur quite frequently. The direct passive without *ka-* differs somewhat in meaning from the direct passive with *ka-*:

awáyin	*engage in a fight with (him, her)*	kaawáyin	*make (him, her) an enemy of*
laruin	*play with (him, her), especially with a child*	kalaruin	*make (him, her) into a playmate*
salubúngin	*meet (one) arriving*	kasalubúngin	*make an effort to run into (one), meet (one) on the way on purpose*
másalúbong	*able to meet (one) arriving or meet (one) on the way*		
usápin	*talk to (one) to do work*	kausápin	*engage (one) in a conversation*
tagpuin	*go to meet (one)*	katagpuin	*make an agreement with (one) to have a rendezvous*

12.2   Adjective formations which refer to manner

12.21 *Pa-*

The prefix *pa-* can be added to roots to form adjectives which refer to manner. This prefix is especially productive with verbs which refer to motion, and the resulting adjective means "moving in (such-and-such) a direction."

paalis	*going out*	papunta	*going to*
pataas	*in a direction upward*	paligid	*in a direction around*
pabalik	*going back*	padausdos	*sliding down*
pauwì	*going home*	patakbo	*going running*
pababà	*going downward*	paakyat	*in a climbing direction, upward*

17. *Pawis na pawis si Juan hábang siya'y naglálakad **pauwî** sa kanilang báhay.*
    "John was bathed in sweat as he was walking **home** to their house." (10R9)
18. ***Patakbo** siyang naglakad **papuntang** sementéryo.* "He ran (lit. went **running**)
    heading for the cemetery." (10R6)
19. *Ito'y kanyang hinîla **pataas**.* "He pulled it **upwards**." (12R1)
20. *Naglakad siya **pabalik** sa kagubátan.* "He walked **back** to the jungle." (12R9)

This prefix can be used with roots other than those which refer to motion. So far we have had
pakunwarî "in a pretending manner."

21. ***Pakunwarî** niyang sinábi...* "**Pretending** he said..." (12R11)

Other examples will come up later in §15.31: *pakanta* "doing something in a singing way,"
pasayaw "doing (something in a dancing way)," etc.

12.211   *Papa-*

The prefix *papa-* forms an adjective which means "about to do in (such-and-such) a
manner." The prefix *papa-* is added to many of the roots which occur with the prefix *pa-* of §12.21.

22. ***Papauwî** na ako nang biglang umulan.* "I was **about to go home** when it suddenly
    rained."

12.22   R- plus doubling

A formation consisting of the first consonant and vowel of the root lengthened followed by a
doubling of the root occurs with verbs which refer to the way a body moves. Such forms are
adjectives and describe the way something moves. Examples:

lumútang	*float*	lúlútang-lútang	*bobbing up and down*
lumipad	*fly*	lílipad-lipad	*floating through the air*
kumilig	*tremble*	kíkilig-kilig	*shaking, trembling*
pilay	*crippled*	pípilay-pilay	*limpingly*
kumuyákoy	*open and close the legs while sitting*	kúkuyá-kuyákoy[4]	*the legs opening and closing*
maglambítin	*swing*	lálambí-lambítin	*swinging*

23. *Nakákíta siya ng isang púnong ságing na **lúlútang-lútang**.* "He saw a banana
    tree which was **bobbing up and down**." (12R1)

This adjective formation occurs also with other roots which refer to the way a person or thing sits,
moves, or looks.

pungas	*confused and half asleep*	púpungas-pungas	*go around dazed and half asleep*
takam	*smacking the lips in hunger*	tátakam-takam	*drooling with hunger*
sílip	*peek*	sísilip-silip	*be somewhere peeking*
tanaw	*look at*	tátanaw-tanaw	*looking at (expectantly)*
iyak	*cry*	íiyak-iyak	*sit around crying*

24. *Nása likuran niya ay tatlong bátá na bágong gísing at **púpungas-pungas**.* "Her
    three children were behind her. They had just woken up and were in a daze."

---

[4]When trisyllabic words (that is, words of three or more syllables) are doubled, only the first two syllables are
used in the first member. Further, the second vowel of the word is lengthened: e.g., *paré-parého* "all alike", *kuyá-
kuyákoy* "moving the legs", *palí-palígid* "surrounding", etc.

25. *Ang áso ay násâ likuran ni Láuro at **tátanaw-tanaw**.* "The dog was behind Lauro and **sat looking intently**."

12.3   Passives of verbs of motion which refer to the direct object

Verbs of motion can have passive form which refers to the direct object – that is, the place gone to or the thing gone to get. For example, *bábalikan* "go back for, to" in the following is a local passive in the predicate. The subject is the thing gone back to get:

26. ***Bábalikan** ko na lang ang librong nalimútan ko.* "**I'll just go back to get** the book I forgot."

The local passive verb *balikan* can also refer to the place.

27. *Napagpasyahan niyang **balikan** ang kanyang púnong ságing.* "He decided to **go back to** his banana tree." (12R13)

There are two types of motion verbs: those that use a direct passive to refer to the thing gotten or the place gone to and those (like *balik*) which use the local passive for this meaning.

12.31   Direct passive verbs which refer to the thing gotten or place gone to

The direct passive of verbs of this type may refer to the thing gotten or to the place gone to, depending on the context. Verbs we have had of this group are:

abot	*reach a place or person*	abutin	*be reached*
akyat	*climb*	akyatin	*climb up to, for*
babà	*go down*	babain	*go down for*
labas	*go out*	labasin	*go out to get*
langoy	*swim*	languyin	*swim up to*
lákad	*walk*	lakárin	*walk to, go to get*
pások	*go inside*	pasúkin	*go inside to get, go inside (it, where one is)*
takbo	*run*	takbuhin	*run to fetch*

28. *Kaibígang Matsing, pwéde bang **akyatin**[5]mo **yung búnga**. Pumáyag naman itong si Matsing at kaagad niyang **inakyat ang púnò**.* "Friend Monkey, could you **climb up for the fruits?** The Monkey agreed and immediately he **climbed up the tree**." (12R5)
29. ***Lakárin** na lang nátin ang paléngke.* "Let's just **walk it to** the market."
30. ***Bábabain** ko yung mga bisíta.* "I'll **come downstairs to see** the visitors."
31. ***Pasúkin** mo siya sa kwárto.* "**Go inside to see her** in the room."
32. ***Takbuhin** mo yung súsì sa báhay.* "**Run back** to the house **to get** the key."
33. *Káya mo bang **languyin** hanggang pampang?* "Can you **swim across** as far as the bank?"

Some of these verbs also have a local passive which refers to the place in a somewhat specialized meaning, e.g. *pasúkan* "attend (a school, work in a place)."

---

[5]The text has *pakiakyat* "please climb", which is the form of *akyatin* with *paki-* added (§9.31).

12.32 Local passive verbs of motion which refer to the thing gotten or place gone to

These verbs differ from those discussed in §12.31, above, in that they have local passive affixes in this meaning. Again they refer to either to the thing gone to get or the place gone to, depending on the context.

balik	*go back*	balikan	*go back for or to*
uwì	*go home*	uwian	*go home to get*
pasyal	*take a walk*	pasyalan	*take a walk to someone's place*
punta	*go*	puntahan	*go to get*
daan	*pass by*	daánan	*go by to get*

34. *Pinuntahan niya ang kúlúngan.* "He **went to** the cage." (12R18)
35. *Dádaánan ko mámayá ang librong nákalimútan ko kanína.* "I'll **stop by to get** the book I forgot a while ago."

12.33 Comparison between the active of the verbs of motion and the passive

The passive of verbs of motion is used if reference is being made to the purpose for going to a particular place. In examples 26 and 27 above, there was a reason to go back. Compare the following sentence where no reference is being made to any particular purpose or thing to which one is returning.

26a. *Bábalik ako búkas.* "I'll **be back** tomorrow."

Similarly in sentence 34, reference is being made to the particular place the farmer went to. Compare the following sentence where the clause containing the verb makes no reference to a particular point or to a purpose:

34a. *Pumunta siya sa kanyang lúpá pára tingnan ang kanyang mga tanim.* "He **went** to his field to see his plants."

12.34 Comparison of the local or direct passive of these verbs with the conveyance passive

In Unit 9 we learned that verbs of motion may have the conveyance passive affix to refer to a direct object which is the thing bought, put, sold, left, and the like. In this unit we have the verb forms referring to the direct object which is the thing gone after. The following list summarizes these meanings. "It" represents the word the verb refers to in the translation.

Active		Local Passive		Conveyance Passive	
pumunta	*go*	puntahan	*go to get (it)*	ipunta	*take (it) somewhere*
dumaan	*go by*	daánan	*go by to get (it)*	idaan	*deliver (it), drop (it) off*
lumákad	*walk*	lakárin	*walk to (it)*	ilákad	*take (it) around*
umakyat	*climb*	akyatin	*climb after (it)*	iakyat	*bring (it) up*
bumabà	*go down*	babain	*go down to see (it)*	ibabà	*bring (it) down*
pumások	*go in*	pasúkin	*go in to see (it)*	ipások	*put (it) in*
lumabas	*go out*	labasin	*go out to get (it)*	ilabas	*bring (it) out*
tumakbo	*run*	takbuhin	*run to fetch (it)*	itakbo	*run away with (it), bring (it) away*
lumangoy	*swim*	languyin	*swim to (it)*	ilangoy	*bring (it) swimming*
umabot	*reach*	abutin	*reach, go to (it)*	iabot	*pass (it), reach (it) to someone*

The following sentences give examples of the conveyance passive of these verbs keyed to the numbers of 12.3 ff above:

26b. *Ibalik* mo ang libro kina Mr. Ocámpo. "**Return** the books to the Ocampo's."

28b. *Iakyat* mo ang áting mga gámit sa báhay. "**Bring** our things **up** into the house."

29a. *Ilákad* mo itong mga papéles sa Maynílà. "**Bring** these papers **around** in Manila."

30a. *Ibabá* mo ang mga gámit nátin. "**Bring** our things **downstairs**."

31b. *Pwéde* mo nang *ipások* ang mga pláto sa platéra. "You can **put** the plates **into** the cupboard now."

32b. *Itakbo* mo ang súsí sa mga Lóla. "**Run** the key **over** to Grandmother's."

33b. *Pagkahúlog ng bátá sa ílog inilangoy* niya ito sa pampang. "When the child fell in the river, he **swam with** it (lit. **swam** it **across**) to the other side."

DO GRAMMAR EXERCISES 12C1, 12C2.

12.4   The *mápa-* conjugation

The *mápa-*[6] conjugation forms verbs which refer to an involuntary action. The following chart shows the *mápa-* conjugation with *táwa* "laugh" as the paradigm:

Past	Present	Dependent	Future
nápatawa	nápapatawa	mápatawa	mápapatawa

Mápa- is commonly used with roots which have an *-um-* active conjugation, and the meaning of the verb with *mápa-* is the same as with the *-um-* active except that the action is involuntary on the part of the agent. The following list gives some of the roots we have had which may be affixed with affixes of the *mápa-* conjugation:

umupò	*take a seat*	mápaupò	*fall into a sitting position*
umalis	*go away*	mápaalis	*leave a place involuntarily*
tumira	*stay*	mápatira	*be made to stay involuntarily*
uminom	*drink*	mápainom	*accidentally drink*
lumipat	*move*	mápalípat	*be made to move somewhere involuntarily*
kumáin	*eat*	mápakáin	*accidentally eat something*
bumalik	*come back*	mápabalik	*be made to come back*
sumáma	*go along*	mápasáma	*be accidentally included*
tumáwa	*laugh*	mápatawa	*burst out laughing*
umíhì	*urinate*	mápaihì	*wet one's pants*
tumingin	*look at*	mápatingin	*look at involuntarily*
sumakay	*ride a vehicle*	mápasakay	*accidentally get on a vehicle*

36. *Nápaupó siya sa kanyang pagkahúlog.* "He **landed in a sitting position** when he fell."

37. *Nápaurong si Juan.* "John (in his surprise) **stepped back**."

38. *Nápatawa ang táo sa pag-aakálang nalóko niya si Juan.* "The man **burst out laughing** thinking he had deceived John."

39. *Mukhang nápasáma ka sa mga sinisánte.* "Apparently you **accidentally got included** in the group of people who were fired."

40. *Biglá akong nápatingin sa mga babáeng hubad na dumaan.* "I **couldn't help seeing** the bare-breasted woman that suddenly passed by."

---

[6]*Mápa-* is in fact potential of the direct passive of the root with *pa-*.

41. *Nápasakay ako sa maling bus.* "I **accidentally got on** the wrong bus."

DO GRAMMAR EXERCISE 12D.

12.5 New uses of the conveyance passive

In this section we will discuss some new uses of the conveyance passive affixes.

12.51 With roots that refer to personal feelings

For roots or bases that refer to personal feelings, the conveyance passive affixes are added to form verbs that refer to the reason for feeling or being (so-and-so). The conveyance passive affixes are added not directly to the root but to a root to which *pag-* or *ka-* has been added.[7]

| ipagmalaki | *be proud on account of* |
| ikahiyà | *feel ashamed on account of* |

We give these two forms as the paradigm:

Past	Present	Dependent	Future
ipinagmalaki	ipinagmámalaki	ipagmalaki	ipagmámalaki
ikinahiyà	ikinahíhiyà	ikahiyà	ikákahiyà

The one who has the feeling is the **GENITIVE** and the reason for the feeling is the **SUBJECT** (if the verb is the predicate). The reason for the feeling is the **PREDICATE** if the verb is the subject. If the verb modifies another word, the reason for the feeling is the **WORD MODIFIED**. Examples will be given in the following subsections.

12.511 *Ipag-* verbs which refer to feelings

This formation is to roots or bases with the *mag-* active conjugation. Examples (in the dependent form):

magmadalì	*be in a hurry*	ipagmadalì	*be in hurry over (it)*
magmura	*curse*	ipagmura	*curse about (it)*
magmalaki	*be proud*	ipagmalaki	*be proud of (it)*
magtaka	*be surprised*	ipagtaka	*be surprised at (it)*
magsélos	*be jealous*	ipagsélos	*be jealous on account of (it)*
magtawa	*laugh*	ipagtawa	*laugh on account of (it)*

In the following sentence the one who has the feeling is *ko* "I." *Ko* is **GENITIVE**. The reason for the feeling *ang ginawá niya* "what he did" is the **SUBJECT**. The **PREDICATE** contains the verb. The verb *ipinagmúmura* "curse about (it)" is conveyance passive present and contains a prefix *pag-* because *magmura* "curse" is of the *mag-* conjugation.

42. *Ipinagmúmura ko ang ginawá niya.* "I **am cursing about** what he did."

---

[7]We talk here only about the conveyance passives of this type which have been added to bases with *pag-* or *ka-*. In fact, this type of conveyance passive occurs with bases which have other prefixes, as well, but we will only talk about them later.

In the following sentence the verb is the **SUBJECT** and the **PREDICATE** *ano* is the thing which was cursed about. The agent (the one who does the cursing), *mo* "you," is **GENITIVE** and refers to the one who has the feeling.

42a. *Ano ang **ipinagmúmura** mo diyan?* "What **are** you **cursing about?**" (11A2b)

In the following sentence the **GENITIVE** *ko* "I" is the one who has the feeling and the reason for the feeling is the **SUBJECT**, *ang ginawá ko* "what I did." The verb *ipinagmámalaki* "be proud of (it)" is in the **PREDICATE**. It is conveyance passive with a prefix *pag-* because *magmalaki* is of the *mag-* conjugation:

43. ***Ipinagmámalaki** ko ang ginawá ko.* "**I am proud of** what I did."

In the following sentence the verb refers to an indefinite word (§11.1). The indefinite word is the reason on account of which one feels proud. Therefore, the verb meaning "to feel proud" has the conveyance passive form.

43a. *Walá naman akong **ipinagmámalaki** sa iyo.* "I don't have reason to lord it over you. (Lit. I have nothing that is the reason **on account of which I am being proud** toward you.)" (12A14)

Another example from a sentence with an indefinite word:

44. *Walá naman akong dápat **ipagsélos**.* "I don't have anything to (lit. I should) **be jealous about.**"

12.512   Bases with *ka-* with the conveyance passive affixes

Words that refer to feelings or states and have the *ma-* conjugation (§10.11) or have the *-um-* conjugation form verbs of this kind by affixing *ka-* before the roots. That is, verbs of the *ma-* or the *-um-* conjugation, the roots of which refer to states, also occur with the conveyance passive affixes to form verbs which refer to the reason on account of which the agent got (or gets) into the state. In the case of verbs with the *-um-* and *ma-* active conjugation, the root adds a prefix *ka-* before adding the conveyance affixes. A partial list of the many roots we have studied which are amenable to this formation is as follows:

maasar	*get angry*	ikaasar	*be angry on account of (it)*
mabasà	*get wet*	ikabasà	*get wet on account of (it)*
magálit	*get angry*	ikagálit	*get mad on account of (it)*
mahiyà	*be ashamed*	ikahiyà	*be ashamed on account of (it)*
malito	*be confused*	ikalito	*be confused on account of (it)*
malungkot	*be sad*	ikalungkot	*be sad on account of (it)*
masúyà	*be fed up*	ikasúyà	*be fed up on account of (it)*
matákot	*be afraid*	ikatákot	*get afraid on account of (it)*
matuwà	*be happy*	ikatuwà	*be happy on account of (it)*
magalak	*be happy*	ikagalak	*be happy on account of (it)*
magútom	*be hungry*	ikagútom	*be hungry on account of (it)*
mabusog	*get full*	ikabusog	*be full on account of (it)*
bumagsak	*fall*	ikabagsak	*fall on account of (it)*
umiyak	*cry*	ikaiyak	*cry on account of (it)*
tumáwa	*laugh*[8]	ikatáwa	*laugh on account of (it)*

---

[8]We have *ipagtawa* "laugh on account of it" formed to *magtawa* "laugh" and *ikatáwa* formed to *tumáwa* "laugh." There is little difference in meaning between the two forms.

In the following sentence *mo* is the **AGENT** (the one feeling ashamed) and is **GENITIVE**. *Ikahiyà* "be ashamed of" is the **PREDICATE** and *kahirápan* "poverty" is the **SUBJECT**. The subject is the reason on account of which the agent feels ashamed.

45. *Hindí mo dápat **ikahiyá** ang kahirápan mo.* "You should not **be ashamed of** your poverty."

In the following sentence *ko* is the agent (the one feeling sorry) and is genitive. *Ikinalúlungkot* "feel sorry on account of (it)" is the predicate. The subject *ang nangyári* is the reason on account of which the agent feels sorry.

46. ***Ikinalúlungkot** ko ang nangyárì.* "I **am sorry for** what happened."

DO GRAMMAR EXERCISE 12E.

12.52 Conveyance passives of verbs which refer to saying, asking, making a noise, etc.

Verbs which refer to speaking, saying, asking, making a noise, and the like have a conveyance passive form which refers to the thing said, uttered, asked, noise made. Verbs of this kind we have had so far are given in the following list (quoted in the dependent form):

magtúrò	*teach*	itúrò	*teach (a subject)*
magtanong	*ask*	itanong	*ask (a question)*
tumáwag	*call*	itáwag	*call someone (it)*
magsábi	*say*	ipagsabi	*spread (news)*
sumigaw	*shout*	isigaw	*shout (something) at*
tumáwad	*bargain*	itáwad	*offer in bargain*
sumagot	*answer*	isagot	*give an answer*

In the following examples the predicate is the thing said, asked, answered, and the like, and the verbs are subjects:

47. *Ano ang **itinútúró** mo sa bátà?* "What are you **teaching** the child?"
48. *Ano ang **itinanong** ng mga bátá sa iyo?* "What **did** the children **ask**?"
49. *Ano ang **isinagot** mo sa kanila?* "What **did** you **answer** them?"
50. *Bahálá na kung ano ang **itáwag** nila sa ákin.* "I don't care what they **call** me."
51. *Ano ang **isinigaw** niya?* "What was it he **shouted out**?"

12.521   Comparison of the conveyance passive with the direct or local passive in verbs of this kind

Conveyance		Direct		Local	
itúrò	teach (it)	*none*		*turúan*	teach (one)
itanong	ask (it)	*tanungin*	ask (s.o.)	*none*	
isagot	give (it) as answer	*sagutin*	answer (it)	*sagutan*	provide (it) with an answer
itáwag	call a person (something)	*tawágin*	call, summon	*tawágan*	call (one) up
isigaw	shout (something) out	*none*		*sigawan*	shout at (one)
itáwad	offer (it) in bargaining	*none*		*tawáran*	bargain to buy (it)
iútos	give (it) as a command	*none*		*utúsan*	command (one)

The following sentences have numbers keyed to the sentences of §12.52 above, and should be compared with them:

47a. *Síno ba ang túturúan mo?* "**Whom will** you **be teaching?**"
48a. *Kung ako ang tátanungin mo...* "**If** you **ask me...**"
49a. *Sagutin mo yung súlat.* "**Answer the letter.**"
49b. *Mabúti pa sagutan mo na itong kwéstyoner.* "The best thing is for you **to provide answers to the questionnaire.**"
50a. *O, ba't kayá ako tinátáwag?* "Oh, why can they be **calling me?**" (12C46)
50b. *Pwéde naman nátin silang tawágan a.* "We **can call them up.**" (6C22a)
51a. *Huwag mo akong sigawan.* "Don't **shout at me.**"

12.53 Other new roots with conveyance passive affixes

We have had a number of roots which can have the conveyance passive affixes since Unit Nine when we studied the conveyance passive (§9.2 ff.). The following list gives verbs other than types discussed in §§12.34, 12.512 and 12.52ff. above. For the most part these conveyance passive verbs refer to a direct object which is the thing put, thrown, moved and the like. (These are, thus, of the same sort as discussed in §9.2 of Unit 9.)

Other form of verb		Conveyance passive	
utúsan	*command (a person)*	iútos	*give (it) as a command*
palitan	*replace (something)*	ipalit	*give (it) as a replacement*
sukátan	*measure (something)*	isúkat	*try (it) on to see if it fits*
magtúlak	*push*	itúlak	*push (it) away*
lumápit	*go near*	ilápit	*put (it) near*
tumaas	*go upwards*	itaas	*put (it) up*
lumápit	*go near*	ilápit	*put (it) near*
magtanim	*plant*	itanim	*plant (it)*
mahúlog	*fall*	ihúlog	*drop (it)*
tumúsok	*pierce*	itúsok	*pierce with (it)*
Other form of verb		**Conveyance passive**	
magtágò	*hide*	itágò	*put (it) away*
maghágis	*throw it down*	ihágis	*throw (it)*
magkulong	*imprison*	ikulong	*put (it) in a cage*
magpakasal	*get married*	ipakasal	*give (him/her) in marriage, marry (him/her) off*
binuksan	*open (it)[9]*	ibukas	*open (it)*
tumúlong	*help*	itúlong	*give (it) as help*

52. *Tulúngan mo akong itaas itong púnò.* "**Help** me **get** this tree **up** (on the bank)." (12R2)
53. *Kanyang itinúlak ang púnó papunta sa pampang.* "He **pushed** the tree in the direction of the river's edge." (12R1)
54. *Ipápakasal niya ako sa anak niyang babáe. Kayá niya ako ikinulong díto.* "He will **marry** me **off** to his daughter. That is why he has **put** me **in a cage** here." (12R16)
55. *Isinara (=sinarhan) niya ang pintó ng kúlúngan.* "He **closed** the door of the cage."
56. *Ano ba ang iniútos niya sa iyo?* "What did she **command** you to do?"

---

[9]*Bukas* "open" and *sara* "close" have the conveyance and the local passive form to refer to the direct object (the thing opened or closed). There is no difference in meaning between the local and the conveyance passive forms of these verbs.

57. *Ano ba ang **maitútúlong** ko sa iyo.* "What can I help you with (lit. **give as help**)?"

DO GRAMMAR EXERCISES 12Fff.

12.6 Word study

12.61 *Walá*

We have had several idioms with *walà*:

walá sa úso	*not in fashion*
walá pa sa puhúnan	*less than the capital, not as much as the capital*
walá sa X, walang X	*not worth X*

58. *Ang lúmá-lúmá na nito at mukhang **walá** na **sa úso**.* "This is an old thing and doesn't look **very much in style**." (12C30a)
59. *Sóri hó péro **walá pa** hó **sa puhúnan**.* "Sorry, but that's **not even as much as we paid for them**." (12C43)
60. ***Walang*** (or ***walá sa***) *kinyéntos yang híkaw na yan.* "Those earrings **aren't worth any** five hundred!" (12C43)

12.611 Verb forms of *walà*

We have had several verb forms with *walá*.

makawalà	*escape*	makáwalà	*accidentally lose something*
mawalà	*disappear, become gone*	mawalan	*lose something, have something disappear*
iwalà	*make (it) disappear*	pawalan or pakawalan	*allow (him) to escape*

61. *Hindí niya makáyang ubúsin ang túbig at **nakawalá** si Pagong.* "He was unable to drink the water all up, and so the turtle **escaped**."
62. ***Nakáwalá** ako ng híkaw.* "I **lost** an earring."
63. *Kapag ito'y sinábi mo káhit kaníno, **mawáwalá** ang hiwágá nito.* "If you tell anyone at all, **its magic will disappear**." (11R7)
64. *Ito pala'y **nawalan** lang ng málay.* "It turns out **she** only **lost** consciousness." (10R5)
65. *Ikaw na lang ang pagdadalhin ko ng péra baká **maiwalá** ng bunsò.* "I'll just have you carry the money because your little brother might **lose it**."

12.62 *Áwà*

Áwà is a noun meaning "pity."

66. *Walang **áwang** ginulpi niya ang bátà.* "He beat the child without **pity**."

The phrase *párang áwà* + *mo, ninyo* means "have pity!" Usually it is modified by the particle *na* used with the imperatives.

67. *Juan, Huwag! **Pára mo nang áwà**.* "John, don't! **Have pity!**" (11R4)

We have the following common verbal affixations of *àwà* (quoted in the dependent form):

maáwà	*have pity*	makaáwà	*arousing pity*
magmakaáwà	*beg for mercy*	pagmakaáwáan	*be asked for pity*
ikaáwà	*reason on account of which one feels pity*	kaawáan	*have pity on (him/her)*

Also, there is a very common adjective formation, *kaawaáwà* (usually contracted to *kawáwà*) "pitiful" (§16.63).

68. *Kawáwá naman si Pagong. Búkas ay lúlutúin siya. Dí ba **nakákaáwá** ang ganyan?* "**Poor** turtle. He's going to be cooked tomorrow. Doesn't that **inspire pity?**"
69. *Huwag Matsing. **Maáwá** ka sa ákin.* "Don't, Monkey! **Have pity** on me!"
70. ***Nagmámakaáwá** siya sa mga táong dumáraan.* "He **begged mercy** from the people who were passing by." (12R15)

DO GRAMMAR EXERCISE 12G1.

12.63 *Úsap*

Úsap is a base for several verbs. When the prefix *ka-* is added to *úsap* it forms the noun *kaúsap* "person with whom one talks" (§12.1, above). *Kaúsap* can be used as a base of a verb with *-um-* active affixes and with the direct passive affixes. The direct passive affixes are common. The following chart shows these forms:

Past	Present	Dependent	Future
		Nonpotential	
kinaúsap	kinákaúsap	kausápin	kákausápin
		Potential	
nákaúsap	nákakaúsap	mákaúsap	mákakaúsap

71. *Pwéde ko hó bang **mákaúsap** si Cárlos?* "May I **speak with** Carlos?" (12A3)

Úsap also occurs with other affixes. *Úsap* may have the mutual action affix *magká-* and *makipag-* (§§12.131 and 12.14).

72. *Nagkíta na kami péro hindí pa kami **nagkákaúsap**.* "We met but we **haven't had a chance to talk**."
73. *Áyaw kong **makipag-úsap** sa kanya.* "I don't want to **strike up a conversation with** him."

Paki- is added to *úsap* to form a verb which means "entreat, beseech." The following chart shows its conjugation:

Past	Present	Dependent	Future	Abstract
		Active		
nakiúsap	nakíkiúsap	makiúsap	makíkiúsap	pakikiúsap
		Local Passive		
pinakiusápan	pinápakiusápan	pakiusápan	pápakiusápan	—
		Conveyance Passive		
ipinakiúsap	ipinápakiúsap	ipakiúsap	ipápakiúsap	—

74. *Kayá **nakiúsap** siya sa kaibígang Matsing.* "Therefore, he **begged** (his) friend the monkey..."

The conveyance passive of *paki-* refers to the thing which is requested.

75. *Ito lang ang **ipápakiúsap** ko sa iyo.* "This is the only **thing I shall ask** from you."

The local passive of *pakiúsap* refers to the person from whom one is requesting.

76. ***Pinakiusápan** ni Pagong si Mang Ambó na siya'y pakawalan.* "The turtle **begged** Mang Ambo to let him go."

12.64 *Bále*

The basic meaning of *bále* is "worth, amount to."

77. ***Bále** magkáno ang halaga?* "**In all** how much is the price?"

Hindí bále means "it does not matter."

78. *Síge, **dí bále** na lang hò.* "OK, never mind. (It doesn't matter.)" (12C44)

Bále can also mean "be like, be equivalent to."

79. *Ang íbig sabíhin ng banlawan ay **bále** hugásan. **Bále** ganoon pala?* "*Banlawan* means **the same as** *hugásan*. Is it **equivalent to that?**"
80. ***Bále** walá naman yon e.* "That doesn't amount to anything. (Lit. That is equivalent to nothing.)" (12A13a)

12.65 *Sila*

Sila means "they." However, *sila* can also be used as a polite second person form of address. It is used with persons with whom one is not acquainted. Compare this to *kayo* which is a polite form of address to persons whom one may know or not know.

81. *Síno hó **sila**? Ano ang kailángan nila?* "May I inquire who is calling (lit. who are **you**?). What shall I say it is about? (Lit. What is your need?)" (12A2,4)
82. *Saan hó **sila** gáling?* "Where are **you** from, sir?"

12.66 *Palígò*

Palígò "bathe" has an irregular conjugation. The prefix *pa-* (homonymous but unconnected with the causative *pa-*) disappears with the active nonpotential prefixes but otherwise *pa-* is present. The prefix *pa-* in this case has no meaning. Its function is to enable the root to take verbal affixes. The following chart shows the conjugation:

Past	Present	Dependent	Future	Abstract
		Active Nonpotential		
nalígò	nalílígò	malígò	malílígò	paglígò
		Active Potential		
nakapalígò	nakákapalígò	makapalígò	makákapalígò	pagkapalígò *or* pagkalígò
		Local Passive		
pinaligúan	pinápaligúan	paligúan	pápaligúan	
		Conveyance Passive		
ipinalígò	ipinápalígò	ipalígò	ipápalígò	

83. *Tuwing **nalíligó** ako ay túbig na maligamgam ang ginágámit ko.* "I use warm water everytime I **bathe.**"
84. *Mabúti pa **makápaligó** múna.* "I should **take a bath** first." (12B21a)
85. *Malílom doon sa áming **pinaligúan.*** "It was shady at the **place** we **bathed.**"
86. *Ipaligó mo iyan, ínit lang iyan.* "Take a bath and cool yourself down. (Lit. **Bathe** that [thing that is bothering you] **away**, it is just body heat)."

12.67 *Médyo*

Médyo precedes adjectives or verbs which refer to characteristics to form phrases which mean "rather, somewhat (so-and-so)." There is no linker after *médyo*.

87. *Médyo nahirápan ako sa paghánap ng báhay ninyo.* "I had a **rather** difficult time looking for your place."

Grammar Exercises

12A. Mutual actions. (§12.1)

12A1. Pagbuó ng pangngálang may *ka-*. (Formation of nouns with *ka-*.) Gamítin ang *ka-* sa pagsagot sa mga sumúsunod na pangungúsap nang áyon sa modélo. (§ 12.11)

1a. Magkasáma ba kayo ni Lésling malígó doon?
  b. Óo. Kasáma ko siya noong malígó ako doon.
2a. Parého ba kayo ni Juan ng kláse?
  b. Óo. Kakláse ko siya?
3a. Isináma ba ni Pédro ang kanyang kaibígang maglaró ng golf?
  b. Óo. Kalaró ng golf ni Pédro ang kanyang kaibígan.
4a. Magkasáma ba kayo ni Léslie sa bus kanína?
  b. Óo. Kasakay ko si Léslie sa bus kanína.
5a. Kinaúsap ba ni Pete si Cárlos sa telépono?
  b. Óo. Kaúsap ni Pete si Cárlos sa telépono.
6a. Isináma ba ni Pete si Cárlos sa pagpunta doon?
  b. Óo. Kasáma ni Pete si Cárlos sa pagpunta doon.
7a. Ináway ba ng pagong ang matsing?
  b. Óo. Kaáway ng pagong ang matsing.
8a. Taga-Vígan din ba yang kaibígan mo?
  b. Óo. Kababáyan ko itong kaibígan ko.
9a. Sumang-áyon ba si Cárlos sa gusto ng mga magúlang niya?
  b. Óo. Kasang-áyon sa gusto ng mga magúlang niya si Cárlos.
10a. Tumúlong ba ang pagong nang itanim ng matsing ang ságing?
  b. Óo. Katúlong ng matsing ang pagong nang itanim niya ang ságing.

12A2. Pagbuó ng pangngálang may *mag-* o *magka-*. Bagúhin ang mga sumúsunod na pangungúsap sa pamamagítan ng paggámit ng pangngálang may *mag-* or *magka-*. (§§12.12, 12.131)

1a. Nagháhanap ang ina at ang kanyang anak ng gátong sa búkid.
  b. Nagháhanap ang mag-ina ng gátong sa búkid.
2a. Kaibígan ko siya noong úna péro hindí na ngayon.
  b. Magkaibígan kami noong úna péro hindí na ngayon.

3a. Si Juan at ang asáwa niya ay nabúbúhay nang marangyà.

b. Ang mag-asáwa ay nabúbúhay nang marangyà.

4a. Si Pete at ang kapatid niya ay naglálaró ng golf.

b. Ang magkapatid ay naglálaró ng golf.

5a. Ang mag-asáwa at ang kanilang mga anak ay manónood ng síne.

b. Ang mag-ának ay manónood ng síne.

6a. Ang Tátay niya at si Pédro ay nagtanim ng ságing.

b. Ang mag-ama ay nagtanim ng ságing.

7a. Sina Pete at Cárlos ay láging naglálaró ng golf.

b. Sina Pete at Cárlos ay láging magkalaró ng golf.

8a. Isang áraw, ang pagong at matsing ay nag-úúsap.

b. Isang áraw, ang pagong at matsing ay magkaúsap.

9a. Sila ay hindí dáting nag-ááway.

b. Sila ay hindí dáting magkaáway.

10a. Tinútulúngan ko siya sa kanyang trabáho at ganoon din naman siya sa ákin.

b. Magkatúlong kami sa trabáho.

12A3. Mutual Action. Bagúhin ang mga sumúsunod na pangungúsap sa pamamagítan ng paggámit ng panláping *mag-* o *magka-* sa pagbabanghay ng pandíwà. (§ 12.13-131)

1a. Matagal nang hindí kita nákíkíta eh!

b. Matagal nang hindí táyo nagkíkíta, eh!

2a. Sumakay siya sa dyip na násakyan ko.

b. Nagkásakay kami sa dyip.

3a. Hindí mo siya dápat na awáyin.

b. Hindí kayo dápat mag-áway.

4a. Sásabayan mo bang kumáin si Léslie?

b. Magsásabay ba kayong kumáin ni Léslie?

5a. Tútulúngan mo ba si Pete sa kanyang trabáho?

b. Magtútúlong ba kayo ni Pete sa kanyang trabáho?

6a. May dalawang taon nang hindí kita nakákasáma.

b. May dalawang taon nang hindí táyo nagkákásáma.

7a. Isinayaw ba ni Pete si Léslie kagabi?

b. Sina Pete at Léslie ba ay nagkásayaw kagabi?

8a. May nabuó bang kásundúan ang mga magúlang nila?

b. Nagkásundó ba ang mga magúlang nila?

9a. Tinabihan ba ni Pete si Léslie sa úpúan nang manood sila ng síne?

b. Nagkátabi ba sa úpúan sina Léslie at Pete nang manood sila ng síne?

10. Ang bag ni Léslie ay kagáya ng kay Pete.

b. Magkagáya ang bag nina Léslie at Pete.

12A4. Bagúhin ang mga sumúsunod na pangungúsap sa pamamagítan ng paggámit ng panláping *makipag-* sa pagbabanghay ng pandíwà. (§ 12.14-141)

1a. Gusto kong maglaró táyo.

b. Gusto kong makipaglaró sa iyo.

2a. Bákit kayo nag-áway ni Pete?

b. Bákit ka nakipag-áway kay Pete?

3a. Mámayang gabi ay magsásayaw táyo.

b. Mámayang gabi ay makíkipagsayaw ako sa iyo.

4a. Huwag kayong mag-úúsap ni Léslie sa óras ng kláse.

b. Huwag kang makíkipag-úsap kay Léslie sa óras ng kláse.

5a. Sabíhin mo kung bákit kayo nagkásundong manood ng síne.

b. Sabíhin mo kung bákit ka nakipagkásundó sa kanyang manood ng síne.

6a.　Nagkákilála na ba kayo ng pínsan kong taga-Maynílà?
　b.　Nakipagkilála ka na ba sa pínsan kong taga-Maynílà?
7a.　Nagkíta sina Léslie at Pete kahápon.
　b.　Nakipagkíta si Léslie kay Pete kahápon.
8a.　Naging magkaibígan sina Pete at María kahápon.
　b.　Nakipagkaibígan si Pete kay María kahápon.
9a.　Nagpálítan ng úpúan sina Juan at María.
　b.　Nakipagpalit ng úpúan si Juan kay María.

12A5. Lagyan ng támang panlápí ang mga salitang-ugat na nása panaklong. (Paghaháló ng *ka-* pangngálan, *mag-* o *magka-* pangngálan, *mag-* o *magka-* pandíwá at *makipag(ka)-* pandíwà.) (§12.11-14)

1. (*Báyan*) ako ng Presidénte. (*Larò*) niya ako noong bátá pa kami. Péro ngayon hindí na kami masyádong matálik na (*kaibígan*). 2. Péro pwéde pa kaming (*úsap*) kung may kailángan ako sa kanya. Hindí niya malílimútang (*larò*) kami noong úna. 3. Nasísigúro kong natátandaan pa niya na (*larò*) kami ng golf noon. Hábang kami ay (*larò*) ay (*sundò*) kami. 4. Péro pagkatápos ay nagíging (*áway*) kami dáhil láging maínit ang úlo niya. Kayá lang kami (*sundò*) ulí ay binigyan ko siya ng kéndi bar na paboríto niya. 5. Nápakasaya námin noong kami ay (*sáma*) pa. Káhit lágí kaming (*áway*) kami pa rin ang matálik na (*kaibígan*). 6. Sigúro dáhil kaming dalawa ay (*sundò*) sa maráming bágay at lágí kaming (*sáma*). 7. Lágí kaming (*túlong*) sa áming trabáho. At lágí kaming (*hátì*) sa pagkáin. 8. Sána ay hindí niya nákalimútan na kami ay naging (*kaibígan*). 9. Nang pumások na kami sa iskwelahan, kami ay (*kláse*) at (*tabi*) pa sa úpúan. 10. (*Sabay*) lágí kami kung umuwì. Marámi ang nag-akálá na (*dugò*) kami. 11. Kami ay (*kápit-báhay*) kayá kami ay láging (*sáma*) sa pagpások sa iskwelahan. 12. Sábi ng marámi kami raw ay (*mukhà*) kayá ang akálá nila kami ay (*kapatid*). 13. Párang (*kapatid*) sina Juan at María. Péro ang sábi ni Léslie sila raw ay (*nóbyo*). 14. Matagal na silang (*kilála*) péro káhit mínsan ay hindí pa sila (*galit*). 15. Noong muling (*kíta*) ang (*báyan*) na sina Juan at Pete ay párang nápakatagal nilang (*layò*). 16. Nang magpakasal sina Juan at María, marámi ang natuwà. Marámi ang nagsábi na bágay silang (*asáwa*). 17. Sila ay (*sunod*) na umalis kayá sila ay (*kíta*) sa paléngke. 18. Kanínang umága kami ay (*sakay*) sa dyip. Kayá (*pátong*) yong áming dalang kahon. 19. Kagabi, silang dalawa ay láging (*sayaw*) kayá ang akálá ng iba, sila ay (*nóbyo*). 20. (*Galit*) ba ang (*asáwang*) Juan at María? 21. (*Larò*) ko lang siya kahápon. Bákit ko siya magíging (*galit*)? 22. Si Juan ang (*sáma*) ko sa pag-akyat sa bundok. Siya kasi ang (*tiwálà*) ng Tátay ko. 23. (*Sabay*) niya akong kumáin kanína at nang malígó siya sa ílog ay (*sáma*) rin ako. 24. (*Kilála*) ko si Léslie dáhil (*kláse*) ko siya noong ako ay násá grade one pa. 25. Si Mr. Ocámpo ang (*párte*) ng Tátay ko sa mga búnga ng mangga. (*Mag-ának*) siya ng Tátay ko.

12B1. *Pa-* manner. Muling ihayag ang mga sumúsunod na pangungúsap sa pamamagítan ng paggámit ng panláping *pa-*. (§ 12.21)

1a.　Tumátakbo siya nang lumálákad siya sa báhay.
　b.　Lumálákad siya sa báhay nang patakbo.
2a.　Biglang umulan nang umalis na ako ng báhay.
　b.　Biglang umulan nang paalis na ako ng báhay.
3a.　Dumating si Léslie nang si Pete ay púpunta na sa simbáhan.
　b.　Dumating si Léslie nang papunta na si Pete sa simbáhan.
4a.　Nang siya ay lálákad na ay dumádating naman si Pete.
　b.　Nang siya ay palakad na ay padating naman si Pete.
5a.　Umíiyak siya nang siya'y bumalik sa kwárto.
　b.　Umíiyak siya nang siya'y pabalik sa kwárto.
6a.　Si Juan ay umáakyat nang si María ay bumábabá na.

b. Si Juan ay paakyat nang si María ay pababá na.
7a. Hábang si Léslie ay lumálápit, si Pete ay lumálayó naman.
b. Hábang si Léslie ay palapit, si Pete ay palayó naman.
8a. Ano ka ba, tumátáwa o umíiyak?
b. Ano ka ba, patawa o paiyak?
9a. Nakaupó siya nang lumápit kay Pete.
b. Lumápit siya nang paupó kay Pete.
10a. Hiníla niya kasi nang kúnin sa ákin.
b. Kinúha niya kasi sa ákin nang pahila.
11a. Sumísigaw siya nang siya ay kumanta.
b. Kumanta siya nang pasigaw.
12a. Nang tawágin niya si Juan, siya ay humíhiyaw.
b. Tináwag niya nang pahiyaw si Juan.
13a. Inihágis niya nang ibinigay sa ákin ang diksyonáryo.
b. Ibinigay niya sa ákin nang pahágis ang diksyonáryo.
14a. Nakatayó siya nang siya ay nagbasa ng libro.
b. Nagbasa siya ng libro nang patayò.
15a. Nang siya ay sumunod sa ákin siya ay nagtátágò.
b. Sumunod siya sa ákin nang patagò.

12B2. Isálin sa Pilipíno ang mga salitang Ingles na nása panaklong. (§ 12.21-22)

1. Nákíkíta niya ang matsing (*swinging*) sa púnong-káhoy. 2. Lumákad siya (*toward*) sa púnong 'yan. 3. Umakyat siya (*going to the top*) pára makúha yung matsing. 4. Péro (*running away*) umalis ito. 5. Tumakbo siya (*going back*) sa ílog. 6. Nang sumunod si Pagong sa ílog ay nákíta si Matsing na (*bobbing up and down*) sa túbig. 7. Dáhil sa (*going downward*) ang (*going to*) sa ílog ay (*sliding down*) na naglakad si Pagong. 8. Ngayon ay (*limpingly*) siyang pumunta sa ílog. 9. Péro nang dumating si Pagong sa ílog ay nakaupó si Matsing sa isang bato na (*opening and closing the legs*). 10. (*Around*) na pumunta si Pagong sa bato. 11. Nang mákíta ni Pagong na kumákáin na si Matsing ng mga ságing ay (*drooling with hunger*) na rin siya. 12. (*Shaking*) siyang lumápit kay Matsing at humingí ng isa. 13. Péro nang mákíta ni Matsing na (*going to*) sa kanya si Pagong ay tumakbo ulí siyang (*in a climbing upward direction*) sa púnò. 14. (*Going running*) na lang bumalik si Pagong sa ílog. 15. Nang mákíta ni Matsing na (*going away*) na si Pagong ay bumabá ulí siya.

12C. Verbs of motion

12C1. Únang Hakbang. Pagsasánay sa pagsagot. Gamítin ang *Ano ba ang* + *pandíwá* sa pagsagot sa mga sumúsunod na pangungúsap. (§§12.3-32, 12.34)

1a. Pumunta ka kina Nána Ánsay.
b. Ano ba ang púpuntahan ko doon?
2a. Pabalikin mo sila sa paléngke.
b. Ano ba ang bábalikan nila doon?
3a. Mag-abang ka sa iskwelahan.
b. Ano ba ang áabangan ko doon?
4a. Dumaan ka kina Inting mámayà.
b. Ano ba ang dádaánan ko doon?
5a. Tumakbo ka kina Mr. Ocámpo.
b. Ano ba ang tátakbuhin ko doon?
6a. Bumabá ngá kayo sa báhay.
b. Ano ba ang bábabain námin doon?

7a. Umakyat ang bátá sa púnò.
b. Ano ba ang inakyat ng bátá doon?
8a. Pumasyal na lang táyo sa mé ílog.
b. Ano ba ang pápasyalan nátin doon?
9a. Pumások ka sa loob ng kwárto.
b. Ano ba ang pápasúkin ko doon?
10a. Lálangoy sila hanggang pampang.
b. Ano ba ang lálanguyin nila doon?

Ikalawang Hakbang. Gamítin ang *May* sa pagsagot sa mga sumúsunod na pangungúsap.

1a. Kailángan kong bumalik sa báhay kasi may kúkúnin ako doon.
b. May bábalikan ako sa báhay.
2a. Umakyat ang matsing sa púnó kasi may kinúha siyang ságing doon.
b. May inakyat na ságing sa púnó ang matsing.
3a. Tumakbo ka sa báhay kasi may ipápakúha ako sa iyo doon.
b. May tátakbuhin ka sa báhay.
4a. Pápások ako sa báhay dáhil may kúkúnin akong kahon.
b. May pápasúkin akong mga kahon sa báhay.
5a. Umakyat ka sa itaas at kúnin mo ang mga gámit ko doon.
b. May áakyatin kang mga gámit sa itaas.
6a. Bumabá ka pára mákíta mo ang mga bisíta sa kusínà.
b. May bábabain kang mga bisíta sa kusínà.
7a. Ikaw ngá ay lumangoy sa ílog pára makúha mo yung púnò.
b. May lálanguyin kang púnó sa ílog.
8a. Lumabas ka at nároon si Cárlos.
b. May lálabasin ka doon.
9a. Púpunta ako sa paléngke nang tawágin niya ako.
b. May púpuntahan ako sa paléngke.
10a. Dumaan ako kina Léslie pára kúnin yung libro.
b. May dinaánan akong libro kina Léslie.

12C2. Lagyan ng támang panlápí ang mga salitang nása panaklong úpang maging ganap ang díwá ng mga pangungúsap. (§§12.3-32, 12.34)

1. Léna, (*pások*) mo ang Kúya Pete mo sa kwárto niya at sabíhin mong nakahandá na ang agáhan niya. 2. Áyaw hong lumabas ni Pete at ang gusto ay (*pások*) ko na lang ang pagkáin sa kwárto niya. 3. Nagálit ang nánay ni Pete at dáli-dálí siyang (*akyat*). 4. Tinanong siya ng kanyang nánay kung ano ang probléma niya at áyaw niyang (*babà*) ang kanyang agáhan. 5. May sakit si Pete kayá niya sinábi kay Léna na (*akyat*) na lang siya ng pagkáin. 6. Nang máláman ng nánay niya iyon ay bumabá ito at inutúsan si Léna na (*akyat*) na lang iyong agáhan kay Pete. 7. (*Babà*) mo ngá pala ako ng damit pagkabigay mo ng pagkáin kay Pete at púpunta ako sa paléngke. 8. (*Punta*) ko si Nána Ánsay sa kanyang tindáhan pára itanong kung anu-ano ang mga kailángan sa paggawa ng létse plan. 9. Kung (*lákad*) ninyo ang paléngke ay dumáan na kayo kina Léslie. 10. Pakisábi nyo kay Léslie na (*dáan*) ko siya mámayà. 11. Nápagkásunduan námin kahápon na (*pasyal*) námin si Línda ngayon sa báhay nila. 12. Bálak kasi náming (*pasyal*) siya sa plása bágo siya umuwí sa Maynílà. 13. Walá ka na bang alam (*pasyal*) kundí iyong plása. Doon na lang kayo sa UP mamasyal. 14. May táo hó yátá sa labas ng báhay. (*Labas*) nyo múna bágo kayo malígò. 15. (*Labas*) mo kami ng kape sa sálá at sa tingin ko ay si Kumáre iyon.

12D. (-*um-*, *mápa-*). Piliin ang támang sagot sa loob ng saklong. (§ 12.4)

1. Ihing-ihí si Marcélo. Nagháhanap siya ng CR pára (*mápaihì, umíhì*). 2. Hindí niya nákíta yung kubéta agad. Dáhil sa kátatáwa niya ay (*nápaihí, umíhí*) siya. 3. Pagkákíta ng kasáma niya ay (*tumáwa, nápatawa*) ito. 4. Dáhil sa hiyá ay (*umiyak, nápaiyak*) siya. 5. "Huwag ka nang (*umiyak, mápaiyak*)," ang sábi ng kasáma niya. 6. Dálí-dálí siya nang mákíta niya ang CR kayá doon siya (*pumások, nápapások*) sa CR ng mga babáe. 7. Hindí na nasábi ng kasáma niyang huwag siyang (*pumások, mápapások*) doon. 8. Nágúlat tuloy ang mga babáe kayá (*sumigaw, nápasigaw*) sila. 9. "Huwag kayong (*humiyaw, mápahiyaw*)," ang sábi ni Marcélo. 10. Pati yung matandang babáe ay nabiglá kayá (*humiyaw, nápahiyaw*) ito. 11. Yong isang babáe ay muntik nang (*umanak, mápaanak*) nang dí pa óras. 12. Dáhil sa tákot ni Marcélo (*umúrong, nápaúrong*) siya. 13. Nang umuwí sila (*nápapatawa, tumátáwa*) yong kasáma niya kayá lang hindí makatáwa ay baká magálit siya. 14. Naísip niyang malakas (*mápaiyak, umiyak*) si Marcélo. 15. Muntik nang mádapá si Marcélo kayá (*humáwak, nápaháwak*) siya sa kasáma niya.

12E.   Conveyance passive. (§ 12.51-512)

Únang Hakbang (tumútúkoy sa damdámin)

1a.   Ano ba ang ikinagágálit mo sa kanya?
  b.   Bákit ka ba nagágálit sa kanya?
  c.   Walang dahilan pára magálit ka sa kanya.
2a.   May dápat ba siyang ipagsélos sa ákin?
  b.   Bákit ba siya nagsésélos sa ákin?
  c.   Walá siyang dahilan pára magsélos sa ákin?
3a.   May dápat ba siyang ipagmalaki sa ákin.
  b.   Bákit ba nagmámalaki siya sa ákin?
  c.   Walá siyang dahilan pára magmalaki sa ákin.
4a.   Mayroon ka bang ikinahíhiyá kay Léslie?
  b.   Bákit ka ba nahíhiyá kay Léslie?
  c.   Walang dahilan pára mahiyá ka kay Léslie.
5a.   Ano ba ang ipinagtátaka mo kay Pete?
  b.   Bákit ka ba nagtátaka kay Pete?
  c.   Walang dahilan pára magtaka ka kay Pete.
6a.   Mayroon ka bang dápat ipagtawa sa kanya?
  b.   Bákit ka ba nagtátawa sa kanya?
  c.   Walang dahilan pára magtawa ka sa kanya.
7a.   Ano ba ang ikinaasar mo kay Marcélo?
  b.   Bákit ka ba naasar kay Marcélo?
  c.   Walang dahilan pára maasar ka kay Marcélo.
8a.   Mayroon ba siyang dápat ipagmura?
  b.   Bákit ba siya nagmúmura?
  c.   Walang dahilan pára siya magmura.
9a.   Mayroon ba siyang dápat ikalungkot?
  b.   Bákit ba siya nalúlungkot?
  c.   Walang dahilan pára siya malungkot.
10a.   Ano ba ang ipinagmámadalí mo?
  b.   Bákit ka ba nagmámadalì?
  c.   Walang dahilan pára magmadalí ka.

Ikalawang Hakbang

1a. Nalúlungkot ka ba?
 b. Ano ba ang ikinalúlungkot mo?
 c. Walá ka namang dápat ikalungkot.
2a. Naáasar ba si Cárlos?
 b. Ano ba ang ikinaáasar ni Cárlos?
 c. Walá naman siyang dápat ikaasar.
3a. Nagmámalaki ka ba sa ákin?
 b. Ano ba ang ipinagmámalaki mo sa ákin?
 c. Walá ka namang dápat ipagmalaki.
4a. Nagmámadalí ka ba Léslie ?
 b. Ano ba ang ipinagmámadalí mo?
 c. Walá ka namang dápat ipagmadalí.
5a. Nalílito ka ba sa sinábi ni Pete?
 b. Ano ba ang ikinalílito mo sa sinábi ni Pete?
 c. Walá ka namang dápat ikalito sa sinábi ni Pete.
6a. Nalúlungkot ka ba sa nangyári sa kanya?
 b. Ano ba ang ikinalúlungkot mo sa nangyári sa kanya?
 c. Walá ka namang dápat ikalungkot sa nangyári sa kanya.
7a. Nagmúmura ba si Cárlos?
 b. Ano ba ang ipinagmúmura ni Cárlos?
 c. Walá naman siyang dápat ipagmura?
8a. Nagtátaka ba si Léslie sa ikiníkílos ni Pete?
 b. Ano ba ang ipinagtátaka niya sa ikiníkílos ni Pete?
 c. Walá naman siyang dápat ipagtaka sa ikiníkílos ni Pete.
9a. Nagágálit ba siya kay Léslie?
 b. Ano ba ang ikinagágálit niya kay Léslie?
 c. Walá naman siyang dápat ikagálit kay Léslie.
10a. Nagsésélos ka ba sa kapatid ni Pédro?
 b. Ano ba ang ipinagsésélos mo sa kapatid ni Pédro?
 c. Walá ka namang dápat ipagsélos sa kapatid ni Pédro.

12F. Conveyance passive compared with other passives

12F1. Conveyance passive with verbs of speaking. Isálin sa Pilipíno ang mga salitang Ingles na nása loob ng panaklong úpang maging ganap ang díwá ng pangungúsap. (§12.52)

1. (*Asked*) ni Léna ang mga bátà, péro walang (*could answer*). 2. Káhit ano ang (*asked*) ni Léna, hindí nasagot. 3. Ang isang bátá ay (*shouted at*) ni Léna. 4. Kay hírap mong (*to teach*). Káhit ano'ng gusto kong (*teach*) sa 'yo, hindí mo máintindihan. 5. (*Said*) niyang dápat ay mag-ááral múna siya bágo pumások sa iskwéla. 6. Hindí (*could answer*) ang bátá dáhil talagang hindí siya nag-áral. 7. (*Asked*) siya ng ibang tanong at (*was answered*) naman ito ng bátá. 8. Isang bátá ang (*said*) na nag-áral naman sila. 9. Kayá lang ay natátákot sila kapag (*shouting*) siya. 10. Dáhil sa sinábing iyon ng bátá, hindí na siya (*shouting*) ngayon kapag (*teaching*). 11. (*Spread*) iyon ng kanyang mga estudyánte. 12. Hindí na takot sa kanya ang mga bátá ngayon kapag siya ay (*asking*). 13. Nag-ááral na silang mabúti at hálos ay paláging támá ang (*answer*) nila sa kanya. 14. Párang madalí lang sa kanila ang (*ask*) ni Léna. 15. Nagbágo na si Léna. Maging sa pagbili ay hindí na siya masyádong (*táwad*) ngayon. 16. Noon ay paláging mabábá ang (*offer in bargain*) niya sa kanyang mga biníbili. 17. Ang kanyang kapatid ay hindí na nahíhiyá ngayong (*sábi*) ng kanyang mga kailángan. 18. Noon kasi ay (*shout*) agad siya káhit hindí pa nasásábi ng kanyang kapatid ang kanyang kailángan. 19. Ngayon, siya pa mínsan ang (*asking*) kung ano pa ang mga

kailángan ng kapatid niya. 20. Dáhil sa kanyang pagbabágo ay hindí na nila (*call*) siyang Lénang pángit.

12F2. Conveyance vs. Local passives. Lagyan ng panlápí ang mga pandíwang násisa loob ng saklong. (§ 12.53)

1. Hindí ko (*súkat*) ang híkaw bágo ko (*bili*). 2. Masyádong malíit pala kayá (*útos*) ko si Línang (*balik*) ito sa tindáhan. 3. Pagdating ni Lína sa tindáhan, sinábi ng tindéra, "Ano ang (*túlong*) ko sa iyo, Miss?" 4. (*Tanong*) ni Lína sa tindéra, "Pwéde bang (*palit*) itong híkaw?" 5. (*Lápit*) ng tindéra si Lína úpang (*tingin*) ang híkaw. 6. Mas maganda ang (*palit*) ng tindéra sa híkaw na (*balik*) ni Lína. 7. (*Hágis*) ni Léslie ang kutsílyo sa lúpà. 8. (*Kúlong*) niya ang náhúli niyang manok. 9. Nang mápansin ni Léslie na nakatingin ang laláking kasunod niya, (*húlog*) niya ang kanyang panyò. 10. (*Taas*) ninyo ang inyong kamay at huwag ninyong (*babà*). 11. Kung siya ba ay maghírap, (*túlong*) mo ba siya? 12. Malápit nang matuyó ang mga dáhon nito kayá (*tanim*) mo na. 13. Bákit mo ba (*tágò*) ang mga gámit ni Léslie? 14. Huwag mong (*bagsak*) ang mga sílya. 15. Léslie, (*lápit*) mo naman sa ákin ang bag ko.

12F3. Pabalintiyak na pangngálan. (§ 12.53)

Únang Hakbang

He is just borrowing his father's car.

Hiníhiram lang niya ang kótse ng tátay niya.	(*riding*)
Sinásakyan lang niya ang kótse ng tátay niya.	(*dropping off -dáan*)
Dinádaánan lang niya ang kótse ng tátay niya.	(*bringing back*)
Ibinábalik lang niya ang kótse ng tátay niya.	(*going to get -punta*)
Pinúpuntahan lang niya ang kótse ng tátay niya.	(*putting away -tágò*)
Itinátágó lang niya ang kótse ng tátay niya.	(*waiting for*)
Hiníhintay lang niya ang kótse ng tátay niya.	(*repairing -gawà*)
Ginágawá lang niya ang kótse ng tátay niya.	(*bringing it outside*)
Inilálabas lang niya ang kótse ng tátay niya.	(*going outside to get*)
Nilálabas lang niya ang kótse ng tátay niya.	

Ikalawang Hakbang

Help me pull this banana tree up.

Tulúngan mo akong itaas itong púnó ng ságing.	(*drag -híla*)
Tulúngan mo akong hiláhin itong púnó ng ságing.	(*put it near the shore*)
Tulúngan mo akong ilápit sa pampang itong púnó ng ságing.	(*plant*)

Tulúngan mo akong itanim itong púnó ng ságing.	*(move)*
Tulúngan mo akong ilípat itong púnó ng ságing.	*(push)*
Tulúngan mo akong itúlak itong púnó ng ságing.	*(measure)*
Tulúngan mo akong sukátin itong púnó ng ságing.	*(replace)*
Tulúngan mo akong palitan itong púnó ng ságing.	*(swim it to the shore)*
Tulúngan mo akong ilangoy sa pampang itong púnó ng ságing.	

Ikatlong Hakbang

You're a dead duck. I am going to throw you in the river.

Lagot ka na. Iháhágis kita sa ílog.	*(lúnod)*
Lagot ka na. Lúlunúrin kita sa ílog.	*(tápon)*
Lagot ka na. Itátápon kita sa ílog.	*(parúsa)*
Lagot ka na. Páparusáhan kita sa ílog.	*(bayo sa lusong)*
Lagot ka na. Bábayuhin kita sa lusong.	*(ilagay sa apoy)*
Lagot ka na. Ilálagay kita sa apoy.	*(papílí sa tatlong parúsa)*
Lagot ka na. Papípilíin kita sa tatlong parúsa.	*(kulong)*
Lagot ka na. Ikúkulong kita.	*(lútò)*
Lagot ka na. Ilúlútó kita.	*(pakasal sa anak ni Mang Ambò)*
Lagot ka na. Ipápakasal kita sa anak ni Mang Ambò.	*(túsok)*
Lagot ka na. Tútusúkin kita.	*(patay)*
Lagot ka na. Pápatayin kita.	

Ikaápat na Hakbang. Gámit ng *"pagkatápos"* sa pagsasalaysay ng isang kwénto. Isálin sa Tagálog ang mga sumúsunod na pangungúsap.

1. Bumili siya ng damit. Pagkatápos niyang *(bought)* ang damit *(she put it on)*. 2. Pagkatápos *(she put it on)* *(had it washed)* niya. 3. Pagkatápos *(washed)* ng labandéra *(dried it)* niya. 4. Pagkatápos *(dry them)* *(ironed it)* niya. 5. Pagkatápos *(iron)* *(folded it)* niya. 6. Pagkatápos *(fold it)* *(put it on the)* sa mésa. 7. Pagkatápos *(put it on the table)* *(approached)* niya. 8. Pagkatápos *(approach it)* *(looked at it)* niya. 9. Pagkatápos *(look at it)* *(hanged)* niya. 10. Pagkatápos *(hang)* *(brought inside)* niya sa kwárto.

Ikalimang Hakbang. Pagsasánay sa pagbabalangkas

1a. Nagtanim sila sa lúpá ni Mang Ambò.
  b. Kay Mang Ambó pala ang lúpang pinagtaniman nila.
2a. May búko nang tumúbó sa tanim ni Pagong.
  b. Kay Pagong ang tanim na tinubúan ng búko.
3a. Umakyat si Matsing sa púnó ni Pagong.
  b. Kay Pagong ang púnong inakyatan ni Matsing.
4a. Kumúha si Matsing ng búnga sa púnó ni Pagong.
  b. Kay Pagong ang púnong kinúnan ni Matsing ng búnga.
5a. Umakyat si Matsing sa púnó ni Pagong.
  b. Kay Pagong ang púnong inakyatan ni Matsing.
6a. May mga tinik na tumúsok sa puwit ni Matsing.

b.   Kay Matsing ang puwit na nátusúkan ng tinik.
7a. Nagtágó si Pagong sa báhay ni Mang Ambò.
b.   Kay Mang Ambó ang báhay na pinagtagúan ni Pagong.
8a. Pumások si Pete sa CR nina Cárlos.
b.   Kina Cárlos ang CR na pinasúkan ni Pete.
9a. Bumili siya ng mangga sa tindáhan ni Áling María.
b.   Kay Áling María ang tindáhang binilhan niya ng mangga.
10a. Kumáin siya sa pláto ni Cárlos.
b.   Kay Cárlos ang plátong kinaínan niya.

12G. Word study

12G1. Gámit ng *walá* at *áwà*. Lagyan ng támang panlápí ang mga salitang nása panaklong úpang maging ganap ang díwá ng pangungúsap. (§ 12.61-62)

1. Nagtátaka si Mang Ambó kung bákit biglá na lang (*walà*) ang ságing na nása kanyang púnó noong úna. 2. Takot na takot siyang baká (*walà*) siya ng lúpá kasi (*walà*) niya ang pérang pambáyad sa sanlà. 3. Nang mádakip ni Matsing si Pagong hindí na ito (*walà*). Nagpasiya siyang hindí na niya (*walà*) ito. Hindí na siya (*áwà*) sa pagong. 4. Umiyak nang umiyak si Pagong kayá (*áwà*) sa kanya si Matsing. 5. (*Áwà*) naman si Áling María. Ang anak niya ay (*walà*). Tulúngan nátin siya. (*Áwà*) táyo sa kanila. 6. Si Pagong ay (*walà*) sa kúlúngan dáhil (*áwà*) si Matsing sa kanya. Hindí inísip ni Mang Ambó na (*walà*) siya. 7. (*Walà*) ba ang péra mo? Halíka tútulúngan kitang maghanap dáhil (*áwà*) ka naman. 8. (*Walà*) ang manok sa kúlúngan subáli't náhúli ulí ito. At hindí na ito (*walà*) ulì. 9. (*Áwà*) ka naman sa saríli mo. Bákit dí mo pa (*walà*) ang íbong iyan sa kúlúngan? Hirap na hirap ka nang maghanap ng pagkáin nito. 10. Huwag ka sánang (*walà*) sa sáyáwan mámayang gabi. Kapag (*walà*) ka, magágálit ako.

12G2. Lagyan ng támang panlápí ang salitang *úsap* na nása panaklong (§ 12.63).

1. Áyaw na ni Lésling (*úsap*) si Pete, tápos niyang mákíta itong (*úsap*) sa isang babáeng hindí niya kilála. 2. Sinábi ni Pete na (*úsap*) niya yong babáe dáhil gusto niyang tulúngan siya ni Pete at hindí naman matagal ang (*úsap*) nila. 3. Máaárí bang (*úsap*) mo ang mga bátáng tumígil múna sila? Huwag múna silang maglaró dáhil (*úsap*) ako sa áking mga kaibígan. 4. Síno ba ang (*úsap*) mo? Párang (*úsap*) sa iyo na tulúngan mo siya sa kanyang probléma. 5. Hindí ako (*úsap*) sa kanya kasi alam kong galit siya sa ákin. 6. (*Úsap*) mo na lang siyang huwag na siyang magálit. Óo ngà, lahat naman e nakúkúha sa magandang (*úsap*) e. 7. Ganito ang gawin mo. (*Úsap*) mo sa kanyang magkíta kayo búkas. 8. Tiyak na (*úsap*) iyon sa iyo. Mabúti ka namang (*úsap*) e. 9. At pára mátuloy ang (*úsap*) ninyo, mabúting díto ka na lang matúlog. 10. (*Úsap*) ko múna ang asáwa ko. Sásabíhin kong may (*úsap*) akong dárating mámayang gabi.

Ikalabingtatlong Aralin. Unit 13

<table>
<tr><td>

AI. Únang Bahági

LÉSLIE

1a. Nakákainis talaga. Dalawang áraw na'y walá pa ring túbig.

b. Kayá kailángan ko pang magpunta dun kina Nána Ánsay pára umigib ng túbig.

PETE

2a. Hindí mo ba pwédeng pakisuyúan na lang yung mga bátá sa kápitbáhay pára iigib ka?

b. Nasísigúro ko na mag-áagawan sila sa ibábáyad mo.

3a. A hindì. Walá namang probléma e. Pwéde namang si Lína na lang.

b. Bágo ngá pala táyo umalis, kailángan ko ngá palang tahiin múna itong áking shorts.

c. Kasi mukhang matátastas na naman ang tahì.

</td><td>

AI. First Part

LESLIE

1a. It's maddening. We haven't had any water for two days. (It's been two days and there's still no water.)

b. So I have to go to Nana Ansay's to fetch water.

PETE

2a. Can't you ask the boys (just ask those boys) next door to fetch (water) for you?

b. I am sure that they will grab the chance to earn a little extra (lit. vie with each other for what you will pay them).

3a. Oh, no. There's no problem. Lina can do it. (Lit. It is possible that Lina just be the one.)

b. Oh, yes, before we leave, I have to sew these shorts of mine.

c. Because it seems that the stitches are going to come out again.

</td></tr>
</table>

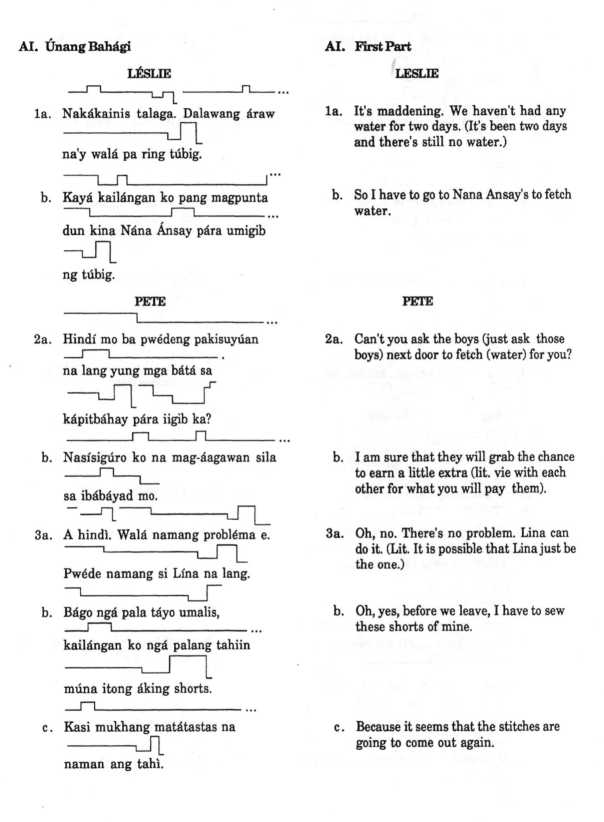

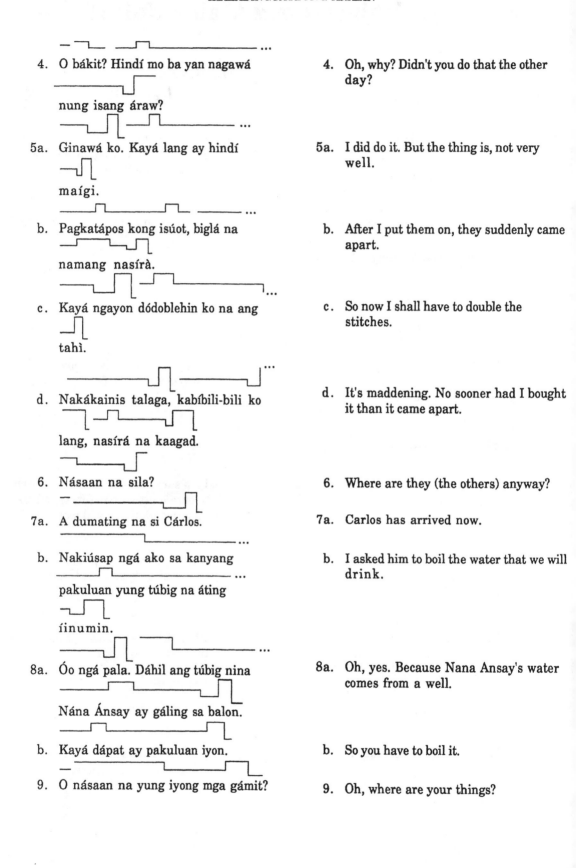

4. O bákit? Hindí mo ba yan nagawá nung isang áraw?

4. Oh, why? Didn't you do that the other day?

5a. Ginawá ko. Kayá lang ay hindí maígi.

5a. I did do it. But the thing is, not very well.

b. Pagkatápos kong isúot, biglá na namang nasírà.

b. After I put them on, they suddenly came apart.

c. Kayá ngayon dódoblehin ko na ang tahì.

c. So now I shall have to double the stitches.

d. Nakákainis talaga, kabíbili-bili ko lang, nasírá na kaagad.

d. It's maddening. No sooner had I bought it than it came apart.

6. Násaan na sila?

6. Where are they (the others) anyway?

7a. A dumating na si Cárlos.

7a. Carlos has arrived now.

b. Nakiúsap ngá ako sa kanyang pakuluan yung túbig na áting íinumin.

b. I asked him to boil the water that we will drink.

8a. Óo ngá pala. Dáhil ang túbig nina Nána Ánsay ay gáling sa balon.

8a. Oh, yes. Because Nana Ansay's water comes from a well.

b. Kayá dápat ay pakuluan iyon.

b. So you have to boil it.

9. O násaan na yung iyong mga gámit?

9. Oh, where are your things?

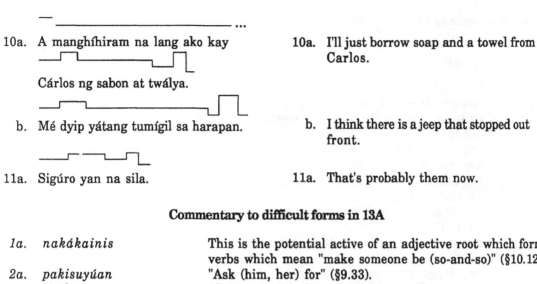

10a. A manghíhiram na lang ako kay

Cárlos ng sabon at twálya.

    b. Mé dyip yátang tumígil sa harapan.

11a. Sigúro yan na sila.

10a. I'll just borrow soap and a towel from Carlos.

    b. I think there is a jeep that stopped out front.

11a. That's probably them now.

Commentary to difficult forms in 13A

1a.	*nakákainis*	This is the potential active of an adjective root which forms verbs which mean "make someone be (so-and-so)" (§10.12).
2a.	*pakisuyúan*	"Ask (him, her) for" (§9.33).
	iigib	"Get water for (him, her, them)." This is the conveyance passive in the benefactive meaning (§11.4).
b.	*mag-áagawan*	"Vie with each other to get." This is the plural action verb form from the root *ágaw* "snatch" discussed in the grammar of this unit (§13.61).
	sa ibábáyad	"For what will be paid." The direct object of *mag-áagawan* is preceded by *sa* "for."
3c.	*matátastas*	"Will become undone." This is the future of the *ma-* conjugation of the adjective *tastas* "undone" (§10.11).
4.	*nagawà*	"Had a chance to do." This is the past potential direct passive form of the verb. If the past non-potential were to be used in this context, the implication would be that the agent had decided not to do it. The meaning of the past potential is explained in §7.21.
5a.	*pagkatápos kong isúot*	"After I had put it on." *Isúot* is the dependent of the conveyance passive verb. The conveyance passive of *súot* refers to the thing which is put on. For the use of the dependent verb form after *pagkatápos*, see §6.54.
b.	*biglá nang...*	"Suddenly." *Biglà* is linked with *na (ng)* and comes at the beginning of the sentence.
c.	*dódoblehin*	"Will double it." *Dóble* is an adjective meaning "doubled." The use of the direct passive with adjective roots alone is explained in §13.22.
d.	*kabíbili-bili ko lang*	"I just finished buying it." The use of the verb prefixed by *ka-* and long-vowel reduplication followed by *lang* and a genitive agent is explained in §13.31.
7b.	*nakiúsap*	"Asked someone to..." The affixes of the *paki-* conjugation are added to *úsap* to form a verb meaning "ask someone to do" (§§9.33, 12.63).
	pakuluan	"Boil it" (§13.87). The use of the dependent form is explained in §7.52.
10b.	*harapan*	"The place that is in front." The formation of this type of noun in discussed in §17.33.

AII. Pagsasánay

1. **Pagpapalit**

It's been two days and we still don't have water.

Dalawang áraw na'y walá pa ring túbig.	*(he still hasn't done anything)*
Dalawang áraw na'y walá pa rin siyang nagágawà.	*(it's been one week)*
Isang linggo na'y walá pa rin siyang nagágawà.	*(she still hasn't done any sewing)*
Isang linggo na'y walá pa rin siyang natátahì.	*(she still hasn't bought anything)*
Isang linggo na'y walá pa rin siyang nabíbili.	*(she still hasn't gotten anything)*
Isang linggo na'y walá pa rin siyang nakúkúha.	*(he still hasn't started anything)*
Isang linggo na'y walá pa rin siyang nasísimulan.	*(she still hasn't cooked anything)*
Isang linggo na'y walá pa rin siyang nalúlútò.	*(he still hasn't borrowed anything)*
Isang linggo na'y walá pa rin siyang nahíhiram.	*(he still hasn't understood anything)*
Isang linggo na'y walá pa rin siyang náiintindihan.	*(he still hasn't heard anything)*
Isang linggo na'y walá pa rin siyang náririnig.	*(he still hasn't seen anything)*
Isang linggo na'y walá pa rin siyang nákikíta.	

2. **Pagsasánay sa pagsagot**

1a. Nakákapágod umigib ng túbig.
  b. Hindí mo ba pwédeng pakisuyúan na lang yung mga bátá sa kápitbáhay pára iigib ka?
2a. Hindí pwédeng ako ang maglálaba.
  b. Hindí mo ba pwédeng pakisuyúan na lang yung mga bátá sa kápitbáhay pára ipaglaba ka?
3a. Mahírap maglínis ng báhay.
  b. Hindí mo ba pwédeng pakisuyúan na lang yung mga bátá sa kápitbáhay pára ipaglínis ka?
4a. Ayóko sánang magbunot ng sahig.
  b. Hindí mo ba pwédeng pakisuyúan na lang yung mga bátá sa kápitbáhay pára ipagbunot ka?
5a. Bíbili sána ako ng plórwaks sa tindáhan.
  b. Hindí mo ba pwédeng pakisuyúan na lang yung mga bátá sa kápitbáhay pára ibili ka?
6a. Ayóko sánang kumúha ng basáhan sa kusínà.
  b. Hindí mo ba pwédeng pakisuyúan na lang yung mga bátá sa kápitbáhay pára ikúha ka?
7a. Hindí pa ako makákapaglútó ng pagkáin.
  b. Hindí mo ba pwédeng pakisuyúan na lang yung mga bátá sa kápitbáhay pára ipaglútó ka?
8a. Ako na lang ang maghúhúgas ng pinggan.

   b.   Hindí mo ba pwédeng pakisuyúan na lang yung mga bátá sa kápitbáhay pára ipaghúgas ka?

9a.   Hindí ako marúnong magtahí ng damit.

   b.   Hindí mo ba pwédeng pakisuyúan na lang yung mga bátá sa kápitbáhay pára ipagtahí ka?

3.   Pagsasánay sa pagsagot

1a.   Mag-áagawan kayá sila kung bábayáran?

   b.   Nasísigúro kong mag-áagawan sila sa ibábáyad mo.

2a.   Mag-áagawan kayá sila kung bíbigyan?

   b.   Nasísigúro kong mag-áagawan sila sa ibíbigay mo.

3a.   Mag-áagawan kayá sila kung pápakaínin?

   b.   Nasísigúro kong mag-áagawan sila sa ipápakáin mo.

4a.   Mag-áagawan kayá sila kung paíinumin?

   b.   Nasísigúro kong mag-áagawan sila sa ipaíinom mo.

5a.   Mag-áagawan kayá sila kung úutúsan?

   b.   Nasísigúro kong mag-áagawan sila sa iúútos mo.

6a.   Mag-áagawan kayá sila kung tútulúngan?

   b.   Nasísigúro kong mag-áagawan sila sa itútúlong mo.

7a.   Matútuwá kayá sila kung sísigawan?

   b.   Nasísigúro kong matútuwá sila sa isísigaw mo.

8a.   Matútuwá kayá sila kung tátanungin?

   b.   Nasísigúro kong matútuwá sila sa itátanong mo.

9a.   Matútuwá kayá sila kung bábalitáan?

   b.   Nasísigúro kong matútuwá sila sa ibábálítá mo.

10a.   Matútuwá kayá sila kung pápakiusápan?

   b.   Nasísigúro kong matútuwá sila sa ipápakiúsap mo.

4.   Pagpapalit

By the way, before we leave, I have to sew these shorts of mine.

Bágo ngá pala táyo umalis, kailángan kong tahiin múna itong áking shorts.	*(before I put them on)*
Bágo ko ngá pala isúot, kailángan kong tahiin múna itong áking shorts.	*(before I try them on)*
Bágo ko ngá pala isúkat, kailángan kong tahiin múna itong áking shorts.	*(I have to wash them)*
Bágo ko ngá pala isúkat, kailángan kong labhan múna itong áking shorts.	*(before I give them)*
Bágo ko ngá pala ibigay, kailángan kong labhan múna itong áking shorts.	*(before I let others use them)*
Bágo ko ngá pala ipagámit, kailángan kong labhan múna itong áking shorts.	*(I have to iron them)*
Bágo ko ngá pala ipagámit, kailángan kong plántsahin múna itong áking shorts.	*(before I keep them in the sun)*
Bágo ko ngá pala itágò, kailángan kong plántsahin múna itong áking shorts.	*(I have to rinse them)*
Bágo ko ngá pala itágò, kailángan kong banlawan múna itong áking shorts.	

5.   **Pagsasánay sa pagbabalangkas**

  1a. Hindí maígi ang pagkakágawá ko.
   b. Ginawá ko. Kayá lang ay hindí ko pinag-ígi.
  2a. Hindí dóble ang pagkakátahí ko.
   b. Tinahí ko. Kayá lang ay hindí ko dinóble.
  3a. Hindí tapos ang pagkakálaba ko.
   b. Nilabhan ko. Kayá lang ay hindí ko tinápos.
  4a. Hindí mahábá ang pagkakákwénto ko.
   b. Ikinuwénto ko. Kayá lang ay hindí ko hinabáan.
  5a. Hindí masarap ang pagkakálútó ko.
   b. Nilútó ko. Kayá lang ay hindí ko sinarapan.
  6a. Hindí maganda ang pagkakásúlat ko.
   b. Sinúlat ko. Kayá lang ay hindí ko ginandahan.
  7a. Hindí malakas ang pagkakásábi ko.
   b. Sinábi ko. Kayá lang ay hindí ko nilakasan.
  8a. Hindí maáyos ang pagkakásúlat ko.
   b. Sinúlat ko. Kayá lang ay hindí ko ináyos.

6.   **Pagpapalit**

  It's really maddening. No sooner do I buy it than it came aprt.

  Nakákainis talaga. Kabíbili ko lang   *(put it on)*
    nasírá na kaagad.
  Kasúsuot ko lang, nasírá na kaagad.   *(pay for it)*
  Kabábáyad ko lang, nasírá na kaagad.   *(it gets lost)*
  Kabábáyad ko lang, nawalá na kaagad.   *(sew it)*
  Katátahí ko lang, nawalá na kaagad.   *(it gets ruined)*
  Katátahí ko lang, nasírá na kaagad.   *(wash it)*
  Kalálaba ko lang, nasírá na kaagad.   *(it becomes dirty)*
  Kalálaba ko lang, dumumi na kaagad.   *(put it out in the sun)*
  Kabíbilad ko lang, dumumi na kaagad.   *(it gets dry)*
  Kabíbilad-bilad ko lang, natuyó na
    kaagad.

7.   **Pagsasánay sa pagbabalangkas**

  1a. Pinagpakuló ko si Cárlos ng túbig na áting íinumin.
   b. Nakiúsap ngá ako kay Cárlos na pakuluan yung túbig na áting íinumin.
  2a. Pinaigib ko siya ng túbig na áting íinumin.
   b. Nakiúsap ngá ako sa kanyang igibin yung túbig na áting íinumin.
  3a. Pinatalían ko ang shorts na natastas kay María.
   b. Nakiúsap ngá ako sa kanyang tahiin yung shorts kong natastas.
  4a. Pinabása ko ang súlat na áking ginawá kay Léo.
   b. Nakiúsap ngá ako kay Léo na basáhin yung súlat na áking ginawà.
  5a. Pinabili ko siya ng bigas na áting ilúlútò.
   b. Nakiúsap ngá ako sa kanyang bilhin yung bigas na áting ilúlútò.
  6a. Pinaglútó ko siya ng gúlay na áting kákaínin.
   b. Nakiúsap ngá ako sa kanyang lutúin yung gúlay na áting kakaínin.
  7a. Pinaghúgas ko siya ng mga pinggan.
   b. Nakiúsap ngá ako sa kanyang hugásan yung mga pinggan.
  8a. Pinaglínis ko siya ng kusínà.
   b. Nakiúsap ngá ako sa kanyang linísin yung kusínà.
  9a. Pinaglaba ko siya ng mga damit ko.
   b. Nakiúsap ngá ako sa kanyang labhan yung mga damit ko.

AIII. Piliín ang támang sagot

1. *O ba't ka naíinis?*
   a. Kasi mukhang maígi naman ang tahí nito.
   b. Kasi ay dalwang áraw na'y walá pang túbig.
   c. Kasi pwéde namang si Léna ang umigib.
   d. A hindì. Kasi ay kabíbili ko lang nito.

2. *Gáling ka ngá ba kina Nána Ánsay?*
   a. Óo. Kasi ay umigib ako ng túbig sa kanila.
   b. Gáling ngá pala ako kina Nána Ánsay kahápon.
   c. Óo. Íigib ako kina Nána Ánsay.
   d. Hindí ako pwédeng magpaigib kina Nána Ánsay.

3. *Tátahiin mo ba ang shorts mo?*
   a. Óo, kayá lang ay hindí maígi ang tahí.
   b. Kayá ngá dódóblehin ko na ang tahí nito.
   c. Kanína ko pa sána tinahí ang shorts ko.
   d. Óo, kasi ay mukhang matátastas na ang tahì.

4. *May dumating na ba?*
   a. Walá ako noong dumating si Cárlos.
   b. Mé tumítígil na dyip sa harapan, péro walá doon si Cárlos.
   c. A, si Cárlos pa lang ang dumating.
   d. Sábi nila alas kwátro sila dádating.

5. *O Pete, násaan na ang iyong mga gámit?*
   a. Walá din palang gámit si Cárlos.
   b. Kinúha ko na lang sa kanya ang áking gámit.
   c. A, áyaw na sigúrong dumating.
   d. A walá akong gámit na dinala. Manghíhiram na lang ako kay Cárlos.

6. *Bákit hindí mo na lang pakisuyúan yung mga bátá sa kápitbáhay.*
   a. Walá naman palang mga bátá sa kápitbáhay na pakíkisuyúan.
   b. Óo ngà, áyaw niyang pakisuyúan yung mga bátá sa kápitbáhay.
   c. Walá namang probléma kasi walá na si Lína.
   d. Áyaw ko kung ako ang pakíkisuyúang umigib.

7. *Gáling ba sa balon ang túbig?*
   a. Óo, gáling pa siya sa may balon.
   b. Óo, ang balon ay may túbig.
   c. Óo, kailángan náting pakuluan ang túbig.
   d. Óo, kayá dápat pa náting pakuluan.

8. *Ano, nasírá kaagad yung shorts mo?*
   a. Párang nasírá na siya.
   b. Óo ngá e. Nakákainis talaga. Kabíbili ko lang nito e.
   c. Óo, tinahí ko na yung sirang shorts.
   d. Óo, hindí ko pa tinátahí ito.

9. *Dápat pa bang pakuluan itong túbig?*
   a. Sa balon mo pala kinúha yang túbig.
   b. A óo. Kasi ay dalwang áraw na'y walá pa táyong nakúkúhang túbig.
   c. Óo, yan ngá ang íinumin náting túbig.
   d. Hwag na lang. Masyádong mahal iyan.

10. *Dí ba dápat ay tinahí mo na yan nung isang áraw pa?*
    a. Ginawá ko na kayá lang ay hindí maígi.
    b. Kayá ngá dódoblehin ko na ang tahí nito.
    c. Nakákainis ngá e. Bíró mo ba naman e biglang nasírà.
    d. Kayá ngá kailángang tahiin ko itong áking shorts.

AIV. Buuin ay mga sumúsunod pangungúsap úpang magkaroon ng ganap na díwà

1. Nakákainis talaga Dalwang áraw na'y... 2. Mabúti pa'y pakisuyúan... 3. Sigurádong mag-áagawan sila dáhil... 4. Púpunta pa ako kina Nána Ánsay pára lang... 5. Hindí naman probléma ang túbig e. Pwéde namang... 6. Téka sandalí ha? Tátahiin ko... 7. Tátahiin ko na naman itong shorts ko kasi'y... 8. Kailángan kong tahiin itong áking shorts kasi... 9. Tinahí ko na ito péro hindí maígi kayá... 10. Pagkatahí ko'y isinúot ko kaagad, péro... 11. Nakákainis ngá e. Kabíbili ko lang... 12. Nakiúsap ako kay Cárlos na... 13. Óo mabúti ngá dáhil ang túbig nina Nána Ánsay... 14. At ang túbig na gáling sa balon ay... 15. Ang sabon at tuwálya ay kay Cárlos... 16. Pete sásáma ka ba? Násaan na... 17. Ayan, may tumígil na dyip. Sigúro... 18. O, ba't ngayon mo tinátahí yan, Léslie. Hindí mo ba... 19. Kina Nána Ánsay pa ako kailángang magpunta... 20. Katátahí ko lang ay natastas na kaagad ang tahì, kayá ngayon...

AV. Sagutin ang mga sumúsunod na tanong

1. O ba't mukhang naíinis ka? 2. Anong ginawá mo do'n kina Nána Ánsay? 3. Anong ginágawá mo d'yan sa shorts mo? 4. Ngayon mo lang ba tinahí ang shorts mo? 5. Anong nangyári nung úna mong tahiin ang iyong shorts? 6. Méron na bang dumating sa kanila? 7. Dápat bang pakuluan pa itong túbig? 8. O násan na yung mga gámit mo? 9. Saan ba ako pwédeng magpunta pára makáigib ng túbig? 10. Ba't áyaw mong pakisuyúan yung mga bátang umigib pára sa iyo? 11. Ano bang kailángan mong gawin bágo táyo umalis? 12. Ano yang tinátahí mo? 13. O Pete dí ba walá ka namang gámit, bákit may dala kang tuwálya? 14. Pá'no nátin maíinom itong túbig na gáling sa balon? 15. Ba't ba tinátahí mo na naman yang shorts mo? 16. 'Kálá ko dumating na si Cárlos. Násan na siya? 17. Pá'no kung hindí pumáyag ang mga bátang umigib ng túbig? 18. Saan ba táyo kúkúha ng túbig náting íinumin? 19. Pete, pwéde bang sa iyo na lang ako manghiram ng tuwálya't sabon? 20. O Cárlos, saan ka gáling? 'Kálá ko e kanína ka pa nandíto?

BI. Ikalawang Bahági

LÉSLIE

11b. O Lína, 'wag kang áalis ng báhay ha?

PETE

12. Ang íbig mong sabíhin hindí nátin isásáma si Lína?

13. Hindí naman nátin siya kákailangánin e.

BI. Second Part

LESLIE

11b. Oh, Lina. Be sure not to leave the house, will you?

PETE

12. You mean to say, we won't take Lina along?

13. We won't need her.

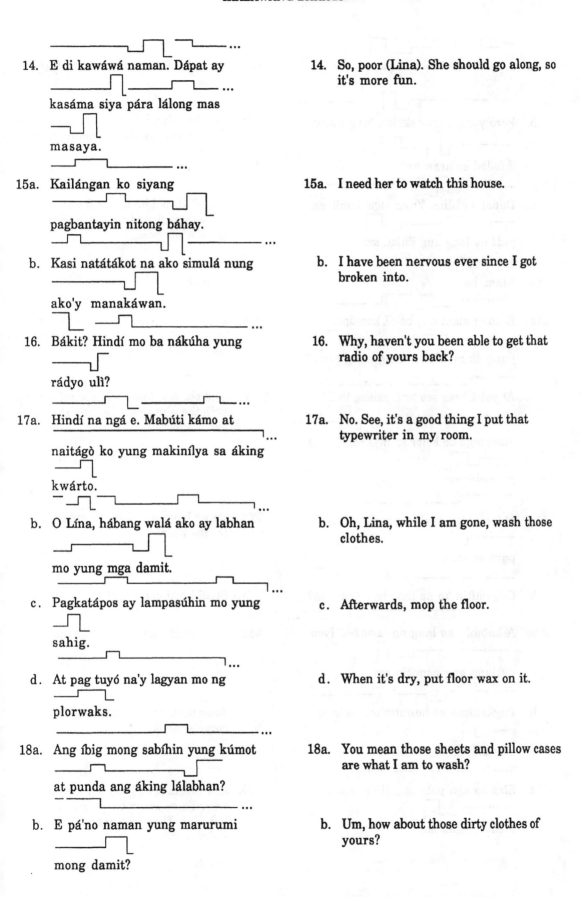

14. E di kawáwá naman. Dápat ay kasáma siya pára lálong mas masaya.

14. So, poor (Lina). She should go along, so it's more fun.

15a. Kailángan ko siyang pagbantayin nitong báhay.

15a. I need her to watch this house.

b. Kasi natátákot na ako simulá nung ako'y manakáwan.

b. I have been nervous ever since I got broken into.

16. Bákit? Hindí mo ba nákúha yung rádyo ulì?

16. Why, haven't you been able to get that radio of yours back?

17a. Hindí na ngá e. Mabúti kámo at naitágò ko yung makinílya sa áking kwárto.

17a. No. See, it's a good thing I put that typewriter in my room.

b. O Lína, hábang walá ako ay labhan mo yung mga damit.

b. Oh, Lina, while I am gone, wash those clothes.

c. Pagkatápos ay lampasúhin mo yung sahig.

c. Afterwards, mop the floor.

d. At pag tuyó na'y lagyan mo ng plorwaks.

d. When it's dry, put floor wax on it.

18a. Ang íbig mong sabíhin yung kúmot at punda ang áking lálabhan?

18a. You mean those sheets and pillow cases are what I am to wash?

b. E pá'no naman yung marurumi mong damit?

b. Um, how about those dirty clothes of yours?

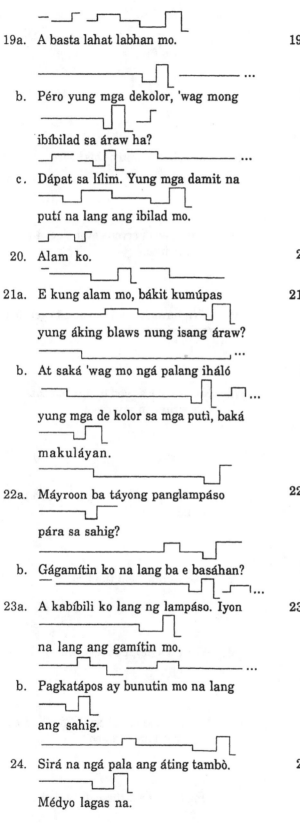

19a. A basta lahat labhan mo.

b. Péro yung mga dekolor, 'wag mong

ibíbilad sa áraw ha?

c. Dápat sa lílim. Yung mga damit na

putí na lang ang ibilad mo.

20. Alam ko.

21a. E kung alam mo, bákit kumúpas

yung áking blaws nung isang áraw?

b. At saká 'wag mo ngá palang iháló

yung mga de kolor sa mga putì, baká

makuláyan.

22a. Máyroon ba táyong panglampáso

pára sa sahig?

b. Gágamítin ko na lang ba e basáhan?

23a. A kabíbili ko lang ng lampáso. Iyon

na lang ang gamítin mo.

b. Pagkatápos ay bunutin mo na lang

ang sahig.

24. Sirá na ngá pala ang áting tambò.

Médyo lagas na.

19a. The main thing is you wash all of them.

b. But the colored things, be sure not to dry them in the sun (lit. spread them out in the sun).

c. (They) should be in the shade. The only things you should spread in the sun are those white ones.

20. I know.

21a. If you know, why did you make my blouse fade (lit. did my blouse fade) the other day?

b. And oh, yes. Don't mix the colored ones with the white ones, because they might get discolored.

22a. Do we have something to use as a mop for the floor?

b. Shall I just use a rag?

23a. I just bought a mop. Just use that.

b. After that, polish the floor (with a coconut husk).

24. Our broom is no good any more, by the way. There are not very many straws left. (Lit. The grass has pretty much fallen out.)

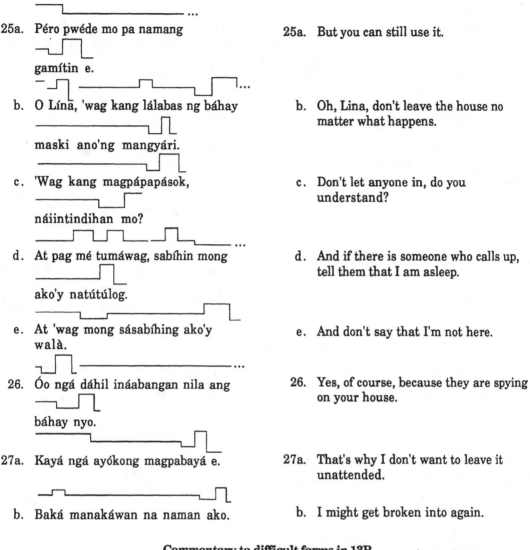

25a. Péro pwéde mo pa namang gamítin e.

25a. But you can still use it.

b. O Lína, 'wag kang lálabas ng báhay maski ano'ng mangyári.

b. Oh, Lina, don't leave the house no matter what happens.

c. 'Wag kang magpápapások, náiintindihan mo?

c. Don't let anyone in, do you understand?

d. At pag mé tumáwag, sabíhin mong ako'y natútúlog.

d. And if there is someone who calls up, tell them that I am asleep.

e. At 'wag mong sásabíhing ako'y walà.

e. And don't say that I'm not here.

26. Óo ngá dáhil ináabangan nila ang báhay nyo.

26. Yes, of course, because they are spying on your house.

27a. Kayá ngá ayókong magpabayá e.

27a. That's why I don't want to leave it unattended.

b. Baká manakáwan na naman ako.

b. I might get broken into again.

Commentary to difficult forms in 13B

11b.	*huwag áalis*	"Be sure not to go out." For the future used as an imperative see §§9.9, 15.421.
13.	*kákailangánin*	"Will be needed." This is the future of the direct passive of *kailángan* "need." For the use of verb affixes with *kailángan* see §13.852.
14.	*kawáwà*	This is short for *kaáwá-áwà*. *Kawáwà* is usually followed by *naman*. For the formation of this word see §§12.62 and 16.63.
	lálong	"Especially."
15a.	*pagbantayin*	This is the dependent form of the direct passive of the causative verb with *pag-*. For causatives with *pag-* see §13.1 of this unit. The dependent form is used after *kailángan*.
	nitong báhay	*Nitong báhay* "this house" is the genitive form used as the direct object of *pagbantayin* "make (him, her) watch." For the use of the genitive form of the demonstrative pronoun as a direct object, see §5.5.

b.	*simulá noong manakáwan*	"Starting at the time that I was stolen from." *Manakáwan* is the local passive potential of *nákaw* "steal." For the use of this form see §13.883. The form *simulà* is explained in §10.83.
16.	*nákúha*	"Managed to get." This is a potential form, the use of which is explained in §7.21. If a nonpotential form had been used, the implication would be that she had decided not to get it.
17a.	*mubúti kámo at*	"See, wasn't I right that..., it was a good thing, wasn't it that..." (§13.11.31).
	naitágó ko	"I happened to put (it) away, I managed to put (it) away."
d.	*lagyan ng plórwaks*	"Put some floorwax on (it)."
19a.	*basta*	"The main thing is..."
b.	*ibíbilad*	"Spread it out in the sun." This is the future of the conveyance passive. The conveyance passive of *bilad* "spread in the sun" refers to the thing which is spread out. The use of the future for the imperative is explained in §§9.9, 15.421.
21a.	*kumúpas*	"Fade, become faded." This is the active verb of the *-um-* conjugation formed to the adjective *kupas* "faded" (§13.21).
b.	*ihálò*	"Mix (it) in." This is the conveyance passive form of *hálò* "mix."
	makuláyan	"Get color on (it, them)." This is the local passive of a verb formed on the noun root *kúlay* §18.14. The potential is used because the action is accidental. The nonpotential *kuláyan* means "apply color to (it) on purpose."
22a.	*panglampáso*	"Something to scrub with." Instrumental nouns with *pang-* are explained in §7.71.
b.	*basáhan*	"Rag." The dropping of *ang* in this sentence is explained in §13.914.
23a.	*kabíbili ko lang ng lampáso*	"I just bought a mop" (§13.3). *Lampáso* "mop" is the direct object of *kabíbili* "just finished buying."
b.	*bunutin*	"Polish it (with a husk)." This is the direct passive of a verb formed on a noun *bunot* "coconut husk." This formation is explained in §18.13.
24.	*médyo*	"Rather" (§12.67).
25b.	*maski ano ang...*	"No matter what it is" (§11.82).
b.	*maski ano ang mangyári*	"No matter what (it is that) happens." *Mangyári* is a dependent form. The use of the dependent after *maski* "no matter what, even if" is explained in §11.72.
c.	*magpápapápsok*	"Allow (someone) to come in." This is the active causative future (§11.14). The future is used for the imperative to give emphasis to the command, as explained in §§9.9, 15.421.
d.	*pag may tumáwag*	"When someone calls" (§11.3).
27a.	*kayá ngà*	"That's why, that's exactly the reason" (§19.73).
	magpabáyà	"Let (something) be" (§9.81).
b.	*manakáwan*	"Get stolen from." This is the local passive potential dependent form of *nákaw* "steal" (§13.883, 15,22). The dependent is used after *bakà* "lest" (§7.5).

BII. **Pagsasánay**

1. **Pagsasánay sa pagbabalangkas**

    1a.   Kung isásáma nátin siya walang magbábantay nitong báhay.
    b.   Kailángan ko siyang pagbantayin nitong báhay.
    2a.   Kung isásáma nátin si Léna, walang maglílínis nitong báhay.
    b.   Kailángan ko siyang paglinísin nitong báhay.
    3a.   Kung isásáma nátin siya walang maghúhúgas ng pinggan.
    b.   Kailángan ko siyang paghugásin ng pinggan.
    4a.   Kung isásáma nátin si Léna, walang maglúlútó ng pagkáin.
    b.   Kailángan ko siyang paglutúin ng pagkáin.
    5a.   Kung isásáma nátin siya walang maglálaba ng mga damit.
    b.   Kailángan ko siyang paglabahin ng mga damit.
    6a.   Kung isásáma nátin siya, walang magháhandá ng agáhan.
    b.   Kailángan ko siyang paghandain ng agáhan.
    7a.   Kung isásáma nátin siya, walang magtátahí ng áking shorts.
    b.   Kailángan ko siyang pagtahiin ng áking shorts.
    8a.   Kung isásáma nátin siya, walang magpápakuló ng túbig.
    b.   Kailángan ko siyang pagpakuluin ng túbig.
    9a.   Kung isásáma nátin siya, walang mag-íigib ng túbig.
    b.   Kailángan ko siyang pag-igibin ng túbig.
    10a. Kung isásáma nátin siya, walang maglálampáso ng sahig.
    b.   Kailángan ko siyang paglampasúhin ng sahig.

2. **Pagsasánay sa pagsagot. Gamítin ang iba-ibang panahúnan ng *kailángan*.**

    1a.   Ang íbig mong sabíhin, hindí nátin isásáma si Léna?
    b.   Hindí naman nátin siya kákailangánin e.
    2a.   Ang íbig mong sabíhin, isásáma nátin si Léna?
    b.   Kákailangánin nátin siya e.
    3a.   Ang íbig mong sabíhin, hindí nila isinásáma si Léna?
    b.   Hindí naman nila siya kinákailángan e.
    4a.   Ang íbig mong sabíhin, isinásáma nila si Léna?
    b.   Kinákailángan nila siya e.
    5a.   Ang íbig mong sabíhin, hindí nila isináma si Léna?
    b.   Hindí naman nila siya kinailángan e.
    6a.   Ang íbig mong sabíhin, isináma nila si Léna?
    b.   Kinailángan nila siya e.
    7a.   Ang íbig mong sabíhin, baká hindí nila isáma si Léna?
    b.   Baká hindí nila siya kailangánin e.
    8a.   Ang íbig mong sabíhin, baká isáma nila si Léna?
    b.   Baká kailangánin nila siya e.

3. **Pagsamáhin ang dalawang pangungúsap**

    1a.   May nagnákaw sa ámin noong úna.
          Simulá noon ay natátákot na ako.
    b.   Natátákot na ako simulá noong manakáwan ako.
    2a.   Naúbos ang túbig námin noong úna.
          Simulá noon ay hindí na kami nag-aksaya ng túbig.
    b.   Hindí na kami nag-áaksaya ng túbig simulá noong maubúsan kami.
    3a.   Natastas ang tahí ng shorts ko noong úna.
          Simulá noon ay dinódóble ko na ang tahì.

b. Dinódóble ko na ang tahí ng shorts ko simulá noong matastasan ako.

4a. Nasiráan ang bus ng Pantránco na áking sinakyan noon.
Simulá noon ay hindí na ako sumásakay sa bus ng Pantránco.

b. Hindí na ako sumásakay sa bus ng Pantránco simulá noong masiráan ito.

5a. Nawalan ako ng péra noong úna.
Simulá noon ay nag-ííngat na ako.

b. Nag-ííngat na ako simulá noong mawalan ako ng péra.

6a. Nahirápan ako.
Simulá noon ay nagpápatúlong na ako.

b. Nagpápatúlong na ako simulá noong mahirápan ako.

7a. Naulanan ako noong isang linggo.
Simulá noon ay nagdádala na ako ng páyong.

b. Nagdádala na ako ng páyong simulá noong maulanan ako.

8a. Nakuláyan ang áking blaws noong isang áraw.
Simulá noon ay nag-ííngat na ako sa paglalaba.

b. Nag-ííngat na ako sa paglalaba simulá noong makuláyan ang áking blaws.

4.   Pagpapalit

After that, wash the clothes.

Pagkatápos ay labhan mo ang mga damit.	*(spread them in the sun)*
Pagkatápos ay ibilad mo ang mga damit sa áraw.	*(dry them)*
Pagkatápos ay patuyuin mo ang mga damit.	*(dry the dishes)*
Pagkatápos ay patuyuin mo ang mga pinggan.	*(rinse)*
Pagkatápos ay banlawan mo ang mga pinggan.	*(the floor)*
Pagkatápos ay banlawan mo ang sahig.	*(mop)*
Pagkatápos ay lampasúhin mo ang sahig.	*(put floor wax on it)*
Pagkatápos ay lagyan mo ng plórwaks ang sahig.	*(clean)*
Pagkatápos ay linísin mo ang sahig.	*(shine it with coconut husk)*
Pagkatápos ay bunutin mo ang sahig.	

5.   Pagsasánay sa pagtutuloy

1a. Huwag mo ngá palang iháló yung mga dekolor sa mga putì...
b. baká makuláyan.

2a. Huwag mo ngá palang ipátong yung mga pinalántsa sa mésa...
b. baká magusot.

3a. Huwag mo ngá palang ilagay yung malínis na damit sa sahig...
b. baká madumihan

4a. Huwag mo ngá palang ibilad yung mga dekolor...
b. baká kumúpas.

5a. Huwag mo ngá palang kalimútang ipások yung mga damit...
b. baká mabasà.

6a. Huwag mo ngá palang ipakíta yung péra kay Léna...
b. baká mainggit.

7a. Kailángan mo ngá palang itúró yung daan sa kanya...
b. baká malito.

8a. Huwag mo ngá palang isúot yung masikip na damit...
b. baká masírà.

6. **Pagsasánay sa pagsagot**

    1a. Walá ba táyong panglampáso? Gágamítin ko na lang ang basáhan.

      b. Basáhan na lang ang ipanglampáso mo.

    2a. Mayroon ba táyong táli? Gágamítin ko na lang ang istro.

      b. Istro na lang ang ipangtáli mo.

    3a. Mayroon ba táyong pangpútol? Gágamítin ko na lang ang gunting.

      b. Gunting na lang ang ipangpútol mo.

    4a. Mayroon ba táyong pangmatamis? Gágamítin ko na lang ang létse plan.

      b. Létse plan na lang ang ipangmatamis mo.

    5a. Mayroon ba táyong pangsúlat? Gágamítin ko na lang ang lápis.

      b. Lápis na lang ang ipangsúlat mo.

    6a. Mayroon ba táyong pang-igib? Gágamítin ko na lang ang báso.

      b. Báso na lang ang ipang-igib mo.

    7a. Mayroon ba táyong panghálò? Gágamítin ko na lang ang kutsára.

      b. Kutsára na lang ang ipangháló mo.

    8a. Mayroon ba táyong panglátag? Gágamítin ko na lang ang banig.

      b. Banig na lang ang ipanglátag mo.

    9a. Mayroon ba táyong pangbukas? Gágamítin ko na lang ang kutsára.

      b. Kutsára na lang ang ipangbukas mo.

  10a. Mayroon ba táyong pangbálot? Gágamítin ko na lang ang papel.

      b. Papel na lang ang ipangbálot mo.

7. **Pagsasánay sa pagbabalangkas**

    1a. Walang pwédeng pumások díto.

      b. Wag kang magpápapások díto, náiintindihan mo?

    2a. Walang pwédeng gumámit ng rádyo ko.

      b. Wag kang magpápagámit ng rádyo ko, náiintindihan mo?

    3a. Walang pwédeng sumúlat sa papel ko.

      b. Wag kang magpápasúlat sa papel ko, náiintindihan mo?

    4a. Walang pwédeng kumáin sa kwárto ko.

      b. Wag kang magpápakáin sa kwárto ko, náiintindihan mo?

    5a. Walang pwédeng bumása ng sulat ko.

      b. Wag kang magpápabása ng súlat ko, náiintindihan mo?

    6a. Walang pwédeng uminom sa báso ko.

      b. Wag kang magpápainom sa báso ko, náiintindihan mo?

    7a. Walang pwédeng manood sa gágawin ko.

      b. Wag kang magpápapanood sa gágawin ko, náiintindihan mo?

    8a. Walang pwédeng umakyat sa púnó ng mangga.

      b. Wag kang magpápaakyat sa púnó ng mangga, náiintindihan mo?

    9a. Walang pwédeng bumabá ng báhay.

      b. Wag kang magpápababá ng báhay, náiintindihan mo?

  10a. Walang pwédeng tumúlog sa áking banig.

      b. Wag kang magpápatúlog sa áking banig, náiintindihan mo?

BIII. **Pilíin ang támang sagot**

   1. Isásáma ba nátin si Lína?

      a. Huwag na lang. Kasáma na naman siya e.

      b. Bákit hindí mo na ba siya kasáma kanína?

      c. Dápat ay isináma nátin siya pára láló táyong maging mas masaya.

      d. Hindì. Hindí naman nátin siya kákailangánin.

   2. Ano bang gágawin niya díto sa báhay?

      a. Walá kasing táo díto sa báhay.

     b.   Hindí niya sigúro kailángang bantayan itong báhay.

     c.   Pag walang lampáso ay yung basáhan na lang ang ipagágámit ko sa kanya.

     d.   Hábang ako'y walá ay lálabhan niya ang mga damit.

3. *Lálabhan ko bang lahat ang mga damit?*

     a.   Hindì. Yung dekolor ay wag mong ibíbilad sa áraw.

     b.   O éto ang sabon, labhan mo ang mga damit.

     c.   Óo, basta madumi ay labhan.

     d.   Óo, yung kúmot at punda.

4. *Saan ko ilálagay ang mga dekolor?*

     a.   Yung mga putí na lang ang ibilad mo.

     b.   Sa lamésa, péro, wag mong iháló sa mga putì.

     c.   Inilagay mo pala ang damit sa lamésa.

     d.   Hindí ko ngá ibinilad sa áraw.

5. *Ano ang gágamítin kong panglampáso?*

     a.   Éto ngá pala ang lampásong ginámit mo.

     b.   Ah, gamítin mo na lang yung basáhan.

     c.   Mabúti na lang at nakúha mo itong basáhan.

     d.   Kabíbili ko lang ng lampáso a.

6. *Paáno itong tambò, médyo lagas na!*

     a.   Kayá ngá gusto kong gamítin!

     b.   Pwéde mo pa namang gamítin a.

     c.   Kayá ngá h'wag ka nang bíbili ng lagas na tambò.

     d.   Sirá na ngá pala itong tambò.

7. *Anong sásabíhin ko pag may tumáwag?*

     a.   Tumáwag ka sa kanya't sabíhin mong walá ako.

     b.   Basta wag kang lálabas.

     c.   Sinábi mo ngá palang walá ako.

     d.   Basta sabíhin mong ako'y tulog.

8. *Pwéde ba akong lumabas ng báhay?*

     a.   Lumabas ka pala ng báhay.

     b.   Hindí siya pwédeng lumabas ng báhay.

     c.   Hindí pwéde. Maski anong mangyári'y wag kang lálabas.

     d.   Óo ngá dáhil ináabangan nila ang báhay ninyo.

9. *Kailángan mo pa bang pabantayan ang iyong báhay?*

     a.   Palágí ngá akong nagbábantay ng báhay.

     b.   Óo ngá e. Kasi ay baká ináabangan nila ang áking báhay.

     c.   Hindí na lang. Walá na naman si Lína e.

     d.   Óo ngà! Ako na lang ang magbábantay ng báhay.

10. *Ano bang áking gágawin hábang ikaw ay walà?*

     a.   Walá ka palang ginawá hábang ako'y walà.

     b.   Marámi akong ipápagawá sa iyo hábang ako'y walà.

     c.   Hindí pwéde. 'Wag kang magpápapások maski síno hábang ako'y walà.

     d.   Nilabhan mo ba ang lahat ng maduduming damit hábang ako'y walà.

BIV. Buuin ang mga sumúsunod na pangungúsap úpang magkaroon ng ganap na díwà

1. O Lína, pag nakaalis na kami ay... 2. Ang íbig mong sabíhin ay hindí... 3. Íiwánan nátin siya dáhil... 4. Sigúro kung kasáma nátin siya'y... 5. Kailángan kong pabantayan itong báhay kasi'y... 6. Mabúti pa Lína hábang walá ako'y... 7. Kung tapos ka nang maglaba'y... 8. At pag tuyó na ang sahig ay... 9. Tandaan mo ha! 'Wag mong... 10. Yung mga dekolor ay sa lílim. Yung mga puting damit... 11. Pag mé naghanap sa ákin ay 'wag... 12. Anong gágamítin kong panglampáso pára... 13. 'Wag mong iháló ang mga putí sa mga de-kolor at... 14. Natátákot na ako kayá ayókong pabayáan ang báhay at baká... 15. Bunutin mo ang sahig matápos mong...16. Lína, maski anong mangyári'y, 'wag... 17. Óo, dápat ka

ngang mag-íngat dáhil... 18. Kayá ngá nag-ííngat ako e, baká... 19. Kung alam mong hindí dápat ibilad ang dekolor e bákit... 20. Kawáwá naman si Lína kung...

BV. Sagutin ang mga sumúsunod na tanong

1. O ano, isásáma na ba nátin si Lína? 2. E ano namang gágawin niya kung hindí nátin siya isásáma? 3. Ano bang ikinatátákot mo? 4. Bákit naman hindí nakúha yung makinílya mo? 5. Ano bang gágawin ko hábang kayo'y walà? 6. Anong gágawin ko sa sahig? 7. Yung kúmot at punda lang ba ang áking lálabhan? 8. Ibíbilad ko rin ba itong mga dekolor? 9. Ano ang gágamítin kong panglampáso sa sahig? 10. Méron ba táyong lampáso? 11. Kailan ko búbunutin ang sahig? 12. Pwéde ba akong lumabas ng báhay? 13. Anong sásabíhin ko pag mé tumáwag? 14. O Léslie ba't kumúpas yang blaws mo? 15. Dí ba alam mo namang hindí dápat ibilad ang mga dekolor?

CI. Ikatlong Bahági	CI. Third Part
LÉSLIE	**LESLIE**
28a. Nakákatákot pala díto.	28a. This place sure is scary.
b. Ang tutúlis ng mga bato.	b. The rocks sure are sharp.
c. At saká baká ako mahúlog díto sa mga húkay.	c. Also, I am afraid I will fall into the holes here.
PETE	**PETE**
29a. Sumakay na lang kayo ni Maring sa bangkà.	29a. You and Maring just ride a boat.
b. Kákausápin ko yung mángingisdá pára kayo ipamangkà.	b. I'll talk to that fisherman to take you in his boat.
c. Hindí siya dápat maglakad díto sa batuhan.	c. She shouldn't be walking on these rocks.
30a. Pwéde pala náting ilagay itong túbig at kánin dun sa bangkà.	30a. Oh, we can put this water and rice in the boat.

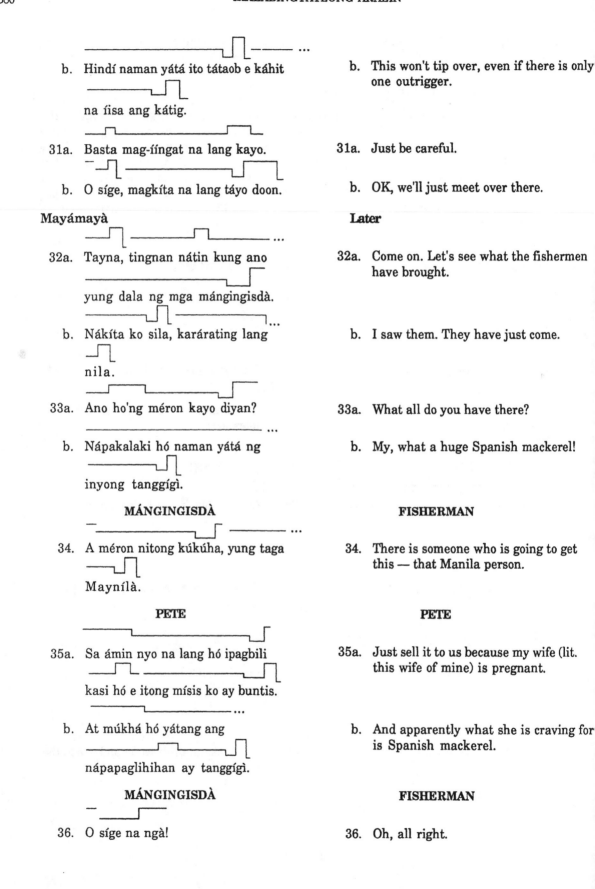

b. Hindí naman yátá ito tátaob e káhit
na íisa ang kátig.

     b. This won't tip over, even if there is only one outrigger.

31a. Basta mag-ííngat na lang kayo.

    31a. Just be careful.

b. O síge, magkíta na lang táyo doon.

     b. OK, we'll just meet over there.

Mayámayà

Later

32a. Tayna, tingnan nátin kung ano
yung dala ng mga mángingisdà.

    32a. Come on. Let's see what the fishermen have brought.

b. Nákíta ko sila, karárating lang
nila.

     b. I saw them. They have just come.

33a. Ano ho'ng méron kayo diyan?

    33a. What all do you have there?

b. Nápakalaki hó naman yátá ng
inyong tanggígì.

     b. My, what a huge Spanish mackerel!

MÁNGINGISDÀ

FISHERMAN

34. A méron nitong kúkúha, yung taga
Maynílà.

    34. There is someone who is going to get this — that Manila person.

PETE

PETE

35a. Sa ámin nyo na lang hó ipagbili
kasi hó e itong mísis ko ay buntis.

    35a. Just sell it to us because my wife (lit. this wife of mine) is pregnant.

b. At múkhá hó yátang ang
nápapaglihihan ay tanggígì.

     b. And apparently what she is craving for is Spanish mackerel.

MÁNGINGISDÀ

FISHERMAN

36. O síge na ngà!

    36. Oh, all right.

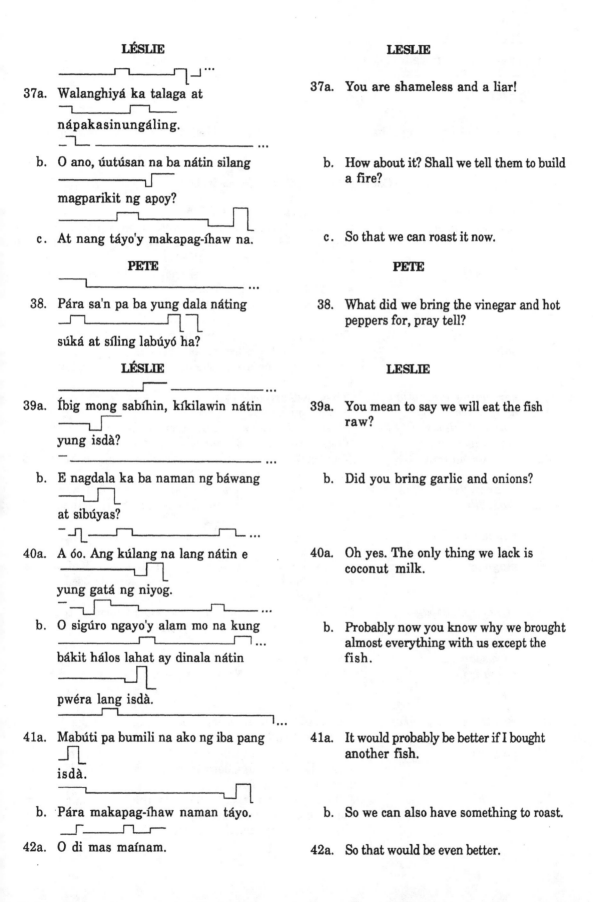

LÉSLIE

37a. Walanghiyá ka talaga at nápakasinungáling.

b. O ano, úutúsan na ba nátin silang magparikit ng apoy?

c. At nang táyo'y makapag-íhaw na.

PETE

38. Pára sa'n pa ba yung dala náting súká at síling labúyó ha?

LÉSLIE

39a. Íbig mong sabíhin, kíkilawin nátin yung isdà?

b. E nagdala ka ba naman ng báwang at sibúyas?

40a. A óo. Ang kúlang na lang nátin e yung gatá ng niyog.

b. O sigúro ngayo'y alam mo na kung bákit hálos lahat ay dinala nátin pwéra lang isdà.

41a. Mabúti pa bumili na ako ng iba pang isdà.

b. Pára makapag-íhaw naman táyo.

42a. O di mas maínam.

LESLIE

37a. You are shameless and a liar!

b. How about it? Shall we tell them to build a fire?

c. So that we can roast it now.

PETE

38. What did we bring the vinegar and hot peppers for, pray tell?

LESLIE

39a. You mean to say we will eat the fish raw?

b. Did you bring garlic and onions?

40a. Oh yes. The only thing we lack is coconut milk.

b. Probably now you know why we brought almost everything with us except the fish.

41a. It would probably be better if I bought another fish.

b. So we can also have something to roast.

42a. So that would be even better.

...

b. Pwéde na nátin sigúro silang

    pagparikitin.

c. At marámi pa silang iííhaw.

b. We can probably have them make a
    fire.

c. And they have lots of other things to
    roast.

Commentary to difficult forms in 13C

28b.	ang tutúlis	"Very sharp (plural)" (§6.71).
29a.	kayo ni Maring	"You and Maring." *Kayo ni, kami ni, táyo ni* "you and, we and, we and..." The use of the genitive after the plural pronouns is explained in §17.81.
b.	kákausápin	"Will speak with (him, her, them)." The direct passive of *kaúsap* is explained in §12.63.
	mángingisdà	"Fisherman." The formation of this word is explained in §17.31.
	ipamangkà	"Transport (him, her, them) by boat" (§13.86).
c.	batuhan	"Place where there are rocks" (§17.33).
30b.	íisa	"Is one." For the use of the numbers with reduplication see §13.10.
32b.	karárating lang nila	"They just arrived" (§13.3).
33a.	ang mayroon kayo	"What you have."
34.	mayroon nitong kúkúha	"There is someone who is going to get this." This is an alternative word order for *mayroong kúkúha nito*.
35a.	sa ámin na lang	"Just make it to us." This expression is placed first in the sentence to emphasize it (§3.31).
	sa ámin nyo na lang ipagbili	The agent *nyo* is placed after the first full word of the sentence because it is short. *Ipagbili* "sell it" is the conveyance passive of *magbili* "sell."
b.	nápapaglihihan	"The thing (she) happens to be craving" (§13.82).
37a.	sinungáling	"Being a liar."
b.	magparikit	"Make a fire." This is the dependent active of the base *parikit* "make a fire." The dependent form is used after the verb *utúsan* "order" by the rule of §7.52.
c.	at nang makapag-íhaw	"So (we) can roast (it)." The dependent form of the verb is used after *at nang* "so that" (§13.11.5).
38.	pára saan	"What for?"
	pára saan pa?	"Whatever for?"
40b.	pwéra isdà	"Except for fish." Note that *pwéra* "except for" like *pati* "including" is followed by a nominative noun and the subject marker *ang* is dropped (§4.71).
41a.	mabúti pa bumili ako	"It would be better for me to buy..." The use of the dependent form of the verb after *mabúti pa* is explained in §15.433.
42b.	pagparikitin	"Cause (them) to build a fire." This is the direct passive causative with *pag-* described in §13.1, below. The base is *parikit* "build a fire."
c.	iííhaw	"Things to be roasted." This is the conveyance passive future of *íhaw* "roast over coals." The conveyance passive of this root refers to the thing roasted.

CII. Pagsasánay

1. **Pagsasánay sa pagsagot**

1a. Hindí ako dápat maglakad díto sa batuhan.
Péro may mángingisdá na namámangká doon.
b. Síge. Kákausápin ko yung mángingisdá pára ka ipamangká doon.

2a. Hindí ako marúnong maglútò.
Péro si Nána Ánsay daw ay masarap maglútò.
b. Síge. Kákausápin ko si Nána Ánsay pára ka ipaglútò.

3a. Ayókong umigib ng túbig kung may mga bátá díto.
Péro naúutúsan daw ang mga bátá na mag-igib ng túbig.
b. Síge. Kákausápin ko ang mga báta pára ka iigib.

4a. Hindí ako pwédeng maglaba.
Péro may naglálabang babáe doon.
b. Síge. Kákausápin ko yung babáe pára ka ipaglaba.

5a. Hirap na akong magsulat.
Péro si Líto ay magandang magsulat.
b. Síge. Kákausápin ko si Líto pára ka ipagsulat.

6a. Ayókong maghandá ng áking pagkáin.
Péro marúnong maghandá ng pagkáin ang áting katúlong.
b. Síge. Kákausápin ko yung katúlong pára ka ipaghandà.

7a. Hindí ako maááring maglínis ng báhay.
Péro si Léslie ay magaling maglínis ng báhay.
b. Síge. Kákausápin ko si Léslie pára ka ipaglínis.

8a. Hindí ako dápat mag-íhaw ng isdá.
Péro may babáeng nag-ííhaw ng isdá doon.
b. Síge. Kákausápin ko yung babáe pára ka ipag-íhaw.

9a. Ayókong magtanim ng gúlay sa búkid.
Péro may magsasáka na nagtátanim doon.
b. Síge. Kákausápin ko yung magsasáka pára ka ipagtanim.

10a. Hindí ako marúnong magplántsa ng damit.
Péro ang áting katúlong ay namámálántsa ng damit.
b. Síge. Kákausápin ko yung katúlong pára ka ipagplántsa.

2. **Pagsasánay sa pagsagot**

1a. Natátákot ako, baká tumaob ito. Íisa ang kátig e.
b. Hindí naman yátá ito tátaob káhit na íisa ang kátig.

2a. Natátákot ako, baká maúbos ang handà. Dádalawa lang ang úlam e.
b. Hindí naman yátá ito maúúbos káhit na dádalawa lang ang úlam.

3a. Natátákot ako, baká matálo táyo. Áapat lang táyo e.
b. Hindí naman yátá táyo matátálo káhit na áápat lang táyo.

4a. Natátákot ako, baká ito bumagsak. Lílima lang ang halígi e.
b. Hindí naman yátá ito bábagsak káhit na lílima lang ang halígi.

5a. Natátákot ako, baká matumba ang mésa. Áánim lang ang nagbúbuhat e.
b. Hindí naman yátá ito matútumba káhit na áánim lang ang nagbúbuhat.

3. **Pagsasánay sa pagtutuloy**

1a. Sa ámin nyo na lang hó ipagbili yung tanggígì.
Kasi hó e itong mísis ko ay buntis.
b. At mukhá hó yátang ang napápaglihihan ay tanggígì.

2a. Kami na lang hó ang bíbili nyang tambákol.

Kasi hó e itong mísis ko ay buntis.

b. At mukhá hó yátang ang napápaglihihan ay tambákol.

3a. Sa ámin nyo na lang hó ipagbili yung mangga.

Kasi hó e itong mísis ko ay buntis.

b. At mukhá hó yátang ang napápaglihihan ay mangga.

4a. Kami na lang hó ang bíbili nyang niyog.

Kasi hó e itong mísis ko ay buntis.

b. At mukhá hó yátang ang napápaglihihan ay niyog.

5a. Sa ámin nyo na lang hó ipagbili ang lumpià.

Kasi hó e itong mísis ko ay buntis.

b. At mukhá hó yátang ang napápaglihihan ay lumpià.

6a. Kami na lang hó ang bíbili nyang létse plan.

Kasi hó e itong mísis ko ay buntis.

b. At mukhá hó yátang ang napápaglihihan ay létse plan.

4. **Pagsasánay sa pagbabalangkas**

1a. Kúkúnin ito noong taga-Maynílà.

b. Mayroon nitong kúkúha, yung taga Maynílà.

2a. Bíbilhin ito noong taga-Maynílà.

b. Mayroon nitong bíbili, yung taga-Maynílà.

3a. Híhiramin ito noong taga-Maynílà.

b. Mayroon nitong híhiram, yung taga-Maynílà.

4a. Kákaínin ito noong taga-Maynílà.

b. Mayroon nitong kákáin, yung taga-Maynílà.

5a. Íinumin ito noong taga-Maynílà.

b. Mayroon nitong íinom, yung taga-Maynílà.

6a. Gágawin ito noong taga-Maynílà.

b. Mayroon nitong gágawà, yung taga-Maynílà.

7a. Púputulin ito noong taga-Maynílà.

b. Mayroon nitong púpútol, yung taga-Maynílà.

8a. Híhingiin ito noong taga-Maynílà.

b. Mayroon nitong híhingì, yung taga-Maynílà.

9a. Híhilingin ito noong taga-Maynílà.

b. Mayroon nitong híhiling, yung taga-Maynílà.

10a. Lílinísin ito noong taga-Maynílà.

b. Mayroon nitong maglílínis, yung taga-Maynílà.

5. **Pagsasánay sa pagbabalangkas**

1a. Buntis ang mísis ko. Kayá ipagbili nyo na lang hó sa ámin.

b. Sa ámin nyo na lang hó ipagbili, kasi hó e itong mísis ko ay buntis.

2a. Mahal yung makinílya ko. Kayá itágó nyo na lang hó sa kwárto nyo.

b. Sa kwárto nyo na lang hó itágò, kasi hó e itong makinílya ay mahal.

3a. Tulog hó si Léslie. Kayá iwánan nyo na lang hó sa ákin.

b. Sa ákin nyo na lang hó iwánan, kasi hó e itong si Léslie ay tulog.

4a. Busog hó ang bátà. Kayá ibigay nyo na lang hó kay Léna.

b. Kay Léna nyo na lang hó ibigay, kasi hó e itong bátá ay busog.

5a. Malíit ang púnò. Kayá itálí nyo na lang hó sa báhay.

b. Sa báhay nyo na lang hó itálì, kasi hó e itong púnó ay malíit.

6a. Sirá hó ang kahon. Kayá ilagay nyo na lang hó sa bag.

b. Sa bag nyo na lang hó ilagay, kasi hó e itong kahon ay sirà.

7a. Marumi ang mésa. Kayá ipátong nyo na lang hó sa sílya.

b. Sa sílya nyo na lang hó ipátong, kasi hó e itong mésa ay marumi.

8a.　Punó ang básurahan nátin. Kayá itápon nyo na lang hó sa tabi.

b.　Sa tabi nyo na lang hó itápon, kasi hó e itong básurahan nátin ay punò.

6.　Pagsasánay sa pagsagot

1a.　O ano? Úutúsan na ba nátin silang magparikit ng apoy?

b.　Pwéde na nátin sigúro silang pagparikitin ng apoy.

2a.　O ano? Úutúsan na ba nátin silang umigib ng túbig?

b.　Pwéde na nátin sigúro silang pag-igibin ng túbig.

3a.　O ano? Úutúsan na ba nátin silang mag-íhaw ng isdà?

b.　Pwéde na nátin sigúro silang pag-iháwin ng isdà.

4a.　O ano? Úutúsan na ba nátin silang maglínis ng báhay?

b.　Pwéde na nátin sigúro silang paglinísin ng báhay.

5a.　O ano? Úutúsan na ba nátin silang maglútó ng pagkáin?

b.　Pwéde na nátin sigúro silang paglutúin ng pagkáin.

6a.　O ano? Úutúsan na ba nátin silang maglampáso ng sahig?

b.　Pwéde na nátin sigúro silang paglampasúhin ng sahig.

7a.　O ano? Úutúsan na ba nátin silang maghúgas ng pinggan?

b.　Pwéde na nátin sigúro silang paghugásin ng pinggan.

8a.　O ano? Úutúsan na ba nátin silang magbunot ng sahig?

b.　Pwéde na nátin sigúro silang pagbunutin ng sahig.

9a.　O ano? Úutúsan na ba nátin silang maglaba ng damit?

b.　Pwéde na nátin sigúro silang paglabahin ng damit.

10a.　O ano? Úutúsan na ba nátin silang magpútol ng káhoy?

b.　Pwéde na nátin sigúro silang pagputúlin ng kahoy.

7.　Pagsasánay sa pagbabalangkas

1a.　Hálos dinala nátin lahat. Isdá lang ang hindì.

b.　Alam mo na kung bákit hálos lahat ay dinala nátin pwéra isdà.

2a.　Hálos lahat ay iníhaw námin. Tanggígí lang ang hindì.

b.　Alam mo na kung bákit hálos lahat ay iníhaw námin pwéra tanggígì.

3a.　Hálos lahat ay kináin námin. Prítong isdá lang ang hindì.

b.　Alam mo na kung bákit hálos lahat ay kináin námin pwéra prítong isdà.

4a.　Hálos lahat ay nilínis námin. Kusíná lang ang hindì.

b.　Alam mo na kung bákit hálos lahat ay nilínis námin pwéra kusínà.

5a.　Hálos lahat ay nilútó nátin. Kánin lang ang hindì.

b.　Alam mo na kung bákit hálos lahat ay nilútó nátin pwéra kánin.

6a.　Hálos lahat ay binása ko. Kómiks lang ang hindì.

b.　Alam mo na kung bákit hálos lahat ay binása ko pwéra kómiks.

7a.　Hálos lahat ay nilabhan niya. Basáhan lang ang hindì.

b.　Alam mo na kung bákit hálos lahat ay nilabhan niya pwéra basáhan.

8a.　Hálos lahat ay ináway niya. Bátá lang ang hindì.

b.　Alam mo na kung bákit hálos lahat ay ináway niya pwéra bátà.

9a.　Hálos lahat ay ininom niya. Kok lang ang hindì.

b.　Alam mo na kung bákit hálos lahat ay ininom niya pwéra kok.

10a.　Hálos lahat ay ninákaw niya. Pinggan lang ang hindì.

b.　Alam mo na kung bákit hálos lahat ay ninákaw niya pwéra pinggan.

CIII.　Pilíin ang támang sagot.

1. O ba't párang natátákot ka?

a.　Kasi ay naglakad pala siya sa batuhan.

b.　Ang tutúlis kasi ng mga bato díto.

    c. Wag kang matákot. Hindí naman tátaob itong bangká káhit íisa ang kátig.
    d. Nahúlog ngá pala ako sa mga bútas.
2. *O Pete, sa'n ka púpunta?*
    a. A basta, magkíta na lámang táyo doon.
    b. Kákausápin ko lang yung mángingisdà.
    c. Basta mag-íngat na lang kayo dun sa inyong púpuntahan.
    d. Pumunta pala ako sa mga mángingisdà.
3. *Ano hó bang méron kayo d'yan?*
    a. A, méron nang kúkúha nitong tanggígì.
    b. Itong malaking tanggígí ay bíbilhin ninyo.
    c. A, malaki naman itong áming tanggígì.
    d. A, méron kaming tanggígì. Gusto ba n'yong bilhin?
4. *Méron na hó bang bíbili nitong tanggígì?*
    a. Óo, ipagbíbili námin itong tanggígì.
    b. A méron na nitong kúkúha, yung mga taga-Maynílà.
    c. Méron palang mga taga-Maynílá na díto mamímili.
    d. Óo, kinúkúha na nila ang tanggígì.
5. *Magpáparikit na ba ako ng apoy pára makapag-íhaw na táyo?*
    a. Mabúti pa bumili ka ng ibang isdá pára maííhaw.
    b. Marámi pala táyong íiháwin.
    c. Huwag múna. Hindí naman nátin 'to íiháwin e.
    d. Óo ngá pala. Madámi ngá pala táyong iníihaw.
6. *Bákit ba may dala kang báwang, síli, sibúyas at súkà?*
    a. Pára makapag-íhaw naman táyo.
    b. Kasi ay kíkilawin nátin yang isdá.
    c. Kasi yung gatá ng niyog na lang ang walà.
    d. May dala ngá pala akong báwang, súkà, síli at sibúyas.
7. *Ano lang ba ang kúlang sa dala mo?*
    a. Kayá ngá hálos lahat ay dinala ko pwéra isdá.
    b. Kúlang pala ang isdang dala niya.
    c. Kúlang pala ang dala ko.
    d. Ang kúlang lang e yung gatá ng niyog.
8. *E, di hindí na táyo mag-íihaw?*
    a. A hindì. Pwéde pa namang bumili ng ibang isdá pára maííhaw e.
    b. Pwéde nátin silang pakisuyúang magparikit.
    c. Óo. Napagparikit ko na sila.
    d. Hindí na lang. Walá kasi akong nabiling isdà.
9. *Natátákot ka bang sumakay díto sa bangkà?*
    a. Hindí naman. Hindí siya natátákot káhit na íisa ang kátig.
    b. Óo. Tátaob ngá kung sásakay tayong lahat.
    c. Hindí naman. Hindí naman tátaob itong bangká e, káhit na íisa ang kátig.
    d. A hindì. Hindí ako sumakay sa bangkà.
10. *Pwéde na ba akong maglagay ng gámit díto sa bangkà?*
    a. Óo, basta mag-íngat na lang kayo.
    b. Óo, dáhil hindí naman ito tátaob.
    c. Óo. Inilagay ko na ang gámit mo sa bangkà.
    d. Óo, pumáyag na siyang gamítin nátin ang bangkà.

CIV. Buuin ang mga sumúsunod na pangungúsap úpang magkaroon ng ganap na díwà.

1. Ay nakákatákot. Ang tutúlis... 2. Kayá ngá ako nag-íingat e, baká... 3. Léslie, mas mabúti pang sumakay na lang kayo... 4. Téka lang ha at kákausápin ko yung mángingisdá pára... 5. Hindí dápat maglakad si Maring díto... 6. Sa palagay mo, tumaob kayá ito... 7. Káhit na íisa ang kátig nito'y... 8. O Pete, halíka díto at samáhan mo akong

tingnan... 9. Ay Pete, tingnan mo at ang laki... 10. Pwéde hó bang sa ámin nyo na lang... 11. Buntis hó ang mísis ko at párang ang... 12. Mabúti pa utúsan na nátin... 13. Súkà, síling labúyò, íbig mong sabíhin yung isda'y... 14. Mé dala akong báwang at sibúyas at ang kúlang... 15. Mas mabúti sigúro kung bumili pa ako ng ibang isdá pára... 16. Pagparikitin na nátin sila at marámi... 17. O Léslie, sigúro naman ngayo'y alam mo na kung bákit hálos lahat... 18. Pete, ba't mo sinábing naglílihi ang mísis mo e walá ka namang mísis. Nakákahiyá... 19. Hindí hó pwédeng ipagbili ito sa inyo kasi ay méron... 20. Pwéde palang ilagay sa bangká itong...

CV. Sagutin ang mga sumúsunod na tanong.

1. O ba't párang natátákot ka? 2. Pabábayáan ba náting maglakad itong si Maring? 3. O Pete sa'n ka púpunta? 4. Natátákot ka bang sumakay díto sa bangkà? 5. Léslie, ano bang títingnan nátin? 6. Pwéde hó bang mábili yang tanggígì? 7. Dala mo bang lahat ng kailángan pára dyan sa kíkilawin náting isdá? 8. Magpáparikit na ba kami? 9. Ba't ba gusto mong bilhin itong tanggígì? 10. Bákit may dala kang báwang, sibúyas, súká at síli? 11. Anong íiháwin nátin, e kíkilawin mo pala yang tanggígì? 12. O Léslie síno yang nákíta mo? 13. O ba't ka natátákot sumakay sa bangkà? 14. Bákit ba gusto mong bilhin itong tanggígí ko? 15. Ba't mo naman sinábing sinungáling si Pete?

DI. Guided Conversation

Leslie and her brother, Pete, are at home.

Mother: Leslie, Pete, just a moment. I have something for you to do (lit. command you). Pete, you'll be in charge of the floor, OK?
Pete: What shall I do?
Mother: You should mop the floor first. And when it's dry, apply floorwax to it.
Pete: Shall I use this rag in mopping?
Mother: Hey, there's a rag there which I bought. Just look for it there in the kitchen.
Léslie: Hey, Mom, what about me?
Mother: You, Leslie, on the other hand, will wash our clothes.
Leslie: Shall I wash the pillowcases and bed sheets, too?
Mother: Please don't (anymore). Just wash the dirty clothes. There are just a few of them. By the way, don't dry (lit. expose under the sun) the colored ones in the sun. (They) should only be in the shade. Just dry the white ones. The other day you dried Pete's colored shirt. Look at it how it faded.
Leslie: Actually it was not me. It was Pete's fault.
Mother: And one more thing, don't ever mix the colored ones with the white ones. You might get color on them.

After Leslie finishes washing, she goes to her friend Lena's house, to borrow a typewriter.

Leslie: Lena, why weren't you here yesterday?
Lena: Oh yes! I forgot to tell you that we were going to the beach.
Leslie: Oh, really?
Lena: Actually, we had fun. Only it was scary because the rocks were sharp. It's a good thing that Maring and I got on a boat, so we did not have to walk on the rocks. Actually, I thought at first that the boat would turn over because it had only one outrigger.
Leslie: What did you do there?
Lena: We wandered around and bathed. Oh wait... I actually saw a huge Spanish mackerel. The fisherman would not have given us the mackerel because (according to him) there was already somebody from Manila who was going to take it ... If

Inting hadn't said that his wife was pregnant and was craving for it, he would not have given it (lit. the mackerel would not have been given) to us.

Leslie: Oh, he's a liar, what a shame. So, did you just roast the mackerel?

Lena: Actually, no. I would have had our companions start a fire, but Inting suddenly said that we would eat the fish raw, and we would not roast it. What else were the garlic, onions, chili and vinegar that he brought for?

Leslie: Did he bring coconut milk?

Lena: No. We bought it there.

Leslie: So, you were not able to roast anything.

Lena: No, I bought another fish so that I could roast it.

Leslie: What are you doing there?

Lena: Oh, I'm sewing my shorts. It seems that the stitches are going to come out again.

Leslie: Didn't you tell me that you had it mended (by someone) the other day?

Lena: Yes. But the way it was sewn was not good. After sewing it, I put it on, and you know what happened? It came apart again.

Leslie: Didn't you just buy it recently?

Lena: Yes, (you're right). It's really maddening.

Leslie: The best thing to do is to double the stitches so it will not come apart.

Lena: Yes, really. Wait, do you have water?

Leslie: Yes, why?

Lena: Because we haven't had any water for two days.

Leslie: So, where do you fetch your water?

Lena: There ... at the deep well near the corner.

Leslie: Hey, that's far! Who actually does the fetching?

Lena: I just asked the boys in the neighborhood to do it.

Leslie: It's a good thing they were willing.

Lena: Oh, yes. They even vie with each other because I pay them.

Leslie: Do you still boil the water?

Lena: Of course, because (as I said) it comes from the well.

Leslie: Wait, before I forget, may I borrow your typewriter?

Lena: Have you forgotten that I was robbed? Even my radio was lost, don't you remember, and until now I haven't gotten it back.

Leslie: Oh, yes. (Lit. It disappeared from my mind but now I remembered.)

EI.   Babasahin

Si María at ang Áhas

1.   Mayroong mag-ina, ang pangálan noong anak na dalága ay María. Ngayon ang hánapbúhay nila ay yong mamúlot nung mga búnga. Mga búnga, búngang yung ginágámit sa pagngángà. Ay búnga basta ang táwag doon e. (Búnga ang táwag)

2.   Namúmúlot sila noon at ipinagbíbili nila, iyon lang ang kanilang hánapbúhay. Sa paghahanap nila, anupa't mayroong lumabas na malaking-malaking áhas. Tátakbo silang mag-ina... ay natátákot sila. Nagsalitá iyong áhas. "Huwag kayong tumakbo. Hindí ko kayo áanuhin, huwag kayong tumakbo," ang íka'y, "Gusto ko kayong mákaúsap."

3.   Tumígil naman iyong mag-ina at nakinig. "Ako'y may híhilingin sa inyo at hindí kayo mápapasamà. Mápapaigi pa ang búhay ninyo. Hindí na kayo," íkà, "mamúmúlot ng ganyan, pag ako ay," íkà, "inyong pinagbigyan." Ay iyong sábi ng mag-ina, "Ano pó yon? Ano pó yon?" "Ipakasal ninyo sa ákin ang inyong anak na dalága." "E, papaáno naman mangyáyári," íkà, "iyon? Ang anak kong dalága ay magpápakasal sa isang áhas, ay nápakagandang dalága iyon e. E mahírap ngá lámang." "E basta hó ako'y nakíkiúsap sa inyo. Tulúngan ninyo ako at hindí

mápapasamá ang inyong anak." "Síge." Walá silang nagawà. Nakíkiúsap.

4. Noon din nagpunta sila sa simbáhan. Nagtaka ngá iyong párì, "Anong mistéryo," íkà, "ito ng Diyos at ako'y nagkákasal ng áhas." Aba'y ikinasal din. Noong makasal na iyan ang ginawà, sa ilálim noong kalan doon nagpunta iyong áhas. Doon siya namayúkad. Iyon namang mag-ina ay natúlog na. Noong mágising itong ina ay palásyo ang báhay nila, malaking-malaki. (A naging palásyo?)

5. Óo, naging palásyo, párang himalà. "Ako yáta'y nanánagínip. Bákit ganito? Ako'y nanánagínip!" Kinúkurot niya ang kanyang saríli. "E... péro talagang ako'y gising na! Bákit ito'y palásyo?" Mayá-mayá naman ay nágising naman iyong anak niyang dalága, ay nakahigá siya sa kátring gintò. May kasíping siyang isang laláki, magandang laláki, damit prínsipe, ang sábi, biglá siyang nagbángon, sábi'y, "Naku lumáyas kayo díto at bákit ako'y inyong pinanhik díto?" Ang sagot, "O ay ano, ay mag-asáwa naman táyo!"

6. "Naku hindí hó pwéde. May asáwa," íkà, "ako." Sábi'y "Ako na ngá ang asáwa mo!" "Hindì. Ang asáwa ko'y áhas. Áhas ang asáwa ko. Hindí maááring maging kayo. Naku ay umalis na kayo at baká mágising na iyong..." (Áhas)"iyong asáwa kong áhas, ay baká kung anuhin pa kayo. Kayo ay umalis na. Hindí kayo maááring tumira díto," ang sábi.

7. "Ako," íkà, "ang asáwa mo. Halíka may ipápakíta ako sa iyo. Nagpunta doon sa sinásábing yong kalan na pinanggalíngan. Ay di mayroon doong pinaglunuhan ng áhas. Sábi ay, "O tingnan mo, diyan ako gáling. Ako," íkà, "ay isinumpá noong isang... Isinumpá ako," íkà, "noong isang nagágálit sa ákin, dáhil áyaw ko siyang pansinin. Ipinagamot ako sa isang mangkúkúlam."

8. "Ang sábi sa akin, 'Ikaw ay magíging áhas at maáalis lámang ang pagkaáhas mo kung mayroong pápátol sa iyo na isang magandang dalága na pakákasal sa iyo.

(A...)

Iyon na ang makákapagpawalá ng pagkaáhas mo.!' Kayá ako'y nakiúsap sa inyo na ako'y pakasalan mo, at talaga

namang ikaw ay matagal ko nang nákikíta diyan. Ay sadyá namang ako'y may pag-íbig sa iyo. Ay nákíta na kita diyan, ay noon lámang ako nangahas lumápit sa inyo at baká ngá kayo ay matákot." O iyon, gumanda na ang búhay nila.

9. Ngayon may kápitbáhay naman sila na maígi na ang búhay, péro nainggit sa kanila, naíinggit sa kanila. Lumápit ngayon sa kanila. "Hoy Kumádre!" Kumádre na ang táwag, péro noon ay hindí pinápansin. "Bákit?" íkà, "Bákit," íkà, "gumanda ang báhay ninyo? Anong nangyári? Papaáno," íkà, "nangyári at nagkágayan?" Ikinwénto naman niya, "Iyong hánapbúhay námin na gayon ay iyong áhas nagpakasal doon sa áking anak, ay ayan, ganyan ang nangyári! Mágising na lang kami, ganyan na, hindí ko alam kung papaáno nangyári iyan, basta't pinaghimalaan na kami."

10. "Táyo na," íkà, "doon sa bundok at táyo'y magháhanap ng áhas." "Ay naku naman inay ay áhas naman," íká ay, "Papaáno," íkà, "ang gágawin?" "Hindì! Tingnan mo," íkà, "si María, tingnan mo ang ganda na ng búhay ni María, ay talaga," íkang, "nagpakasal sa áhas." "Ay ayóko ngá Inay at natátákot ako sa áhas," sábing gayon. Hindí maáárì!" Kinaladkad iyong anak, "Táyo na, táyo na. Hindí maáárì!" Basta't magháhanap din táyo!"

11. Hindí naman namúmúlot ng búnga at nagháhanap talaga ng áhas. Ngayon may nákíta silang sigúro sawa. Iyong nakabayúkad iyon. E, ang ginawà tinalían na yátà. Hiníla-híla niya. Ang sábi'y "Táyo, táyo," íkà, "at kayo'y magpápakasal na, at ipápakasal ko sa iyo iyan. Mákíta mo búkas ang ganda ng áting báhay. Palásyo at táyo'y mayámang-mayáman na." Hiníla at dinala sa simbáhan, híla-híla iyong áhas.

12. Sábi noong párè, "Naku! Ano kayang mistéryo ito ng Diyos. Áraw-áraw ako'y nagkákasal ng áhas. Paáno na baga," íkà, "ito? Ano kayang misteryo," íkà, "itong nangyáyáring ito?" Di ikinasal din niya. Bagamat hindí náimik iyong áhas, kinasal din niya. Tápos nang makauwí na sa kanila, ay doon niya inilagay sa kwárto iyong áhas at ang sábi'y, "Doon kayo magsámang matúlog," sábi doon sa kanyang anak. "Inay ay ayóko ngá at ako'y

natátákot, baká ako ay kaínin niyan. Baká ako'y kagatin niyan." "Hindì! Máráramdaman mo iyong kinábukásan na lámang, mákíta mo, maginháwa na táyo."

13. Pinások. Sinusían sa kwárto pára huwag makalabas. Tápos siya'y nahigà. Nakíkiramdam siya kung lálaki na iyong báhay. Ang ano, nang magháhátinggabi na, sumigaw iyong anak, "Inay ang sakit! Ang sakit, ang sakit ng áking mga paa." "Huwag kang maíngay. Ganyan ngá iyong bágong kasal." Sigúro ang akálá niya'y iyong nangyáyári ngá sa bágong kasal. "Ganyan ngà. Huwag kang maíngay." Bágo ang sábi'y, "Inay ang sakit na hanggang bintí na, hanggang bintí na ang sakit." "Huwag kang maíngay, talagang ganyan ang bágong kasal."

14. Láging gayon ang sagot ng ina. "Ay Inay hanggang hítá na ang sakit. Ang sakit na!" "Huwag kang maíngay sadyang ganyan ngá ang bágong kasal." Tápos walá

na siyang nádinig. Ang sábi ay, "Sigúro" íka'y, "nagkásundó na." Nang magmámadaling áraw nágising siya. "O bákit kayá ang báhay námin ay ito pa rin?"

15. Hindí pa rin gumigísing yong mag-asáwa. "Sigúro," íka'y, "napúyat," sábing gayon. "Alas diyes na ng tanghálì, e kailángang gisíngin ko na," íkà, "at ako'y kinákabahan. Hindi pa nágigising." Binuksan niya ang pintò, "Naku!!" Ang nákíta niya ay nagkálat na dugò, walá na si áhas. Dugó na lang ang nákíta niya.

Nakaalis na at sigúro'y nilingkis iyong anak, iyong anak niya.

16. Tápos ay dinúrog-dúrog ang buto, tápos ay nilulon. Iyon, ay doon, nagwakas. Talagang iyang pagkamainggítin ay hindí dápat. Nagsísi siya. Magsísi man siya nang magsísi, walá nang mangyáyári.

17. (Namatay na iyong kanyang anak.)

Óo ay doon nagwakas ang kwénto.

Commentary to difficult forms in Reading 13

Starting with this unit we will present the stories which we taped exactly as they were told. We also make the tape available. You should listen to the tape as you read the story, as the presentation is in many of them very well done and adds to the pleasure of the story. If you get enjoyment from the story, you will remember the expressions in it, and it will do much to enhance your ability to speak Pilipino.

This story was told by Mrs. Lenila Hernandez Briz of Baranggay Sta. Crus, Bae, Laguna. She was born in 1923 in Alaminos, Laguna, a town not distant from Bae. She had three years of schooling and has worked all her life as a seamstress and farmer's wife.

1.	mag-ina	"Mother and daughter" (§12.12).
	(Búnga ang táwag)	The comments in parentheses are the comments of someone in the audience, usually the interviewer, Evangeline Punzalan.
2.	anupa't	This is a conjunction and means something like "the next thing in the story..." (§13.11.1).
	áanuhin	"Will do anything to..." (§13.851).
	mákaúsap	"Speak to..." This is the direct passive potential of a verb with ka- (§12.63).
3.	nakinig	"Listened" (§13.84).
	mápapasamà	"Come to harm." This is the mápa- conjugation explained in §12.4. The reduplicated vowel is shortened by a rule given in a footnote to §7.11.
	mápapaigi pa	"Can become much improved."
	íkà	"She said." This is derived from wíkà "speak," and we will encounter this particle repeatedly in our stories.
	pinagbigyan	"Make a concession to..." This form is explained in §19.12. The use of the past tense after pag "if" is explained in §11.3.

	ipakasal	"Arrange for (her) to be married." The conjugation of *pakasal* is explained in §11.15.
	nápakagandang dalága	"Beautiful (girl)."
	iyon	According to the grammar rules we have had we would expect *niyon* (§10.51), but here we have the nominative *iyon* and it is not a mistake (slip of the tongue).
4.	*nagkákasal, ikinasal*	The conjugation of *kasal* is explained in §13.881.
	namayúkad	"Coiled."
5.	*nanánagínip*	"Dreaming." The root is *tagínip*.
	kasíping	"One sleeping together with her." (This word consists of *ka-* added to *síping* §12.11.)
	pinanhik	"Come into one's house" (§§12.31, 15.322).
	mag-asáwa	"Husband and wife" (§12.12).
6.	*baká kung anuhin pa kayo*	"He might just do some harm to you" (§13.851).
7.	*pinaglunuhan*	"The skin which has been shed." This is the past local passive of *magluno* "shed skin." The tape has *pinaglunlan*, a form unknown to us and not found in the reference books.
	isinumpà	"Have a spell said over one, be the victim of a spell."
	ipinagamot	"Have someone treated medically or by witchcraft."
8.	*pagkaáhas*	"State of being a snake" (§13.7).
	makákapagpawalà	"Make something disappear." The tape has *mawáwalá sa* "get lost from", which does not make sense in this context (§12.611).
	sadyà	"Really." *Sadyà* can be used like *talaga* and linked with *na (ng)* in the meaning "really."
	noon lámang	"That was the first time, not until then" (§10.31).
	nangahas lumápit	"Dared to approach." For the use of the dependent form see §7.51.
	gumanda	"Became beautiful" (§13.21).
9.	*kumádre na*	"Now it was *kumádre* (when before it wasn't)."
	nagkáganyan	"Became like that" (§15.1).
	ikinwénto	"It was told" (§12.52).
	gayon	"Like that." This is an alternative form to *ganoon*. It is also pronounced *gay-on* in the southern Tagalog provinces, as you will hear on the tape.
	doon sa áking anak	"To that child of mine." For the use of *doon* see §15.33.
	mágising na lang	"All we had to do was wake up." The use of the dependent is discussed in §15.431.
11.	*búnga*	The tape has *búnga at síli* "betel nut and chili."
	nakabayúkad	The tape has *nakabuyúkad*. For the use of *naka-* see §13.4.
	híla-híla	"Dragging" (§13.5).
12.	*baga*	Dialectal for *ba*, the question particle.
	bagama't	"Although" (§13.11.2).
	náimik	This is a southern Tagalog form. The Manila form is *umimik*. *Ná-* takes the place of *-um-* past and *um-R-* present in the southern dialects (§13.93).
	magsáma	"Be together" (§12.13).
	doon sa kanyang anak	"To that child of hers." See §15.33 for the use of *doon*.
	máraramdaman	"Will feel (it)." The conjugation of *damdam* is explained in §13.81.

13. *pinások*   This is short for *ipinások* "put (her) into" (§13.911).
     nakíkiramdam   "Listening." The verb *makiramdam* means "use the
                              senses to try to ascertain something" (§13.81).
     lálaki   "Grow big" (§13.21).
     magháhatinggabi   "Getting to be midnight." For the verb formation see §6.82.
                              For the use of the future in clauses with *nang* see §§13.884,
                              15.422.
16. *pagkamainggítin*   "Being given to envy" (§16.32).
     magsísi man siya   "No matter how much she regretted it." For the use of the
       nang magsísi   dependent see §15.431.

EII.   Punuan ng támang sagot ang mga patlang sa mga sumúsunod na pangungúsap.

1. María ang pangálan ng _____. 2. Ang hánapbúhay ng mag-ina ay _____. 3. Natákot ang mag-ina kasi mayroong lumabas na _____ hábang nagháhánap sila ng báging. 4. Mápapaigi _____ ng mag-ina kung pagbíbigyan nila ang _____ ng áhas. 5. Ang gusto ng áhas ay _____ sa kanya si María. 6. Noon din ay nagpunta sila _____. 7. Nagtaka ang _____ at sinábing _____ ng Diyos ang pagkakasal niya sa áhas at kay María. 8. Sa _____ nagpunta ang áhas noong mákasal sila ni María. 9. Ang ginawá naman ng mag-ina ay _____. 10 Noong mágising itong ina ay _____. 11. Nang mágising si María ay nakahigá siya sa _____. 12. May kasíping siyang _____ na nakadamit _____. 13. Áyaw maniwálá ni María na ang laláki ay kanyáng _____. 14. Nang magpunta sila sa kalan ay mayroon doong _____. 15. Ang laláki ay isinumpá noong _____ sa kanya dáhil áyaw niya iyong _____. 16. Ipinagamot siya sa _____. 17. Maalis lamang ang pagka-áhas niya kung mayroong pápátol sa kanya na isang _____ pakákasal sa kanya. 18. Sinábi ng laláki na siya ay sadyá namang may _____ na kay María. 19. May _____ sila na _____ péro naíinggit sa kanila. 20. Noon hindí sila pinápansin péro ngayon ay _____ na ang táwag sa ina ni María. 21. Ang mag-inang kápitbáhay nina María ay nagpunta sa _____ pára maghanap ng áhas. 22. May nákíta silang _____ na tinalían at hiníla nila papunta sa _____. 23. Ikinasal din ng párí bagama't hindí _____ iyong áhas. 24. Nang makauwí na sa kanila ay inilagay _____ iyong áhas. 25. Natátákot matúlog sa kwárto ang anak dáhil baká siya ay _____. 26. Ang anak ay _____ pára huwag makalabas. 27. Nahigá ang ina, nakiramdam siya kung _____. 28. Nang sumigaw ang anak, ang akálá ng ina ang nangyáyári ay iyong sa _____. 29. _____ na ng tanghálí ay hindí pa nágigising ang mag-asáwa kayá binuksan ng ina ang pintó at ang nákíta niya ay _____. 30. Talagang iyang _____ ay hindí dápat.

EIII.   Pagpapahayag na mulì. Muling bumuó ng pangungúsap áyon sa únang pahayag.

1. Ngayon ang hánapbúhay nila ay iyong mamúlot ng mga búnga. Mga búnga, búngang ginágámit sa pagngángà.
     Namúmúlot sila ng búnga kasi...
     Nabúbúhay ang mag-ina sa pamamagítan ng...
     Ang mga táo noon ay... sa pagngangángà.
2. Sa paghahanap nila, anupa't mayroong lumabas na malaking-malaking áhas. Tátakbo silang mag-ina... ay natátákot sila.
     Natákot ang mag-ina kasi sila'y...
     Ikinatákot ng mag-ina ang...
3. Nagsalitá iyong áhas. "Huwag kayong tumakbo. Hindí ko kayo áanuhin, huwag kayong tumakbo," ang íka'y, "gusto ko kayong mákaúsap."
     Hindí dápat matákot ang mag-ina sa áhas kasi...
     Nagsásalitá ang áhas kasi... ang mag-ina.

4. "Ako'y may híhilingin sa inyo at hindí kayo mápapasamà. Mápapaigi pa ang búhay ninyo. Hindí na kayo, "íkà, "mamúmúlot ng ganyan, pag ako," íkà, "ay inyong pinagbigyan."

Títígil na... ang mag-ina kung... ang kahílíngan ng áhas.

Kailángang pagbigyan ng mag-ina... pára... nila.

5. "E, papaáno naman mangyáyári" íkà, "iyon? Ang anak kong dalaga ay magpápakasal sa isang áhas, ay nápakagangdang dálága iyon e."

Hindí bágay ang áhas kay María kasi...

... si María at ang áhas kasi hindí sila bágay.

6. Noon din ay nagpunta sila sa simbáhan. Nagtaka ngá iyong párì, "Anong mistéryo," íkà, "ito ng Diyos at ako'y nagkákasal ng áhas?"

Nagpunta ang mag-ina at ang áhas sa simbáhan dáhil...

Ipinagtaka ng párí ang...

Nagtaka ang párí kasi...

7. Noong mákasal na iyan, ang ginawà, sa ilálim noong kalan doon nagpunta iyong áhas. Doon siya namayúkad.

Pagkatápos ng kásálan, ang áhas ay... doon.

... ang ilálim ng kalan pára... doon.

8. Iyon namang, silang mag-ina ay natúlog na. Noong mágising itong ina ay palásyo ang báhay nila, malaking-malaki. "Ako yáta'y nanánagínip! Bákit ganito? Ako'y nanánagínip."

Pagkagísing ng ina ay nabiglá siya kasi...

Bágo matúlog ang mag-ina ay... péro nang mágising sila ay...

9. Mayámayá naman, nágising naman iyong anak niyang dalága, ay nakahigá siya sa kátring gintò. May kasíping siyang isang laláki, magandang laláki, nakadamit prínsipe, biglá siyang nagbángon, sábi'y, "Naku lumáyas kayo díto at bákit ako'y inyong pinanhik díto?" Ang sagot, "O ay ano, mag-asáwa naman táyo."

Nabiglá rin si María nang siya ay mágising kasi...

... sila ng laláking hindí niya...

Kátring gintó ang... at ng laláki.

10. "Hindì. Ang asáwa ko'y áhas. Áhas ang asáwa ko. Hindí maááring maging kayo. Naku ay umalis na kayo at baká mágising na iyong..."

Áyaw maniwálá ni María na...

... ni María ang laláki na áyaw niyang... asáwa niya.

Iníísip ni María na... ang áhas kung...

11. "Halíka may ipápakíta ako sa iyo!" Nagpunta doon sa sinásábing yong kalan na pinanggalíngan. Ay! Di mayroon doong pinaglunuhan ng áhas.

Ang ipinakíta ng laláki kay María ay...

Isináma ng laláki si María sa may kalan pára...

Nagpunta si María at ang laláki sa may kalan kasi...

12. "Noong isang..., isinumpá ako," íkà, "noong isang nagágálit sa ákin, dáhil áyaw ko siyang pansinin. Ipinagamot ako sa isang mangkukúlam."

Naging áhas ang laláki kasi...

Ang asáwa ni María ay ipinakúlam kasi...

May nagálit na babáe sa asáwa ni María dáhil... kayá...

13. "Ang sábi sa ákin, 'Ikaw ay magíging áhas at maáalis lámang ang pagka-áhas mo kung mayroong pápátol sa iyo na isang magandang dalágang pakákasal sa iyo.'"

Ang ikaáalis ng pagka-áhas ng laláki ay...

Kailángang... pára maalis ang pagka-áhas ng laláki.

14. Iyon na ang makákapagpawalá sa pagka-áhas mo. Kayá ako'y nakiúsap sa inyo na ako'y pakasalan mo, at talaga namang ikaw ay matagal ko nang nákikíta diyan. Ay sadyá namang ako'y may pag-íbig sa iyo.

Ang dalawang dahilan ng pakikiúsap ng áhas na pakasal sa kanya si María ay...

Gusto ng áhas na... sa kanya si María kasi... niya ito.
Noon lang niya... lumápit kay María káhit...

15. Ay nákíta na kita diyan, ay noon lámang ako nangahas lumápit sa inyo at baká kayo ay matákot.

Noon lang niya... lumápit kay María káhit...

16. Ngayon may kápitbáhay naman sila na maígi na ang búhay péro nainggit sa kanila, naíinggit sa kanila.

Káhit maígi na ang... ay... kina María.

17. "Hoy Kumádre," Kumádre na ang táwag, péro noon ay hindí pinápansin.

Dáti ay áyaw... péro ngayon... sa ina ni María.

18. "Táyo na," íkà, "doon sa bundok at táyoy maghanap ng áhas. Tingnan mo," íkà, "si María, tingnan mo ang ganda ng búhay ni María, ay talaga," íkang, "nagpakasal sa áhas."

Gustong isáma ng ina ang anak niya sa bundok pára...
... si María ng kápitbáhay nila dáhil... na sila.

19. "Ay naku naman Inay ay áhas naman. Ay ayóko ngà. Inay at natátákot ako sa áhas."

Áyaw... ng anak sa bundok dáhil sa... niya sa áhas.

20. Ngayon may nákíta silang, sigúro sawa. Iyong nakabayúkad iyon. E, ang ginawà, tinalían na yátà.

Tinalían ng ina ang... sa bundok.

21. Hiníla-híla niya, ang sábi'y "Táyo, táyo," íkà, "at káyo'y magpápakasal na, at ipápakasal ko sa iyo yan... Mákíta mo búkas ang ganda ng áting báhay. Palásyo at táyo'y mayámang-mayáman na."

Hiníla ng ina ang áhas pára...
Ang akálá ng ina kapag nákasal ang áhas sa kanyang anak ay...
Gustong ipakasal ng ina ang kanyang anak pára...
Inísip ng ina na kinábukásan pagkatápos ng kasal ng kanyang anak at ng áhas ay...

22. Sábi noong párì, "Naku!! Ano kayang mistéryo ito ng Diyos. Áraw-áraw ako'y nagkákasal ng áhas. Paáno na baga," íkà, "ito? Ano kayang mistéryo," íkà, "itong nangyáyáring ito?"

Nagtaka na naman ang párí kasi...

23. Tápos, nang makauwí na sa kanila, ay doon niya inilagay sa kwárto iyong áhas at ang sábi'y, "doon kayo magsámang matúlog," sábi doon sa kanyang anak.

Gusto ng inang... kayá sa kwárto niya...

24. "Inay, ay ayóko ngá at ako'y natátákot baká ako ay kaínin niyan. Baká ako'y kagatin niyan."

Áyaw tumúlog ng anak sa kwárto dáhil... siya ng áhas kung...
Ang ikinatátákot ng anak ay...

25. Sinusían sa kwárto pára huwag makalabas.

Ang anak ay sinusían sa kwárto kasi... ng kanyang ina.

26. Tápos siya'y nahigà, nakíkiramdam siya kung lálaki na iyong báhay.

Humigá na ang ina pára...
... kayá nahigá siya.

27. Ang ano, nang magháhátinggabi na sumigaw iyong anak, "Inay ang sakit! Ang sakit Inay! "Huwag kang maíngay ganyan ngá iyong bágong kasal." Sigúro ang akálá niya'y iyong nangyáyári ngá sa bágong kasal.

Hindí nag-alala ang ina káhit sumigaw ang kanyang anak kasi...
Hindí pinansin ng ina ang... dáhil inísip niyang...

28. Tápos walá na siyang nádinig. Ang sábi ay, "Sigúro" ika'y, "nagkásundó na."

Nang walá nang mádinig ang ina ay inísip niyang...
Ang akálá ng ina ay... dáhil...

29. Nang magmámadaling áraw, nágising siya. "Bákit kayá ang báhay námin ay ito pa rin?"

Ipinagtaka ng ina kung... nang mágising siya.

Nagtaka ang ina nang mágising siya kasi...

30. Hindí pa rin gumígising yong mag-asáwa. "Sigúro," íka'y, "napúyat," sábing gayon.
Ang akálá ng ina ay... dáhil hindí pa sila gumígising.
Inísip ng ina na púyat ang dahilan ng...

31. Binuksan niya ang pintò, "Naku!" Ang nákíta niya ay nagkálat na dugò, walá na si áhas. Dugó na lang ang nákíta niya. Nakaalis na at sigúro'y nilingkis iyong anak niya. Tápos ay dinurog-dúrog ang buto, tápos ay nilulon.
Nagúlat ang ina nang buksan niya ang pintó kasi...
... kayá walá na doon ang anak at dugó na lang ang nároon.
Maááring ang sawa ang... sa anak niya.

32. Talagang iyang pagkamainggítin ay hindí dápat.
Ipinaáalam ng kwéntong ito na ang táo ay hindí...

EIV. Sagutin ang mga sumúsunod na tanong.

1. Si María ang ina ng dalága. Támá o malì? 2. Namúmúlot ng búnga ang mag-ina dáhil yon ang kinákáin nila. Támá o malì? 3. Bákit natákot ang mag-ina hábang sila ay nagháhánap ng búnga? 4. Gustong ipakasal ng ina ang anak niya sa áhas kasi'y pángit yon. Támá o malì? 5. Bákit pinagbigyan ng mag-ina ang kahílíngan ng áhas? 6. Bákit nagpunta sa simbáhan ang mag-ina at ang áhas? 7. Hindí pumáyag ang párí na ikasal si María at ang áhas. Támá o malì? 8. Pagkatápos ng kasal, si María ay namayúkad sa ilálim ng kalan. Támá o malì? 9. Binantayan ng mag-ina ang áhas sa ilálim ng kalan. Támá o malì? 10. Bákit nagúlat ang ina ni María pagkagísing niya? 11. Bákit malí ang úlat na ito: Nágising si María na nakahigá sa sahig at kasíping ang áhas. 12. Naniwálá agad si María na ang laláki sa tabi niya ay kanyang asáwa. Támá o malì? 13. Bákit isínáma ng laláki si María sa may kalan? 14. Papáno naging áhas ang asáwa ni María? 15. Bákit kinailángang magpakasal ng laláki sa isang magandang dalága? 16. Nang kausápin ng áhas ang mag-ina ay noon lámang niya nákíta si María. Támá o malì? 17. Ang sumpá lang ba ang dahilan ng pagpapakasal ng áhas kay María? 18. Sina María ay may mahírap ding kápitbáhay na dáti nang pumápansin sa kanila. Támá o malì? 19. Bákit itinanong ng kanilang kápitbáhay sa ina ni María kung anong nangyári sa kanila at biglang gumanda ang kanilang báhay? 20. Bákit nagpunta sa bundok ang mag-inang kápitbáhay nina María? 21. Kagáya ng ina ay gustung-gusto rin ng anak na pumunta sa bundok. Támá o malì? 22. Nang makákíta ng áhas ang mag-ina ay tumakbo sila dáhil sa tákot. Támá o malì? 23. Bákit hiníla ng mag-ina ang áhas papunta sa simbáhan? 24. Bákit ang akálá ng párí ay may mistéryong nangyáyári? 25. Magkasámang natúlog ang anak at ang áhas sa kwárto dáhil iyon ang gusto ng anak. Támá o malì? 26. Bákit sinusían ng ina ang kanyang anak sa kwárto? 27. Bákit hindí pinansin ng ina ang pagsigaw ng anak niya nang magháhátinggabi na? 28. Isang béses lámang sumigaw ang anak kayá hindí nag-alala ang kanyang ina. Támá o malì? 29. Bákit nagúlat ang ina nang buksan niya ang pintó ng kwárto? 30. Bákit walá na sa kwárto ang anak kinábukásan pagkatápos ng kasal? 31. Paáno pinatunáyan ng kwéntong ito na ang pagkamainggítin ay masamà?

EV. Pagsasánay sa pagsúlat. Basáhin ang sumúsunod na babasahin. Sabíhin kung wastó o malí ang mga sumúsunod na pangungúsap. Kung malì, isúlat kung bákit.

1. Mayroong mag-ina, ang pangálan noong anak na dalága ay María. Ngayon ang hánapbúhay nila ay yong mamúlot nung mga búnga. Mga búnga, búngang yung ginágámit sa pagngángà. Ay búnga basta ang táwag doon e. (Búnga ang táwag)
Ang ikinabúbúhay ng mag-ina ay ang pagngángà.

2. Namúmúlot sila noon at ipinagbíbili nila, iyon lang ang kanilang hánapbúhay.
Ang hánapbúhay nila ay ang pamumúlot at pamimili ng mga búnga.

3. Sa paghahanap nila, anupa't mayroong lumabas na malaking-malaking áhas. Tátakbo silang mag-ina... ay natátákot sila. Nagsalitá iyong áhas. "Huwag kayong tumakbo.

Hindí ko kayo áanuhin, huwag kayong tumakbo," ang íka'y, "Gusto ko kayong mákaúsap."

Kung hindí nagsalitá iyong áhas ay hindí sána mtátákot ang mag-ina.

4. Tumígil naman iyong mag-ina at nakinig. "Ako'y may híhilingin sa inyo at hindí kayo mápapasamà. Mápapaigi pa ang búhay ninyo. Hindí na kayo," íkà, "mamúmúlot ng ganyan, pag ako ay," íkà, "inyong pinagbigyan."

Pinahíhiling sila ng áhas ng isang bágay na kung pagbíbigyan nito ay yáyáman sila.

5. Ay iyong sábi ng mag-ina, "Ano pó yon? Ano pó yon?" "Ipakasal ninyo sa ákin ang inyong anak na da!ága." "E, papaáno naman mangyáyári" íkà, "iyon? Ang anak kong da!ága ay magpápakasal sa isang áhas, ay nápakagandang da!ága iyon e. E mahírap ngá !ámang."

Maganda si María at hindí siya dápat maging asáwa ng isang áhas !ámang, áyon sa kanyang ina.

6. "E basta hó ako'y nakíkiúsap sa inyo. Tulúngan ninyo ako at hindí mápapasamá ang inyong anak." "Síge." Walá silang nagawà. Nakíkiúsap.

Mápápasamá daw sila kung hindí nila pagbíbigyan ang pakiúsap ng áhas.
Dáhil sa tákot ay pumáyag ang mag-ina.

7. Noon din nagpunta sila sa simbáhan. Nagtaka ngá iyong párì, "Anong mistéryo," íkà, "ito ng Diyos at ako'y nagkákasal ng áhas." Aba'y ikinasal din.

Káhit na ang párí sa simbáhan ay nagtátaka ay pinakasalan pa rin niya sina María at ang áhas.

8. Noong makasal na iyan ang ginawà, sa ilálim noong kalan doon nagpunta iyong áhas. Doon siya namayúkad. Iyon namang mag-ina ay natúlog na. Noong mágising itong ina ay palásyo ang báhay nila, malaking-malaki. (A naging palásyo?)

Noong matútúlog na sila ay nagtaka sila dáhil naging palásyo ang báhay nila.

9. Óo, naging palásyo, párang himalà. "Ako yáta'y nanánagínip. Bákit ganito? Ako'y nanánagíníl!" Kinúkurot niya ang kanyang saríli. "E... péro talagang ako'y gising na! Bákit ito'y palásyo?"

Kinurot ng ina ang kanyang saríli dáhil hindí siya makapaniwálá sa kanyang panagínip.

10. Mayá-mayá naman ay nágising naman iyong anak niyang dalága, ay nakahigá siya sa kátring gintò. May kasíping siyang isang laláki, magandang laláki, damit prínsipe, ang sábi, biglá siyang nagbángon, sábi'y, "Naku lumáyas kayo díto at bákit ako'y inyong pinanhik díto?" Ang sagot, "O ay ano, ay mag-asáwa naman táyo!"

Nang mágising si María ay hindí pa rin siya makapaniwálá na isang prínsipe ang áhas na nápangasáwa niya.

11. "Naku hindí hó pwéde. May asáwa," íkà, "ako." Sábi'y "Ako na ngá ang asáwa mo!" "Hindì. Ang asáwa ko'y áhas. Áhas ang asáwa ko. Hindí maáaring maging kayo. Naku ay umalis na kayo at baká mágising na iyong..." (Áhas)"iyong asáwa kong áhas, ay baká kung anuhin pa kayo. Kayo ay umalis na. Hindí kayo maáaring tumira díto," ang sábi.

Pinagtátágó ni María ang prínsipe dáhil baká ito ay mákíta ng áhas kapag iyon ay nágising.

12. "Ako," íkà, "ang asáwa mo. Halíka may ipápakíta ako sa iyo. Nagpunta doon sa sinásábing yong kalan na pinanggalíngan. Ay di mayroon doong pinaglunuhan ng áhas. Sábi ay, "O tingnan mo, diyan ako gáling.

Sinamáhan ng prínsipe si María sa kusíná úpang ipakíta sa kanya ang pinaglunuhan ng áhas na namámayúkad pa.

13. Ako," íkà, "ay isinumpá noong isang... Isinumpá ako," íkà, "noong isang nagágálit sa ákin, dáhil áyaw ko siyang pansinin. Ipinagamot ako sa isang mangkukúlam."

Ipinakúlam siya noon ng isang táong nagálit sa kanya.

14. "Ang sábi sa ákin, 'Ikaw ay magíging áhas at maáalis !ámang ang pagkaáhas mo kung mayroong pápátol sa iyo na isang magandang da!ága na pakákasal sa iyo.

Sinábi niyon na magbábalik lang siya sa pagkaáhas niya kung pakákasalan siya ng isang magandang babáe.

15. (A...)

Iyon na ang makákapagpawalá ng pagkaáhas mo.!' Kayá ako'y nakiúsap sa inyo na ako'y pakasalan mo, at talaga namang ikaw ay matagal ko nang nákikíta diyan. Ay sadyá namang ako'y may pag-íbig sa iyo. Ay nákíta na kita diyan, ay noon lámang ako nangahas lumápit sa inyo at baká ngá kayo ay matákot." O iyon, gumanda na ang búhay nila.

Nápakaganda ni María kayá sa únang pagkikíta pa lang nila ng áhas ay niyáyá na siya nitong magpakasal.

16. Ngayon may kápitbáhay naman sila na maígi na ang búhay, péro nainggit sa kanila, naíinggit sa kanila. Lumápit ngayon sa kanila. "Hoy Kumádre!" Kumádre na ang táwag, péro noon ay hindí pinápansin.

Isang kumádre ng nánay ni María ang lumápit sa kanila úpang itanong kung paáno naging palasyó ang báhay nila.

17. "Bákit?" íkà, "Bákit," íkà, "gumanda ang báhay ninyo? Anong nangyári? Papaáno," íkà, "nangyári at nagkágayan?" Ikinwénto naman niya, "Iyong hánapbúhay námin na gayon ay iyong áhas nagpakasal doon sa áking anak, ay ayan, ganyan ang nangyári! Mágising na lang kami, ganyan na, hindí ko alam kung papaáno nangyári iyan, basta't pinaghimalaan na kami."

Interesádo ang kápitbáhay nila na máláman kung magkáno ang nagástos nila sa pagpapagawá ng palásyò.

18. "Táyo na," íkà, "doon sa bundok at táyo'y magháhanap ng áhas." "Ay naku naman inay ay áhas naman," íká ay, "Papaáno," íkà, "ang gágawin?" "Hindì! Tingnan mo," íkà, "si María, tingnan mo ang ganda na ng búhay ni María, ay talaga," íkang, "nagpakasal sa áhas."

Dáhil sa inggit ay niyáyá rin ng kápitbáhay ang anak niyang babáe úpang mamúlot ng búnga sa bundok.

19. "Ay ayóko ngá Inay at natátákot ako sa áhas," sábing gayon. Hindí maáárì!" Kinaladkad iyong anak, "Táyo na, táyo na. Hindí maáárì!" Basta't magháhanap din táyo!"

Nagpakaladkad siya sa kanyang nánay dáhil áyaw niyang maglakad.

20. Hindí naman namúmúlot ng búnga at nagháhanap talaga ng áhas. Ngayon may nákíta silang áhas, sigúro sawa. Iyong nakabayúkad iyon. E, ang ginawà tinalían na yátà. Hiníla-híla niya. Ang sábi'y "Táyo, táyo," íkà, "at kayo'y magpápakasal na, at ipápakasal ko sa iyo iyan.

Nang sila ay nása bundok na ay nagkátaong mayroong isang áhas na nakahandang magpakasal sa kanyang anak.

21. Mákíta mo búkas ang ganda ng áting báhay. Palásyo at táyo'y mayámang-mayáman na." Hiníla at dinala sa simbáhan, híla-híla iyong áhas.

Sumáma naman sa kanila iyong áhas papuntang simbáhan úpang magpakasal.

22. Sábi noong párè, "Naku! Ano kayang mistéryo ito ng Diyos. Áraw-áraw ako'y nagkákasal ng áhas. Paáno na baga," íkà, "ito? Ano kayang mistéryo," íkà, "itong nangyáyáring ito?" Di ikinasal din niya. Bagamat hindí náimik iyong áhas, kinasal din niya.

Áraw-áraw, ang párí ay nagpápakasal ng áhas sa isang babáe kayá siya ay nagtátáka.

23. Tápos nang makauwí na sa kanila, ay doon niya inilagay sa kwárto iyong áhas at ang sábi'y, "Doon kayo magsámang matúlog," sábi doon sa kanyang anak.

Kasáma nilang natúlog sa kwárto ang áhas na pinakasalan ng kanyang anak.

24. "Inay ay ayóko ngá at ako'y natátákot, baká ako ay kaínin niyan. Baká ako'y kagatin niyan. Hindí! Máráramdaman mo iyon kinábukásan na lámang, mákíta mo, maginháwa na táyo."

Maginháwa naman ang pakiramdam basta ikaw ay kinákagat na ng áhas.

25. Pinások. Sinusían sa kwárto pára huwag makalabas. Tápos siya'y nahigà.
Nakíkiramdam siya kung lálaki na iyong báhay. Ang ano, nang magháhátinggabi na,
sumigaw iyong anak, "Inay ang sakit! Ang sakit, ang sakit ng áking mga paa." "Huwag
kang maíngay. Ganyan ngá iyong bágong kasal."
  Pinakíkiramdaman niya kung sísigaw iyong kanyang anak.

26. Sigúro ang akálá niya'y iyong nangyáyári ngá sa bágong kasal. "Ganyan ngà. Huwag
kang maíngay." Bágo ang sábi'y, "Inay ang sakit na hanggang bintí na, hanggang bintí
na ang sakit." "Huwag kang maíngay, talagang ganyan ang bágong kasal."
  *Huwag ka ngang maíngay diyan. Láló lang sásakit ang iyong bintí kung
  mag-íingay ka diyan.*

27. Láging gayon ang sagot ng ina. "Ay Inay hanggang hítá na ang sakit. Ang sakit na!"
"Huwag kang maíngay sadyang ganyan ngá ang bágong kasal." Tápos walá na siyang
nádinig. Ang sábi ay, "Sigúro" íka'y, "nagkásundó na." Nang magmámadaling áraw
nágising siya. "O bákit kayá ang báhay námin ay ito pa rin?"
  *"Bákit kayá tumígil ang anak ko sa pagsigaw,"ang tanong niya.
  "Nagkásundó na hó kami," ang sagot ng kanyang anak.*

28. Hindí pa rin gumígising yong mag-asáwa. "Sigúro," íka'y, "napúyat," sábing gayon.
"Alas diyes na ng tanghálì, e kailángang gisíngin ko na," íkay, "at ako'y kinákabahan.
Hindi pa nágigising." Binuksan niya ang pintò, "Naku!!" Ang nákíta niya ay nagkálat
na dugò, walá na si áhas. Dugó na lang áng nákíta niya.
  *Kinabahan siya nang mákíta niya na nagkálat ang dugó sa kwárto ng anak
  niya.*

29. Nakaalis na at sigúro'y nilingkis iyong anak, iyong anak niya. Tápos ay dinúrog-dúrog
ang buto, tápos ay nilulon. Iyon, ay doon, nagwakas.
  Ubos na ang áhas. Nakáin na ang kanyang anak.

30. Talagang iyang pagkamainggítin ay hindí dápat. Nagsísi siya. Magsísi man siya nang
magsísi, walá nang mangyáyári.
(Namatay na iyong kanyang anak.)
Óo ay doon nagwakas ang kwénto.
  *Nagsísi siya. Kung siya sána ang nagpakasal sa áhas, hindí iyon
  mangyáyári sa kanyang anak.*

Grammar

13.1   Causative with *pag-*

The direct passive of the causative of some verbs is formed with a prefix *pag-* instead of *pa-*.
(Compare §11.11 of Unit Eleven for a discussion of the direct passive of the causative *pa-* verbs.)
The direct passive form of the *pag-* causative is given in the following chart. Local and
conveyance passives with *pag-* causatives are rare and we will discuss them on an individual
basis. There are two ways of reduplication in common use:

(1) by reduplicating the root (2) by reduplicating *pag-*.[1] Our paradigm is *pag-arálin* "send
(him/her) to school, cause to study[2]."

---

[1]This is true of the *pa-* verbs as well. Either the *pa-* can be reduplicated or the root: *pápakaínin* or *pakákaínin*
"make (him) to eat."

[2] All of these forms may have an additional *pa-* thrown in before the prefix *pag-* with no change in the meaning.

Past	Present	Dependent	Future
pinapag-áral	pinapápag-áral *or* pinapag-ááral	papag-arálin	papápag-arálin *or* papag-áarálin

Past	Present	Dependent	Future
pinag-áral	pinápag-áral *or* pinag-áaral	pag-arálin	pápag-arálin *or* pag-áarálin

Most verbs which have a *mag-* conjugation have a *pag-* causative (but not all). The following list gives a small portion of the many words we have had to which the *pag-* causative prefix can be added to make direct passive causatives. As in the case with all direct passive causatives, the verb refers to the agent of the action of the root word (§11.11).

magtrabáho	*work*	pagtrabahúhin	*put (someone) to work*
mag-áral	*study*	pag-arálin	*send (someone) to school*
maghandà	*prepare*	paghandain	*have (someone) prepare*
magsimulà	*begin*	pagsimulain	*have (someone) begin*
magbáyad	*pay*	pagbayárin[3]	*have (someone) pay*
magdala	*bring*	pagdalhin	*have (someone) bring*
magnákaw	*steal*	pagnakáwin	*have (someone) steal*
magparikit	*build a fire*	pagparikitin	*have (someone) build a fire*

In the following example *pagbantayin* "cause (someone) to watch" is the direct passive causative of *magbantay* "watch." *Pagbantayin* is the predicate and the subject *siya* "her" is the one caused to do the watching.

1. *Kailángan ko **siyang pagbantayin** nítong báhay.* "I need her to watch (lit. I need to cause her to watch) this house." (13B15a)

In the following example *pagparikitin* "cause (someone) to build fire" is the direct passive of *magparikit* "build a fire." *Pagparikitin* is the predicate and the subject, *sila* "them," is the one caused to build the fire.

2. *Pwéde na nátin sigúro silang **pagparikitin**.* "We can probably **have them make a fire**." (13C42c)

13.11 The causative of verbs with both -*um*- and *mag-* active

Many verbs we have had here have both an -*um*- active and a *mag-* active. For example, the verbs of motion have both kinds of active formations, the -*um*- active meaning "go" and the *mag-* active meaning "move, bring, put," etc. (§§9.6, 9.61). The causative with *pa-* is associated in meaning with the -*um*- active and the causative with *pag-* is associated with *mag-*. The following list illustrates a few of the verbs we have had which follow this pattern (quoted, in the dependent form).

-*um*- active		*pa-* causative		*mag-* active		*pag-* causative	
umakyat	*go up*	paakyatin	*make (someone) go up*	mag-akyat	*bring upstairs*	pag-akyatin	*have (someone) bring upstairs*
umalis	*go away*	paalisin	*make (someone) go away*	mag-alis	*get rid of*	pag-alisin	*have (someone) get rid of*
bumalik	*go back*	pabalikin	*have (someone) go back*	magbalik	*bring back*	pagbalikin	*have (someone) bring back*
lumabas	*go out*	palabasin	*make (someone) go out*	maglabas	*bring out*	paglabasin	*have (someone) bring out*
pumások	*go inside*	papasúkin	*cause (someone) to go inside*	magpások	*put inside*	pagpasúkin	*have (someone) put inside*

---

[3] *Pabayárin* also is used with no difference in meaning.

3. *Kami na hó ang **mag-áakyat** nito.* "We'll just **take** these **upstairs.**" (9B21b)

3a. ***Ang dráyber** na lang ang **pag-akyatin** nátin ng mga mabibigat na gámit.* "We'll just **have the driver take the heavy things upstairs.**"

4. *Síno ba ang pwédeng **mag-alis** ng mga mantsang ito?* "Who can **remove** these stains?"

4a. *Itong may mga mantsang damit, si **Lína** na lang ang **pag-alisin.** "**Let Lina remove** the stains from these clothes. (Lit. These clothes with the stains on them, **let Lina remove** them.)"*

5. *Noon lang ako nangahas **lumápit** sa inyo.* "Only then did I dare **come near** you." (13R8)

5a. ***Maglápit** ka ngá ng ilan sa mga isdang náhúli ninyo.* "**Bring** some of the fish you caught **over here** (lit. **nearby**)."

5b. ***Paglapítin** nátin yung táo ng isdà.* "Let's have **those people** there **bring** some fish **over here.**"

For verbs where the *mag-* conjugation has a meaning other than "put" the forms of the conjugation with *pag-* also have the meaning which the forms of the *mag-* conjugation have. For example both *magsáma* "be together" and *pagsamáhin* "make something be together" both share a meaning "be together."

6. *Huwag mong **pagsamáhing** labhan **ang mga dekolor** at **mga puting damit.*** "Don't **put the colored and the white clothes together** when you wash them."

DO GRAMMAR EXERCISES 13A1, 13A2, 13A3.

13.2   Verbs from adjectives

13.21   Verbs meaning "become (adjective)"

There are two patterns of verbs with the meaning "become (so-and-so)." First, is the pattern of verbs from adjective with the prefix *ma-*. These adjectives form verbs with this meaning by adding the affixes of the *-um-* conjugation (§4.11). The following list gives a small selection of examples from the many adjectives we have had:

Adjective		Verb	
mabigat	*heavy*	bumigat	*become heavy*
mabáhò	*smelly*	bumáhò	*become smelly*
masamà	*bad*	sumamà	*become bad*
marámi	*many*	dumámi	*become large*
marumi	*dirty*	dumumi	*get dirty*
mayáman	*rich*	yumáman	*become rich*
maginháwa	*comfortable*	guminháwa	*become comfortable*

7. *Bákit **gumanda** ang báhay ninyo?* "Why did your house **become so beautiful?**" (13R9)

8. *Nakíkiramdam siya kung **lálaki** na iyong báhay.* "She sat still to see if the house **was going to grow bigger.**" (13R13)

9. *Noon lámang ako nangahas **lumápit** sa inyo.* "Only then did I dare **come near** you." (13R8)

Second, is the pattern of verbs formed from adjectives which consist of a root alone. These adjectives form verbs which mean "become (so-and-so)" by the affixes of the *ma-* conjugation (§10.11). The following chart shows some of these adjectives and the verbs derived from them.

Adjective		Verb	
sirà	*broken*	masírà	*become broken*
basà	*wet*	mabasà	*get wet*
tuwà	*happy*	matuwà	*become happy*
takot	*afraid*	matákot	*be afraid*
dóble	*doubled*	madóble	*become doubled*
tastas	*undone*	matastas	*come apart*
hiyà	*ashamed*	mahiyà	*become ashamed*
tuyò	*dry up, out*	matuyò	*dried up*
hinog	*ripe*	mahinog	*ripen*

Many of the adjectives which consist of a root alone refer to the state of something. We call these adjectives **STATIVE ADJECTIVES** or **STATIVES**. Stative adjectives most frequently have a short vowel, even if the root otherwise has a long vowel -- i.e., there is shortening of the root vowel when the root alone is used as a stative adjective. The adjectives in the above list are statives. Notice that *sirà* "broken" and *takot* "afraid" have short vowels, although their verbal forms *masírà* "become broken" and *matákot* "become afraid" have long root vowels. This is the common pattern of stative adjectives. The verb may have a long or a short vowel, but the stative adjective has a short vowel. (We discussed stative adjectives previously in §9.7.)

10. *Dápat **mahiyá** ka diyan sa mga pinagsásabi mo.* "You should **be ashamed** at what you are saying." (10C.23b)

11. *Untí-unting **natuyó** ang tanim ni Matsing.* "Bit by bit Monkey's plant **dried up**." (12R4)

12. *At hindí nagtagal **nahinog** ang mga búnga nito.* "And it didn't **take long** for the fruits to **ripen**." (12R4)

Not all adjectives follow this pattern. For example, *kupas* "faded" forms a verb meaning "fade" with *-um-: kumúpas. Kupas* is a stative adjective and has the shortened vowel, but the verb is formed with *-um-* instead of *ma-*. Another stative adjective which forms the verb with *-um-* is *bagsak* "fallen": *bumagsak* "fall." *Gising* "awake" (a stative adjective) forms a verb with *-um-* and with *má-: gumísing* "wake up" and *mágising* "accidentally get awakened." *Maláyò* "distant" forms a verb with *-um-* and with *má-: lumayò* "go far away," *málayò* "get to be far away." However these forms are exceptions. The patterns which we described at the beginning of the section are predominant.

DO GRAMMAR EXERCISES 13B1, 13B2, 13B3.

13.22 Direct passive verbs from adjectives meaning "make (something) be (adjective)"

As we explained in 13.21 above, there are two types of adjectives: the *ma-* adjective and the adjectives consisting of an unaffixed root. These two types form direct passive verbs which mean "make (something) be (so-and-so)." The *ma-* adjectives form these verbs with the direct passive causative -- that is, with *pa-* added to the root plus the direct passive affixes (i.e. add *pa-in*, etc.). The following list gives examples of some of these forms from roots we have had.

Adjective		verb meaning "become"		verb meaning "make (s.t.) become"	
mabigat	*heavy*	bumigat	*become heavy*	pabigatin	*make (s.t.) heavy*
mabáhò	*smelly*	bumáhò	*become smelly*	pabahúin	*make (s.t.) smelly*
masamà	*bad*	sumamà	*become bad*	pasamain	*make (s.o.) bad*
marámi	*much*	dumámi	*become much*	paramíhin	*make (s.t.) much*
mayáman	*rich*	yumáman	*become wealthy*	payamánin	*make (s.o.) rich*
maginháwa	*comfortable*	guminháwa	*become comfortable*	paginhawáhin	*make comfortable*

13. *Hwag mong masyádong* **pabigatin** *ang karga ng kariton baká ito hindí mahíla ng kalabaw.* "**Don't make** the load on the cart too **heavy** or the buffalo won't be able to pull it."

14. *Naniwálá ang ina na hindí* **pasásamain** *ng ahás ang kanyang anak.* "The mother believed the snake **would** not **do harm to** her child."

15. *Tuparin mo ang iyong pangákó at* **payáyamánin** *kita.* "Keep your promise and I **will make** you **rich.**"

The root adjectives form verbs meaning "make (something) become" with the direct passive affixes alone added to the root (i.e. add only *-in*). The following list gives examples of some of these forms from roots we have had.

Adjective	**verb** *meaning "become"*	**verb** *meaning "make (something) become"*
sirà	masírà	siráin
broken	*become broken*	*break something*
tapos	matápos	tapúsin
done	*get finished*	*finish something*
ubos	maúbos	ubúsin
finished off	*get finished off*	*finish something off*
dóble	madóble	dóblehin
double	*become doubled*	*double something*

16. *Hindí naman nátin kailángang* **tapúsin** *ang móro-móro.* "We don't have **to finish** the play." (7A6a)

17. **Ubúsin** *mo na itong ínúmin ko.* "Just **finish off** this drink of mine." (5C40c)

18. *Kayá ngayon* **dódobléhin** *ko na ang tahì.* "So this time I will **make** the stitches **double.**"

19. *Malì ang pagkátahì. Dápat* **tastasing** *lahat.* "It was sewn wrong. It has **to be ripped** all **apart.**"

DO GRAMMAR EXERCISES 13C1, 13C2, 13C3.

13.3   Phrases meaning "have just done"

Phrases which mean "have just done" are expressed by an affix *ka-R-* added to the root plus *lang* or *pa lang*. The agent of the verb is genitive. The following sentences exemplify this form:

20. *Nákíta ko sila.* **Karárating** *lang nila.* "I saw them. They **just arrived.**" (13C32b)

The direct object of the form with **ka-R-** is the same as the direct object of active verbs. In the following example *ng lampáso* "a mop" is the direct object:

21. **Kabíbili** *ko lang ng lampáso.* "I **just bought** a mop." (13b23a)

The verb with *ka-R-* plus *pa* may also be followed by another verb in the dependent. Phrases consisting of a verb with *ka-R-* plus a genitive plus *pa* plus a linker and a dependent verb mean "(genitive) had just (begun, finished, forgotten, and the like) to do (dependent verb)." The following sentence illustrates sentences with this make-up: *kasísimulà* "have just begun" is the main verb and *magbasa* "reading" is the dependent verb which follows it.

22. **Kasísimulá** *ko pang magbasa ng libro.* "I had just **begun reading** the book."

23. **Katátápos** *ko pang mag-áral ng Tagálog.* "I **had just finished studying** Tagalog."

DO GRAMMAR EXERCISE 13D1.

13.31 Ka-R- with a doubled root

The formation *ka-R-* with doubled root plus *lang* means "the very moment (so-and-so) happens." Just as in the formation described in §13.3, above, the agent is genitive.

24. *Nakákainis talaga.* **Kabíbili-bili ko lang,** *nasírá na kaagad.* "It's really maddening. The moment I bought it, it broke immediately." (13A.5d)

DO GRAMMAR EXERCISE 13D2.

13.4 Naka- with roots referring to position

Roots which refer to a certain position form adjectives which mean "be in (such-and-such) a position" by affixing *naka-*. The following list illustrates some of the roots which we have had which can have this affixation to form adjectives of this sort.

bukas	open	nakabukas	be standing open
sara	closed	nakasara	be closed
lagay	put	nakalagay	be located
pátong	put on top	nakapátong	be put on top
upò	sit	nakaupò	be in a sitting position
tayò	stand up	nakatayò	be standing
labas	go out	nakalabas	be located outside
higà	lie down	nakahigà	be lying down
tiklop	fold	nakatiklop	folded
uwì	go home	nakauwì	be located at home
tira	stay	nakatira	reside at
bálot	wrap up	nakabálot	be located somewhere wrapped

25. *Mámà, diyan hó sa báhay na may* **nakabukas** *na gate.* "Driver, stop at the house where there's a gate **standing open**." (9B20b)
26. *Inilagay niya ang banig sa balon sa pag-aakálang* **nakabálot** *pa rin ang kanyang ina.* "He put the mat in the hole, thinking his mother was still **wrapped up in it**." (10R7)
27. *Nandoon sa lamésa,* **nakapátong.** "It's **lying** on the table." (11B21)
28. *Nákíta niya ang buntot ni Pagong na* **nakalabas** *sa ilálim ng bunot.* "He saw the turtle's tail **sticking out** from underneath the coconut shell." (12R9)
29. **Nakahigá** *siya sa kátreng gintò.* "She was **lying** on a golden bed!" (13R5)

The prefix *naka-* changes to *maka-* in clauses introduced by *noong, nang* "when (past)." (See §7.911.)

30. *Tápos, nang* **makauwí** *na sa kanila...* "Then, when they had **returned**..." (13R12)

There are no present or future tenses of the words with *naka-/maka-* referring to position. We consider these words to be adjectives. Some roots which refer to position may occur as verbs. In that case they have the *-um-* conjugation or in the case of a few very frequent verbs they have the *ma-* conjugation (§10.112).

DO GRAMMAR EXERCISE 13E.

13.5 Doubled roots of verbs which refer to "moving something"

Roots which refer to carrying, pushing, pulling, dragging, and the like are used doubled as adjectives meaning "being carried, dragged, pulled", and the like:

háwak-háwak	holding
dala-dala	bringing
pasan-pasan	carrying over the shoulder
híla-híla	dragging
túlak-túlak	pushing
kagat-kagat	holding in the jaws
karga-karga	carrying

31. *Kinábukásan ay nagpunta si Juan sa paléngke dala-dala ang lúmang kawáli.*
    "The next day Juan went to the market **bringing** the old pot with him." (9R2)

32. *Dinala sa simbáhan na híla-híla yong áhas.* "She brought her to the church
    dragging the snake along."

This formation is also used with other verbs to form adjectives which refer to position. They mean
"be held, stored, placed in a certain way."

patung-pátong	stacked up on top of one another
sáma-sáma	being put all together
layú-layò	located far apart from each other

This is common with the numbers and words containing quantities.

isa-isa	one at a time, one after another
dalá-dalawa	two at a time, by two's
libu-líbo	a thousand at a time
dosé-doséna	by the dozen
kilo-kílo	by the kilo

33. *Isa-isang kinákáin ni Matsing ang mga ságing.* "The monkey ate the bananas
    one after another." (12R7)

Doubling is also common with words referring to time.

| áraw-áraw | daily |
| buwan-buwan | monthly |

DO GRAMMAR EXERCISE 13F.

13.6   Plural action verbs

13.61   Verbs with *-an*

Verbs which refer to actions engaged in by several people are formed by adding *-an* to the
root. These verbs are of the *mag-* conjugation. When *-an* is added, the vowels of the root are
changed in length: (1) if the second-to-the-last vowel of the root is long, the vowels of the form
affixed with *-an* are shortened; (2) if the second-to-the-last vowel of the root is short, the vowels of
the form affixed with *-an* are lengthened. The following list gives a small selection from the roots
we have had which have this formation. It is a productive formation used with many roots.

mangágaw	seize	mag-agawan	fight with one another to get
magtawa	laugh	magtáwánan	laugh (in numbers)
lumabas	go out	maglábásan	go out (in numbers)
uminom	drink	mag-ínúman	drink (in groups)
malígò	bathe	magpáliguan	bathe (in groups)
bumili	buy	magbílíhan	buy in groups
magluko	do foolishness	maglukuhan[4]	do foolishness in numbers
mag-áway	fight	mag-awayan	fight with each other in numbers
kumáin	eat	magkáínan	engage in an eating spree
magpalit	exchange	magpálítan	exchange with one another

34. *Kinalog ni Juan ang pitáká at **naglábásan** ang maráming péra.* "John shook the purse, and lots of money **poured out (in quantity).**" (11R6)

35. *Imbis ay **nagtátáwánan** lang ang mga ito.* "Instead they just **laughed** at him (plurally)." (12R15)

DO GRAMMAR EXERCISE 13G.

13.611   Verbs with -*an* meaning "mutual action"

Many of the verbs with -*an* refer to mutual action -- that is, something which two or more people do to each other. The meaning is similar to that of the mutual action verbs (§12.13).

mang-ágaw	seize	mag-agawan	fight with one another to get
umíbig	be in love with	mag-ibigan	fall in love with each other

35a. *Nasísigúro ko na **mag-áagawan** sila sa ibábáyad mo.* "I am sure they **will fight with each** other over what you will pay them." (13A2b)

35b. *Hindi náunawáan nitong dalawa na sila na palang dalawa'y **nag-íibigan** na sa isa't-isa.* "The two of them did not understand that they both **were in love with each other.**" (17R15)

13.612   Verbs with *magká-an*

Some of the mutual action verbs may have a prefix *ká-* before the root (§12.131). Similarly some of the roots with *mag-an* may also have *magká-an.* e.g. *magkáawayan* "fight with each other."

Past	Present	Dependent	Future
nagkáawayan	nagkákáawayan	magkáawayan	magkákáawayan

If a root has both the *magká-an* and the *mag-an* conjugation, the form with *magká-an* refers to a potential or accidental action.

35c. ***Nagkáawayan** sila dáhil pílyo yung isa.* "They **got into a quarrel with each** other because one of them acted in an unacceptable way."

35d. ***Nag-únáwáan** sila ng kaní-kanilang pagkakáiba.* "They **made an effort to understand each other's** differences."

35e. *Nakáísip siya ng paraan pára sila **magkáunawaan.*** "She thought of a way they **might reach an understanding with each other.**"

---

[4]The roots *luko* "do foolishness" and *káin* "eat" are irregular in that they do not follow the vowel lengthening/shortening rule.

13.613   Verbs with *makipag-an* and *makipagká-an*

The plural and mutual action verbs can be transformed into verbs with the *makipag-* conjugation (§12.14). The addition of *makipag-* to the plural or mutual action verbs gives the meaning "join in doing a plural or mutual action." The forms are:

Past	Present	Dependant	Future
nakipag-an	nakíkipag-an	makipag-an	makíkipag-an

The following forms are some examples:

makipag-agawan	*join in grabbing over something*
makipagtáwánan	*join in laughter*
makipag-ínúman	*join in a drinking spree*
makipaglukuhan	*join in foolishness*
makipagpálítan	*join in the action of exchange*

Some verbs with *magká-an* can also be transformed into verbs with *makipag-*.

makipagkásundúan   *join in with people who have made an agreement*

36. *Alam mo bang **nakipag-agawan** pa ako pára lang makúha ang tíket na iyan?* "Do you know I had to **join in a melee** to be able to get that ticket?"
37. *Huwag kang **makipagkásundúan** sa kanila. Mga manlolóko sila.* "Don't **join in any agreements** with those people. They are just trouble makers."

13.62   Intensive action verbs with *r-*

The symbol *r-* represents a repetition of the initial consonant plus the first vowel of the root, (or a repetition of the first vowel if the root begins in a vowel).[5] The reduplicated base is affixed with the *mag-* active prefixes. The resulting form means "doing (so-and-so) over and over again without purpose" or "do (so-and-so) intensively." Some of the roots we have had which have this formation are the following:

magsisigaw	*shout and shout*
mag-iiyak	*cry and cry*
magkakanta	*sing like a crazy person*
magtatawa	*laugh like crazy*
magtatakbo	*run like crazy*
magkakain	*keep eating and eating*

38. ***Nag-iiyak** na naman si Pagong.* "The turtle started **crying and crying** again." (12R16)
39. *Hanggang makalabas siya ng báhay ay **nagsísisigaw** pa rin siya.* "Until he was out of the house he **kept shouting and shouting.**" (11R11)

13.7   *Pagka-* added to noun root

The prefix *pagka-* can be added to noun roots to form a new noun meaning the "state of being (noun)." The following list gives a small number of examples of words that can be formed with this affix:

---

[5]The symbol *r-* represents reduplication with a short vowel whereas the symbol *R-* represents reduplication with a long vowel (§4.14).

áhas	snake	pagkaáhas	the state of being a snake
babáe	woman	pagkababáe	the state of being a woman
títser	teacher	pagkatítser	the state of being a teacher
Atenísta	student in the Ateneo	pagka-Atenísta	state of being an Atenean
hárì	king	pagkahárì	state of being a king

40. *Ikaw ay magíging áhas at maáalis lámang ang **pagkaáhas** mo kung mayroong pápátol sa iyo.* "You will become a snake and you can only change back (lit. your **state of being a snake** can only be gotten rid of) if there is someone who accepts you." (12R8)
41. *Sáyang naman ang **pagka-PhD** mo kung hindí ka magkákatrabáho.* "It will be a waste of your PhD (lit. your **being a PhD** will be wasted) if you don't get a job."
42. *Ipakíta mo ngá ang **pagkalaláki** mo.* "Show that you are a man (lit. your manliness)."[6]

13.8   Isolated verb formations

13.81   *Damdam* "feel"

Damdam has the potential active and local passive affixes and means "feel how something is."

43. *Nakáramdam ang dalága ng pananakit ng páa.* "The girl **felt** a pain in the foot."
44. *Maráramdaman mong kinábukásan na lámang ay maginháwa na táyo.* "You will only **feel** it on the next day we are on easy street." (13R12)

Damdam also has the affixes of the *maki-* conjugation (§§9.32, 9.33). The conjugation is as follows (quoted in the dependent form): Active: *makiramdam.* Local passive: *pakiramdaman.* *Makiramdam* means "listen for, sharpen the senses to perceive."

45. *Tapos siya'y nahigà, **nakíkiramdam** siya kung lálaki na iyong báhay.* "Then she lay down. She **sharpened her senses to see** if the house would get bigger." (13R13)
46. *Nangínginig siya hábang **pinápakiramdaman** (or **pinakíkiramdaman**) niya ang kaluskos ng áhas.* "She trembled as she **listened to** the swishing sound of the snake."

13.82   *Maglihi*

Maglihi means "crave because of pregnancy."

47. *Naglílihi na naman ang asáwa ko.* "My wife is **pregnant** (lit. is craving) again."

The local passive refers to the food one craves in pregnancy. The predicate of the following sentence is *tanggígì* "Spanish mackerel" the thing craved and the local passive of *paglihi* is the subject.

48. *Mukhá hó yátang ang **napápaglihihan** (=napaglílihihan) ay tanggígì.* "Apparently it is Spanish mackerel that she **happens to be craving**."

---

[6]This could also mean, "prove that you are a man by showing your sex organ."

The conveyance passive refers to the child which a woman is carrying when she craves something. The thing craved is expressed by the dative. In the following sentence *saan* "what (with)" and *sa mangga* "with mangoes" are datives and *ka* and *ako* are the subject in sentences which have a conveyance passive of *paglihi* as the predicate.

49. *Saan ka ba ipinaglihi? -- Ako'y ipinaglihi sa manggang hilaw.* "What did your mother crave when she was pregnant with you? (Lit. What **were** you **conceived** on?) -- My mother craved green mangoes when she was pregnant with me. (Lit. I **was conceived** on green mangoes)."

13.83 *Pagbigyan*

Bigay "give" has two local passives: one with *pag-* and one without *pag-*. The form without *pag-* means "give to (him, her, them)."

50. *Bigyan mo ako ng tinápay.* "**Give me** some bread."

Pagbigyan means "give in to (him/her), let (someone) have his/her way."

51. *Mápapaigi pa ang búhay ninyo pag ako'y inyong pinagbigyan.* "Your life is going to become much more comfortable if you **let me have what I want.**" (13R3)

13.84 *Makinig*

The verb *makinig* "listen" has the *maki-* conjugation. The root is *nig.*[7] However this root occurs only with the *paki-* prefixes. The following chart shows the conjugation of *pakinig* "listen."

	Past	Present	Dependent	Future
Active	nakinig	nakíkinig	makinig	makíkinig
Potential Active	nakapakinig	nakákapakinig	makapakinig	makákapakinig
Local Passive	pinakinggan	pinakíkinggan	pakinggan	pakíkinggan
Potential Local Passive	nápakinggan	nápapakinggan	mápakinggan	mápapakinggan

The following sentence exemplifies the active form:

52. *Tumígil naman iyong mag-ina at nakinig.* "The mother and daughter stopped and **listened.**" (13R3)

The local passive refers to the thing listened to. Examples:

53. *Pakinggan mo ang sinásábi niya.* "**Listen to** what he is saying."
53a. *Nápakinggan ng bátá ang sinábi ng magúlang niya.* "The child **overheard** what his parents said."

13.85 Verb forms of *ano* and *kailángan*

13.851   Direct passive of *ano*

The direct passive verb affixes added to *ano* form a verb which means "what will (agent) do to (subject)." In the following sentence *kayo* "you" is the subject and *ko* "I" is the agent.

54. *Hindí ko kayo áanuhin (=aánhin).* "I won't **do anything to** you." (13R2)

---

[7]*Nig* is etymologically from *dinig* "hear."

The potentials of the direct passive of *ano* are given in the following chart:

Past	Present	Dependent	Future
naano	naáano	maano	maáano

These forms mean "something happens to (subject)." In negative sentences they mean "nothing happens to the (subject)." In the following sentence *ka* "you" is the subject.

55. *Hindí ka **maáano** kung matútúlog ka kasáma ng áhas.* "Nothing **will happen to** you if you sleep together with a snake."

13.852   Verb forms of *kailángan*

Kailángan "need" forms verbs with the *maN-* active and the direct passive conjugation. The following sentence illustrates the active verb formed on the root *kailángan*. There is little difference in meaning between the root alone and the affixed form of *kailángan*. The affixed forms are used in contexts in which tense is an important part of the context to be expressed.

56. *Walá sigúrong **mangángailángan** sa iyo doon.* "Probably no one **will need** you there."

The direct passive affixes are used to form verbs which refer to the thing needed. Again, there is little difference in meaning between the unaffixed root and the direct passive verb form of *kailángan*. The verbal forms are used in contexts in which tense is important.

57. *Hindí naman nátin siya **kákailangánin**.* "We **won't be needing** her." (13B13)

The direct passive of *kailángan* is also used to mean "(subject) has a need to (do)."

58. *Ang báwat táo ay **kinákailángang** magpasiya kung tátanggapin niya si Krísto sa kanyang búhay.* "Each person **has a need** to decide if he will accept Christ into his life."

13.86 Verbs from *bangkà* "boat"

The noun *bangkà* "boat" can be made into a verb by the *maN-* active affixes. The verb *mamangkà* means "go by boat."

59. ***Namámangká** sila sa ílog.* "They are **boating** in the river."

There is a conveyance passive of this root. The root is prefixed with *paN-* and the conveyance passive affixes are added. The meaning of the conveyance passive form of this root is "bring (someone or something) by boat."

60. *Kákausápin ko yung mángingisdá pára kayo **ipamangkà**.* "I will talk to that fisherman to **bring** you (there) **in his boat**." (13C29b)

13.87 *Kulò* "boil"

Kulò "boil" has an active of the *-um-* conjugation.

61. ***Kumúkuló** ang dugó ko sa iyo.* "You make my blood **boil**. (Lit. My blood is **boiling** at you.)"

Pakulò means "make something boil" and has two passives: the local and the direct. The local passive means "sterilize (something) (lit. make something boil in)."

62. *Nakiúsap ngá ako sa kanyang **pakuluan** yung túbig náting tínumin.* "I asked him **to boil** (lit. sterilize) our drinking water."

The direct passive means "make (it) boil."

63. ***Pinakúkuló*** *niya ang túbig na gágamítin pára sa kape.* "She is **boiling** the water that's for the coffee."

13.88 Review of some difficult verb forms

13.881   *Kasal*

Kasal is an adjective and means "married." The affixes of the *mag-* active conjugation are added to form a verb which means "(for a priest to) marry someone."[8]

64. *Anong mistéryo ito ng Diyos at ako'y **nagkákasal** ng áhas?* "What kind of mystery of God is it that I am **marrying (someone to)** a snake?" (13R4)

The conveyance passive of *kasal* means "(for a priest) marry (him/her) to someone."

65. *Aba'y **ikinasal** din ang áhas. Noong makasal na iyan...* "Heavens! He **married** the snake (to someone). When it was married..." (13R4)

With the local passive *kasal* means "be married" (in a ceremony or the like).

66. *Kaylan **kákasalan** yung pangánay ninyo?* "When is your eldest child getting married?

67. *Sapagkat ako'y mulá noong **kasalan** ay hinding-hindí nagkaroon ng isang kapúlong na laláking katúlad mo.* "Because since the day **I was wed** I never had a chance to talk to a man like you." (19R6)

Like other adjectives consisting of a root alone *kasal* "married" also forms verbs meaning "become (adjective)" - that is, "become married" by adding the prefixes of the *ma-* conjugation (§13.21, above). In the following example *makasal* "became married" is the verb formed from the adjective by adding a prefix of the *ma-* conjugation.

65a. *Aba'y ikinasal din ang áhas. Noong **makasal** na iyan...* "Heavens! He **married** the snake (to someone). When it **had gotten married**..." (13R4)

For the forms of the verb *pakasal* "(for a person) to get married" see §11.15.

13.882   *Gáling* "from"

Gáling can be used as a verb by adding the *maN-* active prefixes and the local passive affixes. When the local passive affixes are added, the root is prefixed with *paN-*.

68. *Nakiramdam siya kung saan **nanggágáling** ang bóses.* "He **listened to** find out where the voice was coming from." (11R5)

The local passive refers to the place where something comes from.

---

[8]The passive with *pag-* of the type described in §13.1 also occurs with this root.

    64a. ***Pápagkasalin*** *ko si Cardinal Sin sa áking anak.* "**I will have** Cardinal Sin **officiate at the wedding** of my daughter."

69. *Nagpunta doon sa sinásábing yong kalan na **pinanggalíngan**.* "They went to the stove that he was saying (he) **had come from**."(13R7)

13.883   *Nákaw*

Nákaw has an active form with the *mag-* conjugation, direct, and local passives.

70. *Saan mo kinúha 'yan, ha? Nagnákaw ka, ano?* "Where did you get that? You **stole**, didn't you?" (11R10)

The direct passive refers to the thing stolen. In the following example the form *pérang dala-dala niya* "the money he had with him" is the subject and the thing stolen. *Ninákaw* is the predicate.

71. *Akálá ng Nánay ni Juan ay **ninákaw** niya ang pérang dala-dala niya.* "John's mother thought he **had stolen** the money he had with him."

The local passive refers to the person stolen from.

72. *Baká **manakáwan** na naman ako.* "They might **steal from** me again." (13B27b)

13.884   Verbs referring to time of day

In Unit Six (§6.821) we studied the formation of the *mag-* active affixes added to forms which refer to time of day. The following two sentences provide further examples of this formation.

73. *Nang **magháhátinggabi**[9] na, sumigaw iyong anak.* "When it **was getting to be midnight**, the child screamed." (13R13)
74. *Nang **magmámadaling áraw**, nágising siya.* "When it **was getting to be dawn**, she woke up." (13R14)

13.9   Colloquial and regional forms

13.91   Dropping of syllables in colloquial speech

13.911   Dropping the prefix *i-* of the conveyance passive

The prefix *i-* of the conveyance passive is often dropped in colloquial speech, especially in forms of four or more syllables. For example in the following sentence we have *pinások* for *ipinások* "put her inside."[10]

75. ***Pinások**. Sinusían sa kwárto pára huwag makalabas.* "(She) put her inside. (She) locked her in the room so she couldn't get out." (13R13)

---

[9]The verb form is future in this case. The rule we learned in §§7.5 and 7.911 is that clauses introduced by *noong* and *nang* "when (past)" have the dependent verb form. However, if the action is viewed as going on in time, the *future* verb form is used after *noong* and *nang* "when (past)." The future verb form in such a clause refers to an action which was going on in time in the past. In sentence 73 the dependent form *magháttinggabi* would mean "when it had gotten to be midnight." The future form here means "when it was getting to be midnight." Similarly in sentence 74 the dependent form *magmadaling áraw* would mean "when it had gotten to be dawn." We come back to this point in Unit Fourteen, §14.22.

[10]The context makes it clear we are dealing with a conveyance passive. The direct passive *pinások* "was gone in after" is a possible form and would occur in a different context.

13.912   Dropping of the prefix *i-* of the conveyance passive verbs with *paki-*

The prefix *i-* is also normally dropped with the conveyanace passive of verbs which have the prefix *paki-* (§9.31).

76. *Pwéde bang **pakiakyat** (=ipakiakyat) ang mga kahon?* "Could you **bring** the boxes **upstairs?**" (9A6b)

13.913   Dropping of *nang* "when (past)"

In colloquial styles *nang* "when (past)" can be dropped. The verb remains dependent in tense however. In the following example we have a dependent verb *mágising*. The meaning is "when (we) woke up." The *nang* has been dropped.

77. ***Mágising** na lang kami, ganyan na.* "All that happened was **when** we **woke up**, it had become like that." (13R9)

13.914   Dropping of *ang*

In colloquial style *ang* may be dropped under very special conditions. *Ang* may be dropped if it precedes a verbal subject which has been placed at the beginning of the sentence. In the following sentence the subject is *gágamítin ko* "what I shall use" and the predicate is *basáhan* "rag."

78. *Gágamítin ko na lang e basáhan.* "Shall I just use rags? (Lit. How about what I just should use -- should it be rags?)" (13C22b)

This sentence could also be said:

79. *Ang gágamítin ko na lang ay basáhan?* or
80. *Basáhan na lang ang gágamítin ko?*

13.92   Future causative active without *mag-*

In §11.14 we learned that the future of verbs with *pa-* has a prefix *magpápa-*. In colloquial speech an alternative *pa-R-* also occurs with no difference in meaning from *magpápa-*. The following sentence contains *pakákasal* as a colloquial variant of *magpápakasal*.

81. *Kung mayroong pápátol sa iyo na isang magandang dalága na **pakákasal** sa iyo.* "If there is a beautiful woman who pays attention to you and **marries** you." (13R8)

13.93   Present tense *ná-*

An alternative to the present and the past tense active affix of the *-um-* conjugation (§4.11) is the prefix *ná-*. This prefix is very widely used in the southern Tagalog regions -- so much so that it is constantly remarked on and the subject of jokes. We have an example of this in our story of Maria and the Snake, told by a woman from Bae on the shores of Laguna de Bay, south of Manila.[11] In this example *ná-* takes the place of the present tense form *umíimik* "utter a sound."

82. *Di ikinasal din niya, bagama't hindí **náimik** iyong áhas.* "So he married them, even though that snake **did not utter a sound**." (13R12)

---

[11]In fact our texts had numerous occurence of this prefix which we edited out. It is very much used in the southern region.

13.10 R- with numbers

The symbol *R-* represents long vowel reduplication (as explained above in §4.14). This prefix may be added to all the numbers. The number with long vowel reduplication is used in the predicate in sentences which mean "(subject) amounted to (so-and-so many)."

83. *Íisa ang kátig.* "There is **only one** outrigger. (Lit. The outrigger is one.)" (13C30b)
84. *Sásampú kami na nagpunta sa ílog.* "There were only **ten** of us who headed for the river. (Lit. We were only **ten** who...)"

The reduplication is optional. However, the reduplicated numbers can only be used as a predicate. *Íilan* "how many" also follows this pattern.

85. *Íilan* (or *ilan*) *ba ang dumating sa party?* "**How many** came to the party?"

Íilan also means "a few." For the meaning "a few," *ilan* is not used.

86. *Íilan lang ang dumating.* "**Only a few** people came."

13.11 Word study

13.11.1 *Anupa't*

Anupa't is used in narratives. It comes at the beginning of a sentence and means, "The next thing that happened was..."

87. *Sa paghahanap nila,* **anupa't** *mayroong lumabas na malaking-malaking áhas.* "As they were searching, there **suddenly** was (lit. **the next thing that happened was that** ...) a huge snake." (13R2)

13.11.2 *Bagama't*

Bagama't (or *bagaman*) means "even though." *Bagama't* has a literary flavoring, and *káhit* can be used in the same contexts.

88. *Di ikinasal din niya,* **bagama't** *hindi náimik iyong áhas.* "So he married them nevertheless, **even though** that snake didn't make a sound." (13R12)

13.11.3 *Wíkà*

Wíkà means "language."

89. *Ang* **wíkang** *Pilipíno.* "The Pilipino **language**."

Wíkà also is used as a verb with the active *mag-* conjugation meaning "say," and as a root alone it can mean "what was said" (see §7.74). The form *íkà* "he, she or they said" found in narratives is derived from this usage:

90. *Hindí na kayo* (**íkà**) *mamúmúlot ng ganyan, kapag ako* (**íkà**) *ay inyong pinagbigyan.* "You won't have to gather (vines) like that (he said), if you do what I say (he said)." (13R2)

13.11.31 *Kámo*

Kámo is etymologically from *wíká mo* "you said", but it has developed its meaning in a new direction. *Kámo* emphasizes the truth or the accuracy of an affirmation. *Kámo* means something like "see, I told you so" or "I'm telling you..."

91. *Mabúti **kámo** at naitágó ko yung makinílya sa áming kwárto.* " **I'm telling you,** it's a good thing that I put that typewriter in my room."

DO GRAMMAR EXERCISE 13H.

13.11.4   *Huwag*

Huwag is used in negative imperatives "don't" (§3.34). In negative clauses introduced by *pára* meaning "so that (so-and-so) might not happen." The negative may be expressed by *hindì* or *huwag.* In clauses introduced by *pára* there is no difference in meaning between negative with *hindì* and negative with *huwag.*

92. *Sinusían niya sa kwárto pára **huwag** (or hindì) makalabas.* "She was locked in the room so she couldn't get out." (13R13)

13.11.5   *Nang* or *at nang* "so that"

The conjunction *nang* or the construction *at nang* can be used to introduce purpose clauses. In this usage *nang* (*at nang*) means "so that."

93. ***At nang** táyo'y makapag-íhaw na.* "**So that** we can roast (our fish)." (13C37b)

Grammar Exercises

13A1. Tense as forms of causative with *pag-.* (§13.11)

Únang Hakbang. Idagdag ang *ko* sa mga sumúsunod na pangungúsap. PanghINáharap

1a.	Mag-ááral ang anak ko sa Maynílà.
b.	Pag-aarálin ko ang anak ko sa Maynílà.
2a.	Magtátahí si Léna ng shorts.
b.	Pagtátahiin ko si Léna ng shorts.
3a.	Magbábantay si Léslie ng mga maléta.
b.	Pagbábantayin ko si Léslie ng mga maléta.
4a.	Mag-íigib ng túbig ang mga bátà.
b.	Pag-íigibin ko ng túbig ang mga bátà.
5a.	Magbábáyad si Léslie sa mga bátà.
b.	Pagbábayárin ko si Léslie sa mga bátà.
6a.	Magpápakuló ng túbig si Cárlos.
b.	Pagpápakuluin ko ng túbig si Cárlos.
7a.	Maglálaba si Léna pag-alis ni Léslie.
b.	Paglálabahin ko si Léna pag-alis ni Léslie.
8a.	Maglálampáso siya pagkatápos niyang maglaba.
b.	Paglálampasúhin ko siya pagkatápos niyang maglaba.
9a.	Si Léna rin ay magbúbunot ng sahig.
b.	Si Léna rin ay pagbúbunutin ko ng sahig.
10a.	Magsísimulá na ba siyang maglútò?
b.	Pagsísimulain ko na ba siyang maglútò?

Ikalawang Hakbang. Idagdag ang *ko* sa mga pangungúsap. Iba-ibang pánahúnan

1a.	Hindí sila magkíkíta kung áyaw nila.
b.	Hindí ko sila pagkíkitáhin kung áyaw nila.
2a.	Kailángan silang magtúlong pára matápos nila ang trabáho.

b. Kailángan ko silang pagtulúngin pára matápos nila ang trabáho.
3a. Magtátagal sila kung gusto nila.
b. Pagtátagalin ko sila kung gusto nila.
4a. Magpáparikit siya káhit médyo basá ang gátong.
b. Pagpáparikitin ko siya káhit médyo basá ang gátong.
5a. Magbíbigay siya sa áyaw man niya o sa gusto.
b. Pagbíbigayin ko siya sa áyaw man niya o sa gusto.
6a. Maglálaró siya kapag walá nang trabáho.
b. Paglálaruin ko siya kapag walá nang trabáho.
7a. Maghíhírap siya kung hindí siya magbábágo.
b. Paghíhirápin ko siya kung hindí siya magbábágo.
8a. Magbíbíhis sila kung gusto mo.
b. Pagbíbihísin ko sila kung gusto mo.
9a. Mag-ááway sila kung hindí ka títígil dyan.
b. Pag-áawáyin ko sila kung hindí ka títígil dyan.
10a. Nagsáma sila sa hírap at ginháwa.
b. Pinagsáma ko sila sa hírap at ginháwa.
11a. Nagkásáma sila sa matagal-tagal ding panahon.
b. Pinagsáma ko sila sa matagal-tagal ding panahon.
12a. Nag-úsap sila nang may isang óras.
b. Pinag-úsap ko sila nang may isang óras.
13a. Nagtágó silang mabúti pára hindí mo sila mákíta.
b. Pinagtágó ko silang mabúti pára hindí mo sila mákíta.
14a. Nagsúsúot sila ng malínis na damit.
b. Pinagsúsúot ko sila ng malínis na damit.
15a. Dápat kayong maglampáso kapag marumi na ang sahig.
b. Dápat ko kayong paglámpasúhin kapag marumi na ang sahig.
16a. Siya ay nagbíbilad ng labáda sa ínit ng áraw.
b. Pinagbíbilad ko siya ng labáda sa ínit ng áraw.

Ikatlong Hakbang. Pagsasánay sa pagsagot

1a. Kaníno mo ba ipápalaba yung mga damit mo?
b. Walá sigúro akong paglálabahin ng damit.
2a. Pwéde ba táyong magparikit ng apoy?
b. Walá sigúro táyong pagpáparikitin ng apoy.
3a. Síno ang nagtátrabáho sa opisína nila?
b. Walá sigúro silang pinagtátrabáho.
4a. Naglampáso ba siya ng sahig sa kanyang báhay?
b. Walá sigúro siyang pinaglampáso ng sahig.
5a. Kaníno ko ba ipápauwí ang áking mga gámit?
b. Walá ka sigúrong pag-úuwiin ng iyong mga gámit.
6a. Pwéde ba silang magpaigib ng túbig sa kabilà?
b. Walá sigúro silang pag-íigibin ng túbig.
7a. Marámi ba ang nagtátahí ng shorts?
b. Walá sigúro silang pinapápagtahí ng shorts.
8a. Magpápaíhaw ka ba ng isdà sa mga mangingisdà?
b. Walá sigúro akong pag-íiháwin ng isdà.
9a. Kaníno mo ba ipápalutó ang pagkáin?
b. Walá sigúro akong paglúlutúin ng pagkáin.

Ikaápat na Hakbang. Pagkakáiba ng *pa-* at *pag-* sa (direct passive causative). Pagsasánay sa pagpapalit. Gumámit ng *ko* sa pagpapalit.

1a.   Mámayá na lang kákáin ang bátà.
 b.   Mámayá ko na lang pakákaínin ang bátà.
2a.   Tapos na silang magtrabáho.
 b.   Tapos ko na silang pagtrabahúhin.
3a.   Sa Myérkules ka pa lílípat.
 b.   Sa Myérkules pa kita palílipátin.
4a.   Sa harapan naghíhintay ang nóbyo ko.
 b.   Sa harapan ko pinápaghintay/pinaghíhintay ang nóbyo ko.
5a.   Magtátahí na sila ng mga damit.
 b.   Pagtátahiin ko na sila ng mga damit.
6a.   Ngayon na sila nagbúbunot ng sahig.
 b.   Ngayon ko na sila pinápagbunot ng sahig.
7a.   Mabúti pang mag-íhaw ka na lang ng isdà.
 b.   Mabúti pang pag-iháwin na lang kita ng isdà.
8a.   Mámayang gabi pa sila mag-ááyos ng gámit.
 b.   Mámayang gabi ko pa sila pag-áayúsin ng gámit.
9a.   Ikaw ang naglagay ng túbig at kánin sa bangkà.
 b.   Ikaw ang pinaglagay ko ng túbig at kánin sa bangkà.
10a. Sandalí lang at siya ay magsúsúot lang ng shorts.
 b.   Sandalí lang at siya ay pagsúsuútin ko lang siya ng shorts.

Ikalimang Hakbang. Pagsasánay sa pagsagot

1a.   Ipaháhánap ko na yung pitáká kong nawalà.
 b.   May pagháhanápin/paháhanápin ka ba ng nawalá mong pitákà?
2a.   Ipápauwí ko na yung mga gámit na hiniram ko.
 b.   May pag-úuwiin/pápag-uwiin ka ba ng mga gámit na hiniram mo?
3a.   Ipakúkúha na lang nila ang kanilang tíket.
 b.   May pakúkuhánin ba sila ng kanilang tíket?
4a.   Ipatátágó ko na lang ang kanyang makinílya.
 b.   May pagtátagúin ba siya ng kanyang makinílya?
5a.   Ipabíbili ko na lang ang maráming isdà sa paléngke?
 b.   May pabíbilhin ka ba ng maráming isdá sa paléngke.
6a.   Ipahíhiram na lang niya ang kanyang mga libro.
 b.   May pahíhiramin ba siya ng kanyang mga libro?
7a.   Ipápaáral ko na lang sa kanya ang Tagálog.
 b.   May pag-áarálin ka ba ng Tagálog?
8a.   Ipápadala mo ba ang mga mabibigat na kahon?
 b.   May pagdádalhin ka ba ng mga mabibigat na kahon?
9a.   Ipáparikit ko na lang ang apoy pára makapag-íhaw na táyo.
 b.   May pápagparikitin ka ba ng apoy?
10a. Ipápahandá na lang niya ang mga pagkáin pára sa pistáhan.
 b.   May pápaghandain ba siya ng mga pagkáin pára sa pistáhan.

13A2. Pagpapalit. (§13.11)

Únang Hakbang

Can't you have your neighbors fetch water?
    Hindí ba pwédeng pag-igibin ng túbig   *(watch the house)*
    yung mga kápitbáhay ninyo?

Hindí ba pwédeng pagbantayin ng báhay yung mga kápitbáhay ninyo?	*(do your laundry)*
Hindí ba pwédeng paglabahin yung mga kápitbáhay ninyo?	*(cook)*
Hindí ba pwédeng paglutúin yung mga kápitbáhay ninyo?	*(come back)*
Hindí ba pwédeng pabalikin yung mga kápitbáhay ninyo?	*(move the chairs)*
Hindí ba pwédeng paglipátin ng mga sílya yung mga kápitbáhay ninyo?	*(bring chairs)*
Hindí ba pwédeng pagdalhin ng mga sílya yung mga kápitbáhay ninyo?	*(help you)*
Hindí ba pwédeng patulúngin yung mga kápitbáhay ninyo?	*(have them clean)*
Hindí ba pwédeng paglinísin yung mga kápitbáhay ninyo?	*(have them go inside)*
Hindí ba pwédeng papasúkin yung mga kápitbáhay ninyo?	*(have them go outside)*
Hindí ba pwédeng palabasin yung mga kápitbáhay ninyo?	

Ikalawang Hakbang

We probably can have them build a fire.

Pwéde na nátin sigúro silang pagparikitin.	*(cook fish)*
Pwéde na nátin sigúro silang paglutúin ng isdà.	*(roast fish)*
Pwéde na nátin silang pag-iháwin ng isdà.	*(buy fish)*
Pwéde na nátin silang pabilhin ng isdà	*(clean fish)*
Pwéde na nátin silang paglinísin ng isdà.	*(eat the fish)*
Pwéde na nátin silang pakaínin ng isdà.	*(get the clothes)*
Pwéde na nátin sigúro silang pakuhánin ng mga damit.	*(wash the clothes)*
Pwéde na nátin sigúro silang paglabahin ng mga damit.	*(buy the clothes)*
Pwéde na nátin sigúro silang pabilhin ng mga damit.	*(make the clothes)*
Pwéde na nátin sigúro silang pagawin ng mga damit.	*(sew the clothes)*
Pwéde na nátin sigúro silang pagtahiin ng mga damit.	

13A3. Lagyan ng mga panlápì. (§13.11)

Únang Hakbang. (Direct passives only, *pa-* and *pag-* types.) Lagyan ng panlápí ang mga pandíwang nása loob ng panaklong.

1. (*Bili*) si Pete ni Léslie ng isdá noong malígó sila sa dágat. 2. Sigúro pwéde nátin silang (*parikit*) ng apoy. 3. May táo díto na pwéde náting (*kúha*) ng búko. 4. Walá yátang táong pwédeng (*akyat*) sa púnó ng niyog. 5. Huwag mo akong (*inom*) ng bir at ayóko. 6. Títingnan ko kung pwéde kong (*trabáho*) yung babáe sa kabilà. 7. Kailángan kong (*hánap*) siya ng

trabáho. 8. (*Káin*) mo ba yung mga bátà? 9. Gusto kong (*bása*) siya ng sinúlat ko. 10. Hindí mo na kailángang (*akyat*) ang mga bisíta na 'yan. 11. (*Tanong*) mo siya kung síno ang sásáma sa pista. 12. Sigúro (*lútò*) na lang ninyo siya ng kandúlì. 13. Walá yátang táong pwédeng (*hintay*) nátin ng bus. 14. Bákit hindí mo (*labas*) ang áso, dumumi tuloy ang báhay. 15. (*Pások*) ko siya sa loob kasi umúulan sa labas. 16. Kasi hó (*balik*) ni Léslie ang áso e. 17. (*Uwì*) mo na ngá ang mga bátá at maiíngay sila. 18. Ikaw na lang ang (*uwì*) nila ng mga gámit sa báhay. 19. (*Gawà*) mo na ba siya ng sirang makinílya. 20. Hindí pa, kasi e may (*punta*) si Léslie na gágawá niyan. 21. Dápat (*báyad*) mo si Lína kung magkáno man ang bábayáran. 22. Gusto ko sánang (*bili*) si Lína ng gamot. 23 Si Léslie na lang ang (*báyad*) mo at marámi siyang péra. 24 (*Laba*) siya ni Nána ng maruruming damit.

Ikalawang Hakbang. (All causatives with *paN-* and *pag-*)

1. (*Bili*) ni Léslie si Léna ng isdang (*ìhaw*) sa kanya mámayà. 2. Hindí mo pa pwédeng (*lútò*) si Lína kasi marámi pa akong (*gawà*) sa kanya mámayà. 3. (*Tágò*) ko na lang yong isdá sa prídyider at saká ko (*kúha*) kung (*lútò*) ko na. 4. Gusto kong (*trabáho*) si Léslie péro nag-ááral pa siya. 5. (*Handa*) námin siya ng pagkáin at (*báyad*) námin siya ng mga binili náming pagkáin kayá hindí siya pwédeng umalis. 6. (*Dala*) ko siya ng makinílya péro ito ay ninákaw ng isang laláki. 7. Gusto kong (*ìhaw*) si Líto ng isdá kayá (*parikit*) ko siya ng apoy. 8. (*Bantay*) ko siya ng báhay dáhil sa mga táong (*nákaw*) ng mga masasamang táo. 9. (*Akyat*) nátin siya sa púnó ng mangga at áting (*káin*) kina Léslie ang nákúha niya. 10. (*Laba*) mo na ng damit si Léna kasi (*súot*) ko na ang mga iyon sa áking kaibígan. 11. (*Inom*) nátin ng túbig ang mga táo at palagay ko'y uhaw na uhaw na sila. 12. Hindí mo siya pwédeng (*tahì*) ng damit kasi may (*gawà*) pa ako sa kanya. 13. (*Túlong*) mo siya kay Léna pára madaling matápos ang trabáho ni Léna. 14. (*Lampáso*) ko ang sahig kay Léna at (*bunot*) ko rin ang sahig. 15. Ang mga damit ay (*bilad*) mo kay Léslie sa labas pára matuyò. 16. Hindí ko pwédeng (*bilad*) ng damit si Léslie kasi may (*plántsa*) pa ako sa kanya. 17. (*Bása*) mo múna itong kómiks kay Líto kasi pagod na siya. 18. Ayókong (*bása*) ang kómiks sa kanya kasi binábása ko pa. 19. (*Bíhis*) mo na ang bátá at áalis na kami pára magbáyad sa tindáhan. 20. Siya na lang ang (*báyad*) mo ng útang nátin sa tindáhan.

13B.   Verbs from adjectives. Mga pandíwá mulá sa mga pang-úrì.

13B1. Ituloy ang mga sumúsunod na pangungúsap sa pamamagítan ng paggámit ng *Péro untí-untí nang...* (§13.21)

1a.	Hindí pa maganda ang kanilang báhay.
b.	Péro untí-untí nang gumáganda.
2a.	Hindí pa gaánong mayáman si María.
b.	Péro untí-untí nang yumáyáman.
3a.	Hindí pa tuyó ang dáhon ni Matsing.
b.	Péro untí-untí nang natútuyò.
4a.	Hindí pa mabigat ang trabáho niya.
b.	Péro untí-untí nang bumíbigat.
5a.	Hindí pa raw mabáhó itong damit.
b.	Péro untí-untí nang bumábáhò.
6a.	Hindí pa marámi ang búnga sa púnò.
b.	Péro untí-untí nang dumárámi.
7a.	Hindí marumi ang túbig díto.
b.	Péro untí-untí nang dumúdumi.
8a.	Hindí sila talaga mayáman.
b.	Péro untí-untí nang yumáyáman.
9a.	Hindí gaánong maginháwa ang búhay nila.

b. Péro untí-untí nang gumíginháwa.

10a. Hindí pa rin sirá itong shorts ko.

b. Péro untí-untí nang nasísírà.

13B2. Sagutin ang mga sumúsunod na pangungúsap sa pamamagítan ng paggámit ng *Hindí magtátagal at...* (§13.21)

1a. Hinog na ba ang mga búnga ng púnó ng santol?

b. Hindí magtátagal at mahíhinog na rin.

2a. Malaki na ba ang báhay ni María?

b. Hindí magtátagal at lálaki na rin.

3a. Tastas na ba ang bágo mong shorts?

b. Hindí magtátagal at matátastas na rin.

4a. Dóble na ba ang ginawá mong pagtahí sa shorts?

b. Hindí magtátagal at madódóble na rin.

5a. Takot ba si Maríang magpunta sa gúbat?

b. Hindí magtátagal at matátákot din siya.

6a. Basá na ba ang gátong?

b. Hindí magtátagal at mabábasá na rin.

7a. Maganda na ba ang báhay ni María?

b. Hindí magtátagal at gáganda rin.

8a. Tuyó na ba ang pinútol mong gátong?

b. Hindí magtátagal at matútuyó na rin.

9a. Ubos na ba ang túbig nátin?

b. Hindí magtátagal at maúúbos na rin.

10a. Tapos na ba ang kásálan?

b. Hindí magtátagal at matátápos na rin.

13B3. Lagyan ng panlápí ang mga salitang nása loob ng panaklong kung kinákailángan. (*ma-* adjective, *-um-* verbs with *ma-* adjectives adjectives, *ma-* verbs for adjectives.) (§13.21)

1. Salámat sa áhas at (*ginháwa*) ang búhay nina María. 2. (*Tákot*) na (*tákot*) sina María pagkákíta nila sa áhas na (*lápit*) sa kánto. 3. (*Hírap*) lang sina María péro (*yáman*) sila nang magpakasal siya. 4. (*Tákot*) si María nang magsalitá ang áhas. 5. Ang (*tuwà*) ng nánay niya nang (*laki*) ang báhay nila. 6. (*Ganda*) ang búhay nila at (*dámi*) ang mga kaibígan nila. 7. (*Tuwà*) ba ang mga kápitbáhay nang maging (*yáman*) sina María? 8. (*Báhó*) ang kwárto dáhil sa (*basà*) ito ng dugò. 9. (*Tuyò*) ang dugó kayá naging (*samà*) ang amoy nito. 10. (*Bigat*) ang trabáho ni Lína. Kaylan kayá (*dóble*) ang báyad sa kanya? 11. (*Dumi*) na at (*tastas*) pa ang shorts ni Léslie. 12. Malápit nang (*sirà*) itong shorts kayá dápat ay tahiin mo nang (*dóble*). 13. Kaylan pa ba (*tápos*) yang tinátahí mo? 14. Hindí (*tapos*) itong hinuhugásan ko péro (*ubos*) na ang túbig. 15. Ang dalí naman nitong (*tastas*). Hindí mo sigúro dinóble ang tahí nito. 16. (*Ubos*) na (*ubos*) na ang pasénsya ko. Bákit (*sirà*) pa rin itong tinátrabáho mo? 17. (*Bigat*) ngá itong inigib mo. Íingátan mo ang túbig pára hindí (*dumi*) agad. 18. Kapag hindí pa (*tuyò*) ang damit, huwag mo múnang tiklupin pára hindí (*samà*) ang amoy. 19. Yang áting damit na (*basà*) ang (*báhò*). 20. Kina María yung (*laki*) at (*gandang*) báhay. 21. (*Dámi*) talagang áhas sa gúbat. (*Laki*) ang (*tákot*) kong pumunta diyan. 22. (*Lápit*) nang (*úbos*) ang pasénsya ko. 23. (*Hirap*) na (*hirap*) na si Lína. Káhit kélan ay hindí naging (*ginháwa*) ang búhay niya. 24. Lalong (*hírap*) at (*dámi*) ang trabáhong ipinápagawà ni Léslie sa kanya.

13C1. *Pa* **vs. ø with verbs formed from adjectives.** *Pa vs. ø kasáma ang mga pandíwang gáling sa mga pang-úrì.* (§13.22)

Ituloy ang mga sumúsunod na pangungúsap na gumágámit ng "Huwag mo..."

1a. Hindí mátútuloy yang kasal kung masyádong matátákot ito. Kayá...
  b. H'wag mo siyang masyádong takútin.
2a. Hindí ko magágámit kung masyádong malaki yang pólo. Kayá...
  b. H'wag mong masyádong palakihin.
3a. Walá táyong maíinom mámayá kung maúúbos agad ang túbig. Kayá...
  b. H'wag mong ubúsin agad.
4a. Walang gustong sumayaw kung masyádong maliwánag ang lóob ng báhay. Kayá...
  b. H'wag mong masyádong paliwanágin ang lóob ng báhay.
5a. Áyaw kong magbuhat kung masyádong mabigat yan. Kayá...
  b. H'wag mong masyádong pabigatin.
6a. Mahíhirápan siyang maglaba kung masyádong mabáhó yang damit. Kayá...
  b. H'wag mong masyádong pabahúin.
7a. Hindí niya maúúbos kung masyádong marámi yang pagkáin. Kayá...
  b. H'wag mong masyádong paramíhin.
8a. Baká mákalimútan ka niya kung yáyáman siya. Kayá...
  b. H'wag mong masyádong payamánin.
9a. Walá táyong magágámit kung maúúbos yan. Kayá...
  b. H'wag mong ubúsin agad.
10a. Hindí ka makákatúlog nang maága kapag tinápos mo yang trabáho. Kayá...
  b. H'wag mong tapúsin agad.
11a. Pwéde mo pang isúot ulí yang sapátos kung hindí gaánong marumi. Kayá...
  b. H'wag mong masyádong parumihin.
12a. Baká may mádulas kapag basá yang sahig. Kayá...
  b. H'wag mong masyádong basain.
13a. Baká may matákot kung masyádong malápit ang matsing. Kayá...
  b. H'wag mong masyádong palapítin.
14a. Baká hindí na masarap pag masyádong hinog ang prútas. Kayá...
  b. H'wag mong masyádong pahinugin.
15a. Hindí naman talaga siya masamà. Kayá...
  b. H'wag mong masyádong pasamain.

13C2. Lagyan ng panlápí ang mga salitang-ugat kung kinákailángan. *Pa* **vs. Ø.** (§13.22)

1. Nag-áalágá ang tátay ko ng maráming manok. (*Báhò*) niyon ang áming palígid.
2. Hindí na bále dáhil ilang taon na lang ay (*yáman*) kayo niyon. 3. Ano ba ang bálak mo
pára (*saya*) ang bakasyon mo? Malíligó ba táyo sa ílog? 4. Pumunta na lang táyo sa Gisgis.
Ang sábi ni Pete ay (*ganda*) na iyon ngayon ng mga táong nakatira doon. 5. Léna, dalhan
mo ngá kami ríto ng kape. Huwag mong masyádong (*tamis*). 6. Huwag ninyong
masyádong (*línis*) ang áting palígid. Matútúlog ako pagkatápos kong mag-áral. 7. Ihandá
mo ngá pala iyong sabon sa CR dáhil malíligó ako bágo matúlog. (*Ginháwa*) ng palíligó ang
pagtúlog ko. 8. Noong isang áraw ay natúlog ka agad káhit hindí mo pa (*tuyò*) ang buhok mo.
9. Paáno mo ba (*dalì*) ang pag-aáral mo? 10. Huwag mo naman (*ubós*) ang lahát ng pagkáin
nátin. 11.Huwag mong (*lungkot*) si María. Dápat mo siyang (*saya*) 12. Dapat mong (*tápos*)
ang iyong trabáho. 13. Labhán mo ang aking damit tápos (*doble*) mo ang tahí. 14. (*Hinog*)
nátin ang mga ságing bágo náting kaínin. 15. Sóbra naman siya. Hindí naman niya
kailángang (*takot*) pa ang mga báta. 16. Huwag mong (*basà*) ng páwis ang iyong damit ,
ha? 17. Maráming bulok na bágay sa ilálim niyon kayà huwag mo nang (*dumi*) pa.
18. Kawáwá naman si Léna. Huwag mong (*hírap*) ang trabáho niya. 19. Dápat mong (*dámi*)

ang pagbibigay mo ng kéndi sa mga bátà. 20. Péro hindí ko na kailángang mag-áral pa dáhil sinábi ni Sir Mendez na *(dali)* niya ang eksam.

13C3. Affix to adjective roots. *(Pa-vs. ø-vs. ma-vs. -um-).* (§13.22)

1. *(Yáman)* si María noong magpakasal sila ng áhas. 2. Kasi *(dámi)* ng áhas ang péra niya. 3. Hindí sila makapaniwálá na *(tapos)* na ang kanilang paghihírap. 4. *(Ganda)* at *(laki)* ng áhas ang kanilang báhay. 5. Salámat naman at *(yáman)* sila ng áhas. 6. *(Hírap)* na sila sa pamumúlot ng búnga. 7. Noong namúmúlot pa sila ng búnga ay *(hírap)* ang búhay nila. 8. Nagálit ang kápitbáhay ni María pagkákíta niyang *(rangyà)* ang báhay nila. 9. *(Sóbra)* ang pagkainggit niya kina María. 10. Noong úna ay hindí *(búti)* ang kanyang tráto kina María. 11. Lágí siyang may *(samà)* bálak noon sa mag-ina. 12. Ngayong biglang *(ginháwa)* ang búhay ng mag-ina ay nabágo na ang tráto niya sa mga ito. 13. Nagdádasal siya na sána ay *(ginháwa)* rin ng isang áhas ang búhay niya. 14. Gusto rin niyang magkaroon ng *(ginháwa)* búhay. 15. *(Sóbra)* ang pagyáman ng mag-ina. Dáhil díto ay *(samà)* sila. 16. *(Takot)* na sila sa mga táo dáhil akálá nila palágí ay nánakáwan sila. 17. Pati iyong mga *(tálik)* na kaibígan nila ay nápansin din iyon. 18. Nákalimútan na nila ang kanilang mga kaibígan noong *(búti)* na ang kanilang búhay. 19. *(Samà)* sila ng *(sóbra)* pagyáman. 20. *(Tapos)* na ang kwénto ko.

13D. *Ka-R-* verbs

13D1. Pagsasánay sa pagbabalangkas. (§13.3)

1a. Ngayon ka lang ba dumating?
  b. Karárating ko lang.
2a. Ngayon ka lang ba nakapagpatahí ng bestída?
  b. Kapápagpatahí ko lang ng bestída.
3a. Ngayon ka lang ba natápos magbasa nung pinabása ko sa iyo?
  b. Katátápos ko lang magbasa nung pinabása mo sa ákin.
4a. Ngayon ka lang ba kumáin?
  b. Kakákáin ko lang.
5a. Ngayon ka lang ba nakápalígò?
  b. Kapápalígó ko lang.
6a. Ngayon ka lang ba nakábása ng kwénto?
  b. Kabábása ko lang ng kwénto.
7a. Ngayon ka lang ba uminom?
  b. Kaíinom ko lang.
8a. Ngayon ka lang ba nakápamasyal?
  b. Kapápasyal ko lang.
9a. Ngayon ka lang ba sumayaw?
  b. Kasásayaw ko lang.
10a. Ngayon ka lang ba natápos maglínis ng báhay?
  b. Katátápos ko lang maglínis ng báhay.

13D2. Pagsasánay sa pagbabalangkas. (§13.31)

1a. Tuwang-tuwá ako kasi nagbigay ako ng trabáho sa kanya at natápos kaagad.
  b. Nakákatuwà. Kabíbigay-bigay ko lang ng trabáho sa kanya'y matátápos kaagad.
2a. Inis na inis ako kasi naúbos nila kaagad yung nilútó kong pagkáin.
  b. Nakákainis. Kalúlútó-lútó ko lang ng pagkáin ay maúúbos nila agad.
3a. Asar na asar ako kasi nagsúot ako ng damit at nadumihan kaagad.
  b. Nakákaasar. Kasúsúot-súot ko lang ng damit ay madúdumihan kaagad.
4a. Suyang-suyá ako. Kasi bumili ako ng damit at nasírá kaagad.

    b.   Nakákasúyà. Kabíbili-bili ko pa lang ay masísírá agad.

5a.   Buwisit na buwisit ako. Kasi nagbáyad ako at nawalá agad ang binili ko.

    b.   Nakákabuwísit. Kabábáyad-báyad ko lang ay mawáwalá kaagad.

6a.   Galit na galit ako. Kasi nagusot agad ang pinalántsa ko.

    b.   Nakákagálit. Kapáplántsa-plántsa ko lang ay magúgusot agad.

7a.   Asar na asar ako kasi nágising ako at pumunta na siya kaagad.

    b.   Nakákaasar. Kagígísing-gísing ko lang ay púpunta na kaagad.

8a.   Lungkot na lungkot ako kasi dumating ako at lumípat agad sila ng báhay.

    b.   Nakákalungkot. Karárating-rating ko lang ay lílípat na kaagad.

9a.   Tuwang-tuwá ako kasi nagbilad ako ng damit at natuyó kaagad.

    b.   Nakákatuwà. Kabíbilad-bilad ko lang damit ay matútuyó na kaagad.

10a.   Inis na inis ako kasi nagtiklop ako ng damit at nagusot agad.

    b.   Nakákainis. Katítiklop-tiklop ko lang ay magúgusot na agad.

13E.   *Naka-* adjectives. (§13.4)

Únang Hakbang

1a.   Hindí ba sinábi ko nang huwag ipápátong ang mga damit sa mésa?

    b.   Bákit nakapátong pa rin doon?

2a.   Hindí ba sinábi ko nang isásara mo yung gate tuwing lálabas ka?

    b.   Bákit nakabukas pa rin?

3a.   Hindí ba sinábi ko nang ipápások mo yung mga gámit sa loob?

    b.   Bákit nakalabas pa rin?

4a.   Hindí ba sinábi ko nang huwag kang úupó hábang nárito ka?

    b   Bákit nakaupó ka pa rin?

5a.   Hindí ba sinábi ko nang ibábángon mo ang bátá sa banig?

    b.   Bákit nakahigá pa rin?

6a.   Hindí ba sinábi ko nang huwag kang títingin sa ákin?

    b.   Bákit nakatingin ka pa rin?

7a.   Hindí ba sinábi ko nang huwag títiklupin ang mga damit?

    b   Bákit nakatiklop pa rin?

8a.   Hindí ba sinábi ko nang ibukas yung pintò?

    b   Bákit nakasara pa rin?

9a.   Hindí ba sinábi ko nang umupó ka?

    b   Bákit nakatayó ka pa rin?

10a.   Hindí ba sinábi ko nang umalis ka sa báhay nila?

    b   Bákit nakatira ka pa rin doon?

Ikalawang Hakbang. Piliin ang támang sagot sa loob ng saklong.

1. Bákit ka (*binálot, nakabálot*) ng kúmot? Walá ka na bang damit at iyang kúmot ang (*ibinálot, nakabálot*) mo sa saríli mo? 2. (*Binálot, Nakabálot*) ng Lóla ang létse plan na iúuwí ni Léslie. 3. (*Inihánger, Nakahánger*) niya ang mga damit pára hindí magusot. 4. Pinatútuyó niya iyong kanyang brip nang mákíta mong (*inihánger, nakahánger*) sa labas ng báhay. 5. (*Nakakandádo, Ikinandádo*) ni Léslie ang pintó kayá hindí maipápások iyong mga gámit. 6. Ang sábi mo ay (*ikinandádo, nakakandádo*) mo na ang pintó, bákit hindí pa (*ikinandádo, nakakandádo*) noong tingnan ko? 7. Pára hindí makapások ang mga bátá sa kwárto mo ay (*nakasara, isara*) mo. 8. Sandalí lang. Títingnan ko lang kung (*nakasara, isinara*) ang kwárto ko. Kung hindí ay nákalimútan kong (*isara, nakasara*) bágo táyo umalis. 9. (*Tiniklop, Nakatiklop*) ko na kanína ang mga damit na nilabhan mo dáhil tuyó na. 10. Hindí ba sinábi ko sa iyong huwag mong (*nakatiklop, títiklupin*) ang mga damit ko, bákit (*nakatiklop, tiniklop*) na naman? 11. (*Tumayò, Nakatayò*) ka sa may pintó

at sumísigaw kahápon nang dumáan ako sa inyo. 12. Yong mga gámit na (*inilabas, nakalabas*) mo, kung pwéde, ay (*ipások, nakapások*) mo na sa loob. 13. Bákit (*nakalabas, inilabas*) ang tiyan mo, sumásakit ba? 14. Nakákainis ka naman! Bákit mo (*ipinátong, nakapátong*) iyong mga kahon sa ibábaw ng mésa ko? 15. (*Nakapátong, Ipinátong*) na iyon sa mésa mo nang mákíta ko kanína.

13F. Isálin sa Tagálog ang mga salitang násа loob ng saklong (doubled root). (§13.5)

1. Lumangoy si Pagong papunta sa pampang na (*pushing*) ang púnó ng ságing. 2. Umáhon siya sa pampang na (*dragging*) yung púnò. 3. (*One at a time*) kinákáin ni Matsing ang mga ságing sa púnò. 4. Gumágápang si Pagong papunta sa púnò. (*Carrying in his jaws*) ang mga sangang ipápalígid niya sa púnò. 5. (*A thousand at a time*) ang tinik na tumúsok sa katawan ni Matsing. 6. Tumakbo si Pagong na (*bringing*) ang mga hinog na ságing. 7. (*Carrying over the shoulder*) ni Matsing si Pagong pára itápon sa dágat. 8. (*Stacked up on top of one another*) na ináyos ni Pagong ang mga balat ng ságing. 9. Lumákad na si Matsing (*holding*) ang masakit niyang puwitan. 10. (*Being put all together*) itinápon ni Matsing ang mga balat ng ságing.

13G. Pagsasánay sa pagbabalangkas. (§13.61)

1a. Uminom sila ni Rúdy ng lambanog.
 b. Nag-ínúman sila ng lambanog.
2a. Ibinigay ko kay Rúdy ang áking sapátos at ibinigay naman niya sa ákin ang sapátos niya.
 b. Nagpálítan kami ng sapátos.
3a. Lumabas ang péra sa pitákà. Marámi ang lumabas.
 b. Maráming péra ang naglábásan sa pitákà.
4a. Tumáwa si Léslie sa nangyári. Tumáwa rin si Léna.
 b. Nagtáwánan sila sa nangyári.
5a. Inágaw ni Pete ang bag ni Léslie péro áyaw ibigay ni Léslie.
 b. Nag-agawan sina Pete at Léslie sa bag.
6a. Ináway nila ang mga bátá kayá nagkagulo.
 b. Nag-awayan sila at ang mga bátà.
7a. Kumáin si Líto ng létse plan. Kumáin din si Léslie.
 b. Nagkainan sila ng létse plan.
8a. Nalígó si Léslie nang dumating si Pete. Nalígó na rin si Pete.
 b. Nagpáliguan sina Léslie at Pete.
9a. Maráming tinda ang nánay. Mayá-maya'y dumating ang mga bátà. Bumili sila sa tindáhan.
 b. Nagbílíhan ang mga bátá sa tindáhan.
10a. Nilóko ni Pete si Vic péro nilóko din ni Vic si Pete.
 b. Naglokohan sina Pete at Vic.

13H. Nouns with *pagka-* or ø. Pangngálan na may *pagka-* at ø. Dagdagan ng panlápí ang mga pangngálan kung kailángan. (§13.7)

1. Ipinagmámalaki niya ang (*doktor*) ng anak niya. 2. Magíging (*doktor*) na siya pag natápos na ang pag-aáral niya. 3. Dápat mong alalahánin ang (*prínsipe*) mo dáhil ikaw ang tagapagmána ng koróna. 4. Pagkamatay ng hárì, ang (*prínsipe*) ang siyang magíging hárì. 5. Dáhil sa (*bátà*) ka ay dápat kang mag-íngat sa paglalakad kung nag-íisa ka. 6. Dáhil sa (*bátà*) mo ay madalí kang malóko ng ibang táo. 7. Mawáwalá ang (*áhas*) niya kung máyroong pápátol sa kanya na isang magandang dalága. 8. Ang (*áhas*) ay hindí pápatúlan ng isang magandang dalága. 9. Marámi ang nagágandahan sa (*babáe*) ko. 10. Masaya ako't naging (*babáe*) ako dáhil sa madámi ang nagágandahan sa ákin.

131.   Verb Function. Lagyan ng panlápí ang mga mga salitá sa loob ng saklong.

1. Biglá (*ramdam*) siya ng pananakit sa tiyan 2. Sigúro (*lihi*) siya, láló na't gustong-gusto niyang kumáin ng manggang hilaw. 3. Manggang hilaw ang (*lihi*) niya. 4. Kung may hiníhingí siya'y dápat (*bigay*) kasi (*lihi*) siya. 5. Hindí niya (*kinig*) ang kílos ko, péro hindí ko siya (*ano*). 6. (*Bigay*) ko na siya kasi kawáwá naman siya. 7. Kailan ba (*kasal*) si María sa áhas? 8. Hindí niya máláman kung saan (*gáling*) ang bóses na nagsásalità. 9. Naísip tuloy niya baká siya ay (*nákaw*) hábang siya ay natútúlog. 10. (*Hátinggabi*) na kasi kayá siya ay takot na takot. 11. (*Kailángan*) niyang magtágó at baká siya (*ano*). 12. Kaya't (*ramdam*) na lang siya kung saan púpunta ang kaluskos. 13. Huwag mong (*kinig*) ang sinásábi niya dáhil nápakasinungáling niya. 14. Baká (*kasal*) ka sa babáeng iyon. 15. Kaya't (*kailángan*) mong maghanap pa ng laláking áyos lang sa iyo. 16. Huwag mo ngá siyang istórbohin at baká (*ano*) ka niyan. 17. At huwag kang (*nákaw*) ng mga gámit niya. 18. Alam kong maláyó ang (*gáling*) niya kaya't madámi siyang gámit na mahal. 19. (*Kulò*) ang dugó ko sa iyo kung gágawin mo iyon. 20. Ikaw ngá ay (*kinig*) sa áking sinásábi. 21. Hindí ka ba natatákot na (*ano*) kita kung (*nákaw*) ka sa kanya? 22. Hindí kita (*bigay*) kung magágawá mo ngá ang (*nákaw*) sa kanya. 23. Saan ka ba (*lihi*)? Sa manggang hilaw ka sigúro (*lihi*), ano? 24. (*Damdam*) ka ng sakit ng katawan kung hindí ka súsunod sa sinásábi ko sa iyo. 25. Siya, mabúti pang (*bangkà*) ka na ngá lang diyan sa ílog. 26. Péro mag-íngat ka't baká ka (*ano*) hábang ikaw ay (*bangkà*). 27. At (*kulò*) ka ngá pala múna ng túbig bágo ka umalis. 28. Dalian mo't (*madaling áraw*) na. Baká (*nákaw*) ka pa ng bangkà. 29. Kung hindí mo dádalian ay hindí ka (*kasal*) sa magandang babáe na naghíhintay sa iyo. 30. At sabíhin mo na ring (*gáling*) ka díto sa báhay.

Ikalabing-ápat na Aralin. Unit 14

AI. Únang Bahági

Karárating lang ni Ms. Wolff sa Los Baños.
Hináhánap niya ang mga kilála niya
doon. Nagpunta siya sa dean's office pára
humingí ng túlong doon.

MS. WOLFF

1. Méron ba kayong listáhan ng UPLB
Faculty?

JUN

2. Éto hó yung listáhan.

MS. WOLFF

3. Mga taga-CAS lang ang mga ito.

JUN

4. Sandalí lang. Éto ngá pala ang
komplétong listáhan.

MS. WOLFF

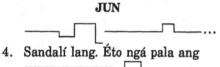

5a. Títingnan lang námin ang mga
kilála námin láló na yung mga taga-
Cornell.

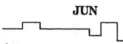

b. O, éto, si Dr. Ernésto del Rosário.

YNNAH

6. Gusto nyong tawágan ko siya?

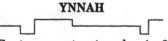

7. Óo, o . . . yon.

AI. First Part

Upon arriving at Los Baños Ms. Wolff
looks up her old friends. She goes to the
dean's office and asks help from the staff
there.

MS. WOLFF

1. Do you have a list of the UPLB Faculty?

JUN

2. This is the list.

MS. WOLFF

3. Oh! These are just the CAS people.

JUN

4. Just a second. Here's the complete list.

MS. WOLFF

5a. Let's see if we know anyone here,
especially from Cornell.

b. Oh! Here's Ernesto del Rosario.

YNNAH

6. Would you like me to call him?

7. That'd be good.

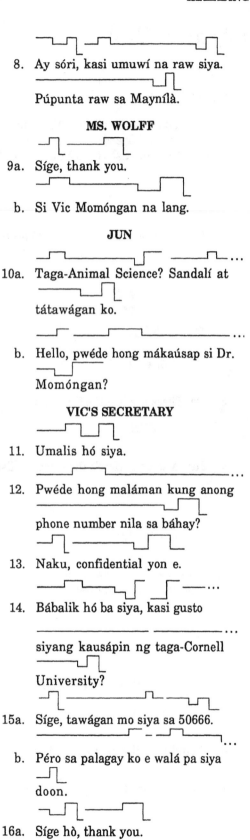

8. Ay sóri, kasi umuwí na raw siya. Púpunta raw sa Maynílà.

MS. WOLFF

9a. Síge, thank you.

b. Si Vic Momóngan na lang.

JUN

10a. Taga-Animal Science? Sandalí at tátawágan ko.

b. Hello, pwéde hong mákaúsap si Dr. Momóngan?

VIC'S SECRETARY

11. Umalis hó siya.

12. Pwéde hong maláman kung anong phone number nila sa báhay?

13. Naku, confidential yon e.

14. Bábalik hó ba siya, kasi gusto siyang kausápin ng taga-Cornell University?

15a. Síge, tawágan mo siya sa 50666.

b. Péro sa palagay ko e walá pa siya doon.

16a. Síge hò, thank you.

8. Oh, sorry (because) they say he went home. He has to go (lit. he is going) to Manila.

MS. WOLFF

9a. OK, thanks.

b. Just (try) Vic Momongan.

JUN

10a. He's in Animal Science? Just a second and I'll call him.

b. Hello, may I talk to Dr. Momongan?

VIC'S SECRETARY

11. He's gone out.

12. Could I know what their phone number is at home?

13. I'm sorry, that's confidential.

14. Will he be back, because someone from Cornell would like to talk to him?

15a. Oh, all right. Call him at 50666.

b. But I believe he's not there yet.

16a. OK. Thank you.

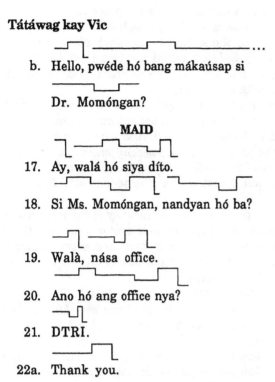

Tátáwag kay Vic	**Calls Vic**
b. Hello, pwéde hó bang mákaúsap si Dr. Momóngan?	b. Hello, may I speak with Dr. Momongan?
MAID	**MAID**
17. Ay, walá hó siya díto.	17. Sorry, he's not here.
18. Si Ms. Momóngan, nandyan hó ba?	18. How about Ms. Momongan, is she there?
19. Walà, nása office.	19. No, she's at the office.
20. Ano hó ang office nya?	20. What is her office?
21. DTRI.	21. (She's at) DTRI.
22a. Thank you.	22a. Thanks.

Commentary to the basic sentences of Unit 14A

This Unit is a review unit, and we do not introduce new grammar. This is a chance for you to take a breather from the endless onslaught of grammatical rules and sit back and observe the language. We give basic sentences here as an example of business interactions which take place in Pilipino and are considered to be polite. The conversation is a fairly close transcription of one which actually took place. In fact, the names of persons and organizations have not been changed. Notice that the speakers never deviate from the use of *hò* and *kayo* where these forms are appropriate to identify the status of the person address.

1.	*kayo*	"You (plural)." This is the plural form and not the polite *kayo* as the speaker is referring to a group of which the addressee is a member, but there is no *hò* because the addressee (Jun) is of student age where Ms. Wolff is a generation above him.
	listáhan	"List." This is a noun derived from a verb *maglista* "to list." The nouns with *-an* are discussed in §17.33.
2.	*hò*	Here the addressee is Ms. Wolff who is a generation above the speaker (Jun), and therefore *hò* is the proper way to signal this fact.
6.	*nyo*	The speaker (Ynnah) is the secretary, and although she is close in age to the addressee (Ms. Wolff) she still uses *kayo* and *hò* because they have only just met.

9. *thank you*   It is appropriate to use the English expression "thank you" among speakers who use a lot of English in their everyday work, especially in the setting of the work place (but even socially it is used). *Salámat* would also be correct, but then it should be accompanied by *hò,* because these speakers are on *hò kayo* terms with each other.

10b.   When the person who is calling is not certain who it is that has answered or knows the respondent and is not intimate with him or her, *hò* must be used. Also whenever asking for someone on the phone one says *pwédeng mákaúsap* with the potential form of the verb meaning "might it be possible." This is much more tentative than the nonpotential form, and much more polite.

12. *pwéde hong*   Since Jun is not really sure of the identity of the interlocutor
    máláman   and also because he wants the interlocutor to do something for him, he is careful to use *hò* in each and every sentence. Also note that in Pilipino "I would like to (do)" is expressed with *pwéde* and NOT with *gusto.*

    phone number   The English is the normal way to say this in Pilipino. In writing (advertisements and the like) one sees *bílang* , but this sounds too high-flown to refer to a phone number in ordinary speech.

13. *confidential*   This was pronounced as in English. The Pilipino pronunciation *kompidensiyal* would not be as nice, as there is a slight implication that the interlocutor has no business knowing the information, and using the English glosses this over. However, the word *líhim* "secret" would not be good to use, as this odious implication is quite salient.

14.   It is important to note the indirection here. Jun does not say that it is terribly important. Rather he allows the interlocutor to draw this conclusion for herself. If one is forceful or puts the person from whom a request is made on the spot, there is kind of an implication that the person requested has an obligation to fulfill the request, which in turn carries the implication that the one who makes the request is of higher status than the one from whom the request is made. Therefore, when arm-twisting is necessary, indirection is appropriate (and the strategy most likely to achieve the desired results, for otherwise, the person requested might refuse as a way of denying the implication that he or she is *obliged*).

17.   Note that here the maid is using *hò* even though she suspects that her interlocutor is a young person, because of the status.

18.   Jun continues to use *hò* although he knows it is the maid. He can hear from the voice that she is a generation above him in age, and besides he wants her to give him information.

19.   It was probably a mistake for the maid not to use *hò* here. There are two possible explanations: first, she is from the Visayas and thus not native-speaking and all that attuned to *hò,* or perhaps, she recognizes her interlocutor as a young person and feels herself high enough in status not to use *hò* in every sentence, especially when she is not the one asking a favor.

AII. Buuin ang mga sumúsunod na pangungúsap úpang magkaroon ng ganap na díwà.

1. A Jun, méron ba kayong ... 2. Méron kaming listáhan péro mga taga ... 3. A téka, éto ngá pala ... 4. Sandalí lang ha? Títingnan lang námin ang mga ... 5. Sóri ha, walá daw si Dr. E. Del Rosário, kasi ... 6. Taga Animal Science pala si Vic Momóngan. Sandalí ... 7. Hello. Vic Momóngan's office. Pwéde ... 8. A umalis pala. Pwéde bang máláman ... 9. Naku sóri ha. Hindí hó pwédeng sabíhin ang phone number nila kasi ... 10. Kailan ba siya bábalik? Mé taga-Cornell University na gusto ... 11. O síge na ngà. Tawágan ... 12. Kung tátawágan nyo siya ngayon, sa palagay ... 13. Hello si Dr. Momóngan pwéde ... 14. Si Ms. Momóngan ay walá din díto. Siya'y ... 15. Sa DTRI pala ...

AIII. Sagutin ang mga sumúsunod na tanong.

1. Jun, anong listáhan itong ibinigay mo sa ámin? 2. Kompléto ba itong listáhang ito? 3. Síno bang títingnan n'yo d'yan sa listáhan? 4. Nándyan ba si Dr. E. del Rosário? 5. Saan ba díto si Vic Momóngan? 6. Pwédeng mákaúsap si Vic Momóngan? 7. Ano bang phone number nila? 8. Síno bang nagháhanap kay Dr. Momóngan? 9. Ano 'tong 50666? 10. Nándoon kayá siya? 11. Nándyan ba si Dr. Momóngan? 12. E ang Mrs. n'ya? 13. Saan bang office n'ya? 14. Bákit áyaw mong sabíhin sa ámin ang phone number ni Dr. Momóngan? 15. Saan daw nagpunta si Dr. E. del Rosário?

BI. Ikalawang Bahági	BI. Second Part
JUN	**JUN**
Tátawag kay Ms. Momóngan	**Calls Ms. Momongan**
b. Hello, pwéde hong mákaúsap si Ms. Momóngan?	b. Hello, may I talk to Ms. Momongan?
SEKRETÁRYA	**SECRETARY**
23a. Sandalí lang kasi pumunta lang siya sa kabilang building.	23a. Just a second because she just went to the building next door.
b. Síno hó sila?	b. May I ask who is calling. (Lit. Who are you?)
24a. Sa CAS Dean's Office hó ito.	24a. This is (from) the Dean's Office.
b. May gusto lang makipag-úsap sa kanya from Cornell University.	b. Someone from Cornell would like to talk to her.
MS. MOMÓNGAN	**MS. MOMONGAN**
25. Hello!!!	25. Hello!!!

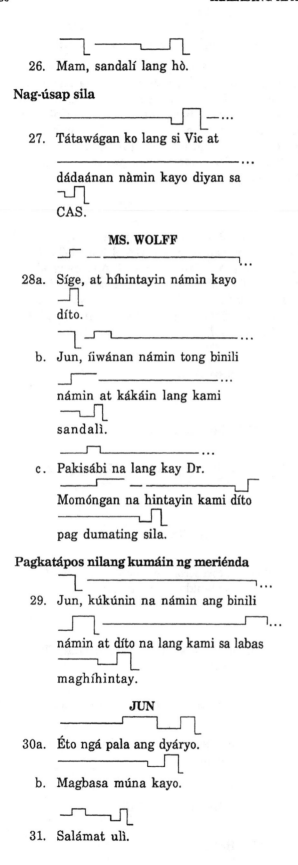

26. Mam, sandalí lang hò.

Nag-úsap sila

27. Tátawágan ko lang si Vic at

dádaánan nàmin kayo diyan sa CAS.

MS. WOLFF

28a. Síge, at híhintayin námin kayo díto.

b. Jun, íiwánan námin tong binili námin at kákáin lang kami sandalì.

c. Pakisábi na lang kay Dr. Momóngan na hintayin kami díto pag dumating sila.

Pagkatápos nilang kumáin ng meriénda

29. Jun, kúkúnin na námin ang binili námin at díto na lang kami sa labas maghíhintay.

JUN

30a. Éto ngá pala ang dyáryo.

b. Magbasa múna kayo.

31. Salámat ulì.

26. Ma'am, just one second.

They talk

27. I'll just call Vic, and we'll come by for you at CAS.

MS. WOLFF

28a. OK. We'll wait for you here.

b. Jun, we'll just leave the things we bought and get something to eat.

c. Please tell Dr. Momongan to wait for us here, when he comes.

After eating their merienda

29. Jun, we'll pick up the things we bought and wait outside.

JUN

30a. Oh, here's the paper.

b. Maybe you'd like to read in the meantime.

31. Thank you again.

May táwag

LÍNDA

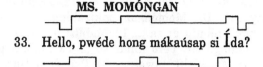

32. Hello, CAS Dean's Office.

MS. MOMÓNGAN

33. Hello, pwéde hong mákaúsap si Ída?

34. Ms. Wolff, táwag hó pára sa inyo.

MS. WOLFF

35. Hello.

36a. Si Dáding ito. Hindí ko kasi má-

contact si Vic.

b. Pwéde bang máláman kung saan

nakatira si John?

The phone rings

LINDA

32. Hello, CAS Dean's Office.

MS. MOMONGAN

33. Hello, may I speak with Ida?

34. Ma'am, you have a call.

MS. WOLFF

35. Hello.

36a. This is Dading. I couldn't get hold of Vic.

b. Could we ask you where John lives?

Commentary to difficult forms in 14B

22b.	*building*	It is perfectly normal in the university context to refer to the buildings with the English word. The Pilipino word *gusáli* has a somewhat fancy air (*malálim*), and tends to be used in more formal discourse.
23b.	*síno hó sila*	"Who is calling." This literally means "Who are you" with the most polite form for "you," *sila*. This is the form used when asking a person his or her identity. This is one of the few contexts in which the word *sila* for "you" is normal.
26.	*Mam*	Jun addresses Ms. Momongan as *Mam* because of her status as a professor's wife.
27.	*kayo*	Ms. Momongan says *kayo* to refer to Ms. Wolff and her companion. They are clearly close friends because there is no *hò* and Ms. M. refers to her husband by his first name.
28c.	*pakisábi, Dr.*	She refers to Dr. Momongan by title when addressing Jun, as is appropriate, but chooses to say *pakisábi* rather than *sabíhin mo* to express her feeling that she is asking a favor and does not have the right to give orders to Jun.
29.	*sa labas*	She meant that they would wait in the anteroom and not in the office.
33.	*si Ída, Ms. Wolff*	It was not quite correct for Ms. M to refer to Ms W by her first name to the receptionist, and the receptionist addresses Ms. Wolff by title, as is more appropriate.

36.   In this case first names are used in reference and in address because Ms. M and Ms. W are close friends.

BII. Buuin ang mga sumúsunod na pangungúsap úpang magkaroon ng ganap na díwà.

1. Hello. Pwéde ko hó bang ... 2. Téka. A nagpunta si Ms.Momóngan ... 3. A pakisábing táwag ito gáling sa ... 4. At pakisábing may gusto lang ... 5. Mas mabúti sigúro, tátawágan ko na lang si Vic at ... 6. A dádaánan nyo na lang kami. O síge na at ... 7. Jun kákáin lang kami sandalí at íiwánan ... 8. Pag dumating sina Dr. Momóngan pakisábing ... 9. Jun pwéde bang ibigay mo na sa ákin yung mga binili námin at sa ... 10. Mabúti pa magbasa múna kayo. O éto ... 11. Hello Ms. Wolff, si Dáding, sóri péro hindí ko ... 12. Mabúti pa sabíhin mo sa ákin kung saan ... 13. Excuse me Ms. Wolff, táwag ... 14. Pag dumating si Dr. Momóngan pakisábing ... 15. Éto ang dyáryo o ...

BIII. Sagutin ang mga sumúsunod na tanong.

1. Hello. Nándyan hó ba si Ms. Momóngan? 2. Saan hó ba itong tumátáwag? 3. Dáding, ano híhintayin námin kayo díto ha? 4. Bákit nyo íiwánan díto ang inyong binili? 5. Anong sásabíhin ko kina Dr. Momóngan pag dumating? 6. Ms. Wolff ano hong gágawin nyo dyan sa labas? 7. CAS Dean's Office ngá ito. Anong kailángan nila? 8. Línda kMuníno bang táwag yan? 9. Dáding? Bákit hindí kayo makákapunta ríto? 10. Áalis pala kayo Ms. Wolff. Bábalik hó ba kayo? 11. Jun, bákit nándon sina Mr. and Ms. Wolff sa labas? 12 Paáno bang gágawin nátin ha Dáding? 13. Jun, bákit iniwánan nina Ms. Wolff ang mga binili nila díto? 14. Síno hó ang sásabíhin kong tumátáwag pag dumating si Dr. Momóngan?

DI.   Guided Conversation

Pete is eating at home

Lena:	Pete... Pete, I have good news for you.
Pete:	Hey! What is it? It's so early (in the morning).
Lena:	Leslie called last night. She will be coming (she said) on Wednesday before dusk (lit. it gets to be night).
Pete:	Oh, really?
Lena:	That's why you have to help prepare for her arrival (lit. before she comes). I won't do the laundry on Wednesday, I'll just have (them) washed at Lina's.
Pete:	What? Lina! Not her. I asked her to wash (clothes) the other week and do you know what happened? The colored ones ran on the white ones, and some of the colored ones turned white. Could you imagine, she put Clorox on them!
Lena:	Oh, really? It's a good thing that you happened to tell me. By the way, can I borrow your typewriter?
Pete:	Don't you have one?
Lena:	Yes, but it was stolen together with our radio, wasn't it? That's why we never leave without locking up the house completely nowadays.
Pete:	Here. When will you bring it back? I am going to use it tomorrow.
Lena:	Later tonight.

Wednesday morning, before Leslie's arrrival

Pete:	Hey Nana Ansay! What is it you're carrying there? Oh, it's fish (I see) and it seems huge. Is that a Spanish mackerel?
N. Ansay:	Yes. And I just bought it from the fishermen.
Pete:	Shall we roast it? Let me do the roasting (Lit. Let me be the one to roast.).
N. Ansay:	Oh, no! We'll eat this raw. Leslie wants raw mackerel, doesn't she?

Pete: Oh, yes (I just remembered).

N. Ansay: Pete, the best thing for you to do is help me fetch water because we haven't had water for two days now. If it is OK (with you), boil it too. Because you'll be fetching water from the deep well. (Lit. Because the water you'll be fetching will come from the deep well.)

Leslie prepares to leave for Pete's

Leslie: Oh, Inting, please help me put my things in the box.

Inting: All of these? Including all those books?

Leslie: Yes. Wait, wait, not the lamp. Only the saucers, plates, and spoons are mine and the rest belong to the owner of the house.
          Oh, yes (I just remembered). I still have the pot and pans to bring. Oh, Inting, please bring one more box upstairs and I'll just put the pots there.

Inting: Oh, here (you are). I was able to get some raffia. I'll just use this to tie around the box.

Leslie: Oh, thanks, finally it's done. Come on, let's bring the boxes down so we can get to the bus station early. Oh, here's the jeep.

Inting: Driver, bus station please. We'll just give you extra for these boxes.

Leslie arrives

Pete: Oh, Leslie, how are you?

Leslie: Oh, OK.

Pete: What happened to you in Marinduque?

Leslie: A lot. Oh, wait, I have a story for you. You know what? I got a maid in Marinduque who was so stupid. Imagine, I asked her to buy ice and coffee. She spent one hour looking for ice. Do you know where she put the ice? In the basin. When I asked her where the coffee was, (she said) she forgot. And the other day, she mixed my dirty clothes with the clean ones. It's really infuriating, isn't it? That's why I sent her home at once.

Pete: So, who's going to cook your food?

Leslie: Actually nobody. But I'll have one of my neighbors bring me my food. Anyway, it's pretty good.

Pete: That would be more expensive, wouldn't it?

Leslie: Not really. By the way, how is Carlos?

Pete: Oh, you'll be happy (about this). Do you know he got accepted for a Fulbright? He even asked me to accompany him to the Embassy.

Leslie: Oh really? That's OK.

Pete: And you know what? He doesn't want to spread the news around that he's leaving. A lot of people will surely be jealous of him. Actually, there are lots of people who are saying things about him which are not true. They say he's brown-nosing and ignorant, and that the only reason he got accepted was he gave something under the table at the Embassy.

Leslie: They don't have the right to say that. They should be ashamed. Is he coming today?

Pete: Oh, I'm not sure. Come on, let's eat because I'm sure you're hungry by now.

Carlos arrives

Carlos: Hi, Leslie.

Leslie: Hey, Carlos. Why did you get here only now?

Carlos: Because I was caught in the traffic. Oh, Pete, how are you?

Pete: I've been all right. It's been quite a long time (I realize) since we have seen each other.

Carlos: Yes. (I just realized) it's been a long time since we had the chance to play golf.

Pete: We have been together since we were in grade one, haven't we?

Carlos: Oh, yes. UPLB, too, right? We were even roommates when we had a fight for the first time, right?

Pete: I thought then you were showing off.
Carlos: You were just jealous, right?
Pete: That's enough. Let's forget that. Leslie has something to tell you.
Carlos: What is that?
Leslie: We decided to go to the beach on Friday so we can get together again. How about it? Are
           you going to come along?
Carlos: Of course.

EI.   Babasahin

Ang Hárí ng Lamok

1.   Simulá ngá noon ay iyong mag-ának na mahírap, ay ang hánapbúhay ay mangúha ng bágin tápos ibinébénta nila. Isang áraw ngà, gutom na gutom na iyong mga anak nila. Walá silang pagkáin. Ang ginawà, iyong kápit-báhay nilang kumádre pa nila, ay umútang siya ng isang gátang na bigas, pára lámang may maisáing. Áyaw siyang bigyan, at baká daw hindí mabayáran.

2.   Sábi'y, "Baká naman," íkà, "mabábayáran din námin. Hindí pa lámang nádating iyong áking asáwa. Nangúngúha ngá ng báging pára ibénta." "Ay iyon, halíka múna at ako'y may ipagágawá sa iyo, pagkatápos saká kita bíbigyan." Ang ginawá nagpahingúto siya, nagpabúnot noong úban.
(Mga putì)

3.   "Hangga't hindí mo napúpunó itong isang tásang ito ay hindí kita bíbigyan. Púpunuin mo iyan ng kúto at saká niyong úban. Pag hindí pa iyan punò, hindí pa kita bíbigyan." O ay ginawá niya, nanghíhingúto, nagbúbunot ng puting buhok, inilálagay doon.

4.   Noong mákatulog na itong kanyang hiníhingutúhan, himbing na siya. Nakiúsap na siya doon sa utusan. "Bigyan mo naman," íkà, "ako ng bigas at gutom na gutom na." "Baká ako ay mákagalítan." "Ay sábi naman noon," íkà, "ay ako ay bíbigyan daw."

5.   Di binigyan din, isang gátang. Tápos dálí-dáling umuwí at kanyang inilútò, kanyang inilúgaw. Pára magkásya inilúgaw na lámang niya – na iyong mga anak niya ay tátakam-takam na at gutom na gutom na ngà. Ay biglang dumating iyong utusan. Ang sábi "Aling María ipinakúkúha hó sa ákin ng áking

panginoon iyong inútang ninyong isang gátang na bigas." "Ina ay sabíhin mo naman," íkà, "ay hindí na pwéde at áking nailútó na. Kákaínin na lámang ng áking mga anak."

6.   Umuwí ang utusan. Sinábi, "Panginoon, hindí na raw hó púpwédeng kúnin at inilúgaw na, lutó na at kákaínin na ng mga báta." "Aba hindí máári. Kúnin mo – kúnin mo. Ipápakáin nátin sa áso." Ay di balik ulí si utusan at kinúha. Naku, awang-awá naman iyong utusan, iyong mga bátá ay ...
(Nag-íiyákan)
Nag-íiyákan, tingin, tingin.
(Sa gútom)

7.   Óo. Naáwá din naman siya at iniwánan niya ng kauntí. Anong mangyáyári doon sa kauntí ay maráming bátá? Ay di hindí naman siya makatuloy doon sa kanyang ámo at siya naman ang mákákagalítan ng kanyang ámo. Tápos ay iyon, ibinalik ngang gayon.

8.   Nang dumating yong asáwa niya ay kákauntí ang nákúha raw niyang bágin. Ay kákauntí rin ang pinagbilhan. "Mabúti pa," íka'y, "ako'y sásáma, pára mas marámi táyong makúha, magtútúlong táyo." Ang sábi'y, "Síge doon lámang," íka'y, "nápakalamok, maráming lamok, péro huwag mo," íkang, "huwag ka" íkang "pápatay ng lamok. Búbugáwin mo lámang."

9.   Di noong síla ngá ay sumakay na sa bangká ay namangká doon sa ... bágo makatawid doon sa pangúnguhánan ng bágin.
(Mamámangkà)
Óo, nang makarating sila doon sa bagingan ay ang dámi ngang lamok, talagang umúúgong na ganyan. Íkà, "e ... e

... Paáno ito! Hindí ako tátagal at talaga namang kaínáman ang lamok."

10. Di may nagpakíta daw na isang malaking lamok, sigúro'y hárí ng mga lamok. Sinlaki daw ng manok ay. Ay di ang sábi ay "Ako ay mayroon lámang ipakíkiúsap sa inyo. Ang mga alagad ko ay huwag ninyong pápatayin. Kung kayo ay kinákagat, kung kayo'y ináano, pispisin na lámang ninyo. Inyo na lámang bugáwin at ako naman, ay kung inyong mapagtiisan iyan hanggang sa kayo'y makatápos ng inyong pangungúha ng báging, ay mayroon naman akong igágantimpálá sa inyo, pagka hindí ninyo mápapatayan ang áking mga alagad káhit isa. Ay huwag kayong pápatay."

11. Ay di gayon ngá ang ginawà. Pinagtiisan nila, pinápaspas láang na gayan. Nang makatápos sila ang íka'y ... lumabas ulí iyong hárí ng lamok. "Itápon na ninyo iyang inyong mga báging na iyan. At iyang inyong bangká ay mapúpunò ... Itápon nyo na iyan" íkà, "ang áking ano sa inyo. At kung sakáling ang bangká ay tátagílid ay kung anong inyong mábigkas ay mapúpunó iyan."

12. Ay di itinápon ang báging. Ay noong sásakay ngá iyong babáe, médyo tumagílid iyong bangkà. Ay nágitla. "Ginto't pílak!" ang sábing ganon. "Naku ang daling napunó ng ginto't pílak ang bangkà. Naku ito na ngá ang swérteng áting hináhánap," ang sábi. "Ayan, kung hindí táyo nakinig doon sa ... Kung pinatay nátin nang pinatay ang lamok, hindí táyo magkákaroon díto ng ... , hindí táyo pagkákaloóban ng magandang kapaláran." Ay di naghakot sila nang naghakot ng ano.

(Pílak at gintò)

13. Pílak at gintó at ipinagbíbili pa ngá nila sa ... iyong kanilang ikinúkuwan. Ay nanghiram ngá pala sila ng salop doon sa kápit-báhay at kanilang tinátákal iyong péra. Yung péra tinátákal. Tápos ay noong isaulí ay ang dámi pang nagsíngit-síngit na mga .., sa tabihan. Ay di ngayon e nákíta ng panginoon, "Saan ito gáling?" "Ay, di gáling pó doon sa áting kápit-báhay. Hiniram hò." "Bákit ito'y maráming nagsíngit na ganito?" "Aywan ko pò," sábi noong utusan. "Anong tinákal?" "Ay péra," sábing gayon, "at saká gintò." "Ay saan naman gáling?"

14. Di sinábi nila. "Ay kami," íkà, "ay nagkaroon ng magandang kapaláran sa pangungúha ng báging." "Ay paáno nangyári? Papaáno?" Aba'y di sinábi nila, inistórya níla. Sila'y, di sinábi nilang "May lamok basta," íkà, "ay iyon, iyon" íkà, "ay kuwan. Nang kami'y sumakay sa bangká ay napunó ng ginto't pílak yung áming bangkà. Aba ay di kapaláran námin iyon."

15. Naku!! Ay di ang ginawá ay niyákag pílit iyong asáwa, "Nang táyo," íka'y, "yumáman din. Tinamo, daig na daig táyo ng áting kápit-báhay ngayon." "E ikaw ngá naman," íkà, "ay tumígil na," ang sábi noong laláki. "Támá na itong kabuháyan náting ito. Hindí na naman táyo nagúgútom e." "Basta," íkà, "táyo na. Ayóko nang madádaig. Gusto ko," íka'y, "táyo'y makahigit sa kanila."

(mainggítin)

"Óo, bíró mo yun silang ... Ang báhay nila ay sirá-sirá at magígibá na. Ay ngayon ay nalakihan pa itong átin," sábing gayon. Mainggítin ngà.

16. Alam mo, sila ngá ay pumaroon. Naku! Pagkapások sa ... pagkapások sa ano ay tampal diyan, tampal díne ... ganyan.

(Doon sa bagingan)

"Naku. Ang lamok pala díto, walanghiyà." Tampal nang tampal at patay nang patay. Ay ngayon ay nang sila'y paalis na, lumabas iyong hárí ng lamok. "Kayo," íkà, "ay gágantimpaláan ko. Marámi sa mga alagad ko ang inyong pinatay. Kung ano, kung sakáling magulantang kayo at tumagílid ang inyong bangkà, kung ano ang inyong másambit ay siyang lálabas." Ay siya, nang sásakay na, ay tumagílid. Ay iyong pagkakámalí niya ay biglá niyang nábigkas iyon, "Ótet bayag," o ay iyon, napunò.

(Napunó ang bangkà)

17. Napunó iyon. Ang sábi ng hárí ng lamok ay. O ay ... di napunó na iyong bangkà. Ang sábi, "O, áanhin nátin ito? Bákit," íkà, "ikaw kasi nápakamainggítin ka. Ayan áanhin mo iyan. Síge, paánong gágawin nátin ngayon diyan? Kasi ikaw ay hindí ka masiyahan, kinaladkad mo pa ako ríto. Tápos ay iyan! E ... e ... áanhin kayá nátin ito?" "Téka, doon pala sa báyang ..., doon sa isang báyan na balitá ko ay walang laláki doon. Ipagbili ngá nátin doon." "Ho

... aywan ko sa iyo, kung mábibili iyan." "A, basta, dalhin nátin doon." Hindí naman makaayaw doon sa asáwa, láging súnod-sunúran.

18. O ... ay mayroon bagang mga babáe. "Ano hó yan? Ano hó yan?" "O ayan, tingnan ninyo." "Naku! Pabili hò, pabili." Ay pangá-pangágaw na daw. Ay mayroon pa daw na isang babáe, méron pa daw na isang babáe na wíka'y, "Mámà, mámà, títiran ninyo ako. Kúkúha lámang ako ng péra sa báhay. Títiran ninyo ako. Huwag ninyo akong úubúsan."

19. Nang dumating ay "Bákit naman ninyo ako inubúsan? Sábi ko na sa inyo at títiran ninyo ako." Ay di yong laláki palibhása'y punó ng péra ang bulsa, nag-íígi

ng pantalon. Ngayon natanggal yung butónes. Ay lumabas iyong kanya. "Ay ayon pa pala hó naman, sábi ninyo ay walá na."

20. Biglang hinigit ngayon, aba ay di namatay iyong laláki. At aba ay hindí naman bitawhan noong babáe, talagang hinigit na maígi. Mahigpit ang pígil ay. O ay di namatay iyong laláki. O ay naku maloka-loka naman yung babáe ...

21 Talaga ngá naman ang nagágáwá ng masyádong mapaghangad, mayroon na ay nagháhangad pa. Ang gusto ay mahigitan pa niya ang kanyang kápwà. Ay talaga ngá palang hindí maígi yon. Dáhil masyádo siyang mapaghangad, namatay kaagad yung asáwa niya. Ayon, doon nagwakas.

Commentary to difficult forms in Reading 14

This story is also told by Mrs. Briz, the teller of the Reading for Unit 13. You will find some of the same themes repeated here, and this story is equally amusing.

1.	simulá ngá noon	"Once upon a time." This literally means "Actually, beginning in the olden times."
	mag-ának	"Mother and daughter (or son)." This is a mutual action noun with mag- (§12.1).
	mangúha	"Get (in quantity)." The contrast between mangúha and kumúha is discussed in §4.132. Mangúha refers to plural actions of getting or the action of getting a number of things. The verb is dependent because it means "the action of getting." This usage is discussed in §15.432.
	isang áraw	"One day."
	isang áraw ngà	"One day (as you might expect)." The particle ngà is used in narratives to make the audience feel that the events recounted are in accordance with their expectations.
	kumádre pa nila	"In fact she was even a comadre of theirs. This usage of pa is discussed in §10.92 under rubric b, and in §18.5.
	pára lámang may maisáing	"Just so she could have something (anything at all) to cook for dinner (lit. just so that there might be something that could be cooked)." Maisáing "be able to cook (it)" is a potential conveyance passive verb. Its use in an indefinite sentence is explained in §10.22.
2.	íkà	"(She) said."
	hindí pa lámang nádating yung áking asáwa	"The only problem is that my husband hasn't come yet." Lámang in this context means "the only thing is ..." The form nádating "come" is dialectal for dumárating (§13.93). The present tense is used after hindí pa to refer to past time in phrases meaning "hasn't done yet" (§4.221).
	may ipagágawá ako sa iyo	"I have something for you to do." Ipagágawà (=ipápagawà) "will have (it) done" is the future conveyance passive of the causative of gawà. Its use in an indefinite sentence is explained in §10.22.

nagpahingúto	"Had someone pick lice out of her hair." The root is *kúto* to which the prefix *hiN-* has been added (as explained in the footnote to §18.14). To the base *hingúto* a causative verb is formed by prefixing *pa-*. *Nagpahingúto* is the past tense of the active causative with the *mag-* conjugation. The meaning of this formation is discussed in §§11.14, 15.32, and 17.1.
nagpabúnot noong úban	Had (her) take out her grey hairs (lit. those gray hairs of hers)(§§11.14, 15.32, 17.1).
3. *hangga't hindí mo napúpunò*	"As long as you haven't managed to fill (it) up." *Napúpunò* is the present of the potential direct passive of a verb formed from the adjective *punò* "full." The formation of verbs of this type from adjectives is discussed in §§10.11 and 13.21. The use of the present tense is discussed in §7.6.
púpunuin mo iyan ng kúto at saká niyung úban	"Fill it with lice and also with those grey hairs." The use of the future for the imperative is discussed in §9.9. The form *niyung* is dialectal for *noong*.
inilálagay doon	"She put them there (in the cup)."
4. *mákatulog*	"Fell asleep." The difference between *mákatulog* and *matúlog* is discussed in §15.76.
doon sa utusan	"That servant." (=*sa utusang iyon*) The use of the deictic plus *sa* for the dative of the demonstrative is discussed in §15.33.
at gutom na gutom	"Because (they) are very hungry." *At* may mean "because" (§15.78).
mákagalítan	"Might be gotten angry at." This is the potential dependent of the local passive of *gálit*. The formation is discussed in §15.21.
ay sábi naman noon	"But she said ..." The use of *sábi* for *sinábi* is discussed in §23.34. The use of *noon* in the meaning "she" instead of *niya* is discussed in §3.62.
5. *na yong mga anak niya ay*	"For those children of hers were ..."
tátakam-takam	"Drooling in anticipation of food." (§12.22)
Áling María	The poor mother's name was Maria.
ipinakúkúha yong inútang ninyong bigas	"They are having me take back the rice you borrowed." The form *ipinakúkúha* is the present of the conveyance passive and refers to the thing which someone is told to get (§9.21).
ina ay	"Good heavens!"
at áking nailútó na	"Because I already managed to cook it." *At* may mean "because (§15.78). The verb *lútò* may take the conveyance passive affixes to form verbs which refer to the thing cooked.
6. *hindí pupwéde*	"Probably it is not possible" (§15.73).
at inilúlúgaw na	"Because it is being made into porridge."
lútó na	"It is all cooked." The story-teller changed her mind and decided to have the servant say that it was done rather that it was being cooked at the time.
ay di	"So, therefore."
balik	"Returned." This is the root alone used for *bumalik*. The active verb affixes can be dropped in narrative styles (§23.37).

si utusan	"The servant in the story." In story-telling styles *si* is used to replace *ang* (and *ni* replaces *ng* and *kay* replaces *sa*) to refer to important characters in the story. The use of *si* in place of *ang* makes the style more vivid.
nag-íiyákan	"Cried (plurally)." This is an example of the plural conjugation formed by adding the suffix *-an* to the root and shifting the stress so that a new base is formed to which the affixes of the *mag-* conjugation may be added (§13.61).

7.
naáwà (dative)	"Felt sorry for (dative)" (§12.62))
iniwánan niya ng kauntí	"She left her a bit." (That is, she took the rice back, but left a bit of it.)
ano ang mangyáyári (dative)	"What would happen to (dative)."
doon sa X	"To that X" (= *sa X na iyon* – §15.33).
ay di	"So, ..."
makatuloy doon sa kanyang ámo	"Was not able to continue (home) to her mistress's."
at siya naman ang makákagalítan doon	"For she would be the one who would be scolded there. The form *makákagalítan* is the local passive of a verb which refers to feelings to which *ka-an* has been added (§15.21).
tápos ay iyon	"Afterwards, that was it."
ibinalik ngang gayon	"As you would expect, she returned it in that condition." The phrase *ng gayon* "like that" is an expression of manner linked with *ng (na)* following the clause. The linker *ng* may alternatively be used instead of *nang* preceding expressions of manner (§7.912).

8.
nákúha	"Happened to get (it)." With the root *kúha* "get" the potential affixes with the long vowel refer to an action that happened, whereas the short vowel potentials refer to managing or being able to do the action (cf. the comment to *makúha* in this paragraph below).
kákauntí rin ang pinagbilhan	"So there were also very few people he sold any to." The form *pinagbilhan* "sold some to (him,her)" is explained in §11.53.
makúha	"Can get (it)." Compare this with *nákúha*, above, which means "happened to get (it)."
magtútúlong	"Will work together (lit. help each other)" (§12.13).
doon lámang	"The only thing is that there..."
huwag kang pápatay ng lamok	"Make sure you don't kill any mosquitoes." For the use of the future verb form in an imperative meaning see §9.9.
búbugáwin mo lámang	"Just chase them away."

9.
bágo makatawid doon sa pangunguhánan ng bágin	"Before they got across to the place where they collected vines." The form *pangunguhánan* "place something is gotten" is a noun formed from the verb base *pangúha* "get in quantity" (explained in §4.132). The noun *pangunguhánan* is formed by reduplicating the base with a short vowel and adding the suffix *-an* which forms nouns which refer to a place (§17.33).
bagingan	"Place where there were vines" (=*baginan* – §17.33).
hindí ako tátagal	"I won't last long" (§15.74).
kaináman ang lamok	"There was a huge quantity" (§15.77).

10. *may nagpakítang lamok*	"There was a mosquito which showed himself to them." The form *nagpakíta* "show oneself" is an active causative explained in §1.14.
sinlaki ng manok	"As big as a chicken" (§17.5).
ako ay mayroon lámang ipakíkiúsap sa inyo	"I just have a favor to ask of you" (=*ipápakiúsap* – §12.63).
kung kayo ay kinákagat	"When you are bitten." *Kung* may be followed by a present tense verb. In that case the clause with *kung* means "during the time that (so-and-so) happens" (§15.44).
kung kayo'y ináano	"Something bad is done to you" (13.851).
ako naman ay ...	"And I for my part will ..." The speaker does not finish the thought, but takes it up after the next clause.
pagka	"If" (=*kapag*).
mápapatayan ang áking alagad	"Happen to have killed any of my subjects." The local passive of some verbs may refer to an action which is done to part of something, whereas the direct passive refers to the action done to the whole. For example the same sentence with the direct passive would mean, "if you happen to kill my subjects": *kung mápapatay mo ang áking alagad* (§19.140).
11. *pinagtiisan*	"They suffered it." *Pinagtiisan* "suffer (it)" is the local passive of *magtiis* suffer and has the prefix *pag-*, as is normal with verbs the active of which has the *mag*-conjugation (§6.11).
láang	"Just" (= *lámang, lang*). This is a colloquial variant common in the southern Tagalog dialects.
na gayan	"In that way." The phrase *na gayan* "like that" is an expression of manner linked with *ng (na)* following the clause. The linker *ng* may alternatively be used instead of *nang* preceding expressions of manner (§7.912). *Gayan* is a regional variation of *ganyan*.
at ang iyong bangká ay mapúpunò	"And your boat will be filled with ..." The speaker does not finish the sentence.
ang áking ano [útos] sa inyo	"My whatchamacallit [command] to you."
kung ano'ng inyong mabigkas ay mapúpunó iyan	"Whatever you utter, it (the boat) will be filled (with that)."
12. *noong sásakay*	"As she was about to get into the boat." In this case the future tense verb form is used in a clause introduced by *noong* to refer to an action which is about to happen.
kung hindí táyo nakinig doon sa ...	"If we hadn't listened to the ..."
kung pinatay nátin nang pinatay	"If we had kept on killing."
pagkákaloóban	"Be granted to (us)." This is the local passive future of *magkaloob* "grant."
13. *ipinagbíbili pa ngá nila sa ...*	"And they sold it (as you would expect) to ..."
iyong kanilang ikúkuwan (ináahon)	"That stuff that they were whatchamacalling (unloading)."

	ang dámi pang nagsíngit-síngit na mga ... (gintò)	"There was sticking to it a huge amount of ... (gold)."
	na ganito	"Like that." (Cf. the commentary to *na gayan* in §12 above.)
14.	*di sinábi nila*	"So they told her." The story-teller fails to mention that they had been summoned to the neighbor's.
	aba'y, aba ay	"Good heavens!"
15.	*nang táyo'y yumáman din*	"So we might become rich as well."
	tinamo	This is rapid speech for *tingnan mo* "you see?"
	daig na daig táyo ng áting kápit-báhay	"We are completely outdone by our neighbors."
	basta táyo na	"Let's get going, and that's the end of it."
	ayóko nang madádaig	"I don't ever want to be outdone again." *Madádaig* is the future verb with the *ma-* conjugation affixes formed from the stative adjective *daig* "defeated." *Madaig* means "become defeated, be outdone" (§§10.11, 13.21). For the future after *áyaw* see §15.421.
	makahigit	"Outdo." This is the potential active verb formed from the stative adjective *higit* "more" (§10.12).
	bíró mo yun, silang ...	"Just imagine, they ..." (The speaker does not finish the sentence.)
	sirá-sirà	"In a broken down state." Doubled stative adjectives are discussed in §§13.5 and 24.5.
	magígibá na	"Will fall down." This is the future verb with the *ma-* conjugation affixes formed from the stative adjective *gibà* "in shambles" (§§10.11, 13.21).
	nalakihan itong átin	"It is bigger than ours. (Lit. Ours has been outdone in size.)" (§15.22).
	tampal diyan, tampal díne	"They slapped here, they slapped there." The verbal affixes are dropped in narrative style (§23.37). *Dine* is dialectal for *díto* "here" (§15.72).
16.	*paalis na*	"Leaving" (§12.21).
	kung sakáling mágulantang	"If you happen to get startled." The verb form is dependent after *kung* in sentences which mean "if (so-and-so) should happen)" (§15.431).
	kung ano ang inyong másambit	"Whatever you happen to mention."
	ay siyang lálabas	"Is the thing which will come out." The use of *siya* after *ay* is explained in §15.711.
	ay siya	"Well anyway. . ." (§15.712).
	nang sásakay na	"As they were about to get into the boat." In this case the future tense verb form is used in a clause introduced by *nang* to refer to an action which is about to happen.
	iyong pagkakámalì niya ay	"Her mistake was ..." *Pagkakámalì* "action of making a mistake" is the abstract form of the verb *magkámalì* "make a mistake."
	ótet bayag	"Balls!" This is a common expression of cursing. It is a shouted form of *útin at bayag* which literally means "penis and testicles."
	iyon napunò	"It became filled up (with penises and testicles)."
17.	*áanhin nátin ito?*	"What shall we do with this?" (§13.851)
	paánong gágawin nátin ngayon diyan	"How shall we handle that now?"

	hindí ka masiyahan	"You cannot be satisfied" (§15.713).
	kinaladkad mo pa ako ríto	"You even dragged me here." This use of *pa* is discussed in §10.92 under rubric b.
	áanhin kayá nátin ito	"I wonder what we could do with this?"
	téka doon	"Just a second, go over there."
	aywan ko sa iyo	"You are the one that knows, not me."
	mábibili	"Will sell" (§19.4).
	makaayaw sa	"Say no to ..."
	súnod-sunúran	"Subservient." *Súnod-sunúran* is formed by adding the suffix *-an* to a doubled root. The formation of doubled adjectives with *-an* is discussed in §25.53.
18.	*baga*	This is a dialectal form of the question particle *ba*.
	ano hó yan	"What is that? (pointing to the penises for sale)"
	pabili hó	"Let me buy some." This is the imperative form of *magpabili* "allow someone to buy" with the prefix *mag-* dropped, as is often the case in the active imperative form (§4.231). *Pabili hó ng X* "Let me have some X" is what one normally says when one wants to buy something in a store.
	pangá-pangágaw	"They fought with each other to get them." This form consists of a base *pangágaw* "grab (several things)." *Pangágaw* is doubled to form a stative adjective meaning "being (plurally) snatched" (§13.5). *Pangágaw* is a trisyllabic base. The doubling of this type of base is discussed in §6.741.
	títiran ninyo ako	"Be sure to leave me some."
	huwag ninyo akong úubúsan	"Be sure not to let them run out on me" (§§7.4, 11.52).
19.	*palibhása*	"Because of the fact that ..."
	nag-íigi ng pantalon	"Was adjusting his pants."
	natanggal	"Came off."
	iyong kanya	"That thing of his (his sex organ)."
	ay ayon pa pala hó naman	"Oh, I see there is another one there."
20.	*aba ay hindí naman bitawhan*	"Good Lord! She would not let go of it!" (=*áyaw namang bitawhan*) In colloquial styles *hindí* can be used in place of *áyaw* to mean "refuse to (do)."
	mahigpit ang pígil	"She had a tight hold on it."
	maloka-loka	"Of a crazy sort." This adjective is formed by doubling the root and adding *ma-* (§25.41).
21.	*mapaghangad*	"Acquisitive." This adjective is formed by adding the prefix *mapag-* to a root *hangad* "intentions." This formation is described in §22.321. The form literally means "fond of intending to have things."
	ang nagágawá ng masyádong mapaghangad, mayroon na ...	"What the overly ambitious manage to do..., she had... (her comeuppance)."
	nagháhangad pa	"She was ambitious to have things when she should not have been."
	ang gusto ay mahigitan pa ang kápwà	"What she wanted was to outdo her neighbor." *Mahigitan* "be outdone" is a local passive verb formed from the adjective *mahigit* "surpassing" (§15.22).

nawalan siya ng   "She lost her husband." *Nawalan* "lose something" is
asáwa   explained in §§7.4 and 11.52.

EII.   Punuan ng támang sagot ang mga patlang sa mga sumúsunod na pangungúsap.

1. Ang hánapbúhay ng mag-ának na mahírap ay _____. 2. Isang áraw, ang asáwang babáe ay umútang ng _____ sa kanyang kápit-báhay pára lamang _____. 3. Áyaw niyang bigyan, at baká daw _____. 4. Ang ginawá ng kápit-báhay ay _____ at _____ sa babaé ng mahírap. 5. Kailángang punuin ng kúto at úban yong _____ bágo bigyan ng _____ ang babáe. 6. Ang ipinabúbúnot ng kápit-báhay sa babáe ay _____. 7. Nang mákatulog ang hiníhingutúhan ay nakiúsap ang babáe sa _____. 8. Pára magkásya ang ibinigay sa kanya ng utusan ay _____ niya yon. 9. Ang pangálan ng mahírap na babáe ay _____. 10. "Ipinakúkúha hó sa ákin ng _____ iyong inútang ninyong _____." 11. Ipinakúha pa rin ng panginoon ang nilúgaw pára ipakáin _____. 12. Nang kúnin ng utusan ang nilúgaw ay _____ ang mga bátà. 13. Nang dumating ang asáwa ni Áling María ay kákauntí raw ang nakúhang báging kayá kákauntí rin ang _____. 14. Ang sábi ng laláki ay _____ sa pinagkúkúnan ng báging. 15. Sinábi ng laláki sa kanyang asáwa na huwag pápatay ng _____. Ang mga iyon ay dápat _____ lámang. 16. Nang makarating sila sa _____ ay ang dámi ngang _____. 17. May nagpakítang isang _____ sa mag-asáwa na sigúro 'y siyang _____. 18. Ang nagpakíta sa mag-asáwa ay sinlaki daw ng _____. 19. "Ang mga _____ ko ay huwag ninyong pápatayin." 20. "Kung inyong mapagtiisan yan hanggang sa kayo'y makatápos ng inyong _____ ay mayroon akong _____ sa inyo." 21. "Kung sakáling ang bangká ay _____ ay kung anong inyong _____ ay mapúpunó iyan." 22. Nang tumagílid iyong bangkà, ang nasábi ng babáe ay _____. 23. "Kung pinatay nátin nang pinatay ang lamok, hindí táyo pagkákaloóban ng _____." 24. Nanghiram sila ng _____ sa kápit-báhay na ginámit nila sa pagtatákal ng _____. 25. Pára sa asáwang laláki ng kápit-báhay nina Áling María ay támá na ang kanilang _____. 26. Áyaw ng babáeng mahigitan sila nina ÁlingMaría dáhil siya ay _____. 27. Pagkapások nila sa bagingan, ang ginawá ng babáe ay _____. 28. Ang laman ng kanilang bangká ay ipagbíbili nila sa báyan na ang balítá ay _____. 29. Ang asáwa ng babáe ay hindí makaayaw sa gusto niya, láging _____. 30. Ang mga _____ ay nagpangá-pangágaw sa tinda ng mag-asáwa. 31. Isang babáe ang nagsábi sa mag-asáwa na tiran siya dáhil kúkúha lámang siya ng _____. 32. Palibhása'y punó ng péra ang bulsa ng laláki ay nag-ígi siya ng _____ kayá natanggal yung _____. 33. Biglang hinigit ng babáe ang sa laláki kayá siya ay _____. 34. Dáhil sa pagkamatay ng laláki ay naku _____ naman ang asáwa niya. 35. Masyádong _____ ang babáe kayá nawalan siya agad ng _____.

EIII.   Pagpapahayag na mulì. Muling bumuó ng pangungúsap áyon sa únang pahayag.

1. Simulá ngá noon ay iyong mag-ának na mahírap, ay ang hánapbúhay ay mangúha ng bágin tápos ibinébénta nila.
       ... sila ng báging pára ... kasi ...

2. Isang áraw ngà, gutom na gutom na iyong mga anak nila. Walá silang pagkáin. Ang ginawá, iyong kápit-báhay nilang kumádre pa nila, ay umútang siya ng isang gátang na bigas, pára lámang may maisáing. Áyaw siyang bigyan, at baká daw hindí mabayáran.
       Buong áraw hindí sila ... kasi walá silang ...
       Kayá ang kápit-báhay niya'y ...

3. Sábi'y, "Baká naman," íkà, "mabábayáran din námin. Hindí pa lámang nádating iyong áking asáwa. Nangúngúha ngá ng báging pára ibénta."
       Mabábayáran din naman nya kapag ... na ang asáwa niyà galing sa ...

4. "Ay iyon, halíka múna at ako'y may ipagágawá sa iyo, pagkatápos saká kita bíbigyan." Ang ginawá nagpahingúto siya, nagpabúnot noong úban.

Bíbigyan niya ang babáe ng pagkáin basta ...

Pára makakúha ng pagkáin ay dápat niyang ...

5. "Hangga't hindí mo napúpunó itong isang tásang ito ay hindí kita bíbigyan. Púpunuin mo iyan ng kúto at saká niyung úban. Pag hindí pa iyan punò, hindí pa kita bíbigyan." O ay ginawá niya, nanghíhingúto, nagbúbunot ng puting buhok, inilálagay doon.

Binigyan ng kápit-báhay ang babáe ng tása pára ....

Kung ... ang tása ay ...

6. Noong mákatúlog na itong kanyang hiníhingutúhan, himbing na siya. Nakiúsap na siya doon sa utusan. "Bigyan mo naman," íkà, "ako ng bigas at gutom na gutom na." "Baká ako ay mákagalítan." "Ay sábi naman noon," íkà, "ay ako ay bíbigyan daw."

Nang ... ang kápit-báhay ay ....

Nákatúlog na ang kápit-báhay nang hindí pa ...

... niya ang utusan ng kápit-báhay na ...

Péro áyaw ... ang utusan dáhil . .

7. Di binigyan din, isang gátang. Tápos dálí-dáling umuwí at kanyang inilútò, kanyang inilúgaw. Pára magkásya inilúgaw na lámang niya.

Kung ... ang bigas ay ...

8. Na iyong mga anak niya ay tátakam-takam na at gutom na gutom na ngà, ay biglang dumating iyong utusan. Ang sábi "Aling María ipinakúkúha hó sa ákin ng áking panginoon iyong inútang ninyong isang gátang na bigas."

Sinábi ng panginoon sa utusan, " ... "

Dumating ang utusan ng babáe pára ...

9. "Ina ay sabíhin mo naman," íkà, "ay hindí na pwéde at áking nailútó na. Kákaínin na lámang ng áking mga anak."

Papáno ko ... kung ...

Nailútó ko na iyong bigas pára ...

10. Umuwí ang utusan. Sinábi, "Panginoon, hindí na raw hó púpwédeng kúnin at inilúlúgaw na, lútó na at kákaínin na ng mga bátà." "Aba hindí maáárì. Kúnin mo – kúnin mo ipápakáin nátin sa áso."

Káhit lutó na ang bigas ay ... pa rin ... kasi gusto niyang ...

11. Ay di balik ulí si utusan at kinúha. Naku, awang-awá naman iyong utusan, iyong mga bátá ay . (Nag-ííyákan)

12. Nag-íiyákan, tingin, tingin.
Sa gútom)

Nang mákíta ang mga bátang hindí ...

13. Óo. Naáwá din naman siya at iniwánan niya ng kauntì. Anong mangyáyári doon sa kauntí ay maráming bátà?

Dáhil sa dámi ...

14. Ay di hindí naman siya makatuloy doon sa kanyang ámo at siya naman ang makákagalítan doon ng kanyang ámo. Tápos ay iyon, ibinalik ngang gayon.

Natátákot siyang ... baká ...

15. Nang dumating yong asáwa niya ay kákauntí ang nakúha raw niyang bágin. Ay kákauntí rin ang pinagbilhan.

Hindí marámi ang ...dáhil ...

16 "Mabúti pa," íka'y, "ako'y sásáma, pára mas marámi táyong makúha, magtútúlong táyo."

Gustong ...sa pangúnguhánan ng bágin pára ...

17 Ang sábi'y, "Síge doon lámang," íka'y, "nápakalamok, maráming lamok, péro huwag mo," íkang,"huwag ka" íkang, "pápatay ng lamok. Búbugáwin mo lámang."

Áyaw ng laláking ...

.... ang lamok sa babáe.

18. Di noong sila ngà ay sumakay na sa bangká at mamámangká doon sa ... bágo makatawid doon sa pangúnguhánan ng bágin.
(Mamámangkà)

Pára makatawid sila sa bagingan ay dápat silang ...

19. Óo, nang makarating sila doon sa bagíngan ay ang dámi ngang lamok, talagang umúúgong na ganyan. Íkà, "e ... e ... paáno ito! Hindí ako tátagal at talaga namang kaínáman ang lamok."

>   Marámi ngang báging,péro ...
>   Hindí .... sa bagíngan sa dámi . .

20. Di may nagpakíta daw na isang malaking lamok, sigúro'y hárí ng mga lamok. Sinlaki daw ng manok ay.

>   May malaki silang ...
>   Ang lamok na nákíta nila ay kasing ...

21. Ay di ang sábi ay "Ako ay mayroon lámang ipakíkiúsap sa inyo. Ang mga alagad ko ay hwag ninyong pápatayin.

>   ... ang hárí ng lamok na ...

22. Kung kayo ay kinákagat, kung kayo'y ináano, pispisin na lámang ninyo. Inyo na lámang bugáwin at ako naman, ay kung inyong mapagtiisan iyan hanggang sa kayo'y makatápos ng inyong pangungúha ng báging, ay mayroon naman akong igágantimpálá sa inyo, pagka hindí ninyo mápapatayan ang áking mga alagad káhit isa. Ay huwag kayong pápatay."

>   Kung hindí nila káyang ... ang mga kagat ng lamok ay pwéde nilang ... péro
>   hindí ...
>   Basta walá ...

23. Ay di gayon ngá ang ginawà. Pinagtiisan nila, pinápaspas láang na gayan. Nang makatápos sila ang íka'y, ... lumabas ulí iyong hárí ng lamok. "Itápon na ninyo iyang inyong mga báging na iyan. At iyang inyong bangká ay mapúpunò ... Itápon nyo na iyan" íkà, "ang áking ano sa inyo. At kung sakáling ang bangká ay tátagílid ay kung anong inyong mabigkas ay mapúpunó iyan."

>   ... ng hárí ng lamok ang mga báging ... mag-asáwa.
>   ... sila ng háring itápon ... ang kanilang kargang báging dáhil ...
>   Kung ano ang sásabíhin nila, iyon din ang ...

24. Ay di itinápon ang báging. Ay noong sásakay ngá iyong babáe, médyo tumagílid iyong bangkà. Ay nágitlà. "Ginto't pílak!" ang sábing ganon. "Naku ang daling napunó ng ginto't pílak ang bangkà.

>   Pagsakay na pagsakay ng babáe ay ...
>   Napunó ng ginto't pílak ang bangká kasi ...

25. Naku ito na ngá ang swérteng áting hináhánap," ang sábi. "Ayan, kung hindí táyo nakinig doon sa ... Kung pinatay nátin nang pinatay ang lamok, hindí táyo magkákaroon díto ng ... , hindí táyo pagkákaloóban ng magandang kapaláran." Ay di naghakot sila nang naghakot ng ano.
(Pílak at gintò)

>   Mabúti nga't hindí nila ...dáhil sila'y ...
>   Pílak at gintó ang ...

26. Pílak at gintó at ipinagbíbili pa ngá nila sa . . iyong kanilang ikinúkuwan. Ay nanghiram ngá pala sila ng salop doon sa kápit-báhay at kanilang tinátákal iyong péra, yung péra tinátákal.

>   Walá silang salop, kayá dápat ...
>   Nanghiram sila ng salop doon sa kanilang kápit-báhay pára ...
>   Dápat nilang .. . ang ginto't pílak bágo ...

27. Tápos ay noong isaúlí ay ang dámi pang nagsíngit-síngit na mga . . , sa tabihan. Ay dí ngayon e nákíta ng panginoon. "Saan ito gáling?" Ay, di "Gáling pó doon sa áting kápit-báhay. Hiniram hò." "Bákit ito'y maráming nagsingit na ganito?" "Aywan ko pò," sabi noong utusan. "Anong tinákal?" "Ay péra," sábing gayon "At saká gintò." "Ay saan naman gáling?"

>   Nagtaka ang babáe nang ...
>   Tinanong ng babáe ang ... kung ...

28. Di sinábi nila. "Ay kami," íkà, "ay nagkaroon ng magandang kapaláran sa pangungúha ng báging." "Ay paáno nangyári? Papaáno?" Aba'y di sinábi nila, inistórya níla. Sila'y, di sinábi nilang may lamok basta íkà, "ay iyon, iyon," íkà, "ay kuwan. Nang kami'y sumakay sa bangká ay napunó ng ginto't pílak yung áming bangkà. Aba ay di kapaláran námin iyon."

Nang ... pinagkalooban daw ...

29. Naku!! Ay di ang ginawá ay niyákag pílit iyong asáwa, "Nang táyo," íka'y, "yumáman din. Tinamo, daig na daig táyo ng áting kápit-báhay ngayon."

Áyaw ng laláki ..., kayá pinílit siyang ... dáhil ...
Áyaw ng babáe ...

30 "E ikaw ngá naman," íkà, "ay tumígil na," ang sábi noong laláki. "Támá na itong kabuháyan náting ito. Hindí na naman táyo nagúgútom e." "Basta," íkà, "táyo na. Ayóko nang madádaig. "Gusto ko," ika'y, "táyo'y makahigit sa kanila."
(mainggítin)

Nasísiyahan na ang laláki ... kayá gusto niyang .... ang kanyang asáwa.
Basta hindí nagúgútom ... , péro ang babáe ay ...

31. "Óo, bíró mo yun silang ... Ang báhay nila ay sirá-sirá at magígibá na. Ay ngayon ay nalakihan pa itong átin," sábing gayon. Mainggítin ngà.

Ikinatínis ng babáe na ang kanilang báhay ay ...
Dáti'y ... .Ngayo'y ...

32. Alam mo, sila ngá ay pumaroon. Naku! Pagkapások sa . .. pagkapások sa ano ay tampal diyan, tampal díne ... ganyan.
(Doon sa bagingan)

Pagdating nila sa ... ay ...

33. "Naku. Ang lamok pala díto walang hiyà." Tampal nang tampal at patay nang patay. Ay ngayon ay nang sila'y paalis na, lumabas iyong hárí ng lamok.

Noong lumákad na sila pára ... ay siya namang ...

34. "Kayo," íkà, "ay gágantimpaláan ko. Marámi sa mga alagad ko ang inyong pinatay. Kung ano, kung sakáling mágulantang kayo at tumagílid ang inyong bangkà, kung ano ang inyong másambit ay siyang lálabas."

Káhit ... sila ng maraming lamok ay ...
Kung ano ang másambit nila sa ... ng bangká ay ...

35. Ay siya, nang sásakay na, ay tumagílid. Ay iyong pagkakámalí niya ay biglá niyang nabigkas iyong, "Ótet bayag," o ay iyon napunò.
(Napunó ang bangkà)

Sa ... ng bangká ay ...

36. Napunó iyon. Ang sábi ng hárí ng lamok ay. O ay ...di napunó na iyong bangkà. Ang sábi, "O, áanhin nátin ito? Bákit?" íkà,. "Ikaw kasi nápakamainggítin ka. Ayan áanhin mo iyan. Síge, paánong gágawin nátin ngayon diyan? Kasi ikaw'y hindí ka masiyahan, kinaladkad mo pa ako ríto. Tapos ay íyan! E .. e .. áanhin kayá nátin ito?"

Hindí nila máláman kung ... sa mga gámit na ...
Ang táong mainggítin ay mahírap ...
Sinísísi ng laláki ang asáwa dáhil ...

37. "Téka, doon pala sa báyan, doon sa isang báyan na balítá ko ay walang laláki doon. Ipagbili ngá nátin doon." "Aywan ko sa iyo, kung mábíbili iyan." "A, basta, dalhin nátin doon." Hindí naman makaayaw doon sa asáwa, láging súnud-sunúran.

Hindí naníniwálá ang laláking . .
Káhit ano ang sabíhin ng asáwa, ...

38. O ... ay mayroon bagang mga babáe? "Ano hó yan? Ano hó yan?" "O ayan, tingnan ninyo." "Naku! Pabili hò, pabili." Ay pangá-pangágaw na daw.

Nang ... nag-áagawan ang mga babáe ...
... ang mga babáe sa tinda ng mag-asáwa.

39. Ay mayroon pa daw na isang babáe, méron pa daw na isang babáe na wíka'y, "Mámà, mámà títiran ninyo ako. Kúkúha lámang ako ng péra sa báhay. Títiran ninyo ako. Huwag ninyo akong úubúsan."

Hindí pwédeng bumili yong isang babáe dáhil ...

Úuwí daw yong isang babáe pára ...

Áyaw niyang ...

40. Nang dumating ay "Bákit naman ninyo ako inubúsan? Sábi ko na sa inyo at títiran ninyo ako." Ay di yong laláki palibhása'y punó ng péra ang bulsa nag-íígi ng pantalon. Ngayon natanggal yung butónes. Ay lumabas iyong kanya. "Ay ayon pa pala hó naman, sábi ninyo ay walá na."

Ang tinda ng mag-asáwa ay ... at iyong babáe ay hindí ...

Nang ... ng lalák ang kanyang pantalon ay ... ito ng butónes.

Akálá ng babáe'y ...

41. Biglang hinigit ngayon, aba ay di namatay iyong lalák. At aba ay hindí naman bitawhan noong babáe, talagang hinigit na maígi. Mahigpit ang pígil ay. O ay di namatay iyong lalák. O ay naku maloka-loka naman yung babáe ...

Nang ... ng babáe ang árí ng lalák ay áyaw na niya ...

42. At íka'y ... e ... talaga naman íkang ang nagágawá ng masyádong mapaghangad, mayroon na ay talaga naman íkang, "Naghághangad pa, ang gusto ay mahigitan pa ang kápwà. Ay talaga ngá palang hindí maígi. Nawalan siya ng asáwa. Namatay kaagad yung asáwa. Ayon, doon nagwakas.

Dáhil sa ... niya na mahigitan ang kápwá ay . ..

Huwag kang ... na . .. sa iyong kápwà.

EIV. Sagutin ang mga sumúsunod na tanong.

1. Nangúngúha ng báging ang mag-ának dáhil yon ang kanilang kinákáin. Támá o malì? 2. Bákit nangútang ng bigas sa kápit-báhay yong babáe? 3. Binigyan siya ng bigas ng kápit-báhay dáhil naáwá yon sa kanya. Támá o malì? 4. Bákit walá pa ang asáwa ng babáe nang óras na iyon? 5. Bákit nanghingúto at nagbúnot ng úban ang babáe sa kanyang kápit-báhay? 6. Bákit ang utusan ay nagbigay ng bigas sa babáe? 7. Bákit inilúgaw ni Áling María ang hiniram niyang bigas? 8. Hábang naglúlúgaw si Áling María ay natútúlog ang kanyang mga anak dáhil busog na ang mga iyon. Támá o malì? 9. Bákit biglang dumating ang utusan ng kápit-báhay nina Áling María? 10. Bákit umuwí ang utusan na hindí dala ang bigas? 11. Dáhil nailúgaw na ang bigas, hindí na pinabalikan ng panginoon ng utusan. Támá o malì? 12. Bákit awang-awá ang utusan sa mga anak ni Áling María nang bumalik siya doon? 13. Sa áwá ng katúlong sa mga bátà, iniwánan na niya kina Áling María ang nilúgaw. Támá o malì? 14. Bákit kákauntí ang pinagbilhan ng asáwa ni Áling María? 15. Bákit nagpasya si Áling María na sumáma sa kanyang asáwa sa pangungúha ng báging? 16. Sinábi ng asáwa ni Áling María na pag siya ay dinapúan ng lamok sa bagingan, dápat yon ay kanyang tampalin pára mamatay. Támá o malì? 17. Pagdating nila sa bagingan ay kákauntí naman pala ang lamok. Támá o malì? 18. Hindí nápansin agad ng mag-asáwa ang hárí ng lamok dáhil nápakalíit niyon. Támá o malì? 19. Bákit nagpakíta sa mag-asáwa ang hárí ng lamok? 20. Bákit nagpakíta ulí ang hárí ng lamok nang makatápos mangúha ng báging ang mag-asáwa? 21. Bákit pinagtiisan ng mag-asáwa ang pagkagat ng mga lamok? 22. Bákit nágitla si Áling María nang sumásakay na siya sa bangkà? 23. Bákit natuwá ang mag-asáwa nang nakasakay na sila sa bangkà? 24. Dáhil sa pagpatay ng mag-asáwa ni Áling María sa mga lamok ay pinagkaloóban sila ng magandang kapaláran. Támá o malì? 25. Bákit nanghiram ng salop sina Áling María sa kanilang kápit-báhay? 26. Bákit nagtaka ang kápit-báhay nina Áling María nang mákíta ang isinaúling salop sa kanila? 27. Natuwá ang kápit-báhay sa naging kapaláran nina Áling María. Támá o malì? 28. Bákit niyákag na pílit ng kápit-báhay ang kanyang asáwa sa bagingan? 29. Bákit hindí agad pumáyag sumáma ang asáwa ng kumádre ni Áling María papunta sa bagingan? 30. Tiniis ng kumádre ni Áling María ang pagdápó at

pagkagat ng lamok nang sila ay nása bagingan na. Támá o malì? 31. Bákit nagpakíta rin ang hárí ng lamok sa mag asáwa? 32. Natuwá ang mag-asáwa sa naging laman ng kanilang bangkà. Támá o malì? 33. Bákit naísip ng babáeng magpunta sa isang báyan na ang balítá ay walang laláki? 34. Hindí pumáyag ang laláki sa gusto ng kanyang asáwa dáhil siya ay nagálit na. Támá o malì? 35. Hindí nábili ang tinda ng mag-asáwa dáhil marámi palang laláki sa lugar na pinuntahan nila. Támá o malì? 36. Bákit may isang babáe na hindí agad nakabili ng tinda ng mag-asáwa? 37. Dáhil walang háwak na péra ang babáe, hindí na siya bumili ng tinda ng mag-asáwa. Támá o malì? 38. Nang maubúsan ng tinda ang babáe ay natuwá siya. Támá o malì? 39. Bákit natanggalan ng butónes ang pantalon ng laláki? 40. Bákit natuwá ang babáeng bumíbili nang matanggal ang butónes ng pantalon ng laláki? 41. Bákit namatay ang laláki? 42. Natuwá ang babáe sa pagkamatay ng kanyang asáwa. Támá o malì? 43. Bákit madalas na hindí nagbúbúnga ng maganda ang masyádong paghahangad? 44. Ipaliwánag kung anong áral ang sinásábi ng kwéntong ito?

EV.   **Pagsasánay sa pagsúlat. Basáhin ang sumúsunod na babasahin. Sabíhin kung wasto o malí ang mga sumúsunod na pangungúsap. Kung malì, isúlat kung bákit.**

1. Simulá ngá noon ay iyong mag-ának na mahírap, ay ang hánapbúhay ay mangúha ng bágin tápos ibinébénta nila. Isang áraw ngà, gutom na gutom na iyong mga anak nila. Walá silang pagkáin.

   May isang mag-ának na ang ikinabúbúhay ay ang pamimili ng báging na pinangúngúha nila.

2. Ang ginawà, iyong kápitbáhay nilang kumádre pa nila, ay umútang siya ng isang gátang na bigas, pára lámang may maisáing. Áyaw siyang bigyan, at baká daw hindí mabayáran.

   Pára may mákáin ang mga anak niya ay híhiram siya ng gátang sa kanyang kápitbáhay.

3. Sábi'y, "Baká naman," íkà, "mabábayáran din námin. Hindí pa lámang nádating iyong áking asáwa. Nangúngúha ngá ng báging pára ibénta." "Ay iyon, halíka múna at ako'y may ipagágawá sa iyo, pagkatápos saká kita bíbigyan." Ang ginawá nagpahingúto siya, nagpabúnot noong úban.

   (Mga putì)

   Nagpahingúto siya at nagpabúnot ng puting buhok pára lang mayroong maisáing.

4. "Hangga't hindí mo napúpunó itong isang tásang ito ay hindí kita bíbigyan. Púpunuin mo iyan ng kúto at saká niyong úban. Pag hindí pa iyan punò, hindí pa kita bíbigyan." O ay ginawá niya, nanghíhingúto, nagbúbunot ng puting buhok, inilálagay doon.

   Kapag napunó na niya ang isang tása ng kúto at úban ay siya naman ang híhingutúhan at búbunútan ng úban ng kanyang kumádre.

5. Noong mákatulog na itong kanyang hiníhingutúhan, himbing na siya, nakiúsap na siya doon sa utusan. "Bigyan mo naman," íkà, "ako ng bigas at gutom na gutom na." "Baká ako ay mákagalítan." "Ay sábi naman noon," íkà, "ay ako ay bíbigyan daw."

   Nákatulog siya sa paghihingúto kayá nakiúsap siya sa utusan na bigyan siya ng bigas.

6. Di binigyan din, isang gátang. Tápos dálí-dáling umuwí at kanyang inilútò, kanyang inilúgaw. Pára magkásya inilúgaw na lámang niya – na iyong mga anak niya ay tátakam-takam na at gutom na gutom na ngà.

   Isínding na niya ang bigas pára mayroon nang kánin na mákáin ang kanyang mga anak.

7. Ay biglang dumating iyong utusan. Ang sábi "Aling María ipinakúkúha hó sa ákin ng áking panginoon iyong inútang ninyong isang gátang na bigas." "Ina ay sabíhin mo naman," íkà, "ay hindí na pwéde at áking nailútó na. Kákaínin na lámang ng áking mga anak."

Hindí na niya pwédeng ibalik iyong bigas dáhil nakáin na ng kanyang mga anak.

8. Umuwí ang utusan. Sinábi, "Panginoon, hindí na raw hó púpwéding kúnin at inilúgaw na, lutó na at kákaínin na ng mga bátà." "Aba hindí maáári. Kúnin mo – kúnin mo. Ipápakáin nátin sa áso." Ay di balik ulí si utusan at kinúha. Naku, awang-awá naman iyong utusan, iyong mga bátá ay ...
(Nag-ííyákan)
Nag-ííyákan, tingin, tingin.
(Sa gútom)

Pinaglútó ng panginoon ng lúgaw ang kanyang utusan pára ipakáin sa áso.

9. Óo. Naáwá din naman siya at iniwánan niya ng kauntì. Anong mangyáyári doon sa kauntí ay maráming bátà? Ay di hindí naman siya makatuloy doon sa kanyang ámo at siya naman ang mákákagalítan ng kanyang ámo. Tápos ay iyon, ibinalik ngang gayon.

Dáhil sa áwá sa mga bátá ay iniwánan na niya iyong nilúgaw. Kayá siya ay hindí makatuloy sa báhay ng kanyang ámo.

10. Nang dumating yong asáwa niya ay kákauntí ang nákúha raw niyang bágin. Ay kákauntí rin ang pinagbilhan. "Mabúti pa," íka'y, "ako'y sásáma, pára mas marámi táyong makúha, magtútúlong táyo." Ang sábi'y, "Síge doon lámang," íka'y, "nápakalamok, maráming lamok, péro huwag mo," íkang, "huwag ka" íkang "pápatay ng lamok. Búbugáwin mo lámang."

Sásáma ang babáe sa kanyang asáwa úpang tumúlong sa pagbubugaw ng mga lamok.

11. Di noong síla ngá ay sumakay na sa bangká ay namangká doon sa... bágo makatawid doon sa pangúnguhánan ng bágin.
(Namámangkà)

Namangká sila doon sa pinangúnguhánan nila ng bágin.

12. Óo, nang makarating sila doon sa bagingan ay ang dámi ngang lamok, talagang umúúgong na ganyan. Íkà, "e... e... Paáno ito! Hindí ako tátagal at talaga namang kaínáman ang lamok."

Umúúgong nang malakas ang bagingan dáhil sa dámi ng lamok.

13. Di may nagpakíta daw na isang malaking lamok, sigúro'y hárí ng mga lamok. Sinlaki daw ng manok ay. Ay di ang sábi ay "Ako ay mayroon lámang ipakíkiúsap sa inyo. Ang mga alagad ko ay huwag ninyong pápatayin. Kung kayo ay kinákagat, kung kayo'y ináano, pispisin na lámang ninyo.

Pinakiusápan sila ng mga alagad na huwag nilang pápatayin ang hárí ng mga lamok na kasinlaki ng manok.

14. Inyo na lámang bugáwin at ako naman, ay kung inyong mapagtiisan iyan hanggang sa kayo'y makatápos ng inyong pangungúha ng báging, ay mayroon naman akong igágantimpálá sa inyo, pagka hindí ninyo mápápatayan ang áking mga alagad káhit isa. Ay huwag kayong pápatay.

Sinábi ng hárí ng mga lamok na gágantimpaláan niya ang mag-asáwa kung isa lang ang mápápatay nilang lamok.

15. Ay di gayon ngá ang ginawà. Pinagtiisan nila, pinápaspas láang na gayan.

Pinagtiisan ngá nila ang mga lamok. Tinátampal na lang nila kapag sila ay kinákagat.

16. Nang makatápos sila ang íka'y ... lumabas ulí iyong hárí ng lamok. "Itápon na ninyo iyang inyong mga báging na iyan. At iyang inyong bangká ay mapúpunò... Itápon nyo na iyan" íkà, "ang áking ano sa inyo. At kung sakáling ang bangká ay tátagílid ay kung anong inyong mábigkas ay mapúpunó iyan."

Kapag daw tumagílid ang bangká ay itápon nila ang mga báging, ang sábi ng hárí ng mga lamok.

17. Ay di itinápon ang báging. Ay noong sásakay ngá iyong babáe, médyo tumagílid iyong bangkà. Ay nágitlà. "Ginto't pílak!" ang sábing ganon. "Naku ang daling napunó ng ginto't pílak ang bangkà.

Tumagílid ang bangká dáhil iyon ay napunó ng ginto't pílak.

18. Naku ito na ngá ang swérteng áting hináhánap," ang sábi. "Ayan, kung hindí táyo nakinig doon sa ... Kung pinatay nátin nang pinatay ang lamok, hindí táyo magkákaroon díto ng ... , hindí táyo pagkákaloóban ng magandang kapaláran." Ay di naghakot sila nang naghakot ng ano.

(Pílak at gintò)

Kung hindí nila pinatay ang mga lamok ay walá sána silang mga gintó at pílak na háhakútin.

19. Pílak at gintó at ipinagbíbili pa ngá nila sa . . iyong kanilang ikinúkuwan. Ay nanghiram ngá pala sila ng salop doon sa kápitbáhay at kanilang tinátákal iyong péra. Yung péra tinátákal. Tápos ay noong isaúlí ay ang dámi pang nagsíngit-síngit na mga . . , sa tabihan.

Nanghiram sila ng tátakálin sa kanilang kápitbáhay.

20. Ay dí ngayon e nákíta ng panginóon, "Saan ito gáling?" "Ay, di gáling pó doon sa áting kápitbáhay. Hiniram hò." "Bákit ito'y maráming nagsíngit na ganito?" "Aywan ko pò," sábi noong utusan. "Anong tinákal?" "Ay péra," sábing gayon "At saká gintò." "Ay saan naman gáling?"

Tinanong ng panginoon ang kanyang utusan kung saan siya nanggáling dáhil may iúútos siya.

21. Di sinábi nila. "Ay kami," íkà, "ay nagkaroon ng magandang kapaláran sa pangungúha ng báging." "Ay paáno nangyári? Papaáno?" Aba'y di sinábi nila, inistórya nila.

Iniistórya nila kung sa kanilang kápitbáhay kung paáno ang pangungúha ng bágin.

22. Sila'y, di sinábi nilang "May lamok basta," íkà "ay iyon, iyon" íkà, "ay kuwan. Nang kami'y sumakay sa bangká ay napunó ng ginto't pílak yung áming bangkà. Aba ay di kapaláran námin iyon."

Nagkaroon sila ng magandang kapaláran nang mapunó ng maráming lamok ang kanilang bangkà.

23. Naku!! Ay di ang ginawá ay niyákag pílit iyong asáwa, "Nang táyo," íka'y, "yumáman din. Tinamo, daig na daig táyo ng áting kápitbáhay ngayon." "E ikaw ngá naman," íkà, "ay tumígil na," ang sábi noong laláki. "Támá na itong kabuháyan náting ito. Hindí na naman táyo nagúgútom e." "Basta," íkà, "táyo na. Ayóko nang madádaig. "Gusto ko," íka'y, "táyo'y makahigit sa kanila."

(mainggítin)

Pílit na niyákag ng babáe ang kanyang asáwa úpang mangúha ng gintó at pílak doon sa bundok úpang sila ay pagkaloóban din ng hárí ng mga lamok.

24. "Óo, bíró mo yun silang ... Ang báhay nila ay sirá-sirá at magígibá na. Ay ngayon ay nalakihan pa itong átin," sábing gayon. Mainggítin ngà.

Mainggítin siya dáhil áyaw niyang mahíhigitan niya ang káhit na síno.

25. Alam mo, sila ngá ay pumaroon. Naku! Pagkapások sa . . .. pagkapások sa ano ay tampal diyan, tampal díne ... ganyan.

(Doon sa bagingan)

"Naku. Ang lamok pala díto, walanghiyà." Tampal nang tampal at patay nang patay.

Alam ng mag-asáwa kung ano ang dápat nilang gawin úpang sila ay gantimpaláan din ng hárí ng mga lamok.

26. Ay ngayon ay nang sila'y paalis na, lumabas iyong hárí ng lamok. "Kayo," íkà, "ay gágantimpaláan ko. Marámi sa mga alagad ko ang inyong pinatay. Kung ano, kung sakáling mágulantang kayo at tumagílid ang inyong bangkà, kung ano ang inyong másambit ay siyang lálabas." Ay siya, nang sásakay na, ay tumagílid. Ay iyong pagkakámalí niya ay biglá niyang nábigkas iyon, "Ótet bayag," o ay iyon, napunò.

(Napunó ang bangká)

Káhit nápatayan nila ng marámi ang mga lamok sa bagingan ay pinagkaloóban pa rin sila ng magandang kapaláran.

27. Napunó iyon. Ang sábi ng hárí ng lamok ay. O ay ... di napunó na iyong bangkà. Ang sábi, "O, áanhin nátin ito? Bákit?" íkà, "Ikaw kasi nápakamainggítin ka. Ayan, áanhin mo iyan. Síge, paánong gágawin nátin ngayon diyan? Kasi ikaw ay hindí ka masiyahan, kinaladkad mo pa ako ríto. Tápos ay íyan! E .. e .. áanhin kayá nátin ito?"
   Sinísi ng mag-asáwa ang kanilang saríli dáhil kung hindí sila nainggit sa kanilang kápitbáhay ay hindí sána mangyáyári iyon sa kanila.

28. "Téka, doon pala sa báyang..., doon sa isang báyan na balítá ko ay walang laláki doon. Ipagbili ngá nátin doon." "Ho ... aywan ko sa iyo, kung mábibili iyan." "A, basta, dalhin nátin doon." Hindí naman makaayaw doon sa asáwa, láging súnod-súnúran.
   Ibébénta nila ang mga báging na nápangúha nila doon sa báyang púro babáe ang nakatira. Walang mga laláki doon na pwédeng mangúha ng báging pára sa kanilang asáwa.

29. O ... ay mayroon bagang mga babáe? "Ano hó yan? Ano hó yan?" "O ayan, tingnan ninyo." "Naku! Pabili hò, pabili." Ay pangá-pangágaw na daw. Ay mayroon pa daw na isang babáe, méron pa daw na isang babáe na wíka'y "Mámà, mámà, títiran ninyo ako. Kúkúha lámang ako ng péra sa báhay. Títiran ninyo ako. Huwag ninyo akong úubúsan."
   Pinagpangá-pangagawan iyong asáwa ng babáe dáhil sa báyang iyon ay walang laláki káhit isa.

30. Nang dumating ay "Bákit naman ninyo ako inubúsan? Sábi ko na sa inyo at títiran ninyo ako." Ay di yong laláki palibhása'y punó ng péra ang bulsa, nag-íígi ng pantalon. Ngayon natanggal yung butónes. Ay lumabas iyong kanya. "Ay ayon pa pala hó naman, sábi ninyo ay walá na."
   Sinísi siya ng babáeng bumíbili sa kanila dáhil naubúsan ito ng pérang pangbili ng kanilang tinda.

31. Biglang hinigit ngayon, aba ay di namatay iyong laláki. At aba ay hindí naman bitawhan noong babáe, talagang hinigit na maígi. Mahigpit ang pígil ay. O ay di namatay iyong laláki. O ay naku maloka-loka naman yung babáe ...
   Namatay iyong laláke dáhil hinigit siya ng babáeng bumíbili sa kanya.

32. Talaga ngá naman ang nagágáwá ng masyádong mapaghangad, mayroon na ay nagháhangad pa. Ang gusto ay mahigitan pa niya ang kanyang kápwà. Ay talaga ngá palang hindí maígi yon. Dáhil masyádo siyang mapaghangad, namatay kaagad yung asáwa niya. Ayon, doon nagwakas.
   Maganda ang naging kapaláran ng mag-asáwa dáhil marámi silang nápagbilhan sa laman ng bangkà.

Grammar Exercises

14A. Pagsasánay sa mga pandíwang pabalintiyak

Únang Hakbang. Pagpapalit. (§§9.6, 9.2)

Put the heavy things in first so we can put the other boxes on top of them.

Ipások múna yung mabibigat pára mapatúngan ng ibang mga kahon.	(take them out)
Ilabas múna yung mabibigat pára mapatúngan ng ibang mga kahon.	(so we can put on them)
Ilabas múna yung mabibigat pára malagyan ng ibang mga kahon.	(hold them)
Hawákan múna yung mabibigat pára malagyan ng ibang mga kahon.	(so they don't fall out)
Hawákan múna yung mabibigat pára hindí mahúlog ang ibang mga kahon.	(tie them up)

Itálí múna yung mabibigat pára hindí mahúlog ang ibang mga kahon.	*(put them on their sides)*
Itagílid múna yung mabibigat pára hindí mahúlog ang ibang mga kahon.	*(so we can tie them up)*
Itagílid múna yung mabibigat pára matalían ang ibang mga kahon.	*(wrap them)*
Balútan múna yung mabibigat pára matalían ang ibang mga kahon.	*(so they don't get wet)*
Balútan múna yung mabibigat pára hindí mabasà.	

Ikalawang Hakbang. Pagpapalit. (§§9.2, 9.3, 9.11)

Please help me take our things off the jeep.

Pwéde hó bang pakitúlong ibabá ang áming mga gámit.	*(bring them upstairs)*
Pwéde hó bang pakitúlong itaas ang áming mga gámit.	*(bring them out)*
Pwéde hó bang pakitúlong ilabas ang áming mga gámit.	*(put them on top of boxes)*
Pwéde hó bang pakitúlong ipátong sa mga kahon ang áming mga gámit.	*(put them on their sides)*
Pwéde hó bang pakitúlong itagílid ang áming mga gámit.	*(repair them)*
Pwéde hó bang pakitúlong gawin ang áming mga gámit.	*(sell them)*
Pwéde hó bang pakitúlong ipagbili ang áming mga gámit.	*(wrap them up)*
Pwéde hó bang pakitúlong ibálot ang áming mga gámit.	*(bring to Manila)*
Pwéde hó bang pakitúlong dalhin sa Maynílá ang áming mga gámit.	

Ikatlong Hakbang. Pagpapalit. (§11.4)

I will ask her to do the cooking for me.

Pakíkisuyúan ko siya kung pwéde niya akong ipaglútò.	*(do the laundry)*
Pakíkisuyúan ko siya kung pwéde niya akong ipaglaba.	*(make a fire)*
Pakíkisuyúan ko siya kung pwéde niya akong ipagparikit ng apoy.	*(fetch water)*
Pakíkisuyúan ko siya kung pwéde niya akong ipag-igib ng túbig.	*(wash dishes)*
Pakíkisuyúan ko siya kung pwéde niya akong ipaghúgas ng pinggan.	*(clean the house)*
Pakíkisuyúan ko siya kung pwéde niya akong ipaglínis ng báhay.	*(prepare food)*
Pakíkisuyúan ko siya kung pwéde niya akong ipaghandá ng pagkáin.	*(broil a fish)*
Pakíkisuyúan ko siya kung pwéde niya akong ipag-íhaw ng isdà.	*(husk the floor)*
Pakíkisuyúan ko siya kung pwéde niya akong ipagbunot ng sahig.	*(mop the floor)*

Pakíkisuyúan ko siya kung pwéde niya
akong ipaglampáso ng sahig.

Ikaápat na Hakbang. Pagsasánay sa pagsagot. Sagutin ang mga sumúsunod na pangungúsap sa pamamagítan ng paggámit ng *Hindì. Walá akong* ... (§9.11)

1a. Binayáran mo na ba ang bangkéro?
 b. Hindì. Walá akong maibábáyad sa kanya.
2a. Binigyan mo ba sila ng péra pára sa simbáhan?
 b. Hindì. Walá akong maibíbigay pára doon.
3a. Tinalían mo ba ang áso?
 b. Hindì. Walá akong maitátálí doon.
4a. Pinutúlan mo ba ang káhoy?
 b. Hindì. Walá akong maipúpútol doon.
5a. Binalútan mo ba ang mga gámit?
 b. Hindì. Walá akong maibábálot doon.
6a. Inutúsan mo na ba siya?
 b. Hindì. Walá akong maiúútos sa kanya.
7a. Nilagyan mo ba ng basúra ang kahon.
 b. Hindì. Walá akong mailálagay na basúra doon.
8a. Sinulátan mo ba ang nánay mo?
 b. Hindì. Walá akong maisúsúlat sa kanya.
9a. Tinulúngan mo ba si Léna?
 b. Hindì. Walá akong maitútúlong sa kanya.
10a. Tinakpan mo ba ang mga pagkáin?
 b. Hindì. Walá akong maitátakip doon.

Ikalimang Hakbang. Pagsasánay sa pagsagot. Sagutin ang mga sumúsunod na pangungúsap sa pamamagítan ng paggámit ng *Ano ba yung* ... (§§9.11, 12.34, 12.53)

1a. Ako na lang ang mag-áakyat nito sa báhay.
 b. Ano ba yung iáakyat mo sa báhay?
2a. Ako na lang ang maglálabas nito.
 b. Ano ba yung ilálabas mo?
3a. Ako na lang ang maglálampáso nito.
 b. Ano ba yung lálampasúhin mo?
4a. Ako na lang ang maglúlútó nito.
 b. Ano ba yung ilúlútó mo?
5a. Ako na lang ang maglílínis nito.
 b. Ano ba yung lílinísin mo?
6a. Ako na lang ang magbíbigay nito.
 b. Ano ba yung ibíbigay mo?
7a. Ako na lang ang maghúhugas nito.
 b. Ano ba yung húhugásan mo?
8a. Ako na lang ang íinom nito.
 b. Ano ba yung íinumin mo?
9a. Ako na lang ang magsúsulat nito.
 b. Ano ba yung isúsúlat mo?
10a. Ako na lang ang magbábasa nito.
 b. Ano ba yung bábasáhin mo?
11a. Ako na lang ang magpápások nito.
 b. Ano ba yung ipápások mo?
12a. Ako na lang ang kákáin nito.
 b. Ano ba yung kákaínin mo?

13a. Ako na lang ang magdádala nito.
 b. Ano ba yung dádalhin mo?
14a. Ako na lang ang magbúbukas nito.
 b. Ano ba yung búbuksan mo?
15a. Ako na lang ang maglálagay nito.
 b. Ano ba yung ilálagay mo?
16a. Ako na lang ang magtítinda nito.
 b. Ano ba yung itítinda mo?
17a. Ako na lang ang magpápások nito.
 b. Ano ba yung ipápások mo?
18a. Ako na lang ang magtátápon nito.
 b. Ano ba yung itátápon mo?
19a. Ako na lang ang magtátágó nito.
 b. Ano ba yung itátágó mo?
20a. Ako na lang ang magsásábi nito.
 b. Ano ba yung sásabíhin mo?

Ikaánim na Hakbang. Pagsasánay sa pagtutuloy ng pangungúsap. Ituloy ang mga sumúsunod na pangungúsap sa pamamagítan ng paggámit na *"Hindí ko pa ..."* (§9.11)

1a. May makinílya akong sirá na ...
 b. Hindí ko pa naipápagawà.
2a. May útang pa akong ...
 b. Hindí ko pa nabábayáran.
3a. May hiniram akong mga gámit na ...
 b. Hindí ko pa naibábalik.
4a. May libro akong binili na ...
 b. Hindí ko pa nabábása.
5a. May pinalántsa akong damit na ...
 b. Hindí ko pa natítiklop (or naiháhánger).
6a. May nilabhan akong mga damit na ...
 b. Hindí ko pa napápplántsa.
7a. May nilútó akong mga pagkáin na ...
 b. Hindí ko pa naiháhandà (nakákáin).
8a. May gawáin pa akong ...
 b. Hindí ko pa nagágawà.
9a. May mga marurumi pang pinggan na ...
 b. Hindí ko pa nahúhugásan (nabábanlawan).

14B. Verbs with *maki-*, *paki-* (§§9.31-9.33)

14B1. Pagsasánay sa pagbabalangkas. Bagúhin ang mga pangungúsap sa pamamagítan ng paggámit ng *"Pwéde bang paki- ... "*

1a. Gusto kong tingnan ang mga kómiks.
 b. Pwéde bang pakitingnan ang mga kómiks?
2a. Dápat ipások yung dyip sa may gate.
 b. Pwéde bang pakipások yung dyip sa may gate?
3a. Gusto kong labhan ang áking damit.
 b. Pwéde bang pakilabhan ang áking damit?
4a. Dápat iwánan ang mga gámit díto.
 b. Pwéde bang pakiíwan (or pakiiwánan) ang mga gámit díto?
5a. Gusto kong bigyan ng péra ang babáe.

  b.　Pwéde bang pakibigyan ng péra ang babáe?
6a.　Dápat bugáwan ng lamok ang bátà.
  b.　Pwéde bang pakibugáwan ng lamok ang bátà?
7a.　Dápat ibigay ang pagkáin sa kanya.
  b.　Pwéde bang pakibigay ang pagkáin sa kanya.
8a.　Gusto kong ilabas sa kwárto ang úpúan.
  b.　Pwéde bang pakilabas sa kwárto ang úpúan?
9a.　Dápat talían ang áso pára hindí kagatin ang táo.
  b.　Pwéde bang pakitalían ang áso pára hindí kagatin ang táo?
10a.　Gusto kong ibálot sa papel ang pagkáin.
  b.　Pwéde bang pakibálot sa papel ang pagkáin?
11a.　Dápat lagyan ng súsí ang kwárto.
  b.　Pwéde bang pakilagyan ng súsí ang kwárto?
12a.　Gusto kong patúngan ng kahon ang mésa.
  b.　Pwéde bang pakipatúngan ng kahon ang mésa.
13a.　Dápat ibabá ang mga gámit na nása sílya.
  b.　Pwéde bang pakibabá ang mga gámit na nása sílya?
14a.　Gusto kong itaas nang kóntí ang litráto.
  b.　Pwéde bang pakitaas nang kóntí ang litráto?
15a.　Dápat igiban ng túbig ang lalagyan.
  b.　Pwéde bang pakiigiban ng túbig ang lalagyan?
16a.　Gusto kong utúsan si Juan pára bumili ng tinápay.
  b.　Pwéde bang pakiutúsan si Juan pára bumili ng tinápay?
17a.　Dápat sulátan nang maganda ang papel.
  b.　Pwéde bang pakisulátan nang maganda ang papel?
18a.　Gusto kong takpan ang bútas pára walang makákíta.
  b.　Pwéde bang pakitakpan ang bútas pára walang makákíta?
19a.　Dápat itinda ang mga pagkáin.
  b.　Pwéde bang pakitinda ang mga pagkáin.
20a.　Gusto kong itágó ang áking líhim.
  b.　Pwéde bang pakitágó ang áking líhim?

14B2. Lagyan ng panlápí ang mga salitang-ugat sa saklong.

1. Pagkárinig niya ng kaluskos (*ramdam*) siya kung may táong pumások sa báhay.
2. Huwag mong (*alam*) ang mga ginágawá ng ibang táo. 3. (*Úsap*) mo sa kanya na pumáyag siya sa gusto mo. 4. Pwéde bang (*tingin*) sa ginágawá mo? 5. Sirá ang áting kalan kayá (*lútò*) mo na lang sa kabilá ang úlam. 6. (*Bágay*) ka na lang sa mga gusto nila. 7. Pwéde kayang (*súyò*) mo sa kanya na ibili ako ng pagkáin? 8. Itinátanong hó niya kung pwédeng (*gámit*) ng kubéta. 9. Kailángan kong (*palit*) ang péra ko dáhil walá akong magástos.
10. Masamá bang (*tuloy*) sa inyong báhay? 11. Punó na ang áting básurahan kayá (*tápon*) mo na lang ang basúra sa kápit-báhay. 12. Walá táyong tindáhan kayá (*tinda*) ka ng ságing sa kabilà. 13. (*Plántsa*) mo ang damit kina Léna dáhil walá táyong plántsa. 14. Kung walá táyong túbig (*laba*) ka kina Léslie. 15. (*Lútò*) mo ang pagkáin kung walá na táyong káhoy.
16. Pwéde bang (*pátong*) ang kahon sa mésa? 17. Walá táyong túbig, (*igib*) ka na lang sa kanila. 18. (*Bigay*) mo ang regálo kung hindí ka púpunta. 19. Huwag mong (*tágò*) ang péra sa kanya, baká mawalà. 20. Magtanong táyo kung pwédeng (*inom*) ng túbig. 21. Halíka (*túlong*) táyo sa paglilínis ng báhay. 22. Huwag kang (*káin*) sa kápit-báhay at nakákahiyà.
23. (*Húgas*) mo na lang ang pinggan sa kabilà, walá táyong sabon e. 24. Kung hindí mo káya, (*línis*) mo ang kótse kay Líto. 25. Pwéde bang (*háwak*) ng péra walá kasi akong bulsa.

14C. Dative. Isálin sa Tagálog ang mga parirálang Ingles sa saklong. (Give the dative form of the phrase inside the parenthesis.) (§9.43)

1. (*I have*) ang tanggíging binili sa mángingisdà. 2. (*The fisherman has*) yung tanggíging yon dáhil pinapápag-íhaw ko siya. 3. (*Who has*) yung tanggígì? 4. Pára (*Maria*). (*She has*) ang súká at síling dinala. 5. (*Who has*) yung súká at síli? 6. (*Do you have*) ang pérang ibinigay ng áte? 7. (*I don't have*) ang péra. 8. (*Big brother has it.*) Siya ang nákaúsap ni áte e. 9. (*Let me have*) ang gámit ko, baká mawalà. 10. Síge, (*you have*) itong mga kahon námin. 11. Ang mga kailángan kong papéles ay (*you don't have*). 12. Ang salamin ay (*Léna doesn't have*). 13. (*Let me have*) ang tása at íinom ako ng kape. 14. (*For whom*) ang báhay na ito? 15. (*From whom*) gáling ang mga súlat na ito? 16. Ang kok ay (*for him*) kasi naúúhaw siya. 17. (*From her*) ko náláman ang iyong pangálan. 18. (*Léslie has*), ang súsí sa kwárto. 19. Ang mga damit na iyan ay (*belong to*) Léna. 20. (*Let me have*) ang litráto ko.

14D. Conveyance and Motion Verbs

14D1. Pagsasánay sa pagbabalangkas

Únang Hakbang. Bagúhin ang mga pangungúsap sa pamamagítan ng paggámit ng anyong "conveyance passive." (§§9.6, 9.11)

1a. Umakyat siya sa báhay dala-dala ang mga sílya.
 b. Iniakyat niya ang mga sílya sa báhay.
2a. Bumalik siya sa tindáhan dala-dala ang mga kómiks na hiniram niya.
 b. Ibinalik niya sa tindáhan ang mga kómiks na hiniram niya.
3a. Umalis siya kanína dala-dala ang mga kahon ng tinápay.
 b. Inialis niya kanína ang mga kahon ng tinápay.
4a. Bumabá siya sa báhay dala-dala ang bágong damit.
 b. Ibinabá niya sa báhay ang bágong damit.
5a. Lumabas siya sa kwárto dala-dala ang lámsyed.
 b. Inilabas niya sa kwárto ang lámsyed.
6a. Lumípat siya sa kabilá dala-dala ang banig.
 b. Inilípat niya sa kabilá ang banig.
7a. Pumások siya sa iskwelahan dala-dala ang bag.
 b. Ipinások niya sa iskwelahan ang bag.
8a. Sumakay siya sa dyip dala-dala ang makinílya.
 b. Isinakay niya sa dyip ang makinílya.
9a. Sumáma siya sa sáyáwan dala-dala ang mga bátà.
 b. Isináma niya sa sáyáwan ang mga bátà.
10a. Tumakbo siya sa daan dala-dala ang péra.
 b. Itinakbo niya sa daan ang péra.
11a. Naglagay siya sa mésa ng kaldéro.
 b. Inilagay niya sa mésa ang kaldéro.
12a. Pumanhik siya sa itaas dala-dala ang regálo.
 b. Ipinanhik niya sa itaas ang regálo.
13a. Nagtakip siya ng papel sa mukhà
 b. Itinakip niya ang papel sa kanyang mukhà.
14a. Nagtápon siya ng bulok na ságing sa básurahan.
 b. Itinápon niya ang bulok na ságing sa básurahan.
15a. Nagtuloy siya ng babáe sa kanyang báhay.
 b. Itinuloy niya ang babáe sa kanyang báhay.

Ikalawang Hakbang. Iba-ibang pánahúnan. Bagúhin ang mga pangungúsap sa pamamagítan ng paggámit ng anyong "conveyance passive." (§§9.6, 9.11)

1a. Umáakyat siya sa báhay dala-dala ang kaldéro.
b. Iniáakyat niya sa báhay ang kaldéro.
2a. Nagpápanhik siya ng túbig sa báhay.
b. Ipinápanhik niya ang túbig sa báhay.
3a. Naglálabas siya ng péra sa bag.
b. Inilálabas niya ang péra sa bag.
4a. Bumábalik siya sa iskwelahan dala-dala ang sílya.
b. Ibinábalik niya sa iskwelahan ang sílya.
5a. Bumábabá siya sa púnó dala-dala ang búnga ng mangga.
b. Ibinábabá niya sa púnó ang búnga ng mangga.
6a. Umáalis siya sa báhay dala-dala ang mga gámit.
b. Iniáalis niya sa báhay ang mga gámit.
7a. Nagtátápon siya ng papel sa básurahan.
b. Itinátápon niya ang papel sa básurahan.
8a. Naglálagay siya ng túbig sa báso.
b. Inilálagay niya ang túbig sa báso.
9a. Nagtútuloy siya ng pag-aáral sa báyan.
b. Itinútuloy niya ang pag-aáral sa báyan.
10a. Magsásáma siya ng kapatid sa sáyáwan.
b. Isásáma niya ang kapatid niya sa sáyáwan.
11a. Magtátakip siya ng plástik sa bútas.
b. Itátakip niya ang plástik sa bútas.
12a. Naglílípat siya ng makinílya sa mésa.
b. Inilílípat niya ang makinílya sa mésa.
13a. Nagsásakay siya ng mga kaldéro sa dyip.
b. Isinásakay niya ang mga kaldéro sa dyip.
14a. Magpápások siya ng kótse sa gate.
b. Ipápások niya ang kótse sa gate.
15a. Mag-áangat siya ng sílya pára linísin ang sahig.
b. Iáangat niya ang sílya pára linísin ang sahig.
16a. Magbíbili siya ng isdá at gúlay sa paléngke.
b. Ipagbíbili niya ang isdá at gúlay sa paléngke.
17a. Magtítinda siya ng mga pagkáin sa karindérya.
b. Itítinda niya ang mga pagkáin sa karindérya.

Ikatlong Hakbang. Lahat ng pánahúnan kasáma ang potential. Bagúhin ang mga pangungúsap sa pamamagítan ng paggámit ng anyong "conveyance passive." (§9.11)

1a. Nakaakyat siya sa púnó dala-dala ang kahon.
b. Naiakyat niya sa púnó ang kahon.
2a. Nakapanhik siya sa báhay dala-dala ang bátà.
b. Naipanhik niya sa báhay ang bátà.
3a. Nakapaglabas siya ng péra sa bag.
b. Nailabas niya ang péra sa bag.
4a. Nakapagpások siya ng ínúmin sa kwárto.
b. Naipások niya ang ínúmin sa kwárto.
5a. Nakapaglípat siya ng mga gámit ko sa bágong báhay námin.
b. Nailípat niya ang mga gámit ko sa bágong báhay námin.
6a. Nakapagsáma siya ng áso sa tindáhan.
b. Naisáma niya ang áso sa tindáhan.
7a. Nakapagsakay siya ng babáe sa kanyang dyip.

b. Naisakay niya ang babáe sa kanyang dyip.

8a. Nakapagtakip siya ng plástik sa bútas.

b. Naitakip niya ang plástik sa bútas.

9a. Nakapaglagay siya ng matamis sa kánin.

b. Nailagay niya ang matamis sa kánin.

10a. Makákapagbalik siya ng makinílyang hiniram niya.

b. Maibábalik niya ang makinílyang hiniram niya.

11a. Nagpápatúloy siya ng paglilínis ng báhay.

b. Naipagpápatúloy niya ang paglilínis ng báhay.

12a. Nagtápon siya ng túbig sa mésa.

b. Naitápon niya ang túbig sa mésa.

13a. Magbábabá siya ng pagkáin díto.

b. Maibábabá niya ang pagkáin díto.

14D2. Palitan ng anyong local o direct passive ang pandíwá sa mga pangungúsap. (Verbs of motion) (§§12.31, 12.32)

1a. Pumások siya sa kwárto pára mákíta ang dalágang natútúlog.

b. Pinások niya ang dalágang natútúlog sa kwárto.

2a. Púpunta ako sa báhay nila dáhil nása kanila ang mga gámit ko.

b. Púpuntahan ko ang áking mga gámit sa báhay nila.

3a. Bumalik ako sa báhay nina Léslie dáhil nalimútan ko ang bag ko doon.

b. Binalikan ko ang bag ko sa báhay nina Léslie.

4a. Umakyat ka sa púnó ng mangga at kumúha ka ng búnga.

b. Akyatin mo ang búnga ng mangga.

5a. Dádáan ako sa kanila dáhil gusto ko siyang isáma sa Maynílà.

b. Dádaánan ko siya sa kanila.

6a. Lumabas ng báhay si Pete dáhil may táong tumátáwag sa kanya.

b. Nilabas ni Pete ang táong tumátáwag sa kanya.

7a. Pápanhik lang ako sandalí sa kwárto ko pára makúha ko ang pitáká ko.

b. Pápanhikin ko lang sandalí sa kwárto ko ang áking pitáká .

8a. Bumabá ka ngá sa kusíná pára makáin mo ang iyong pagkáin.

b. Babain mo ngá ang pagkáin mo sa kusínà.

9a. Pápasyal ako sa Los Baños pára masábi ko iyon kay Cárlos.

b. Pápasyalan ko si Cárlos sa Los Baños.

10a. Tumakbo ka pabalik sa báhay dáhil hindí ko nadala ang libro ko.

b. Takbuhin mo ang áking libro sa báhay.

14D3 Únang Hakbang. Pagsasánay sa pagtutuloy. Ituloy ang mga pangungúsap sa pamamagítan ng paggámit ng mga panláping *ipa-*, *ipina-* o *pa-an* sa mga pandíwà. (Causatives to verbs of motion) (§§11.21, 11.121)

1a. Hindí na kailángang pumunta ka doon pára kumúha ng tíket. Pwéde mo namang ...

b. papuntahan sa iba.

2a. Hindí káyang umakyat ni pagong kayá ...

b. ipinaakyat niya kay matsing.

3a. Kung hindí mo maááring ilípat ang mésa ...

b. ipalípat mo na lang kay kúya.

4a. Baká hindí makauwí si Léna kung walang kasáma kayá ...

b. pasamáhan mo sa áking kapatid.

5a. Kung mabibigat ang iyong dala-dala, ang iba ay ...

b. ipadala mo sa ákin.

6a.   Bálak kong umuwí sa Los Báños. Kung may nákalimútan ako ay hindí ako makákabalik péro ...

b.   pabábalikan ko sa áte ko.

7a.   Hindí ko mailabas ang básurahan. Kung dárating siya ay ...

b.   ipalabas mo ang básurahan.

8a.   Naku! Nalimútan kong walang takip ang isdà ...

b.   patakpan mo kay Léslie.

9a.   Hindí ako sanay magtágó ng péra kayá ...

b.   ipinatágó ko sa iyo.

10a.   May háwak ang dalawa kong kamay. Kung may ibíbigay ka ay ...

b.   ipaháwak mo díto sa kasáma ko.

Ikalawang Hakbang. Pagsasánay sa pagtutuloy ng pangungúsap. Ituloy ang mga pangungúsap sa pamamagítan ng paggámit ng panláping *ipa-* o *pag-in* sa mga pandíwà. (Causatives to verbs of motion) (§11.12)

1a.   Huwag kang mag-akyat ng mga mabibigat sa báhay. Sa dráyber na lang nátin ...

b.   ipaakyat.

2a.   Huwag kang mag-akyat ng mga mabibigat sa báhay. Ang dráyber na lang ang ...

b.   pag-akyatin nátin.

3a.   Huwag kang magdala ng mga mabibigat na bágay. Sa mga laláki na lang nátin
      . . .

b.   ipadala.

4a.   Huwag kang magdala ng mga mabibigat na bágay. Ang mga laláki na lang ang
      . . .

b.   pagdalhin nátin.

5a.   Hindí ka naman yátá marúnong maglútò. Sa katúlong na lang nátin ...

b.   ipalútò.

6a.   Hindí ka naman yátá marúnong maglútò. Ang katúlong na lang ang ...

b.   paglutúin nátin.

7a.   Hindí mo káyang ipátong ang malalaking kahon. Sa kúya mo na lang ...

b.   ipapátong.

8a.   Hindí mo káyang ipátong ang malalaking kahon. Ang kúya mo na lang ang ...

b.   pagpatúngin nátin.

9a.   Baká mawalá ang péra sa iyo. Sa kapatid mo na lang ...

b.   ipatágò.

10a.   Baká mawalá ang péra sa iyo. Ang kapatid mo na lang ang ...

b.   pagtagúin nátin.

14D4. Pilíin ang támang sagot sa saklong. (§§11.11-.13, 12.34, 12.53)

1. Pinakiusápan ni Léslie si Ríta na tulúngan siya sa paglilípat sa mga gámit. "(*Ibabà, Babain*) mo múna yung mga kahon, péro huwag mo múnang (*ilálabas, lálabasin*), hábang (*ipinúpunta, pinúpuntahan*) ko yung dyip na (*ipasásakay, pagsásakyan*) nátin ng mga gámit." 2. (*Pinapunta, Pinapuntahan*) ni Léslie ang dyip sa báhay nila at (*ipinások, pinások*) niya ang mga gámit nila sa loob. 3. Hindí (*maipások, mapások*) ang lamésa. Kayà (*ipinatagílid, pinatagílid*) niya ito. 4. Nalimútan ni Lésling dalhin ang súsí ng báhay na (*inilípat, pinaglipátan*) niya ng mga gámit nila, kayá (*pinabalikan, ipinabalik*) niya kay Pete. 5. (*Itinakbo, Tinakbo*) ni Pete ang súsí pabalik sa bágong báhay. 6. Péro hindí pala iyon ang súsí na (*pinapuntahan, pinapunta*) ni Léslie kay Pete. Kayá siya nama'y (*pinatakbo, ipinatakbo*) ulí ni Léslie sa kabilang báhay. 7. (*Ipaháwak, paghawákin*) mo ang péra sa kanya at (*ipabili, pabilhin*) mo siya ng tinápay na áting kákaínin ngayong umága. 8. (*Itálì, Talían*) mo ng istro ang kahon at pagkatápos ay (*ilagay, lagyan*) mo sa mésa. 9. (*Ipaigib, Paigibin*) mo ng túbig ang mga bátà, (*maglálaba, ipaglálaba*) lámang ako ng

iyong mga damit. 10. (*Paglinísin, Ipalínis*) nátin ang báhay kay Léslie, walá naman siyang ginágawà. Kung pwéde ay (*ipahúgas, paghugásin*) na rin nátin siya ng mga pinggan. 11. (*Ipadala, Pagdalhin*) mo díto ang kómiks kay Léna, gusto ko kasing (*ibása, basáhin*) ang mga kwénto doon. 12. Bakà (*umuwì, mag-uwì*) na siya sa báhay. Kanína pa akong naghíhintay díto. Mabúti pa ay (*pagtagúin, ipatágò*) mo kay Pete ang kanyang mga gámit. 13. (*Ipaíhaw, Pag-iháwin*) mo ng isdá ang mga bátá hábang (*itinátápon, nagtátápon*) ako ng bulok na pagkáin sa básurahan. 14. Mahírap (*lampasúhin, ilampáso*) ang sahig kayá (*ipabúbunot, pagbúbunutin*) ko na lang ang mga bátà. 15. Walá akong péra kayá (*pabábayáran, ipabábáyad*) ko na lang ang mga binili ko sa áte. (*Iúútos, Úutúsan*) na lang námin ang katúlong na (*ibigay, bigyan*) sa inyo ang báyad. 16. (*Ipapátong, Pagpatúngin*) mo sa kanya ang mga kahon at (*ipasakay, pagsakayin*) mo ang mga ito sa dyip. 17. May maisúsuot na akong damit kayá lang ay (*ináplántsa, ipinaplántsa*) pa ng kapatid ko. (*Pinatúlong, Pinatulúngan*) ko na ngá si Léslie péro hindí pa rin nila natápos. 18. (*Ipabúbukas, Pagbúbuksin*) mo ng pintó ang dráyber. May háwak kasi ang dalawa mong kamay. Kung gusto mo ay (*ipaháwak, paghawákin*) mo sa ákin ang ibang gámit. 19. Baká hindí mo (*iútos, utúsan*) ang pagtitiklop ng mga pinalántsa. (*Pagtiklupin, Ipatiklop*) mo na lang ang mga damit kay Léslie pára hindí ka mapágod. 20. Masarap maglútó ng úlam si Nánay. Sa kanya mo na lang (*ipalútò, paglutúin*) ang áting úlam. (*Tulúngan, Itúlong*) mo na rin siya.

14E. Verbs from Adjectives. (*Mga pandíwá mulá sa mga pang-úrì*)

14E1. Ituloy ang mga pangungúsap sa pamamagítan ng paggámit ng 'Péro hindí nagtagal at ...'' (§13.21)

1a. Dáti'y malíit pa ang kanilang báhay.
 b. Péro hindí nagtagal at lumaki na.
2a. Dáti'y mahal pa ang ságing sa paléngke.
 b. Péro hindí nagtagal at nagmúra na iyon.
3a. Dáti'y mahírap sina María.
 b. Péro hindí nagtagal at yumáman na sila.
4a. Dáti'y marumi ang áming kusínà.
 b. Péro hindí nagtagal at lumínis na ito.
5a. Dáti'y kókóntí ang péra nila.
 b. Péro hindí nagtagal at dumámi na ito.
6a. Dáti'y malungkot ang kanilang búhay.
 b. Péro hindí nagtagal at sumaya na ito.
7a. Dáti'y maáyos ang mésa ko.
 b. Péro hindí nagtagal at nasírá na ito.
8a. Dáti'y basá ang kanyang damit.
 b. Péro hindí nagtagal at natuyó na ito.
9a. Dáti'y mabábá ang púnong ito.
 b. Péro hindí nagtagal at tumáas na ito.
10a. Dáti'y gutom ang babáe.
 b. Péro hindí nagtagal at nabusog na siya.
11a. Dáti'y masamá ang kanyang mukhà.
 b. Péro hindí nagtagal at gumanda na ito.
12a. Dáti'y galit siya sa ákin.
 b. Péro hindí nagtagal at natuwá na siya.
13a. Dáti'y bágo ang kanyang dyip.
 b. Péro hindí nagtagal at nalúmá na ito.
14a. Dáti'y maginháwa ang kanilang búhay.
 b. Péro hindí nagtagal at naghírap na sila.

15a.   Dáti'y malíit ang kanyang katawan.
  b.   Péro hindí nagtagal at lumaki na ito

14E2. Makinig sa *a*. Isagot ang *b*. Isunod ang *c*. (§§10.11, 10.12)

1a.   Bákit galit na galit ka?
  b.   Nakákagálit talaga!
  c.   Hindí ka dápat magálit!
2a.   Bákit malungkot na malungkot ka?
  b.   Nakákalungkot talaga!
  c.   Hindí ka dápat malungkot!
3a.   Bákit tuwang-tuwá ka?
  b.   Nakákatuwá talaga!
  c.   Hindí ka dápat matuwà!
4a.   Bákit buwisit na buwisit ka?
  b.   Nakákabuwísit talaga!
  c.   Hindí ka dápat mabuwísit!
5a.   Bákit inis na inis ka?
  b.   Nakákainis talaga!
  c.   Hindí ka dápat mainis!
6a.   Bákit hiyang-hiyá ka?
  b.   Nakákahiyá talaga!
  c.   Hindí ka dápat mahiyà!
7a.   Bákit takang-taka ka?
  b.   Nakákapagtaka talaga!
  c.   Hindí ka dápat magtaka!
8a.   Bákit takot na takot ka?
  b.   Nakákatákot talaga!
  c.   Hindí ka dápat matákot!
9a.   Bákit inggit na inggit ka?
  b.   Nakákainggit talaga!
  c.   Hindí ka dápat mainggit!
10a.   Bákit suyang-suyá ka?
  b.   Nakákasúyá talaga!
  c.   Hindí ka dápat masúyà.

14E3. Bagúhin ang mga pangungúsap sa pamamagítan ng paggámit ng anyong "direct passive" ng mga pandíwà. (§§11.11, 13.22)

1a.   Guminháwa sila dáhil sa áhas.
  b.   Pinaginháwa sila ng áhas.
2a.   "Yáyáman ka dáhil sa ákin," wíká ng áhas.
  b.   "Payáyamánin kita," wíká ng áhas.
3a.   Nasírá ang búhay niya dáhil sa kanyang pagíging mainggítin.
  b.   Sinírá ang búhay niya ng kanyang pagíging mainggítin.
4a.   Naúbos ang ságing dáhil kay Matsing.
  b.   Inúbos ni Matsing ang ságing.
5a.   Gumanda ang kanilang búhay dáhil sa anak nila.
  b.   Pinaganda ng anak nila ang kanilang búhay.
6a.   Ang kanyang búhay ay humábá dáhil sa gúlay.
  b.   Ang kanyang búhay ay pinahábá ng gúlay.
7a.   Nagálit siya sa kanyang kapatid na umalis.
  b.   Ginálit siya ng kanyang kapatid na umalis.
8a.   Nainis si Léslie kay Léna dáhil sa kanyang katamaran.

b. Ininis si Léslie ng katamaran ni Léna.
9a. Napágod ang unggoy sa káhahánap sa pagong.
b. Pinágod ang unggoy ng káhahánap sa pagong.
10a. Sumásakit ang kanyang úlo dáhil sa pag-iisip.
b. Pinasásakit ng pag-iisip ang kanyang úlo.

14E4. Pilíin ang támang sagot sa saklong. (§§11.11, 13.21)

1. Hindí ka (*mapápasamà, sásamà*) sa áhas. 2. Basta masamá ang mga ina (*mapápasamà, sásamà*) din ang anak. 3. Nakiramdam siya kung (*mapápalaki, lálaki*) ang báhay nila. 4. (*Mapabúti, Bumúti*) mo kayá ang búhay námin ngayon? 5. Ang gusto niya ay (*mapatáas, tumáas*) niya ang kanyang pinag-arálan. 6. Kapag nagtrabáho ka, ang péra mo ay (*mapáparámi, dádámi*). 7. Ang katawan mo ay (*lálakas, mapápalakas*) ng támang pagkáin. 8. (*Mapáparámi, Dádámi*) ang iyong péra kung hindí ka tamad. 9. (*Mapápasaya, Sásaya*) mo ang iyong matálik na kaibígan kung púpuntahan mo siya. 10. Kung maáárí ay (*mapabilis, bumilis*) nátin ang takbo ng dyip.

14F. Indefinite Words (§§10.21, 10.24)

Únang Hakbang. Pagsasánay sa pagsagot. Sagutin ang mga sumúsunod na pangungúsap sa pamamagítan ng paggámit ng "*Hindí naman. Walá akong ... *"

1a. Bumili ka daw ng tanggígì.
b. Hindí naman. Walá akong binili.
2a. Nagnákaw ka sigúro ng péra, Juan.
b. Hindí naman. Walá akong ninákaw na péra.
3a. Nagbigay ka raw ng báhay sa anak mo.
b. Hindí naman. Walá akong ibinigay sa anak ko.
4a. Nákíta kitang sumásakay sa kariton kanína.
b. Hindí naman. Walá akong sinakyan kanína.
5a. Kumúha ka sigúro ng péra sa bag ko.
b. Hindí naman. Walá akong kinúha.
6a. Nagbasa ka raw ng kómiks kahápon.
b. Hindí naman. Walá akong binása.
7a. Nagbuhat ka raw ng mabibigat na kahon.
b. Hindí naman. Walá akong binuhat.
8a. Naglútó ka na yátá ng úlam.
b. Hindí naman. Walá akong inilútò.
9a. Kumáin ka sigúro ng pagkáin ko.
b. Hindí naman. Walá akong kináin.
10a. Nagbáyad ka ba sa asáwa ko?
b. Hindí naman. Walá akong ibináyad.
11a. Uminom ka raw ng dyus.
b. Hindí naman. Walá akong ininom.
12a. Naglagay ka ba ng túbig sa báso?
b. Hindí naman. Walá akong inilagay.
13a. Nagdala ka ngá ba ng isdá sa paléngke?
b. Hindí naman. Walá akong dinala.
14a. Nagbukas ka raw ng mga regálo?
b. Hindí naman. Walá akong binuksan.
15a. Naglaba ka raw ng damit nila.
b. Hindí naman. Walá akong nilabhan.

Ikalawang Hakbang. Pagsasánay sa pagtutuloy. Ituloy ang mga pangungúsap sa pamamagítan ng paggámit ng "Péro hanggang ngayon ay walá pa rin".

1a. Inutúsan ko siyang gumawá ng letson.
 b. Péro hanggang ngayon ay walá pa rin siyang nagágawà.
2a. Inutúsan ko siyang mag-akyat ng gámit námin.
 b. Péro hanggang ngayon ay walá pa rin siyang naiáakyat.
3a. Inutúsan ko siyang magbasa ng kómiks.
 b. Péro hanggang ngayon ay walá pa rin siyang nabábása.
4a. Inutúsan ko siyang maglaba ng maruruming damit.
 b. Péro hanggang ngayon ay walá pa rin siyang nalálabhan.
5a. Inutúsan ko siyang magbigay ng péra sa asáwa niya.
 b. Péro hanggang ngayon ay walá pa rin siyang naibíbigay.
6a. Inutúsan ko siyang maglútó ng pagkáin.
 b. Péro hanggang ngayon ay walá pa rin siyang nailúlútò.
7a. Inutúsan ko siyang kumáin ng ságing.
 b. Péro hanggang ngayon ay walá pa rin siyang nakákáin.
8a. Inutúsan ko siyang magbukas ng mga kahon.
 b. Péro hanggang ngayon ay walá pa rin siyang nabúbuksan.
9a. Inutúsan ko siyang mag-íhaw ng isdà.
 b. Péro hanggang ngayon ay walá pa rin siyang naiííhaw.
10a. Inutúsan ko siyang kumúha ng káhit anong búnga.
 b. Péro hanggang ngayon ay walá pa rin siyang nakúkúha.
11a. Inutúsan ko siyang uminom ng dyus.
 b. Péro hanggang ngayon ay walá pa rin siyang naíinom.
12a. Inutúsan ko siyang magdala ng gámit sa itaas.
 b. Péro hanggang ngayon ay walá pa rin siyang nadádala.
13a. Inutúsan ko siyang tumúlong sa paglilínis ng báhay.
 b. Péro hanggang ngayon ay walá pa rin siyang naitútúlong.
14a. Inutúsan ko siyang magbáyad sa tindáhan.
 b. Péro hanggang ngayon ay walá pa rin siyang naibábáyad.
15a. Inutúsan ko siyang magsulat ng kwénto.
 b. Péro hanggang ngayon ay walá pa rin siyang naisúsúlat.

Ikatlong Hakbang. Piliin ang támang sagot sa saklong.

1. Pagdating nina Maria sa bundok ay may (*nakárinig, nárinig*) (*silang, nilang*) bóses péro walá (*sila, nila*) ng (*nakákíta, nákíta*). 2. May áhas doon. Ito ang (*nanggágáling, pinanggágalíngan*) (*ang, ng*) bóses. 3. May (*nakíkiúsap, ipinakíkiúsap*) (*ang, ng*) áhas sa kanila. 4. May isang mangkukúlam daw na (*isinumpà, nagsumpà*) (*siya, sa kanya*)ng maging áhas. 5. (*Ibinalik, Nagbalik*) (*sila, nila*)ng dalawa ang mga gámit sa báhay nang may (*mákíta, makákíta*) (*sila, nila*) ng malaking áso. 6. Walá (*sila, nila*)ng gáwáin kundí (*maghúgas, hugásan*) ng pinggan at (*ipalaba, maglaba*) ng damit na marumi. 7. Marámi (*siya, niya*)ng alam tungkol sa (*paglulútò, ipinalútò*) ng pagkáin kayá (*kinúha, nakákúha*) námin siyang katúlong. 8. Ang bátá ay mayroong (*púpuntahan, púpunta*) na sáyáwan at gusto niyang (*isáma, ipasáma*) ang kanyang kapatid. 9. May (*nakátikim, nátikman*) na ba ng mga (*nilútò, ipalútò*) mong pagkáin? Ako na lang ang (*kákáin, ipakákáin*) kung áyaw nila. 10. Pára may (*binili, bumili*) sa áting tindáhan, (*maglagay, ilagay*) ka (*ng, ang*) malínis na basáhan. 11. Mayroon doong báso na pwédeng (*inuman, makáinom*) at kung gusto mong (*kumúha, ipakúha*) (*ng, ang*) tinápay ay pwéde rin. 12. May isdá díto na (*ipinaíhaw, nagpaíhaw*) ko kay Léslie péro walá akong (*ipinadala, nagdala*) sa kanyang tanggígì. 13. Walá (*sila, nila*)ng (*itinápong, tumápong*) bulok na mangga díto. Ang (*nákíta, nakákíta*) ko lang ay (*inilagay, maglagay*) nila díto ang básurahan. 14. May gámit (*sila, nila*) na (*iníwan, nakaíwan*) sa báhay námin at (*kúkúnin, ipakúkúha*) nila sa

katúlong búkas. 15. Bákit may (*nagtágò, ipinatágò*) ng péra ko? Kailángan ko pa naman iyon pára (*makabili, bumili*) ako ng kómiks.

14G. Time Expressions

14G1. Isálin sa Tagálog ang mga parirálang Ingles sa saklong. (§§10.83, 10.91, 10.92)

1. Nagsimulá na ang kláse (*already last Thursday*). 2. Péro (*not until today*) ako pwédeng bumalik sa Maynílà. 3. Dáhil (*only today*) dumating ang péra ko. 4. (*For two years now*) nag-áaral ako sa Maynílà. 5. (*For two years was*) ako sa probínsiya bágo ako dumating díto. 6. Hindì (*still*) ako natátapos dáhil (*only four years*) akong nag-áaral. 7. Dápat (*only four years*) lahat ang pag-áaral ko. 8. Péro kailángan akong mag-áral nang (*one more year*) bágo matápos kasi gáling ako sa probínsiya at lumípat sa Maynílà. 9. (*Next April*) ako matátapos kayá (*it won't be until May*) ako pwédeng pumások sa trabáho. 10. (*Already last Friday*) ko hiníhintay ang kapatid ko. 11. Péro (*only yesterday*) dumating ang kapatid ko. 12. (*Two more days*) at makákaalis na ako sa báhay na ito. 13. (*For only three months*) akong tumira díto. 14. Péro (*for only one month*) táyong magkákilála. 15. (*For only two more days*), áalis na ako. 16. Péro (*not until now*) táyo nagkáúsap. 17. Ang íbig mong sabíhin (*not until this coming Tuesday*) ka áalis? 18. Mabúti naman pára (*one more week*) táyong magkákáúsap. 19. (*For three hours already*) akong naglálaba díto. 20. (*Already last week*) kasi naípon ang maruruming damit. 21. Kayà (*not until five o'clock*) ako natápos maglaba. 22. (*Already by four o'clock*) sána ako natápos kayá lang dumating si Léslie. 23. (*Not until now*) daw siya mamámalántsa. 24. (*For two days now*) ang ulan díto sa probínsiya. 25. (*Only one more day*) at títígil din ang ulan.

14G2. Isálin sa Pilipíno ang mga parirálang Ingles sa saklong. (§10.83)

1. Lumákad sila nang lumákad (*until they saw a snake*). 2. Hiníla niya ang áhas (*from the forest as far as the church*). 3. (*From the time she married*) ay guminháwa ang kanilang búhay. 4. Maghíhintay ako (*until ten o'clock*) at gígisíngin ko sila. 5. Péro (*from four o'clock on*) hindí na umimik si María. 6. Tumakbo siya nang tumakbo (*until he reached the jeep*). 7. Naglakad siya (*from the school as far as*) kanilang báhay kasi walá siyang péra. 8. (*From the time she was sick*) ay nawalá ang saya sa kanilang báhay. 9. Magtátrabáho ako (*until five o'clock*), pagkatápos úuwí na ako. 10. (*From morning on*) hindí na siya kumáin kayá masakit ngayon ang kanyang úlo.

14H. Causative Verbs

14H1.   Pattern Practice (§§11.11, 11.12, 11.121)

Únang Hakbang. Bagúhin ang mga pangungúsap sa pamamagítan ng paggámit ng anyong "direct passive with *pa-*" ng mga tahásang pandíwà.

  1a.   Inutúsan ko siyang umuwì.
    b.   Pinauwí ko siya.
  2a.   Úutúsan ko siyang bumili ng kape.
    b.   Pabíbilhin ko siya ng kape.
  3a.   Inúutúsan ko siyang kumúha ng makinílya.
    b.   Pinakúkúha ko siya ng makinílya.
  4a.   Inutúsan ko siyang sumúlat ng kwénto.
    b.   Pinasúlat ko siya ng kwénto.
  5a.   Úutúsan ko siyang pumások sa kwárto.

    b.   Papápasúkin ko siya sa kwárto.
  6a.   Inúutúsan ko siyang bumása ng súlat.
    b.   Pinabábása ko siya ng súlat.
  7a.   Inutúsan ko siyang gumawá ng létse plan.
    b.   Pinagawá ko siya ng létse plan.
  8a.   Úutúsan ko siyang sumakay sa dyip.
    b.   Pasásakayin ko siya sa dyip.
  9a.   Inúutúsan ko siyang pumunta sa Maynílà.
    b.   Pinapúpunta ko siya sa Maynílà.
10a.   Inutúsan ko siyang umigib ng túbig.
    b.   Pinaigib ko siya ng túbig.

Ikalawang Hakbang. Bagúhin ang mga pangungúsap sa pamamagítan ng paggámit ng panláping *pa-* o *ipa-* sa mga "conveyance and local passive verbs."

  1a.   Pakíkisuyúan ko silang labhan ang áking damit.
    b.   Palálabhan ko ang áking damit sa kanila.
  2a.   Pakíkiusápan ko silang bantayan ang áking báhay.
    b.   Pabábantayan ko ang áking báhay sa kanila.
  3a.   Pinakiusápan ko silang lampasúhin ang sahig.
    b.   Ipinalampáso ko ang sahig sa kanila.
  4a.   Pakíkisuyúan ko siyang sabíhin ang nangyári.
    b.   Ipasásábi ko sa kanya ang nangyári.
  5a.   Pakíkisuyúan ko silang itagílid ang mésa.
    b.   Ipatátagílid ko ang mésa sa kanila.
  6a.   Pakíkiusápan ko silang itápon ito sa básurahan.
    b.   Ipatátápon ko ito sa kanila sa básurahan.
  7a.   Pinakíkiusápan ko silang bilhin ang tinda ko.
    b.   Ipinabíbili ko sa kanila ang tinda ko.
  8a.   Pinakisuyúan ko silang buksan ang pintò.
    b.   Pinabuksan ko sa kanila ang pintò.
  9a.   Pakíkiusápan ko silang ibalik ang iyong mga gámit.
    b.   Ipabábalik ko sa kanila ang iyong mga gámit.
10a.   Pakíkisuyúan ko silang plántsahin ang áking damit.
    b.   Ipápaplántsa ko sa kanila ang áking damit
11a.   Pinakiusápan ko silang tiklupin ang mga damit.
    b.   Ipinatiklop ko sa kanila ang mga damit.
12a.   Pinakíkisuyúan ko silang itaas ang mabibigat na gámit.
    b.   Ipinatátaas ko sa kanila ang mabibigat na gámit.
13a.   Pakíkiusápan ko silang ibabá ang mga kahon.
    b.   Ipabábabá ko sa kanila ang mga kahon.
14a.   Pinakisuyúan ko silang lutúin ang isdà.
    b.   Ipinalútó ko sa kanila ang isdà.
15a.   Pinakíkiusápan ko silang hugásan ang pinggan.
    b.   Pinahúhugásan ko sa kanila ang pinggan.

Ikatlong Hakbang. Choose direct or conveyance or local. Bagúhin ang mga pangungúsap sa pamamagítan ng paglalagay ng angkop na panlápí sa mga pandíwà.

  1a.   Úutúsan ko na lang na umalis yung babáe na iyan.
    b.   Paáalisin ko yung babáe na iyan.
  2a.   Úutúsan ko na si Lénang alisin ang mga plátong pinagkaínan.
    b.   Ipaáalis ko kay Léna ang mga plátong pinagkaínan.
  3a.   Úutúsan ko na lang na bumalik yung laláki.

    b.   Pabábalikin ko yung laláki.
4a.   Úutúsan ko si Lésling isúlat ang kwénto.
    b.   Ipasúsúlat ko kay Léslie ang kwénto.
5a.   Úutúsan ko na lang na umakyat siya sa itaas.
    b.   Paaákyatin ko siya sa itaas.
6a.   Úutúsan ko ang bátá na umigib ng túbig.
    b.   Paíigibin ko ang bátá ng túbig.
7a.   Úutúsan ko na lang si Léna na kúnin ang makinílya.
    b.   Ipakúkúha ko na lang kay Léna ang makinílya.
8a.   Úutúsan ko ang babáe na tiklupin ang damit.
    b.   Ipatítiklop ko ang damit sa babáe.
9a.   Úutúsan ko na lang na gumawá siya ng súlat.
    b.   Pagágawin ko na lang siya ng súlat.
10a.   Úutúsan ko ang áso na uminom ng túbig.
    b.   Paíinumin ko ng túbig ang áso.

14H2.   **Muling isalaysay ang istóryang ito sa pamamagítan ng paggámit ng "causative verbs." (§§11.11-11.13, 13.1-13.11)**

Sinábi ni Léslie na gusto niyang bumili si Pete ng isdà. Tanggígí ang isdang gusto niyang bilhin. Nakíkiúsap si Pete sa mga táo doon na magparikit ng apoy dáhil ang gusto niya'y mag-íhaw sila ng isdang ito. Sinábi ng mga táo doon na dápat iwánan ni Pete ang mga isdà. Gusto nilang bumalik na lámang si Pete pagkatápos nilang mag-íhaw. Gusto ni Pete na bigyan ng péra ang mag-ííhaw péro áyaw kúnin ng laláki. Nang umuwí si Pete nákíta niyang násá labas ang mga gámit ni Léslie. Gusto ni Pete na tulúngan siya ni Léslie na ipások ang mga gámit. Tumúlong si Léslie at sinábi niyang gusto na niyang kumáin ng isdang iníhaw. Umalis si Pete at kinaúsap ulí niya ang mga táo doon na magdala ng isdang iníhaw kay Léslie dáhil may gágawin pa siya.

14H3.   **Supply afixes to verbs in parentheses. Lagyan ng panlápí *mapa-, pa-in, ipa-, pa-an*, ang mga pandíwà sa saklong. (§§11.11-11.14)**

1. (*Patáwag*) kita kung dárating ako sa kanilang báhay kung gusto mong (*pakuha*) ng damit. 2. Hindí ka dápat mag-isang magpunta díto. Dápat kang (*pasáma*). 3. Si Líto na ang (*pasundò*) nila sa iyo. 4. Kung mabigat ang iyong dala (*paháwak*) mo múna sa kanya. 5. (*Patáli*) mo ang áso kay Léslie at baká ito makaalis ng báhay. 6. Baká walá ang áting katúlong búkas kayá (*palaba*) ka na ngayon. 7. (*Palútò*) ko ang isdà, áalis kasi ako at walá namang marúnong maglutó díto. 8. May (*pabása*) sána akong súlat sa iyo kayá lang ay nagbágo ang ísip ko. 9. Búkas ay (*pabálot*) ako ng pagkáin kay Léna at (*paplántsa*) ako ng damit. 10. (*Paigib*) ka na lang sa mga bátà, maláyó kasi ang ílog sa áting báhay. 11. Huwag mong (*papások*) ang hindí mo kilála, baká táyo manakáwan. 12. (*Palabas*) mo ang bátá sa kwárto, baká madumihan ang sahig. 13. Kawáwá naman ang mga babáe, (*pakáin*) nátin sila. 14. Baká hindí mo mabúhat yung mabibigat na gámit, (*paakyat*) mo na lang sa kápit-báhay. 15. (*Pagawà*) ka ng kahon na pwédeng lagyan ng mga damit na marumi. 16. Hindí ako úuwí kayà (*padala*) ko na lang sa iyo itong makinílya. 17. Kapag umakyat ka sa itaas ay (*pababà*) mo ang lámsyed kay Léna. 18. (*Papátong*) mo ang lámsyed sa mésa. 19. Hindí ko pala nilagyan ng túbig ang mga báso, (*palagay*) mo na lang kay Léslie. 20. (*Patúlong*) táyo kina Léslie sa pag-iíhaw ng isdà.

14I.   **Use of *pag-* abstract and indefinite words. Palitan o dagdagan ng *pag, kapag, kung o nang* ang mga salitá sa saklong. (§11.3)**

1. Sigúro maáasar si Nyóra Bébeng (*when*) nákíta niya ang mga damit na ipinátong lang sa mésa. 2. At naasar na ngá siya. Hindí ba sinábi ko sa iyo (*when*) umalis ako (*when*) natápos

mong plántsahin yung mga damit ko, huwag ipátong sa mésa. 3. (*When*) ipinátong sa mésa
sigúro'y magúgusot. 4. (*When*) may iniúútos ako sa iyo tuparin mo ito agad. 5. (*When*) huli
kitang utúsan ay kahápon lámang. Kayá ngayon ay úutúsan ulí kita. 6. Marúrumihan ulí
ang mga damit (*if*) iníwan mo sa labas. 7. (*If*) ang bágay na ito ay iyong sinábi kay Léna ay
baká magálit siya sa ákin. 8. (*Dating*) ni Léna ay sabíhin mo sa kanyang maghandá ng
pagkáin. 9. (*Laba*) mo ay mamalántsa ka naman ng mga gusot na damit. 10. Natuwá ang
bátá (*kíta*) niya na dumating ang kanyang kapatid.

**14J.   Verbs of manner from adjectives. Sagutin ang mga pangungúsap sa pamamagítan ng
paggámit ng "Óo, verb + péro hindí ko ... " at pandíwang anyó ng mga pang-úrì. (§11.51)**

1a.   Nagpúnta ka nang maága sa trabáho.
  b.   Óo, nagpunta ako péro hindí ko inagáhan.
2a.   Natápos mo nang mabilis ang trabáho.
  b.   Óo, natápos ako péro hindí ko binilisan.
3a.   Natúlog ka nang madalas sa áming báhay.
  b.   Óo, natúlog ako péro hindí ko dinalasan.
4a.   Kumáin ka nang matagal sa mésa.
  b.   Óo, kumáin ako péro hindí ko tinagalan.
5a.   Nagsalitá ka nang maliwánag.
  b.   Óo, nagsalitá ako péro hindí ko niliwanágan.
6a.   Inilagay mo nang mabábá ang mga laráwan.
  b.   Óo, inilagay ko péro hindí ko binabáan.
7a.   Naglútó ka nang masarap.
  b.   Óo, naglútó ako péro hindí ko sinarapan.
8a.   Nagkwénto ka nang mahábá kayá ako nákatulog.
  b.   Óo, nagkwénto ako péro hindí ko hinabáan.
9a.   Umútang ka nang malaki.
  b.   Óo, umútang ako péro hindí ko nilakihan.
10a. Nagsalitá siya nang maínam kay Léna.
  b.   Óo, nagsalíta siya péro hindí niya inináman.
11a. Naglaró kayo nang masaya kahápon.
  b.   Óo, naglaró kami péro hindí námin sinayahan.
12a. Kumáin ka nang madámi.
  b.   Óo, kumáin ako péro hindí ko dinamíhan.

**14K1. Double conversion (*ka-* at *magka-*). Bagúhin ang mga pangungúsap sa pamamagítan ng
paggámit ng *ka-(b)* at *magka-(c)* sa mga pandíwà. (§§12.11-12.12)**

1a.   Naglálaró kami ni Édna noong nása elementárya pa kami.
  b.   Kalaró ko si Édna noong nása elementárya pa kami.
  c.   Magkalaró kami ni Édna noong nása elementárya pa kami.
2a.   Kinákaúsap ni Pédro si Édna tuwing lumálabas sila sa kláse.
  b.   Kaúsap ni Pédro si Édna.
  c.   Magkaúsap sila.
3a.   Pínsan si Édna ng nánay ko.
  b.   Kamag-ának ko siya.
  c.   Magkamag-ának kami.
4a.   Nagpápárte ng ságing sina Pagong at Matsing.
  b.   Kapárte ni Matsing si Pagong.
  c.   Magkapárte sila.
5a.   Sumáma si Léslie kay Léna sa pagbili ng pagkáin.
  b.   Kasáma ni Léslie si Léna sa pagbili ng pagkáin.
  c.   Magkasáma si Léslie at si Léna sa pagbili ng pagkáin.

6a. Nakatira sa íisang báyan si Pédro at si Juan.
 b. Kababáyan ni Pédro si Juan.
 c. Magkababáyan sina Pédro at Juan.
7a. Nag-ááway sina Léna at Líto dáhil sa péra.
 b. Kaáway ni Léna si Líto.
 c. Magkaáway sila.
8a. Tinútulúngan niya ang bátá sa pag-igib ng túbig.
 b. Katúlong siya ng bátá sa pag-igib.
 c. Magkatúlong sila sa pag-igib.
9a. Nagkákilála sina Pete at Léslie.
 b. Kakilála ni Pete si Léslie.
 c. Magkakilála sila.
10a. Sinang-ayúnan niya ang Tátay niya.
 b. Kasang-áyon niya ang Tátay niya.
 c. Magkasang-áyon sila.

14K2. Supply affixes as necessary. Lagyan ng angkop na panlápì, *magka-, mag-, makipag-, makipagka-*, ang mga salitá sa saklong.

1. Hindí na (*áway*) sina Caloy at Pete. 2. (*Larò*) pa si Caloy at Pete. 3. At ngayon ay (*sáma*) sila kung saan-saan. 4. Noong úna'y sinubúkan ni Caloy na (*úsap*) kay Pete, áyaw nito, káhit matagal na silang hindí (*kíta*). 5. Gusto ni Caloy na (*sundò*) kay Pete kayá binigyan niya ito ng regálo. 6. Sinábi ni Pete kay Caloy na (*sundó*) na sila. 7. Nákíta ko silang (*sakay*) sa dyip. Ipinagbáyad pa ngá ni Caloy si Pete. 8. Ngayon ay (*túlong*) sila sa paglílínis ng báhay. 9. Ikinuwénto ni Pete na (*kláse*) sila ni Caloy noong elementárya. 10. Sábi ni Caloy ay (*kamag-ának*) sila.

14L1. Mga pang-úring may unláping *pa-*. Bagúhin ang mga pangungúsap sa pamamagítan ng paggámit ng unláping *pa-* sa mga angkop na pandíwà. (§12.21)

1a. Pag bumalik ka sa tindáhan sumakay ka ng dyip.
 b. Sumakay ka ng dyip pabalik sa tindáhan.
2a. Nang dalhin niya ang kanyang nánay sa sementéryo ay tumátakbo siya.
 b. Patakbo niyang dinala ang nánay niya sa sementéryo.
3a. Nang umalis siya ay dala niya ang iyong bag.
 b. Dinala niya paalis ang iyong bag.
4a. Pag pumunta ka sa báhay ay dalhin mo itong makinílya.
 b. Dalhin mo papunta sa báhay itong makinílya.
5a. Nang kausápin niya ako ay nagkunwarí siya.
 b. Pakunwarí niya akong kinaúsap.
6a. Ipinaligid niya ang tálí sa kahon.
 b. Itinálí niya ng paligid ang kahon.
7a. Dumádausdos na bumabá sa púnó ang matsing.
 b. Padausdos na bumabá sa púnó ang matsing.
8a. Nang umuwí siya sa báhay ay naglakad siya.
 b. Siya ay naglakad pauwí sa báhay.
9a. Kapag bumabá ka ay dalhin mo ang kaldéro.
 b. Dalhin mo pababá ang kaldéro.
10a. Nang umakyat si Léslie ay dala niya ang gantimpálà.
 b. Dinala ni Léslie paakyat ang gantimpálà.

14M. Uses of conveyance passive

14M1.   **Bagúhin ang mga pangungúsap sa pamamagítan ng paggámit ng *Huwag kang* ...**
(§12.512)

1a.   Walá kang dápat ikagálit sa ákin.
 b.   Huwag kang magálit sa ákin.
2a.   Walá kang dápat ipagtaka sa ákin.
 b.   Huwag kang magtaka sa ákin.
3a.   Wag mong ipagmalaki ang iyong yáman.
 b.   Huwag kang magmalaki ng iyong yáman.
4a.   Hindí mo dápat ikahiyá ang iyong hánapbúhay.
 b.   Huwag kang mahiyá sa iyong hánapbúhay.
5a.   Walá kang dápat ipagmadalì.
 b.   Huwag kang magmadalì.
6a.   Walá kang dápat ipagmura sa nangyári.
 b.   Huwag kang magmura sa nangyári.
7a.   Walá kang dápat ipagsélos.
 b.   Huwag kang magsélos.
8a.   Walá kang dápat ipagtawa.
 b.   Huwag kang magtawa.
9a.   Walá kang dápat ikalungkot.
 b.   Huwag kang malungkot.
10a. Walá kang dápat ikagálit.
 b.   Huwag kang magálit.

14M2.   **Conveyance vs. local vs. direct for verbs of saying, speaking, asking, etc. Lagyan ng panlápí ang mga pandíwá sa saklong. (§§12.52, 12.521)**

1. (*Táwag*) na nátin si Vic. (*Tanong*) nátin siya kung gusto niyang maglaró ng golf. 2. Marúnong na siyang maglaró ng golf. (*Túrò*) siya ng érpat niya. 3. Káhit ano ang (*túrò*) ng érpat niya sa kanya, tinátandaan. 4. Hoy, Vic, may (*tanong*) ako sa iyo. 5. (*Sigaw*) mo. Hindí yátá nárinig e. 6. O, ano ang (*sagot*) ni Vic sa iyo. 7. (*Sábi*) daw nátin na marúnong na siyang maglaró ng golf. 8. (*Táwad*) mo ang présyo ng bóla ng golf. 9. Magkáno ba ang (*táwad*) nátin? 10. Basta bahálá ka na sa (*sagot*) mo kung (*tanong*) ka niya kung magkáno ang táwad mo.

14M3.   **General review of *i-* vs *an*. Add affixes to verbs in parentheses (*i* vs. *an*). Lagyan ng panlápí ang mga pandíwá sa saklong. (§§9.24, 9.6, 9.11, 11.54, 12.54)**

1. Dápat (*palit*) ang turnílyo ("*screw*") sa makinílya péro mahírap palang makákíta. Walang turnílyong (*palit*) doon. 2. Héto na ang isa. (*Súkat*) mo doon baká pwéde. 3. Nawalan ng turnílyo ang makinílya noong (*bagsak*) ni Pete nang siya ay magálit. 4. Nagálit siya dáhil noong (*súkat*) niya ang kahon hindí pala kásya ang makinílya. 5. (*Útos*) mo kay Pete na dalhin na lang díto ang makinílya kung walang kahon na mápaglagyan. 6. (*Sara*) mo ang pintó at baká makapások ang áso. 7. (*Bukas*) ko, kasi pápások si Pete na may dalang makinílya. 8. Sabíhin mo sa kanya ay (*tágó*) ang péra at baká mawalà. 9. Pete, (*hágis*) mo ako díto ng péra at ako ay papunta na sa tindáhan. 10. Ano ᐸ dápat kong (*túlong*) sa iyo, Pete?

Ikalabinglimang Aralin. Unit 15

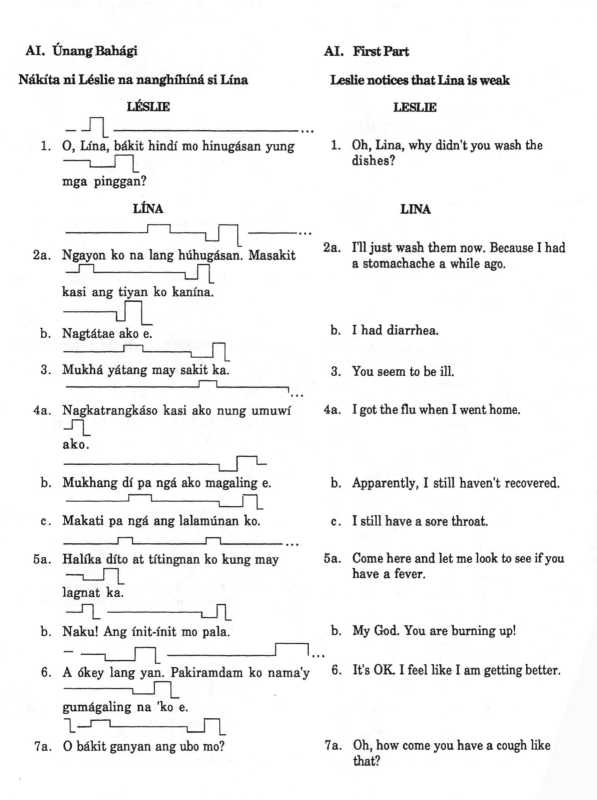

AI. Únang Bahági

Nákíta ni Léslie na nanghíhíná si Lína

LÉSLIE

1. O, Lína, bákit hindí mo hinugásan yung

   mga pinggan?

LÍNA

2a. Ngayon ko na lang húhugásan. Masakit

    kasi ang tiyan ko kanína.

b. Nagtátae ako e.

3. Mukhá yátang may sakit ka.

4a. Nagkatrangkáso kasi ako nung umuwí

    ako.

b. Mukhang dí pa ngá ako magaling e.

c. Makati pa ngá ang lalamúnan ko.

5a. Halíka díto at títingnan ko kung may

    lagnat ka.

b. Naku! Ang ínit-ínit mo pala.

6. A ókey lang yan. Pakiramdam ko nama'y

   gumágaling na 'ko e.

7a. O bákit ganyan ang ubo mo?

AI. First Part

Leslie notices that Lina is weak

LESLIE

1. Oh, Lina, why didn't you wash the dishes?

LINA

2a. I'll just wash them now. Because I had a stomachache a while ago.

b. I had diarrhea.

3. You seem to be ill.

4a. I got the flu when I went home.

b. Apparently, I still haven't recovered.

c. I still have a sore throat.

5a. Come here and let me look to see if you have a fever.

b. My God. You are burning up!

6. It's OK. I feel like I am getting better.

7a. Oh, how come you have a cough like that?

b. Téka, háhanápin ko lang yung termométro.

b. Just a second, let me look for the thermometer.

c. O saan na kayá nandoon ang termométro?

c. Now where did that thermometer go to?

d. Kung kailan kailángan, e hindí naman mákúha.

d. Whenever (you) need something, you can't get hold of it.

8. Mayroon ka bang gamot diyan?

8. Do you have any medicine (lit. have there)?

9. Mabúti pa, magpatingin ka na lang sa doktor.

9. It would be better if you would just go see a doctor.

10. Ayókong pumunta sa doktor. Sipon lang naman e.

10. I don't want to go to the doctor's. It's just a cold.

11a. Ako 'ng bahálá sa gástos.

11a. I'll be the one to take care of the expenses.

b. O éto ang tatlong daang píso.

b. Here is three hundred pesos.

c. Alam mo naman yung klínika du'n sa mé Real Street.

c. You know that clinic (there) near Real Street.

d. Dalhin mo yung iyong reséta sa Mercury Drug at 'wag kang bíbili ng mga gamot du'n sa doktor.

d. Just bring your prescription to Mercury Drugs and don't buy your medicine at the doctor's.

Kasi mahal ang mga gamot du'n.

e. Because it is (lit. the medicines are) expensive there.

dalhin mo díto pabalik ang

f. After that, bring me a receipt back.

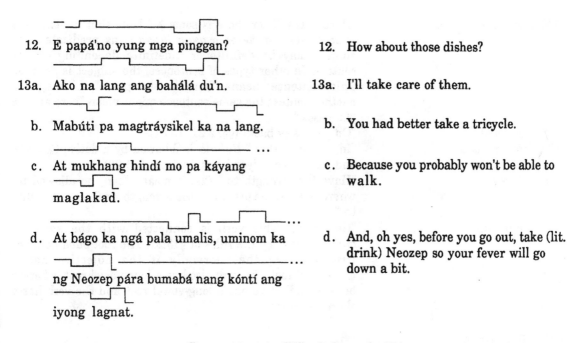

12.	E papá'no yung mga pinggan?	12. How about those dishes?
13a.	Ako na lang ang bahálá du'n.	13a. I'll take care of them.
b.	Mabúti pa magtráysikel ka na lang.	b. You had better take a tricycle.
c.	At mukhang hindí mo pa káyang maglakad.	c. Because you probably won't be able to walk.
d.	At bágo ka ngá pala umalis, uminom ka ng Neozep pára bumabá nang kóntí ang iyong lagnat.	d. And, oh yes, before you go out, take (lit. drink) Neozep so your fever will go down a bit.

Commentary to difficult forms in 15A

scene	*nanghíhínà*	"Be in bad health." The verb derived from the adjective *mahínà* may be of the *maN-* conjugation and means "decline in health or in vigor." Most frequently verbs from adjectives with *ma-* are with the *-um-* conjugation (§13.21), but *mahínà* is one of the adjectives that forms verbs with the affixes of the *maN-* conjugation although *humínà* also occurs. (There is a difference in meaning: *humínà* means "become weaker.")
4a.	*nagkatrangkáso*	"Got the flu." The *magka-* conjugation is explained in §15.1.
b.	*dí pa ngà*	"You're right, it is still not the case." The speaker uses *ngà* here as an indication that the interlocutor was correct in her surmise.
5b.	*ang ínit-ínit*	"How very hot!" For the use of the doubled adjective in exclamations see §6.742. *Maínit* means literally "hot (to the touch)." "To feel hot" is expressed by the local passive *mainítan* (§15.22).
6.	*pakiramdam ko'y gumágaling*	"I feel that... (lit. my feeling is...)" (§15.6). "Am getting better." This is the verb derived from the adjective *magaling* which we discussed in §13.21.
	saan na nároon ang X	"Where did X go to?"
	saan kayà	"I wonder where it is" (§6.93).
9.	*magpatingin sa doktor*	"See a doctor (lit. allow the doctor to look at you)." The *pa-* causative prefix with the active *mag-* prefixes is explained in §15.32.

11b. *éto ang X*   "Here is the X" or "here is some X." Note that in sentences which have *éto* (*héto*) or *ayan* (*hayan*) as predicates, the subject may be definite or indefinite depending on the context. In other types of sentences, the subject is definite. This sentence means "here is 300 pesos", although in another context the same sentence might mean "here are the 300 pesos."

f. *pabalik*   "On your way back" (§§12.21, 15.31).

13a. *bahálá doon*   "In charge of that." *Bahálà* is followed by a dative (§17.94), and the dative of *iyon* "that" is *doon* (§15.33).

c. *káya*   "Have the strength to." *Pwéde* means "can, be allowed to" whereas *káya* means "have the strength or financial ability to."

d. *bumabà*   "Go down." This verb is connected with the adjective *mabábà* "low" by the rules of §13.21. The root *babà* behaves irregularly in that normally if the adjective has a long-vowel root, the verb also has a long-vowel root, whereas here the adjective has a long-vowel root and the verb has a short-vowel root.

AII. Pagsasánay

1. Pagsasánay sa pagsagot

1a. O Lína, bákit hindí mo hinugásan yung mga pinggan?
  b. Ngayon ko na lang húhúgásan. Masakit kasi ang tiyan ko kanína.
2a. O Lína, bákit hindí mo pinakuluan ang túbig?
  b. Ngayon ko na lang pápakuluan. Masakit kasi ang tiyan ko kanína.
3a. O Lína, bákit hindí mo naitágó ang mga pinggan?
  b. Ngayon ko na lang itátágò. Masakit kasi ang tiyan ko kanína.
4a. O Lína, bákit hindí mo nilínis ang báhay?
  b. Ngayon ko na lang lílinísin. Masakit kasi ang tiyan ko kanína.
5a. O Lína, bákit hindí mo kináin ang kánin?
  b. Ngayon ko na lang kákaínin. Masakit kasi ang tiyan ko kanína.
6a. O Lína, bákit hindí mo ininom ang dyus?
  b. Ngayon ko na lang íinumin. Masakit kasi ang tiyan ko kanína.
7a. O Lína, bákit hindí mo itinápon ang basúra?
  b. Ngayon ko na lang itátápon. Masakit kasi ang tiyan ko kanína.
8a. O Lína, bákit hindí mo inilagay ang damit sa mésa?
  b. Ngayon ko na lang ilálagay. Masakit kasi ang tiyan ko kanína.
9a. O Lína, bákit hindí mo pinalántsa ang mga damit?
  b. Ngayon ko na lang páplantsahin. Masakit kasi ang tiyan ko kanína.
10a. O Lína, bákit hindí mo itiniklop ang mga pinalántsa mo?
  b. Ngayon ko na lang itítiklop. Masakit kasi ang tiyan ko kanína.

2. Pagsasánay sa pagsagot. "*Nagka-... kasi ako nung umuwí ako.*"

1a. Mukhá yátang may sakit ka.
  b. Nagkasakit kasi ako nung umuwí ako.
2a. Mukhá yátang may trabáho ka na.
  b. Nagkatrabáho kasi ako nung umuwí ako.
       Mukhá yátang may trangkáso ka.
       Nagkatrangkáso kasi ako nung umuwí ako.

4a. Mukhá yátang may ubo ka.
 b. Nagkaubo kasi ako nung umuwí ako.
5a. Mukhá yátang may kábag ka.
 b. Nagkakábag kasi ako nung umuwí ako.
6a. Mukhá yátang may sipon ka.
 b. Nagkasipon kasi ako nung umuwí ako.
7a. Mukhá yátang may lagnat ka.
 b. Nagkalagnat kasi ako nung umuwí ako.
8a. Mukhá yátang may alérdyi ka.
 b. Nagka-alérdyi kasi ako nung umuwí ako.
9a. Mukhá yátang may probléma ka.
 b. Nagkaprobléma kasi ako nung umuwí ako.
10a. Mukhá yátang may péra ka.
 b. Nagkapéra kasi ako nung umuwí ako.

3. **Pagsasánay sa pagtutuloy**

1a. Téka, kúkúnin ko lang yung termométro.
 b. O, saan na kayá nároon ang termométro?
 c. Kung kailan kailángan ay hindí naman mákíta.
2a. Téka, áarkilahin ko lang yung tráysikel.
 b. O, saan na kayá nároon ang tráysikel?
 c. Kung kailan kailángan ay hindí naman mákíta.
3a. Téka, íinumin ko lang yung gamot.
 b. O, saan na kayá nároon ang gamot?
 c. Kung kailan kailángan ay hindí naman mákíta.
4a. Téka, lálabhan ko lang yung damit.
 b. O, saan na kayá nároon ang damit?
 c. Kung kailan kailángan ay hindí naman mákíta.
5a. Téka, páplántsahin ko lang yung damit.
 b. O, saan na kayá nároon ang damit?
 c. Kung kailan kailángan ay hindí naman mákíta.
6a. Téka, kúkúnin ko lang yung lápis.
 b. O, saan na kayá nároon ang lápis?
 c. Kung kailan kailángan ay hindí naman mákíta.
7a. Téka, ibíbigay ko lang yung péra.
 b. O, saan na kayá nároon ang péra?
 c. Kung kailan kailángan ay hindí naman mákíta.
8a. Téka, dádalhin ko lang yung reséta.
 b. O, saan na kayá nároon ang reséta?
 c. Kung kailan kailángan ay hindí naman mákíta.
9a. Téka, ilálabas ko lang yung tísyu.
 b. O, saan na kayá nároon ang tísyu?
 c. Kung kailan kailángan ay hindí naman mákíta.
10a. Téka, húhugásan ko lang yung tása.
 b. O, saan na kayá nároon ang tása?
 c. Kung kailan kailángan ay hindí naman mákíta.

4. **Pagsasánay sa pagbabalangkas**

1a. Mabúti pa kung may doktor na títingin sa iyo.
 b. Mabúti pa magpatingin ka sa doktor.
2a. Mabúti pa kung may doktor na gágamot sa iyo.
 b. Mabúti pa magpagamot ka sa doktor.

3a.   Mabúti pa kung may sásáma sa iyo papunta sa doktor.
 b.   Mabúti pa magpasáma ka papunta sa doktor.
4a.   Mabúti pa kung ipaglúlútó ka ni Nána Ánsay.
 b.   Mabúti pa magpalútó ka kay Nána Ánsay.
5a.   Mabúti pa kung ipaghúhúgas ka niya ng pinggan.
 b.   Mabúti pa magpahúgas ka sa kanya ng pinggan.
6a.   Mabúti pa kung ipaglálaba ka niya ng damit.
 b.   Mabúti pa magpalaba ka sa kanya ng damit.
7a.   Mabúti pa kung ipag-ííhaw ka ni Pete ng tanggígì.
 b.   Mabúti pa magpaíhaw ka kay Pete ng tanggígì.
8a.   Mabúti pa kung ipag-íigib ka ng mga bátá ng túbig.
 b.   Mabúti pa magpaigib ka sa mga bátá ng túbig.
9a.   Mabúti pa kung ipaglílínis ka ni Léslie ng báhay.
 b.   Mabúti pa magpalínis ka kay Léslie ng báhay.
10a.   Mabúti pa kung ipagdádala ka niya ng makinílya.
 b.   Mabúti pa magpadala ka sa kanya ng makinílya.

5.   **Pagsasánay sa pagsagot**

1a.   Mukhá yátang may sipon ka. Mabúti pa magpatingin ka sa doktor.
 b.   Ayókong pumunta sa doktor. Sipon lang naman e.
2a.   Bákit ganyan ang ubo mo? Mabúti pa magpagamot ka sa klínika.
 b.   Ayókong pumunta sa klínika. Ubo lang naman e.
3a.   Mukhá yátang may lagnat ka. Mabúti pa magpatingin ka sa doktor.
 b.   Ayókong pumunta sa doktor. Lagnat lang naman e.
4a.   Bákit ganyan ang trangkáso mo? Mabúti pa magpatingin ka sa doktor.
 b.   Áyaw kong pumunta sa doktor. Trangkáso lang naman e.
5a.   Mukhá yátang may kábag ka. Mabúti pa magpagamot ka sa klínika.
 b.   Áyaw kong pumunta sa klínika. Kábag lang naman e.
6a.   Bákit ganyan ang sakit mo? Mabúti pa magpagamot ka sa doktor.
 b.   Áyaw kong pumunta sa doktor. Sakit lang naman e.
7a.   Mukhá yátang may alérdyi ka. Mabúti pa magpatingin ka sa doktor.
 b.   Áyaw kong pumunta sa doktor. Alérdyi lang naman e.
8a.   Bákit ganyan ang trabáho mo? Mabúti pa magpahinga ka múna sa báhay.
 b.   Áyaw kong pumunta sa báhay. Trabáho lang naman e.
9a.   Mukhá yátang may péra ka. Mabúti pa magtágó ka ng péra sa kwárto.
 b.   Áyaw kong pumunta sa kwárto. Péra lang naman e.
10a.   Mukhá yátang may probléma ka. Mabúti pa makipag-úsap ka sa kanya.
 b.   Áyaw kong pumunta sa kanya. Probléma lang naman e.

6.   **Pagsasánay sa pagtutuloy**

1a.   Mabúti pa magtráysikel ka na lang.
 b.   Mukhang hindí mo pa káyang maglakad.
2a.   Mabúti pa magpalútó ka na lang kay Nána Ánsay.
 b.   Mukhang hindí mo pa káyang maglútò.
3a.   Yong mabibigat, ipalaba mo na lang.
 b.   Mukhang hindí mo pa káyang maglaba ng mabibigat.
4a.   Mabúti pa, ipalínis mo na lang ang báhay.
 b.   Mukhang hindí mo pa káyang maglínis ng báhay.
 `.   Mabúti pa magpahúgas ka na lang sa kanya ng pinggan.
      Mukhang hindí mo pa káyang maghúgas ng pinggan.
      Yung mahíhírap tiklupin, ipatiklop mo na lang.
       ˈukhang hindí mo pa káyang magtiklop ng damit.

7a. Mabúti pa magpahandá ka ng pagkáin.
b. Mukhang hindí mo pa káyang maghandá ng pagkáin.
8a. Mabúti pa ipaháwak mo múna ang bóla.
b. Mukhang hindí mo pa káyang magháwak ng bóla.
9a. Yong maruruming párte ng sahig, ipalampáso mo na lang.
b. Mukhang hindí mo pa káyang maglampáso ng sahig.
10a. Mabúti pa magpa-íhaw ka na lang ng isdà.
b. Mukhang hindí mo pa káyang mag-íhaw ng isdà.

7. **Pagsasánay sa pagtutuloy**

1a. Bágo ka ngá pala umalis, dápat mong pababain ng kóntí ang lagnat mo. Uminom ka ng Neozep...
b. pára bumabá ng kóntí ang lagnat mo.
2a. Dápat mo silang payamánin ng kóntí bágo sila mainggit. Bigyan mo sila ng péra...
b. pára sila yumáman ng kóntì.
3a. Bágo sila mainggit, dápat mo silang palabasin ng kwárto. Itúlak mo sila...
b. pára lumabas ng kwárto.
4a. Dápat mo silang paalisin sa báhay nátin. Sabíhin mong walá ako...
b. pára sila umalis.
5a. Bágo mamatay ang mga áso, dápat mo silang palayáin. Buksan mo ang pintó ng kúlúngan...
b. pára lumáyá ang mga áso.
6a. Dápat mong palapítin ang mga áso sa iyo. Bigyan mo sila ng pagkáin...
b. pára sila lumápit sa iyo.
7a. Bágo magútom ang mga bátà, dápat mo silang pakaínin. Tawágin mo na sila...
b. pára kumáin (ng iyong inihandang pagkáin).
8a. Uhaw na uhaw sila at dápat mo silang painumin. Bigyan mo sila ng báso...
b. pára uminom (ng dyus na ginawá mo).
9a. Kailángang papuntahin mo sila sa tindáhan. Bigyan mo sila ng péra...
b. pára pumunta sa tindáhan.
10a. Umúulan sa labas kayá dápat mo silang papasúkin. Buksan mo ang pintó...
b. pára sila pumások.

8. **Pagsasánay sa pagbabalangkas**

1a. Pagbalik mo, huwag mong kalimútang dalhin ang resíbo.
b. Dalhin mo díto pabalik ang resíbo.
2a. Paglabas mo, huwag mong kalimútang dalhin ang mga sílya.
b. Dalhin mo palabas ang mga sílya.
3a. Pagbabá mo huwag mong kalimútang dalhin ang kaldéro.
b. Dalhin mo pababá ang kaldéro.
4a. Pag-akyat mo, huwag mong kalimútang dalhin ang bóla.
b. Dalhin mo paakyat ang bóla.
5a. Pag-alis mo huwag mong kalimútang dalhin ang bag.
b. Dalhin mo paalis ang bag.
6a. Pagpások mo, huwag mong kalimútang dalhin ang makinílya.
b. Dalhin mo papasok ang makinílya.
7a. Pagpunta mo doon, huwag mong kalimútang dalhin ang reséta.
b. Dalhin mo papunta doon ang reséta.
8a. Pag-uwí mo, huwag mong kalimútang dalhin ang ságing.
b. Dalhin mo pauwí ang ságing.
9a. Pagtaas mo, huwag mong kalimútang dalhin ang plántsa.

    b.   Dalhin mo pataas ang plántsa.
10a.   Paglípat mo, huwag mong kalimútang dalhin ang lámsyed.
    b.   Dalhin mo palipat ang lámsyed.

AIII. Piliin ang tamang sagot.

    1. *Nahugásan mo na ba ang pinggan?*
        a.   Hindí ko na lang húhugásan ang pinggan.
        b.   Ngayon na lang. Masakit kasi ang tiyan ko kanína.
        c.   Kanína ko pa gustong hugásan ang pinggan.
        d.   Óo, hinugásan ko na ang pinggan.
    2. *Anong nangyári sa iyo? May sakit ka ba?*
        a.   Nagkatrangkáso ngá pala ako nung umuwí ako.
        b.   Mukhang hindí pa ako magaling e.
        c.   Ókey lang ako. Pakiramdam ko nama'y gumágaling na ako.
        d.   Sigúro. Mabúti ngang magpatingin na ako sa doktor.
    3. *O Léslie, sa'n ka púpunta?*
        a.   A púpunta ako sa doktor sa mé Real St.
        b.   A hinánap ko lang yung termométro.
        c.   A sandalí lang. Háhanápin ko lang yung termométro.
        d.   Papúpuntahin ko lang si Pete díto.
    4. *Paáno ako makákapunta sa doktor e walá naman akong péra?*
        a.   Wag kang mag-alala, ako'ng bahálá sa gástos.
        b.   Pumunta ka na lang mámayang hápon.
        c.   Mabúti pa magtráysikel ka na lang.
        d.   Nagsanglá ka ngá pala ng lúpá pára ka mé magástos.
    5. *Kumusta na ang pakiramdam mo?*
        a.   Walá na, kayá ako na lang ang maghúhúgas ng pinggan.
        b.   Mabúti na lang at mabúti ang pakiramdam ko.
        c.   Makati pa ngá ang lalamúnan ko e.
        d.   Ókey lang, sa palagay ko nga'y gumágaling na ako.
    6. *Saan ba ako púpunta?*
        a.   Tawágin mo yung tráysikel pára pumunta díto.
        b.   Dalhin mo yung reséta sa Mercury Drug.
        c.   Dun sa klínika sa mé Real St.
        d.   Pumunta ka na lang mámayang hápon.
    7. *Bíbilhin ko na ba yung gamot sa doktor?*
        a.   Mabúti't hindí mo binili ang gamot sa doktor.
        b.   Mabúti pa ngá na magpatingin ka na lang sa doktor.
        c.   Kung mé péra ka, sána'y ibinili mo na ng gamot.
        d.   Huwag. Huwag at mahal ang gamot do'n.
    8. *Ano'ng nangyári sa iyo nung umuwí ka?*
        a.   Sumakit kasi ang tiyan ko kanína.
        b.   Hinánap ko ang termométro péro hindí ko nakúha.
        c.   Nagkatrangkáso ako.
        d.   Ókey lang. Pakiramdam ko nama'y gumágaling na ako.
    9. *O, ano'ng hináhánap mo diyan?*
        a.   A yung termométro. Hindí ko kasi makúha e.
        b.   A, hináhánap ko lang yung gamot.
        c.   Násaan na yung Neozep? Hindí ko kasi mákíta kanína.
        '.   Násaan na kayá yung termométro?

AIV. Buuin ang mga sumúsunod na pangungúsap úpang magkaroon ng ganap na díwà.

1. O Lína, bákit hanggang ngayo'y hindí mo pa ... 2. A óo, kasi kanína'y sumakit ... 3. Sumakit ang tiyan ko kanína kayá hindí ... 4. Nang umuwí kasi ako sa ámi'y ... 5. Lumápit ka sa ákin at títingnan ko kung ... 6. Hindì, ókey lang ito. Pakiramdam ko nama'y ... 7. Sandalí lang ha, at háhanápin ... 8. Saan kayá nároon ang ... 9. May lagnat ka. Mabúti pa'y ... 10. Hindì, 'wag na lang. Hindí na ako púpunta sa doktor kasi ay ... 11. Síge na, magpunta ka na at ako na ... 12. Pagkatápos mong magpatingin ... 13. 'Wag kang bíbili do'n ng gamot kasi ay ... 14. At 'wag mong kalimútang dalhin ... 15. Mukhang hindí mo pa káyang maglakad, mabúti pa'y ...

AV. Sagutin ang mga sumúsunod na tanong.

1. O Lína, nakapaghúgas ka na ba ng pinggan? 2. May sakit ka ba? 3. Magaling ka na ba? 4. Ano'ng pakiramdam mo? 5. O Áte, ano'ng hináhánap mo? 6. O Lína, gusto mo bang magpatingin sa doktor? 7. Paáno ako makákapagpatingin sa doktor ay walá naman akong péra? 8. Sa'n ko dádalhin ang reséta? 9. E síno ang maghúhúgas ng pinggan pag umalis ako? 10. Káya na ba ni Línang maglakad? 11. Ano itong gamot na ipaíinom mo sa ákin? 12. Dun na rin ba ako sa doktor bíbili ng gamot? 13. Ano'ng gágawin ko pagkatápos kong bumili ng gamot? 14. Bákit ngá ba sumakit ang tiyan mo? 15. Pára saan ba itong gamot?

BI. Ikalawang Bahági	**BI. Second Part**
Pagkatápos ni Línang magpunta sa doktor	After Lina goes to the doctor
LÉSLIE	**LESLIE**
14. O ano'ng sábi ng doktor?	14. What did the doctor say?
LÍNA	**LINA**
15. A binigyan niya ako ng ineksyon.	15. Oh, he gave me an injection.
16a. Hindí niya sinábi kung ano'ng nangyári sa 'yo?	16a. Didn't he say what it was you had (lit. what had happened to you)?
b. Naku! Bákit may pantal ang mukhá mo?	b. Heavens! Why do you have blotches on your face?
17. A, búngang-áraw lang iyan.	17. Oh, that's just prickly heat.
18a. Sigúro, alérdyik ka lang du'n sa gamot na ininom mo.	18a. You probably have an allergy from the medicine you took (lit. drank).

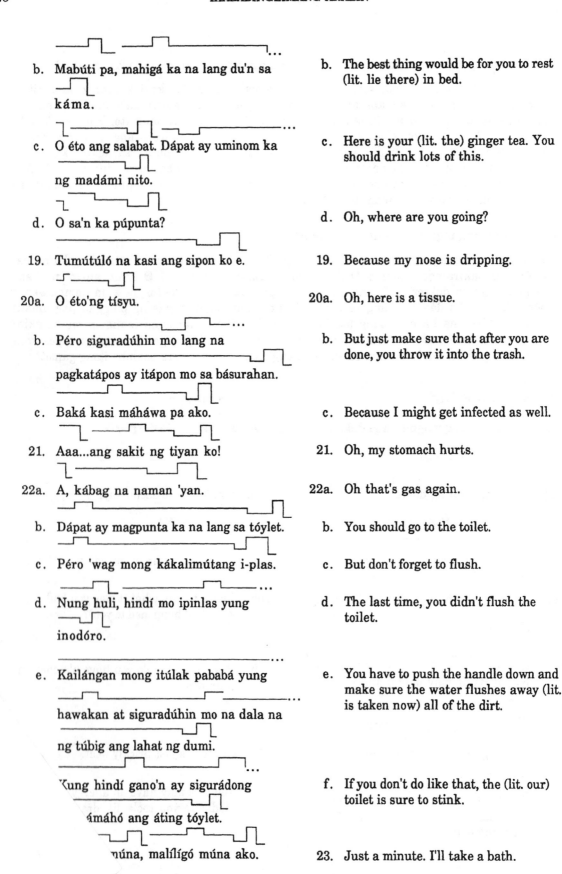

b. Mabúti pa, mahigá ka na lang du'n sa káma.

b. The best thing would be for you to rest (lit. lie there) in bed.

c. O éto ang salabat. Dápat ay uminom ka ng madámi nito.

c. Here is your (lit. the) ginger tea. You should drink lots of this.

d. O sa'n ka púpunta?

d. Oh, where are you going?

19. Tumútúló na kasi ang sipon ko e.

19. Because my nose is dripping.

20a. O éto'ng tísyu.

20a. Oh, here is a tissue.

b. Péro siguradúhin mo lang na pagkatápos ay itápon mo sa básurahan.

b. But just make sure that after you are done, you throw it into the trash.

c. Baká kasi máháwa pa ako.

c. Because I might get infected as well.

21. Aaa...ang sakit ng tiyan ko!

21. Oh, my stomach hurts.

22a. A, kábag na naman 'yan.

22a. Oh that's gas again.

b. Dápat ay magpunta ka na lang sa tóylet.

b. You should go to the toilet.

c. Péro 'wag mong kákalimútang i-plas.

c. But don't forget to flush.

d. Nung huli, hindí mo ipinlas yung inodóro.

d. The last time, you didn't flush the toilet.

e. Kailángan mong itúlak pababá yung hawakan at siguradúhin mo na dala na ng túbig ang lahat ng dumi.

e. You have to push the handle down and make sure the water flushes away (lit. is taken now) all of the dirt.

Kung hindí gano'n ay sigurádong ámáhó ang áting tóylet.

f. If you don't do like that, the (lit. our) toilet is sure to stink.

núna, malílígó múna ako.

23. Just a minute. I'll take a bath.

24a. Nasísírá ka na ba?

24a. Are you crazy?

b. Hindí ka pa pwédeng malígó hanggang

hindí ka pa gumágaling.

b. You can't take a bath as long as you haven't gotten well.

c. Sigurádong mabíbínat ka.

c. You are sure to have a relapse.

Commentary to difficult forms in 15B

18c.	éto ang salabat	"Here is some ginger tea." In sentences with éto as predicate the subject may be definite or indefinite. This sentence in another context could mean, "Here is the ginger tea."
20b.	itápon	"Toss it." The meaning "it" (i.e., the reference back to the kleenex) is carried by the choice of the passive.
c.	maháwa pa	"I might get infected (unnecessarily)" (Pa is explained under rubric b in §10.92)."
e.	pababà	"Downwards" (§15.31).
	hawakan	"Handle (place to hold on to)" (§17.33).
22f.	mamámáhò	"Will smell." This is a verb formed from the adjective mabáhò by adding affixes of the maN- conjugation. Most commonly verbs are formed from adjectives with ma- by adding the affixes of the -um- conjugation (§13.21), and bumáhò occurs as well as mamáhò with little difference in meaning.
24a.	nasísírà	"Be crazy." Masírà has two meanings: (1) "break, become broken" and (2) "have gone mad."
c.	mabíbínat	"Will suffer a relapse." The affixes of the ma- conjugation are added to the noun bínat "relapse" to form a verb which means "suffer a relapse."

BII. Pagsasánay

1. Pagsasánay sa pagtutuloy

1a. Nakáka-alérdyi yung gamot na ininom mo.
b. Sigúro alérdyik ka doon sa gamot na ininom mo.
2a. Nakákatákot yang sakit na nakákaháwa káhit kaníno.
b. Sigúro takot ka diyan sa sakit na nakákaháwa káhit kaníno.
3a. Nakákagálit yung táong nagpunta díto kanína.
b. Sigúro galit ka doon sa táong nagpunta díto kanína.
4a. Nakákainis yang damit na marumi.
b. Sigúro inis ka diyan sa damit na marumi.
5a. Nakákainggit yung pagsasáma nina María at Juan.
b. Sigúro inggit ka doon sa pagsasáma nina María at Juan.
6a. Nakákasúyá yang lamok na tumúsok sa balat mo.
b. Sigúro suyá ka diyan sa lamok na tumúsok sa balat mo.
7a. Nakákabwísit yung kasáma mo kahápon.
b. Sigúro bwisit ka doon sa kasáma mo kahápon.
8a. Nakákapagtaka yang ginágawá mo.

  b.   Sigúro taka ka diyan sa ginágawá mo.

2.   **Pagsasánay sa pagbabalangkas**

  1a.   Madaling makaháwa yang trangkáso mo, kayá dápat mong itápon yang tísyu sa
        básurahan.
  b.   Siguradúhin mo lang na itápon yang tísyu, baká maháwa pa ako.
  2a.   Madaling masírá yang pagkáin, kayá dápat mong ubúsin agad.
  b.   Siguradúhin mo lang na ubúsin yang pagkáin, baká masírà.
  3a.   Madaling bumahó yung inodóro, kayá dápat mong iplas pagkatápos gamítin.
  b.   Siguradúhin mo lang na iplas yung inodóro, baká bumáhò.
  4a.   Madaling mawalá ang makinílya, kayá dápat mong itágó pagkatápos gamítin.
  b.   Siguradúhin mo lang na itágó pagkatápos gamítin ang makinílya, baká mawalà.
  5a.   Madaling mamatay ang isdà, kayá dápat mong bigyan ng pagkáin.
  b.   Siguradúhin mo lang na bigyan ng pagkáin ang isdà, baká mamatay.
  6a.   Madaling makalabas ang áso, kayá dápat mong itálí sa tabi ng púnò.
  b.   Siguradúhin mo lang na itálí sa tabi ng púnó ang áso, baká makalabas.
  7a.   Madaling makatawid ang bátà, kayá dápat mong hawákan sa kamay.
  b.   Siguradúhin mo lang na hawákan sa kamay ang bátà, baká makatawid.
  8a.   Madaling mabasá ang damit ko, kayá dápat mong ilagay sa bag.
  b.   Siguradúhin mo lang na ilagay sa bag ang damit ko, baká mabasà.
  9a.   Madaling bumagsak ang lámsyed, kayá dápat mong ipátong sa mésa.
  b.   Siguradúhin mo lang na ipátong sa mésa ang lámsyed, baká bumagsak.
 10a.   Madaling mahúlog ang bóla, kayá dápat mong ilagay sa kahon.
  b.   Siguradúhin mo lang na ilagay sa kahon ang bóla, baká mahúlog.

3.   **Pagsasánay sa pagbabalangkas**

  1a.   Dápat walang duming maííwan sa inodóro.
  b.   Siguradúhin mong dala na ng túbig ang lahat ng dumi sa inodóro.
  2a.   Dápat walang pagkáing mátitira sa mésa.
  b.   Siguradúhin mong ubos na ang lahat ng pagkáin sa mésa.
  3a.   Dápat walang trabáhong maííwan sa báhay.
  b.   Siguradúhin mong tapos na ang lahat ng trabáho sa báhay.
  4a.   Dápat walang káhoy na mátitirang buó sa labas.
  b.   Siguradúhin mong putol na ang lahat na káhoy sa labas.
  5a.   Dápat walang gámit na maííwan sa kwárto.
  b.   Siguradúhin mong handá na ang lahat ng gámit sa kwárto.
  6a.   Dápat walang kwárto sa báhay na may súsì.
  b.   Siguradúhin mong bukas na ang lahat ng kwárto sa báhay.
  7a.   Dápat walang bágo sa kaldérong ipagbíbili.
  b.   Siguradúhin mong butas na ang lahat ng kaldérong ipagbíbili.
  8a.   Dápat walang maáyos sa sílyang ipápagawà.
  b.   Siguradúhin mong sirá na ang lahat ng sílyang ipápagawà.
  9a.   Dápat walang máuuna sa pagpapaáyos ko ng makinílya.
  b.   Siguradúhin mong sunod na ang ipápaáyos kong makinílya.
 10a.   Dápat walang nakasábit na basáhan sa kusínà.
  b.   Siguradúhin mong tanggal na ang lahat ng basáhan sa kusínà.

      gsasánay sa pagtutuloy

        'Wag mong kákalimútang iplas, baká mamáhò.
        Nung huli, hindí mo ipinlas at namáhò.
        Vag mong kákalimútang ubúsin ang pagkáin, baká masírà.

b.   Nung huli, hindí mo inúbos at nasírà.

3a.   'Wag mong kákalimútang uminom ng Neozep, baká mabínat ka.

b.   Nung huli, hindí ka uminom at nabínat ka.

4a.   'Wag mong kákalimútang itágó ang péra, baká mawalà.

b.   Nung huli, hindí mo itinágó at nawalà.

5a.   'Wag mong kákalimútang ibabá ang lámsyed, baká bumagsak.

b.   Nung huli, hindí mo ibinabá at bumagsak.

6a.   'Wag mong kákalimútang ipások ang mga gámit, baká mabasà.

b.   Nung huli, hindí mo ipinások at nabasà.

7a.   'Wag mong kákalimútang tiklupin ang mga damit, baká magusot.

b.   Nung huli, hindí mo tiniklop at nagusot.

8a.   'Wag mong kákalimútang labhan ang mga damit, baká dumumi.

b.   Nung huli, hindí mo nilabhan at dumumi.

9a.   'Wag mong kákalimútang ipátong sa mésa ang kahon, baká mahúlog.

b.   Nung huli, hindí mo ipinátong at nahúlog.

10a.   'Wag mong kákalimútang itápon ang tísyu, baká makaháwa ka.

b.   Nung huli, hindí mo itinápon ang tísyu at nakaháwa ka.

5.   **Pagsasánay sa pagbabalangkas**

1a.   Pag gumaling ka na saká ka pwédeng malígò.

b.   Hindí ka pa pwédeng malígó hanggang hindí ka pa gumágaling.

2a.   Pag natápos na ang trabáho saká ka pwédeng mahigà.

b.   Hindí ka pa pwédeng mahigá hanggang hindí pa natátápos ang trabáho.

3a.   Pag bumabá na ang lagnat mo saká ka pwédeng lumabas.

b.   Hindí ka pa pwédeng lumabas hanggang hindí pa bumábabá ang lagnat mo.

4a.   Pag dumating na ang Áte mo saká ka pwédeng umalis.

b.   Hindí ka pa pwédeng umalis hanggang hindí pa dumárating ang Áte mo.

5a.   Pag umalis na ang inay mo saká ka pwédeng bumili.

b.   Hindí ka pa pwédeng bumili hanggang hindí pa umáalis ang inay mo.

6a.   Pag nagútom ka na saká ka pwédeng kumáin.

b.   Hindí ka pa pwédeng kumáin hanggang hindí ka pa nagúgútom.

7a.   Pag naúhaw ka na saká ka pwédeng uminom.

b.   Hindí ka pa pwédeng uminom hanggang hindí ka pa naúúhaw.

8a.   Pag umuwí ka na saká ka magdala ng pagkáin.

b.   Hindí ka pa pwédeng magdala ng pagkáin hanggang hindí ka pa umúuwì.

9a.   Pag nag-áral ka na saká ka matúlog.

b.   Hindí ka pa pwédeng matúlog hanggang hindí ka pa nag-ááral.

10a.   Pag yumáman ka na saká ka bumili ng kótse.

b.   Hindí ka pa pwédeng bumili ng kótse hanggang hindí ka pa yumáyáman.

BIII.   **Pilíin ang támang sagot.**

1.   *O Lína, ano'ng nangyári?*

a.   A búngang áraw lang ito.

b.   Aaa...ang sakit ng tiyan ko.

c.   A walà, binigyan lang niya ako ng ineksyon.

d.   A kábag lang sigúro ito.

2.   *O ano naman yang nása mukhá mo?*

a.   Sigúro may alérdyi ako sa ininom kong gamot.

b.   A búngang-áraw lang ito.

c.   May pantal ngá pala ako sa mukhà.

d.   Hindí naman niya sinábi kung anong nangyáyári sa ákin.

3. *Íinumin ko ba itong salabat?*
    a.   Óo at dápat ay madámi ang iyong inumin.
    b.   Mabúti't ininom mo yang salabat.
    c.   Óo ngá pala. Uminom ka nitong salabat.
    d.   'Wag at sigurádong mabíbínat ka.

4. *O ba't mabáhó itong tóylet?*
    a.   Hindí pala niya ipinlas ang tóylet.
    b.   Kasi, nalimútan niyang i-plas yung inodóro.
    c.   Ang báhó ngá pala ng tóylet.
    d.   Hindí pala sila naglílínis ng tóylet.

5. *Pwéde bang malígó na ako?*
    a.   Sigurádong mabíbínat ka.
    b.   Péro 'wag mong kalílimútang iplas ang tóylet.
    c.   Nasísírá ka na ba, baká ka mabínat.
    d.   Hindí ka pa yátá gumágaling e.

6. *Bákit kayá masakit ang tiyan ko?*
    a.   Káhit masakit ang tiyan mo, maghúgas ka ng pinggan.
    b.   A sigúro, kábag lang yan.
    c.   Mabúti pa, magpunta ka na lang sa tóylet.
    d.   Talaga palang masakit ang tiyan mo.

7. *O sa'n ka púpunta?*
    a.   Téka múna at malílígó ako.
    b.   Pumunta lang ako sandalí sa inodóro.
    c.   Diyan lang sa CR, tumútúló na kasi ang sipon ko.
    d.   Humigá na lang ako sa káma kanína.

8. *Nai-plas na ba niya yung inodóro?*
    a.   Nung huli ay nalimútan niyang iplas ang inodóro.
    b.   Kayá siguradúhin mong nai-plas mo na at baká mamáhò.
    c.   Mínsan ay nalimútan niyang i-plas.
    d.   Sigúro, dáhil walá nang dumi sa inodóro.

9. *Bákit kailángan kong itápon ang tísyu?*
    a.   Baká kasi maháwa pa ako.
    b.   Kasi ay hindí niya itinápon ang tísyu.
    c.   Kailángan kasing dala na ng túbig ang lahat ng dumi.
    d.   Kailángan mo pala ng tísyu dáhil tumútúló na ang sipon mo.

10. *Búngang-áraw ngá kayá itong násа mukhá ko?*
    a.   Hindì. Hindí naman niya sinásábi kung ano'ng nangyáyári sa 'yo.
    b.   Hindì. Alérdyi lang iyan.
    c.   Sigúro. Kayá mabúti pa mahigá ka na lang.
    d.   Kayá pala ganyan ang mukhá mo.

BIV. Buuin ang mga sumúsunod na pangungúsap úpang maging ganap ang díwà.

1. A binigyan ka pala ng doktor ... 2. Ano, hindí niya sinábi kung ano'ng ... 3. O Lína, ba't mé pantal ... 4. Kayá ka sigúro may pantal ay dáhil sa ... 5. Mas mabúti sigúro kung ... 6. O Lína, naghandá ako ng salabat. Dápat ay ... 7. O Lína, tumútúló ang sipon mo, héto ... Siguradúhin mo lang na pagkatápos ay ... 9. Pag hindí mo itinápon ay baká ... Masakit pala ang tiyan mo kayá mabúti pa'y ... 11. Péro huwag mong kalílimútang ... ᴺiguradúhin mong dala na ng túbig ... 13. Kung hindí mo ipá-plas ang inodóro ay ᴺlong ... 14. Wag kang malílígó hanggang ... 15. Pag nalígó ka ngayon ...

BV. Sagutin ang mga sumúsunod na tanong.

1. O Lína, ano'ng sinábi sa iyo ng doktor? 2. Ano daw ang nangyáyári sa iyo? 3. O ano'ng nangyári sa mukhá mo? 4. Ano ba itong ipinaíinom mo sa ákin? 5. Ano kaya'ng gágawin ko, ang sakit kasi ng tiyan ko? 6. Pwéde na ba akong malígò? 7. Kailángan ko pa bang i-plas yong inodóro? 8. Saan ko ba itátápon itong tísyu? 9. Paáno ba ang paggámit nitong plas? 10. Bákit kayá masakit ang tiyan ko? 11. Palágí ba niyang ipiná-plas ang inodóro? 12. Kailángan mo ba ng tísyu? 13. Bákit kayá may pantal ako sa mukhà? 14. O, bákit ang báhó ng inodóro? 15. Kung malígó ako ngayon, ano kayang mangyáyári sa ákin?

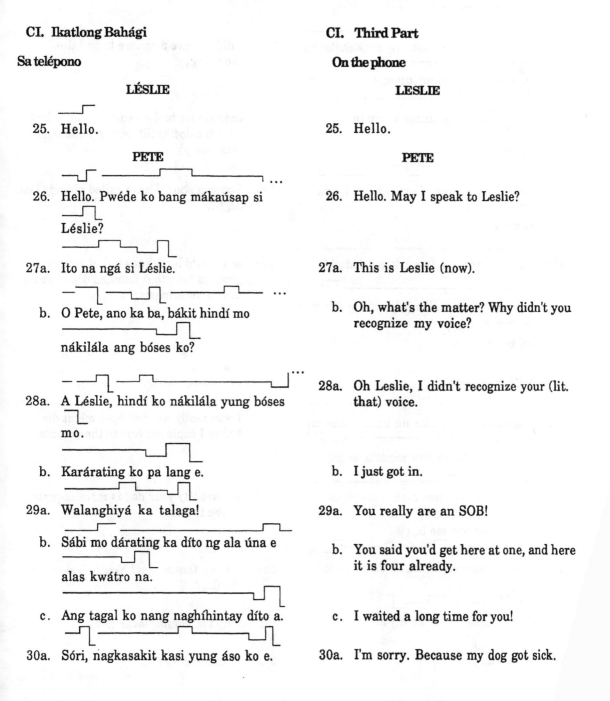

CI. Ikatlong Bahági	**CI. Third Part**
Sa telépono	On the phone
LÉSLIE	**LESLIE**
25. Hello.	25. Hello.
PETE	**PETE**
26. Hello. Pwéde ko bang mákaúsap si Léslie?	26. Hello. May I speak to Leslie?
27a. Ito na ngá si Léslie.	27a. This is Leslie (now).
b. O Pete, ano ka ba, bákit hindí mo nákilála ang bóses ko?	b. Oh, what's the matter? Why didn't you recognize my voice?
28a. A Léslie, hindí ko nákilála yung bóses mo.	28a. Oh Leslie, I didn't recognize your (lit. that) voice.
b. Karárating ko pa lang e.	b. I just got in.
29a. Walanghiyá ka talaga!	29a. You really are an SOB!
b. Sábi mo dárating ka díto ng ala úna e alas kwátro na.	b. You said you'd get here at one, and here it is four already.
c. Ang tagal ko nang naghíhintay díto a.	c. I waited a long time for you!
30a. Sóri, nagkasakit kasi yung áso ko e.	30a. I'm sorry. Because my dog got sick.

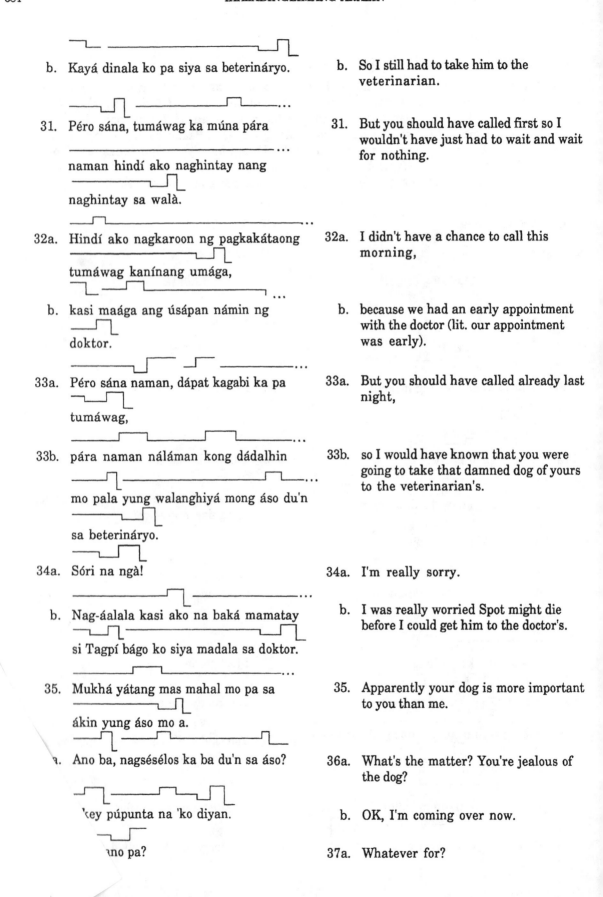

b. Kayá dinala ko pa siya sa beterináryo.

b. So I still had to take him to the veterinarian.

31. Péro sána, tumáwag ka múna pára naman hindí ako naghintay nang naghintay sa walà.

31. But you should have called first so I wouldn't have just had to wait and wait for nothing.

32a. Hindí ako nagkaroon ng pagkakátaong tumáwag kanínang umága,

32a. I didn't have a chance to call this morning,

b. kasi maága ang úsápan námin ng doktor.

b. because we had an early appointment with the doctor (lit. our appointment was early).

33a. Péro sána naman, dápat kagabi ka pa tumáwag,

33a. But you should have called already last night,

33b. pára naman náláman kong dádalhin mo pala yung walanghiyá mong áso du'n sa beterináryo.

33b. so I would have known that you were going to take that damned dog of yours to the veterinarian's.

34a. Sóri na ngà!

34a. I'm really sorry.

b. Nag-áalala kasi ako na baká mamatay si Tagpí bágo ko siya madala sa doktor.

b. I was really worried Spot might die before I could get him to the doctor's.

35. Mukhá yátang mas mahal mo pa sa ákin yung áso mo a.

35. Apparently your dog is more important to you than me.

36a. Ano ba, nagsésélos ka ba du'n sa áso?

36a. What's the matter? You're jealous of the dog?

b. key púpunta na 'ko diyan.

b. OK, I'm coming over now.

37a. ano pa?

37a. Whatever for?

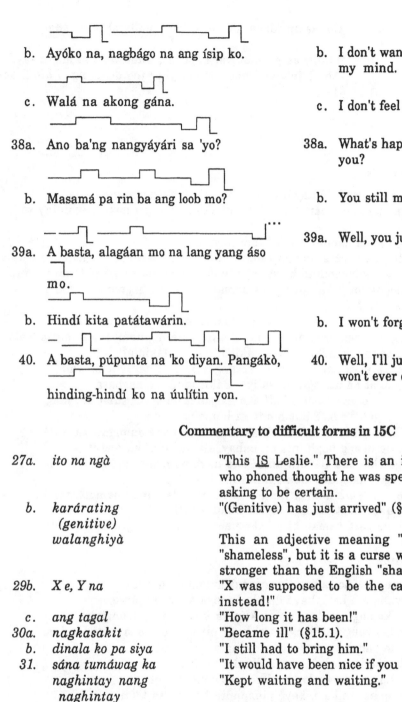

b. Ayóko na, nagbágo na ang ísip ko.

c. Walá na akong gána.

38a. Ano ba'ng nangyáyári sa 'yo?

b. Masamá pa rin ba ang loob mo?

39a. A basta, alagáan mo na lang yang áso

mo.

b. Hindí kita patátawárin.

40. A basta, púpunta na 'ko diyan. Pangákò,

hinding-hindí ko na úulítin yon.

b. I don't want to any longer, I've changed my mind.

c. I don't feel like it any more.

38a. What's happened (lit. is happening) to you?

b. You still mad?

39a. Well, you just take care of your dog.

b. I won't forgive you.

40. Well, I'll just come over. I promise, I won't ever do it (that) again.

Commentary to difficult forms in 15C

27a.	ito na ngà	"This IS Leslie." There is an implication that the person who phoned thought he was speaking to Leslie and was just asking to be certain.
b.	karárating (genitive)	"(Genitive) has just arrived" (§13.3).
	walanghiyà	This an adjective meaning "SOB." Literally, it means "shameless", but it is a curse word in Pilipino and is much stronger than the English "shameless."
29b.	X e, Y na	"X was supposed to be the case, and here Y is the case instead!"
c.	ang tagal	"How long it has been!"
30a.	nagkasakit	"Became ill" (§15.1).
b.	dinala ko pa siya	"I still had to bring him."
31.	sána tumáwag ka	"It would have been nice if you had called."
	naghintay nang naghintay	"Kept waiting and waiting."
	sa walà	"In vain."
32b.	úsápan	"Appointment (lit., action of talking together)" (§23.35).
35.	mahal mo	"Dear to you."
	mas mahal pa	"Even dearer."
36a.	doon sa áso	"At that dog" (= sa ásong iyon)" (§15.33).
37a.	nagbágo ang ísip ko	"I've changed my mind (Lit. My mind has changed)." T... verb derived from bágo by adding affixes of the ma... conjugation is discussed in §17.1.
c.	walá na akong gána	"I don't feel like it (Lit. I have no more appetite)."

38b. *masamá ang loob*   This is an idiom meaning "for (genitive) to be angry."
      (genitive)

40.   *basta*   "In any case, whatever happens, whatever you might say."
      hinding-hindì   "Absolutely will not happen." For the doubling of *hindì* see
                               §19.6.

CII. **Pagsasánay**

1.   **Pagsasánay sa pagtutuloy**

      1a. Ang tagal ko nang naghíhintay díto a. Bákit hindí ka tumáwag múna?
      b.   Sána tumáwag ka múna pára naman hindí ako naghintay nang naghintay sa
           walà.
      2a. Ang dámi ng handá námin. Bákit hindí kayo dumating?
      b.   Sána dumating kayo pára naman hindí kami naghandá nang naghandá sa walà.
      3a. Ang dámi ng táong pinapunta ko sa inyo. Bákit hindí mo sinábing hindí ka úuwì?
      b.   Sána sinábi mong hindí ka úuwí pára naman hindí ako nagpapunta nang
           nagpapunta sa walà.
      4a. Ang tagal ko nang tumátáwag sa iyo a. Bákit hindí ka nágising agad?
      b.   Sána nágising ka agad pára naman hindí ako tumáwag nang tumáwag sa walà.
      5a. Ang dámi ko nang nasásábi sa iyo. Bákit hindí ka nakinig?
      b.   Sána nakinig ka pára naman hindí ako nagsábi nang nagsábi sa walà.
      6a. Ang dámi ng súlat na ibinigay ko sa iyo. Bákit hindí ka nagbasa?
      b.   Sána nagbasa ka pára naman hindí ako nagsulat nang nagsulat sa walà.
      7a. Ang lakas ng sigaw ko a. Bákit hindí ka bumalik?
      b.   Sána bumalik ka pára naman hindí ako sumigaw nang sumigaw sa walà.
      8a. Tatlong óras na akong naglílínis ng báhay. Bákit hindí ka nag-íngat?
      b.   Sána nag-íngat ka pára naman hindí ako naglínis nang naglínis sa walà.
      9a. Ang dámi kong pinalántsa. Bákit hindí mo itiniklop?
      b.   Sána itiniklop mo pára naman hindí ako namalántsa nang namalántsa sa walà.
      10a. Ang tagal ko nang nagtítiklop a. Bákit hindí mo itinágò?
      b.   Sána itinágó mo pára naman hindí ako nagtiklop nang nagtiklop sa walà.

2.   **Pagsasánay sa pagtutuloy**

      1a. Dinádala ko ang áso ko sa beterináryo tuwing may sakit ito.
      b.   Nagkasakit yung áso ko e, kayá dinala ko siya sa beterináryo.
      2a. Pinápagamot ko ang katúlong ko sa klínika tuwing may trangkáso siya.
      b.   Nagkatrangkáso yung katúlong ko e, kayá pinagamot ko siya sa klínika.
      3a. Dinádala ko ang anak ko sa doktor tuwing may lagnat ito.
      b.   Nagkalagnat yung anak ko e, kayá dinala ko siya sa doktor.
      4a. Pinapúpunta ko ang asáwa ko sa klínika tuwing may ubo ito.
      b.   Nagkaubo yung asáwa ko e, kayá pinapunta ko siya sa klínika.
      5a. Dinádala ko ang Áte ko sa doktor tuwing may alérdyi ito.
      b.   Nagka-alérdyi yung Áte ko e, kayá dinala ko siya sa doktor.
      6a. Pinápauwí ko ang estudyánte ko tuwing may sipon ito.
      b.   Nagkasipon yung estudyánte ko e, kayá pinauwí ko siya.
      'a. Pinápahigá ko ang babáe tuwing may kábag ito.
           Nagkakábag yung babáe e, kayá pinahigá ko siya.
           Pinápabili ko siya ng tinápay tuwing may péra ito.
           Nagkapéra siya e, kayá pinabili ko siya ng tinápay.
           'nápakáin ko ang bátá tuwing may trabáho ito.
           ʒkatrabáho yung bátá e, kayá pinakáin ko siya.

3. **Pagsasánay sa pagbabalangkas**

1a. Nang huli, hindí ko dinala ang áso sa beterináryo at namatay.
   b. Ngayon, nag-áalala na akong baká mamatay ang áso bágo ko siya madala sa beterináryo.
2a. Nang huli, hindí ko inagáhan ang pagpunta ko sa pista kayá naubúsan ako ng pagkáin.
   b. Ngayon, nag-áalala na akong baká maubúsan ako ng pagkáin bágo ako makapunta sa pista.
3a. Nang huli, hindí ko ininom ang gamot kayá tumaas ang lagnat ko.
   b. Ngayon, nag-áalala na akong baká tumaas ang lagnat ko bágo ako makainom ng gamot.
4a. Nang huli, hindí ako nagbigay ng regálo kayá nainggit sila.
   b. Ngayon, nag-áalala na akong baká mainggit sila bágo ako makapagbigay ng regálo.
5a. Nang huli, hindí ko pinaláyá ang áso kayá namatay.
   b. Ngayon, nag-áalala na akong baká mamatay ang áso bágo ko siya mapaláyà.
6a. Nang huli, hindí ko sila binigyan ng pagkáin kayá nagútom sila.
   b. Ngayon, nag-áalala na akong baká magútom sila bágo ko sila mabigyan ng pagkáin.
7a. Nang huli, hindí ko sila pinainom kayá naúhaw sila.
   b. Ngayon, nag-áalala na akong baká maúhaw sila bágo ko sila mapainom.
8a. Nang huli, hindí ko sila pinapások sa loob kayá nang umulan ay nabasá sila.
   b. Ngayon, nag-áalala na akong baká umulan ay mabasá sila bágo ko sila mapapások sa loob.
9a. Nang huli, hindí ako nagtágó kayá nákíta nila ako.
   b. Ngayon, nag-áalala na akong baká mákíta nila ako bágo ako makapagtágò.
10a. Nang huli, hindí ko kináin ang isdá kayá nasírá ito.
   b. Ngayon, nag-áalala na akong baká masírá ito bágo ko makáin.

4. **Pagsasánay sa pagpapalit**

You should have called up already last night so I would know you were going to bring him to the doctor's.

Sána naman, dápat kagabi ka pa tumáwag pára naman naláman kong dádalhin mo pala siya sa doktor.	*(already this morning)*
Sána naman, dápat kanína ka pang umága tumáwag pára naman naláman kong dádalhin mo pala siya sa doktor.	*(so I would know you weren't coming)*
Sána naman, dápat kanína ka pang umága tumáwag pára naman naláman kong hindí ka pala dárating.	*(already yesterday)*
Sána naman, dápat kahápon ka pa tumáwag pára naman naláman kong hindí ka pala dárating.	*(so I would know you weren't eating)*
Sána naman, dápat kahápon ka pa tumáwag pára naman naláman kong hindí ka pala kákáin.	*(already last week)*
Sána naman, dápat nung isang linggo ka pa tumáwag pára naman naláman kong hindí ka pala kákáin.	*(so I would know you weren't going home)*

Sána naman, dápat nung isang linggo ka   *(already the other day)*
pa tumáwag pára naman naláman kong
hindí ka pala úuwì.

Sána naman, dápat nung isang áraw ka pa   *(so I would know you weren't*
tumáwag pára naman naláman kong   *attending)*
hindí ka pala úuwì.

Sána naman, dápat nung isang áraw ka pa   *(already last month)*
tumáwag pára naman naláman kong
hindí ka pala makákadalo.

Sána naman, dápat nung isang buwan ka
pa tumáwag pára naman naláman kong
hindí ka pala makákadalo.

5.   Pagsasánay sa pagpapalit

Apparently that dog of yours is dearer to you than I am.

Mukhá yátang mas mahal mo pa sa ákin   *(than your mother)*
yung áso mo a.

Mukhá yátang mas mahal mo pa sa nánay   *(his dog to his mother)*
mo yung áso mo a.

Mukhá yátang mas mahal pa niya sa   *(than his father)*
nánay niya yung áso niya, a.

Mukhá yátang mas mahal pa niya sa tátay   *(his elder sister to his father)*
niya yung áso niya a.

Mukhá yátang mas mahal pa niya sa tátay   *(than his elder brother)*
niya yung áte niya a.

Mukhá yátang mas mahal pa niya sa kúya   *(his typewriter to his elder brother)*
niya yung áte niya a.

Mukhá yátang mas mahal pa niya sa kúya   *(than his friend)*
niya yung makinílya niya a.

Mukhá yátang mas mahal pa niya sa   *(his ball than his typewriter)*
kaibígan niya yung makinílya niya a.

Mukhá yátang mas mahal pa niya sa   *(than his bicycle)*
makinílya niya yung bóla niya a.

Mukhá yátang mas mahal pa niya sa
bisikléta niya yung bóla niya a.

6.   Pagsasánay sa pagtutuloy

1a.   Mukhá yátang mas mahal mo pa sa ákin yung áso mo a.
  b.   Basta alagáan mo na lang yung áso mo.
2a.   Mukhá yátang mas importánte pa sa ákin yung libro mo.
  b.   Basta alagáan mo na lang yung libro mo.
3a.   Mukhá yátang mas gusto mo pa sa ákin yung makinílya mo.
  b.   Basta alagáan mo na lang yung makinílya mo.
4a.   Mukhá yátang mas mahal mo pa sa ákin yung rádyo mo a.
  b.   Basta alagáan mo na lang yung rádyo mo.
5a.   Mukhá yátang mas importánte pa sa ákin yung trabáho mo.
  b.   Basta alagáan mo na lang yung trabáho mo.
ᵓa.   Mukhá yátang mas mahalaga pa sa ákin yung nánay mo.
   ᵓ.   Basta alagáan mo na lang yung nánay mo.
        Mukhá yátang mas mahal mo pa sa ákin yung dyip mo, a.
        Basta alagáan mo na lang yung dyip mo.
        Mukhá yátang mas importánte pa sa ákin ang pag-aáral mo a.

b. Basta alagáan mo na lang yung pag-aáral mo.

9a. Mukhá yátang mas gusto mo pa sa ákin yung kaibígan mo.

b. Basta alagáan mo na lang yung kaibígan mo.

10a. Mukhá yátang mas mahalaga pa sa ákin yung mga gámit mo.

b. Basta alagáan mo na lang yung mga gámit mo.

CIII. Pilíin ang támang sagot.

1. *Hello. Pwéde ko hó bang mákaúsap si Léslie?*
   a. Pwéde na kayong mag-úsap ni Léslie.
   b. Péro dí ba nákaúsap mo na si Léslie.
   c. Ito na ngá si Léslie.
   d. Ito na ngá ba si Léslie?

2. *Pete, ano ka ba? Bákit hindí mo ako nákiláala?*
   a. Sóri ha? Karárating ko pa lang e.
   b. Sóri ha? Hindí ko kasi nákiláala ang bóses mo.
   c. Kasi nga'y ipinakilála pa niya sa ákin si Léslie.
   d. Kasi matagal ko na siyang kilala.

3. *Matagal ka na bang naghíhintay?*
   a. Mabúti na lang at hindí kita hinintay.
   b. Karárating ko pa ngá lang e.
   c. Óo, kasi sábi mo'y dárating ka ng ala-úna e alas kwátro na ngayon.
   d. Óo, matagal pa akong maghíhintay.

4. *Ano ba'ng nangyári sa áso mo?*
   a. Kayá ngá dinala ko siya sa beterináryo.
   b. A nagkasakit kasi siya.
   c. Nag-áalala kasi ako na baká mamatay siya.
   d. Nagsésélos pala siya sa áso mo.

5. *Bákit hindí ka tumáwag kanínang umága?*
   a. Karárating ko pa lang e.
   b. Kanínang umága pa ngá tumátáwag e.
   c. Ayóko na kasi, nagbágo na ang ísip ko.
   d. Kasi maága ang úsápan námin ni doktor.

6. *Nag-áalala ka ba kay Tagpì?*
   a. Óo. Kayá ngá dinala ko siya sa beterináryo.
   b. Óo, dinala si Tagpí sa beterináryo.
   c. Óo ngá e. May sakit pala siya.
   d. Baká kasi namatay si Tagpì.

7. *Púpunta na ako diyan ha?*
   a. Mabúti pang alagáan mo na lang yung áso mo.
   b. Mas mahal mo pa yátá sa ákin yung áso mo.
   c. Dalhin mo lang ang áso mo sa doktor.
   d. Ayóko na, nagbágo na ang ísip ko.

8. *Kanína ka pa ba dumating?*
   a. Hindì. Karárating ko pa lang.
   b. Hindì. Hindí pa ako dumádating.
   c. A basta púpunta na ko diyan.
   d. Sábi mo dárating ka díto ng ala úna.

9. *Dí ba dápat ala-úna ka pa dumating?*
   a. Sórry ha, nagkasakit kasi yung áso ko.
   b. Karárating ko pa lang e.
   c. Baká maága ang úsápan námin ng doktor.
   d. Kasi maága ang úsápan námin ng doktor.

10. *Pwéde ba patawárin mo na ako?*
   a.   A basta, alagáan mo na lang yung áso mo.
   b.   Walá na akong gána e.
   c.   Hindì. Hindí kita patatawárin.
   d.   Dun ka na lang sa walanghiyang áso mo.

CIV.   **Buuin ang mga sumúsunod na pangungúsap úpang magkaroon ng ganap na díwà.**

1. Hello. Nándiyan hó ba si Léslie? Pwéde ... 2. O Pete, si Léslie ngá ito, bákit hindí mo ... 3. Dí ba sábi mo sa ákin ay ... 4. Sóri ha? Kasi ay dinala ko ... 5. Dinala ko si Tagpí sa beterináryo dáhil ... 6. Péro sána naman ay tumáwag ka sa ákin pára... 7. Sóri ha, kasi ay hindí ako nagkaroon ng ... 8. Hindí ako nakatáwag kasi ay maága ang úsápan ... 9. Dinala ko agad siya sa beterináryo dáhil ... 10. Mas mahal mo pa yátá ... 11. Huwag na. Pára ano pa't púpunta ka díto, walá na ... 12. Bákit áyaw mo akong magpunta diyan. Masamá ... 13. Patawárin mo na ako, at pangákó ... 14. O ano? 'Wag mong sabíhing nagsésélos ...

CV.   **Sagutin ang mga sumúsunod na tanong.**

1. Hello. Nándiyan ba si Léslie? 2. O ba't hindí mo ako nákilála? 3. Anong óras ka dumating? 4. Bákit ngayon ka lang dumating? 5. Bákit ba galit na galit ka kay Pete? 6. Gáling ka ngá ba sa beterináryo? 7. E ano naman dápat ang ginawá ko? 8. Bákit hindí ka na lang tumáwag kanínang umága? 9. Alam mo bang dádalhin ni Pete yung áso niya sa beterináryo? 10. Mas mahal mo pa sigúro ang áso mo, ano? 11. Púpunta na ba ako diyan? 12. Masamá ba'ng loob mo sa ákin? 13. Bákit niya dinala yung áso sa beterináryo? 14. Bákit ba nag-áalala kang mabúti sa áso? 15. Ano ang ipinangákó mo kay Léslie?

DI.   **Guided Conversation**

On the telephone

Leslie: Hello. May I talk to Pete. It's an emergency.
Voice: Just a moment and I'll call him.
Leslie: Hello Pete?
Pete: Who is this?
Leslie: What's wrong with you, Pete? Why didn't you recognize me?
Pete: I'm sorry, OK? Because I didn't recognize your voice. Why did you call?
Leslie: Because something happened. We brought Lena to the hospital here because she is sick. She has diarrhea. If it's OK, would you take care of the expenses for now because we didn't bring money here (lit. no money brought here)?
Pete: How much do you need?
Leslie: Just three hundred.
Pete: Wait, where is that hospital located?
 slie: This is the one near Real St., near Agrix. Do you know it now?
 ʾ: Yes. OK I am going there now. At this very moment. Oops, wait, what is your room number?
   Oh, 301.

 ʾe hospital

   s, excuse me. Where is room 301?
   ʾo you see that room with the white door? The one beside it is 301.
   you.
   t you would come at around one o'clock. It's four o'clock now.

Pete: (Because) there was too much traffic on the way. Have you talked to the doctor? What's the problem (according to him)?

Leslie: I don't know. When I came here a while ago, she was just given an injection. But he didn't say anything.

Pete: Do you mean he didn't say what is happening to Lena?

Leslie: That's right.

Pete: Oh, why does she have splotches on her face?

Leslie: The nurse said earlier it might be prickly heat. But I think she is just allergic to the medication that they asked her to take. Oh don't get too close to her. You might get infected.

Pete: Leslie, where can you find a comfort room here?

Leslie: It's there next to room 308. Oh, why do you have a face like that?

Pete: (Because) the toilet here smells. Maybe the people who use the toilet don't flush it. That's why it sure does stink.

Leslie: Maybe not. Maybe they just forget.

Pete: Isn't it the case that they should wait until the water flushes away all the dirt before they let go of the handle?

Leslie: Yes, that should be the case.

Pete: By the way, why is Inting not here? Did you call him?

Leslie: Yes, a while ago.

Pete: So why is he not here yet?

Leslie: Oh my, that Inting is really shameless. Can you imagine? Instead of bringing Lena to the hospital, he brought his damn dog to the veterinarian! And he told me to take care of Lena for a while because his Tagpi might die. It seems he loves his dog more than he loves Lena.

Pete: Maybe not. Inting is not like that at all.

Leslie: (As a result) I pity Lena. She has been waiting for a while now. She is really mad.

Pete: And does she know why Inting is not here?

Leslie: Don't be so loud because she doesn't know actually. (Because) I haven't told her yet. Don't get too close to her because you might get infected.

Pete: Hey Lena, how are you?

Lena: I'm just OK. I am actually feeling a little better (lit. my feeling is getting better).

Pete: What actually happened?

Lena: You see, I went home last Sunday. Then I got sick. That afternoon I thought I was already feeling well, that's why I came here (as expected). Then this morning I washed the dishes. Then I suddenly got sick. Actually, I felt hot earlier.

Pete: Maybe you caught flu. Why are you coughing like that?

Lena: Oh yes! And actually, my throat is still itching.

Leslie: Actually, it's because you are hard-headed. Didn't I tell you to see a doctor at once, but you didn't want to do it?

Lena: But this is just a cold.

Leslie: Oh (I see) a cold! Look at what happened to you. And that stomach of yours, maybe you've eaten different sorts of food.

Lena: I really don't know! Actually I'm wondering.

Pete: Oh, here's the nurse with the thermometer.

Nurse: By the way, here's the prescription. Buy it immediately so she can take it soon. Here, take some Neozep first to reduce your fever a little bit.

Leslie: Hey Pete, buy the medicine now.

Pete: Where shall I buy it?

Leslie: Buy (it) there at Mercury Drug. It's cheaper there.

Pete: That's a bit far.

Leslie: Then take a tricycle if you don't want to walk.

Lena leaves the hospital together with Pete and Leslie.

Nurse: When you get home, have her drink ginger tea. A lot, OK? And she should be in bed all the time. And don't let her take a bath as long as she has not recovered yet because she will surely have a relapse.

At Lena's home, Inting suddenly arrives.

Inting: Oh, hi, Leslie, Pete.
Pete: Hey, why did you come only now?
Inting: Because of my dog. How's Lena?
Pete: Oh, she is mad at you. She won't forgive you (she said).
Inting: Oh (is that so?)! Lena, sorry. I promise I won't do this again.
Pete: Leslie, look, Lena smiled at once. I thought she had already lost interest in Inting.
Leslie: Oh, maybe she has changed her mind (already).

EI.   Babasahin

Ang Alamat ng Sampaloc Lake

1.   Ang simulá ng kwéntong ito ay tungkol doon sa mag-asáwa na hindí magkaanak-anak. Ay párang biglang nakápangákó yung babáe na magkaanak láang sila ay hindí nila papápanaúgin ng lúpà. Ang sagot ng asáwa, "Baká naman," íkà, "yan ay hindí matupad." "E... matútupad," íkà, "ito. Àting sásabíhin ito, kita'y magsísiyam sa simbáhan at pára matupad itong áting pangákò."

2.   Madali't sábi sa hinábá-hábá ngá ng panahon ng kanilang pagsasáma, ang babáe ay nagbuntis. Sa kanyang pagbubuntis na yan ay lágí nang sinásambit ng mag-asáwa na kung sila ay magkaanak na ng magandang babáe o masamá man, o ano mang kláse ay hindí niya papápanaúgin ng lúpà. Ngayon sa madali't sábi, ang babáe ngá ay nagbuntis.

3.   Sa niláon-láon, sa lóob ng siyam na buwan na kanyang dinádala ang bátá ay kanyang isínílang sa isang maliwánag. Ngayon sa niláon-láon, ang bátang ito ay naging dalága.

4.   Ay palibhása, bílang kasabay na 'tá ng mundo ang demónyong mánunukso, noong kasalukúyan na ngang ang 'a, ay mga desiótso ányos na ang idad 't-kumúlang, ay may mánliligaw na. ng nanlíligaw sa kanya. Ngayon, amang isang hárí ng demónyo na ɔ. Ang ginawá ay niligáwan ᵛ dalágang ito. Na ang sábi ay, íng hindí ko líligáwan itong ᵖagkat ang áking gustong

máláman ay iyong pangákó ng magúlang kung talagang matútupad ngà."

5.   Madali't sábi ang pangálan ng manliligaw na laláki ay Juan at ito namang kasalukúyang dalága ay ang pangálan ay María. Ngayon, ang sábi nitong laláking ito, hárí ng demónyo na mánunukso, "Kasalukúyan," íkà, "ngayong katanghalíang ito ay ákin," íkang, "tútuksuhin si María." Ngayon, ang sábi ngayon, noong kanyang ísip, ay "Antay ka... úumpisahan ko na."

6.   Pumanhik na sa báhay, kay Maríang báhay. Si María ngayon ay dinatnang nanánahí ng tútos sapagkat noong kapanáhúnang iyon ay iyon ang hánap-búhay ng mga babáe ang karamíhan. Ngayon, ang karáyom ay nahúlog. Nahúlog sa lúpà.

7.   Ngayon, nakíkisúyó ngayon itong babáe don sa laláki. "Pakisúyó naman, pakikúha-kúha naman yung áking karáyom at ito láang," íkà, "ay kailángang-kailángan búkas, ay áking dádalhin sa táhían, sa mismong may-árì, ay baká hindí ko matápos." Ang sábi noong hárí ng demónyong si Juan ay, "Hindì," íkà, "ako maááring pumanáog. Basta ikaw," íkà, "ang kumúha sapagkat iyon," íkà, "ay trabáho mo, kailángang ikaw ang kumúha."

8.   Ngayon, palibhása ay nahíhiyang mag-útos, sábi ni María "Ay téka ako ang kúkúha." Ang ginawá ni María, pumanáog na ngá sa lúpà. At sísimuting-díli ang

kanyang karáyom na nalaglag.

9. Ngayon, biglang umúgong. Na yang pagkakáúgong na yan, ang kanilang báhay ay naging dágat. Nawalá ngayon si María. Ay, nawalá pati si Juan. Pati ang kanyang mga magúlang ay nawalá rin. Madali't sábi, kayá ang pamagat nito ay naging pamagat ng Sampálok Lake, sa San Páblo, Lagúna. Ito ang kasaysáyan ng kwénto nina María at Juan.

Commentary to difficult forms in Reading 15

1.	*tungkol doon sa mag-asáwa*	"Concerning that couple." The use of *doon* for the dative of *iyon* is explained in §15.33.
	hindí magkaanak-anak	"Never had any children (when they should have)." The *magka-* conjugation of verbs meaning "obtain (so-and)" is discussed in 15.1. The use of the dependent form of the verb is discussed in §15.434. The doubling of the noun is explained in §22.4.
	magkaanak láang	"If only (she) could have a child." This is the dependent form of the *magka-* conjugation (§15.1). The use of a dependent form of the verb is discussed in §15.431.
	papápanaúgin ng lúpà	"Allow (her) to touch the ground." This is the future of the direct passive of the causative verb *papanáog* "allow to go down, allow to go out." This verb is formed by adding the causative prefix *pa-* to the verb *panáog* "go down, go out" (§15.322).
	kita	"We two." The use of *kita* to mean "the two of us" is dialectal and is explained in §15.79.
	magsísiyam	"Will say a novena." This verb is formed by adding the prefixes of the *mag-* conjugation to the number *siyam* "nine."
2.	*sa hinábá-hába (genitive)*	"As (genitive) stretched out." The verb *hinábá-hábà* is the direct passive of a verb formed on a doubled stative adjective (§§13.5, 24.5). Literally the phrase means "as (genitive) caused it to come into the state of being stretched out."
	sa hinábá-hábá ngà	"As it was stretched out, as you would expect."
	pagsasáma	"Living together." This is the abstract form of the verb *magsáma*, a mutual action verb which means "live together." (Cf. footnote 3, §12.132.)
	o masamá man	"Even if she were to be bad."
	ang babáe ngá ay nagbuntis	"The wife got pregnant, as you would expect."
3.	*niláon-láon*	The formation of this verb is analogous to that of *hinábá-hábà*, discussed in paragraph 2, above.
	sa isang maliwánag	"On a bright (moonlit night)."
4.	*bílang kasabay na yátá ng mundo ang X*	"Apparently it is now the case that X is in the capacity of being a companion to the world (i.e., X is always present in the world)."
	demónyong mánunukso	"The devil who is a temptor." *Mánunukso* is a noun derived from the verb *tukso* "tempt" of the sort discussed in §17.31.
	noong kasulukúyang X	"At the particular time that X happened."
	nong kasulukúyan na ngang X	"When it now got to be the time that X happened, as you would expect."
	manliligaw	"Suitors." The formation of this noun is discussed in §1?

5. *kasalukúyang dalága* — "This woman girl we are talking about."

kasulúkyan ngayon — "Now at the present time."

antay ka — "Just wait." *Antay* is a colloquial alternative pronunciation of *hintay*.

6. *kay Maríang báhay* — "Maria's house." This form exemplifies the use of the dative linked to a noun which it precedes in a genitive meaning (§15.35).

nahúlog sa lúpà — "Fell to the earth." The needle fell in through the slats between the strips of bamboo flooring."

pumanáog — "Go down, go out." (=*manáog*). The base of this verb is *panáog* and the root is *n aog*. The prefix *pa-* in this case has no meaning (§15.322).

sísimútin — "Will pick it up."

sísimúting dílì — "Hesitantly pick it up." *Dílì* is a particle which can be placed after a few verbs to form a phrase which means "be hesitant to (do so-and-so)."

9. *pagkakáúgong* — "When it thundered in that way." The formation of abstracts with *pagkaká-* is described in §17.7.

EII. Punuan ng támang sagot ang mga patlang sa mga sumúsunod na pangungúsap.

1. Mayroong _____ na hindí _____ at díto _____ ang kwéntong ito. _____ ang daw sila ay ipinangákó ng babáe na hindí nila _____ ito sa lúpà. 2. _____ ang asáwa ng baká raw hindí _____ ang pangákong iyon. Ang sábi naman ng babáe ay _____ ang kanilang pangákò kapag _____ nila ito simbáhan. 3. Hindí nagláon, ang babáe ay _____. Hábang siya ay buntis, palágí nilang sinásambit na kung sakáling sila ay _____, hindí nila ito _____ sa lúpà. 4. Hindí nagtagal at naging _____ ang kanilang anak. Ito ay tináwag nilang _____. 5. Kasabay na yátá talaga ng mundo ang _____ mánunukso. 6. Noong si María ay _____ányos na, náísip ng demónyong iyan ay _____. Gágawin niya lámang ito úpang _____kung _____ngá ng mag-asáwa ang kanilang pangákò. 7. Isang tanghálì, biglang _____ ang _____ni María na kanyang ginágámit sa pananahì. 8. _____ naman ang áking karáyom," ang sábi niya sa demónyo na ang pangálan ay si _____. 9. "Hindí ko maááring _____, " ang sábi ni Juan. "Ikaw ang dápat kumúha dáhil iyan ay _____mo." 10. Biglang _____ nang bumabá si María sa lúpà.

EIII. Pagpapahayag na mulì. Muling bumuó ng pangungúsap áyon sa únang pahayag.

1. Ang simulá ng kwéntong ito ay tungkol doon sa mag-asáwa na hindí magkaanak-anak. Ay párang biglang nakápangákó yung babáe na magkaanak láang sila ay hindí nila papápanaúgin ng lúpà.

    Tungkol sa ... ang kwéntong ito.

    ... nung babáe na kapag nagkaanak sila ay dí niya pápayágang...

ng sagot ng asáwa, "Baká naman," íkà, "yan ay hindí matupad." "E...matútupad" íkà, . Áting sásabíhin ito, kita'y magsísiyam sa simbáhan at pára matupad itong áting ákò."

    Nag-áalala ang asáwa niya na baká raw ...

    ailángan nilang ... kung ...

sábi sa hinábá-hábá ngá ng panahon ng kanilang pagsasáma, ang babáe ay Sa kanyang pagbubuntis na yan ay lágí nang sinásambit ng mag-asáwa na magkaanak na ng magandang babáe o masamá man, o ano mang kláse ay pápanaúgin ng lúpà.

Nang ... ay pinakinggan sila ng Diyos dáhil ...
Inúúlit-úlit nila ang ... noong ...
Hindí sila namímílí ng magíging anak dáhil ...
Madalas ang ... nila ng kanilang pangákò.

4. Ngayon sa madali't sábi, ang babáe ngá ay nagbuntis. Sa niláon-láon, sa lóob ng siyam na búwan na kanyang dinádala ang bátá ay kanyang isinílang sa isang maliwánag. Ngayon sa niláon-láon, ang bátang ito ay naging dalága.

Hindí ngá nagláon at ...
Pagkaráan ng ... , isinílang niya ...
Ang bátá ay dinala niya sa ...
Hindí nagtagal at dumating na ang ... ng kanilang anak ...

5. Ay palibhása, bílang kasabay na yátá ng mundo ang demónyong mánunukso, ay noong kasalukúyan na ngang ang dalága ay mga deciótso ányos na ang idad humigit-kumúlang, ay may mánliligaw na.

Nang deciótso na ... ay ...
Talaga yátang kasabay na ng pag-íkot ng mundo ...

6. Maráming nanlílígaw sa kanya. Ngayon, mayro'n namang isang hárí ng demónyo na mánunukso. Ang ginawá ay niligáwan ngayon itong dalágang ito. Na ang sábi ay, "Hindí maááring hindí ko lílígáwan itong babáeng ito, sapagkat ang áking gustong máláman ay iyong pangákó ng magúlang kung talagang matútupad ngà."

Nang maging dalága na si María ay ...
Gusto niyang ... si María dáhil ... niya .
... ng demónyo kung magkakaroon ng ... ang pangákóng iyon.

7. Madali't sábi ang pangalan ng mánliligaw na laláki ay Juan - at ito namang kasalukúyang dalága ay ang pangálan ay María.

Ang ... kay María ay kilala sa ... Juan.

8 Ngayon, ang sábi nitong laláking ito, hárí ng demónyo na mánunukso, "Kasalukúyan,"íkà, "ngayong katanghalíang ito ay ákin," íkang, "tútúksuhin si María." Ngayon, ang sábi ngayon, noong kanyang ísip ay "Antay ka . . úumpisahan ko na."

Talagang gágawin ng demónyo ang ... kay María.
Tanghálí noon nang ... niyang ... si María.
Naísip niya na kailángang ... na siya sa ...

9. Pumanhik na sa báhay, kay Maríang báhay. Si María ngayon ay dinatnang nanánahí ng tútos sapagkat noong kapanáhúnang iyon ay iyon ang hánapbúhay ng mga babáe, ang karamíhan.

... niya si María sa kanilang báhay.
Abala si María sa ... nang . ... . niya.
Tútos ang ... ni María.
Ang ... noon ng mga babáe ay ang ...

10. Ngayon, ang karáyom ay nahúlog. Nahúlog sa lúpà.

Nahúlog ang .....
Sa lúpá .....

11. Ngayon, nakíkisúyó ngayon itong babáe do'n sa laláki. "Pakisúyó naman, pakikuha-kuha naman yung áking karáyom at ito láang," íkà, "ay kailángang-kailángan búkas, ay áking dádalhin sa táhían, sa mismong may-árì, ay baká hindí ko matápos."

Ang ginawá ngayon ni María ay ...
Ang laláki ang ... ni María na ...
Búkas daw ay kailángang ...
"Pwéde bang makisúyó na ...

13. Ang sábi noong hárí ng demónyong si Juan ay, "Hindì," íkà, "ako maááring pumanác Basta ikaw," íkà, "ang kumúha sapagkat iyon," íkà, "ay trabáho mo, kailángang ik ang kumúha."

Hindí ... ng báhay ang laláki pára lang ...
Ang katuwíran ng laláki, ...
Hindí ko maááring....."

14. Ngayon, palibhása ay nahíhiyang mag-útos, sábi ni María "Ay téka ako ang kúkúha." Ang ginawá ni María, pumanáog na ngá sa lúpà. At sísimuting-díli ang kanyang karáyom na nalaglag.

Nápahiyá si María dáhil ...
Nalimútan niya na áyaw siyang ... sa lúpá ng mga magúlang niya.

15. Ngayon, biglang umúgong. Na yang pagkakáúgong na yan, ang kanilang báhay, ay naging dágat. Nawalá ngayon si María. Ay, nawalá pati si Juan. Pati ang kanyang mga magúlang ay nawalá rin. Madali't sábi, kayá ang pamagat nito ay naging pamagat ng Sampálok Lake, sa San Páblo, Lagúna. Ito ang kasaysáyan ng kwénto nina María at nina Juan.

Pagkababá ni María sa lúpá ay ...
Nápakalakas ng ... báhay hanggang ...
Walang nátirang bakas ng ... at nina ...
Ang ... na ito ay tinawag na ...
... ang dágat na ito sa ...

EIV.   Sagutin ang mga sumúsunod na tanong.

1. Ang kwénto ay tungkol sa mag-asáwang nawalan ng anak. Támá o malì. Bákit? 2. Masásábing handá na silang magkaanak. Bákit? 3. Bákit nakápangákó iyong babáe na magkaanak lang sila ay dí nila ito pápayágang manáog sa lúpà? 4. Nasigúro ng laláki na matútupad ang pangákó ng asáwa niya. Támá o malì. Bákit? 5. Madalí bang tuparin ang ganoong pangákò? 6. Bákit nag-áalala ang laláki na baká hindí matupad ang pangákong iyon? 7. Támá lang ba na mag-alala siya? Bákit? 8. Naníniwálá ang babáe na matútupad ang kanyang pangákò. Bákit? 9. Ano ang gágawin nila pára lámang matupad ang kanilang pangákò? 10. Ang babáe ang magsísiyam sa simbáhan pára matupad ang kanilang pangákò. Támá o malì. Bákit? 11. Talagang hindí nila kapaláran ang magkaroon ng anak. Támá o malì. Bákit? 12. Ibinigay ba ng Diyos ang kanilang hiníhiling? Bákit mo nasábi? 13. Dáhil ang babáe ay nagbuntis na ay nakalimútan na nila ang kanilang pangákò. Támá o malì. Bákit? 14. Masásábing paréhong hindí nakákalímot ang mag-asáwa sa kanilang pangákò. Bákit? 15. Hindí nila tútuparin ang kanilang pangákó kung ang magíging anak nila ay hindí magandang babáe. Támá o malì. Bákit? 16. Bákit maáárí náting sabíhing ang naging anak nila ay nápakagandang babáe? 17. Bákit maráming manliligaw ang kanilang anak? 18. Lahat ng manliligaw ni María ay talagang may pag-íbig sa kanya. Támá o malì. Bákit? 19. Ano ang bálak ni Juan sa panlíligaw niya kay María? 20. Kayá niligáwan ni Juan si María ay úpang ilayó siya sa tukso. Támá o malì. Bákit? 21. Walang nálaláman ang demónyo tungkol sa pangákó ng mag-asáwa. Támá o malì. Bákit? 22. Hindí lang ang mag-asáwa ang nakákaalam ng kanilang pangákò. Támá o malì. Bákit? 23. Ang pangálan ng mag-asáwa sa kwénto ay Juan at María. Támá o malì. Bákit? 24. Nakaupó lang si María nang si Juan ay dumating sa kanilang báhay. Támá o malì. Bákit? 25. Dáhil hindí siya makapanáog ng lúpá ay lumaki siya na walang alam na gáwáin. Támá o malì. Bákit? 26. Ano ang ikinabúbúhay ng mga dalága noong únang panahon. 27. Ano ang ipinakisúyó ni María kay Juan? 28. Bákit siya nakisúyó kay Juan? 29. Dáhil mahal ni Juan si María ay napakisuyúan siya [n]o? Támá o malì. Bákit? 30. Bákit áyaw manáog ni Juan pára kúnin ang karáyom? 31. Bákit si María ang dápat pumanáog pára kúnin ang karáyom? 32. Bákit nákalimútan [ni Ma]ría na hindí siya pwédeng manáog ng lúpá? 33. Pumanáog si María úpang simutin [ang na]laglag na títos. Támá o malì. Bákit? 34. Nang dumating sa báhay ang mag-asáwa [ay nag-a]lala sila dáhil walá na ang kanilang anak. Támá o malì. Bákit? 35. Nagtagumpay [ang demó]nyo sa kwéntong ito. Bákit? 36. Bákit pinamagatang "Alamat ng Sampaloc Lake" [ang kwénto]ng ito?

EV.   **Pagsasánay sa pagsúlat. Basáhin ang sumúsunod na babasahin. Sabíhin kung wastó o malí ang mga sumúsunod na pangungúsap. Kung malì, isúlat kung bákit.**

1. Ang simulá ng kwéntong ito ay tungkol doon sa mag-asáwa na hindí magkaanak-anak. Ay párang biglang nakápangákó yung babáe na magkaanak láang sila ay hindí nila papápanaúgin ng lúpà.
   Nangákó iyong babáe na magkaanak lang siya ay hindí siya manánáog ng lúpà.

2. Ang sagot ng asáwa, "Baká naman," íkà, "yan ay hindí matupad." "E...matútupad" íkà, "ito. Àting sásabíhin ito, kita'y magsísiyam sa simbáhan at pára matupad itong áting pangákò."
   Pára matupad ang kanilang pagsisiyam ay mangángákó sila.

3. Madali't sábi sa hinábá-hábá ngá ng panahon ng kanilang pagsasáma, ang babáe ay nagbuntis. Sa kanyang pagbubuntis na yan ay lágí nang sinásambit ng mag-asáwa na kung sila ay magkaanak na ng magandang babáe o masamá man, o ano mang kláse ay hindí niya papápanaúgin ng lúpà. Ngayon sa madali't sábi, ang babáe ngá ay nagbuntis.
   Ano mang kláse ang maging anak niya ay hindí niya ito pápanaúgin sa lúpà.

4. Sa niláon-láon, sa lóob ng siyam na buwan na kanyang dinádala ang bátá ay kanyang isinílang sa isang maliwánag. Ngayon sa niláon-láon, ang bátang ito ay naging dalága.
   Pagkaraan ng siyam na buwan ay nagsílang siya ng magandang dalága.

5. Ay palibhása, bílang kasabay na yátá ng mundo ang demónyong mánunukso, ay noong kasalukúyan na ngang ang dalága, ay mga desiótso ányos na ang idad humigit-kumúlang, ay may mánliligaw na. Maráming nanlílígaw sa kanya.
   Nang ang anak niya ay desiótso ányos na, ito ay nanlílígaw na.

6. Ngayon, mayro'n naman isang hárí ng demónyo na mánunukso. Ang ginawá ay niligáwan ngayon itong dalágang ito. Na ang sábi ay, "Hindí maááring hindí ko líligáwan itong babáeng ito, sapagkat ang áking gustong máláman ay iyong pangákó ng magúlang kung talagang matútupad ngà."
   Gustong ligáwan ng hárí ng demónyo ang anak nilang dalága dáhil ito ay mahal niya.

7. Madali't sábi ang pangálan ng manliligaw na laláki ay Juan - at ito namang kasalukúyang dalága ay ang pangálan ay María.
   Ang pangálan ng mag-asáwa ay Juan at María.

8. Ngayon, ang sábi nitong laláking ito, hárí ng demónyo na mánunukso, "Kasalukúyan," íkà, "ngayong katanghalíang ito ay ákin," íkang, "tútuksuhin si María." Ngayon, ang sábi ngayon, noong kanyang ísip, ay "Antay ka . . úumpisahan ko na."
   Pinaumpisahan na ng hárí ng demónyo ang panunukso kay María.

9. Pumanhik na sa báhay, kay Maríang báhay. Si María ngayon ay dinatnang nanánahí ng tútos sapagkat noong kapanáhúnang iyon ay iyon ang hánapbúhay ng mga babáe ang karamíhan. Ngayon, ang karáyom ay nahúlog. Nahúlog sa lúpà.
   Nahúlog sa lúpá ang karáyom na tinátahí ni María.

10. Ngayon, nakíkisuyó ngayon itong babáe don sa laláki. "Pakisúyó naman, pakikúha-kúha naman yung áking karáyom at ito láang, "íkà, "ay kailángang-kailángan búkas, ay áking dádalhin sa táhían, sa mismong may-árì, ay baká hindí ko matápos."
    Pinakisuyúan niya si Juan na dalhin sa mismong may-árí iyong mga tútos na natahí na niya dáhil kailángan na ang mga iyon búkas.

11. Ang sábi noong hárí ng demónyong si Juan ay, "Hindí," íkà, "ako maááring pumanáog Basta ikaw," íkà, "ang kumúha sapagkat iyon," íkà, "ay trabáho mo, kailángang ika ang kumúha."
    Hindí siya makaayaw sa pakiúsap ni María dáhil siya ay nanlílígaw díto.

12. Ngayon, palibhása ay nahíhiyang mag-útos, sábi ni María "Ay téka ako ang kúkú Ang ginawá ni María, pumanáog na ngá sa lúpà. At sísimuting-díli ang kan karáyom na nalaglag.

Ipinasimot na lang niya ang nalaglag na karáyom dáhil nahíhiyá siyang utúsan si Juan.

13. Ngayon, biglang umúgong. Na yang pagkakáúgong na yan, ang kanilang báhay, ay naging dágat. Nawalá ngayon si María. Ay, nawalá pati si Juan. Pati ang kanyang mga magúlang ay nawalá rin. Madali't sábi, kayá ang pamagat nito ay naging pamagat ng Sampálok Lake, sa San Páblo, Lagúna. Ito ang kasaysáyan ng kwénto nina María at Juan.

Nang umúgong ang dágat nang nápakalakas, ang buong mag-ának at ang hárí ng demónyo ay nawalà.

Grammar

15.1   The *magka-* conjugation

The *magka-* conjugation is affixed to noun roots to form verbs which mean "obtain, happen to get (so-and-so)." The forms of the *magka-* conjugation are given in the following chart.

Past	Present	Dependent	Future	Abstract
nagkasakit	nagkákasakit	magkasakit	magkákasakit	pagkakasakit

Some of the roots we have had which take the *magka-* conjugation affixes are as follows:

sakit	*sickness*	magkasakit	*get sick*
kábag	*gas in the stomach*	magkakábag	*get gas*
sipon	*cold*	magkasipon	*get a cold*
lagnat	*fever*	magkalagnat	*get a fever*
trangkáso	*flu*	magkatrangkáso	*get flu*
anak	*child*	magkaaanak	*get a child*
trabáho	*work*	magkatrabáho	*get a job*
loob	*one's heart, one's feeling*	magkaloob	*donate (lit. get a disposition to)*
mayroon	*for there to be*	magkaroon	*get to have*
brown-out	*lack of electricity*	magkabrown-out	*have the lights go out on one*
sála	*mistake*	magkásála[1]	*make a mistake*
laman	*contents, what is in something*	magkalaman	*get something in it*
malì	*mistake*	magkámalì[1]	*make a mistake*
dumi	*dirt*	magkadumi	*get dirt on it*
péra	*money*	magkapéra	*get money*

Examples:

1. *Nagkatrangkáso kasi ako nung umuwí ako.* "Because I **got the flu** when I went home. "(15A4a)

2. *Sóri. Nagkasakit kasi yung áso ko e.* "I'm sorry. Because my dog **got sick**."

   Nápagkayarian nila na kung sila ay magsilaki at mag-asáwa at sila'y magkákaanak, kung ang magíging anak ay isang babáe at isang laláki, ay 'yang pag-íisahing pálad. "The central point was that once they were grown ¹ married and (when they) **had children**, if one would be a boy and one would girl, they would marry them to each other (lit. combine their fates)." (17A2)

a."

ang

---

nd *malì* is *magká-* – that is, with a long vowel on the final *a* of the suffix.

4. *Ay iyong **pagkakámali** niya ay biglá niyang nabigkas iyong ótet bayag!* "In **his error** (lit. making a mistake) he suddenly blurted out 'balls and pricks!'." (14R16)

DO GRAMMAR EXERCISES 15A1, 15A2.

15.2   More on local passives

15.21   Local passive with *ka-an* added to the adjectives

Root adjectives[2] which refer to personal feelings have local passives with *ka-an*. These forms refer to the person at whom or thing at which the agent has (such-and-such) a feeling. These forms are exemplified by the following chart.

Past	Present	Dependent	Future
kinagalítan	kinagágalítan	kagalítan	kagágalítan
nákagalítan	nákakagalítan	mákagalítan	makákagalítan

The following chart show some of the forms which have this conjugation.

galit[3]	*angry*	kagalítan	*be angry at (him/her)*
takot	*afraid*	katakútan	*be afraid of*
inggit	*envious*	kainggitan	*be envious of*
inis	*angry*	kainisan	*be angry at*
asar	*angry*	kaasaran	*be angry at*
tuwà	*happy*	katuwaan	*be happy at*
suyà	*fed up*	kasuyáan	*be fed up with*
galak	*happy*	kagalakan	*be happy with*
hiyà	*shame*	kahiyaan	*be ashamed (to do)*
matay	*die*	kamatayan	*die for the sake of*

5. *At siya naman **ang mákakagalítan** doon sa kanyang ámo.* "And **she is going to be** the one **to get scolded** (lit. **be gotten angry at**) at her mistress' place." (14R7)
6. *Nákainggitan si María ng kanyang kápit-báhay.* "**Maria was envied** by her neighbor."
7. *Siya ang **kinatátakútan** ng mga táo díto.* "**He** is the one that people here **are afraid of.**"
8. *Kinamatayan niya ang báyan niyang sinilángan.* "He **died for the sake of** his native land."

---

[2]This formation occurs only with adjectives which have no prefix *ma-*.

[3]There is an irregular verb formation with *galit*: The prefix *pa-* can replace *ka-*, and there is no difference in meaning between *pagalítan* and *kagalítan*. Thus there is the alternative conjugation to that given above:

Past	Present	Dependent	Future
pinagalítan	pinapagalítan	pagalítan	pagágalítan

15.211   Comparison of local and conveyance passives with verbs derived from adjectives of feeling

The conveyance passives of verbs of this type are discussed in Unit Eleven (§11.51 ff). The conveyance passive refers to the reason on account of which, whereas the local passive refers to the thing at which or person at whom one has the feeling. Compare the following sentences with the examples of §15.2, above.

5a. *Ikinagágálit* ng ámo ang pagbibigay ng pagkáin sa kanilang kápit-báhay. "The mistress **was angry at the fact that** her neighbors were given food."

6a. *Hindí mo dápat ikainggit* ang kanyang swérte. "You should not **be envious of** her luck.

8a. *Ikinatátákot* kong baká AIDS ang sakit ko. "I am afraid that my illness is AIDS."

9a. *Malárya ang ikinamatay* niya. "He **died** of malaria."

15.212   Local passive verbs with *ka-an* which refer to position

The verbs with local passives that have a prefix *ka-an* are verbs which have a *ma-* conjugation of the type discussed in §10.11. In other word there is a paradigm as shown by the following chart. (We use the verb derived from the adjective *takot* "afraid" as our paradigm.)

ma- conjugation	local passive	conveyance passive
matákot	katakútan	ikatákot
be afraid	*be afraid of (it)*	*be afraid because of (it)*

Verbs which refer to position which have the *ma-* conjugation of the type described in §10.112 also have a local passive with *ka-an*. The present tense forms of these verbs are shown in the following chart:

ma- conjugation		Local passive	
natátayò	*stand*	kinatátayuan	*be standing at or on (it)*
nábubúrol	*lie in state*	kinabúburúlan	*place a body is lying in state*
naúupò	*be seated*	kinaúupuan	*place one is seated*
nahíhigà	*be lying*	kinahíhigaan	*place one is lying down*
násasadlak	*be fallen*	kinasásadlakan	*depths one has fallen to*

15.22   More on the local passives which mean "have (root) happen to one"

In §§7.4 and 11.52 we discussed local passive verbs which mean "have (root) happen to one, be affected by (root)." We repeat forms listed in these sections (in the dependent form):

mahírap	*be difficult*	mahirápan	*have a hard time*
mahal	*expensive*	mamahalan	*be charged a high price*
mamatay	*die*	mamatayan	*lose someone through death*
masakit	*painful*	masaktan	*suffer pain*
sirà	*broken*	masiráan	*get a part broken*
matagal	*long time*	matagalan	*be delayed*
ubos	*used up*	maubúsan	*run out of*
ulan	*rain*	maulanan	*get caught in the rain*
walà	*be gone*	mawalan	*lose something*

The above list shows the roots are most frequently adjectives. However, roots which are other parts of speech may also have this formation. These verb formations also essentially mean "be affected by (root)." Examples of them are given in the following chart:

kúlay	color	makuláyan	*have color on it*
dumi	*dirt*	madumihan	*get dirt on it*
mahigit	*be more than*	mahigitan	*be outdone*
malaki	*be big*	malakihan	*be outdone*
isa	*one*	maisahan	*get taken advantage of, have one put over on one*
dalawa	*two*	madalawahan	*have opponent get two more than one*
nákaw	*steal*	manakáwan	*get stolen from*
pútik	*mud*	maputíkan	*get mud on it*

10. *Huwag mo ngá palang iháló yung mga de-kolor sa mga putì, baká **makuláyan**.* "Oh yes! Don't mix the colored things with the white. They might run. (Lit. [The white ones] might **get color on them**.)" (13B21b)

11. *Huwag mong ilagay ang mga damit sa sahig baká **madumihan**.* "Don't put the clothes on the floor. They might **get dirt on them**."

12. *Baká **manakáwan** na naman ako.* "I might **get stolen from** again." (3B27b)

13. *Mayroon na ay talaga namang nagháhangad pa. Ang gusto ay **mahigitan** pa ang kápwà.* "She already had (enough) but she was still desirous of more. What she wanted was to outdo her neighbors (lit. for her neighbors to be **surpassed**)." (14R21)

14. *Óo. Bíró mo yun. Ang báhay nila ay sirá-sirá at magígibá na, at ngayon ay **nalakihan** pa itong átin.* "Just imagine, their house was dilapidated and falling apart and now it is bigger than ours (lit. ours **is outdone in bigness**)." (14R15)

15. *Akálá mo **máiisahan** mo ako ha!* "You thought you could put one over on me (lit. I **could be affected by your gaining one**)." (12R9)

16. *Dalawang puntos pala ang lamang mo sa ákin. Bále **nadalawahan** mo ako.* "You are two points ahead of me. That means you have two over me. (Lit. I **am outdone by two**.)"

15.23 Potential local passives of verbs from adjectives which mean "consider something to be (adjective)"

The potential local passive can be used with almost all roots which form adjectives with *ma-*. These local passive verbs refer to a subject (or predicate if the verb is the subject) who considers something to be (root). The thing which is considered to have the quality is expressed by a dative.

pángit	*ugly*	mapangítan	*consider (dative) to be ugly*

In the following sentence the dative is in boldface:

17. *Sigúro **napangítan** siya sa ákin.* "He probably **considered me ugly**."

Here are a few other examples of this formation. We have had a large number of roots which occur with the local passive formation of this type.

maganda	beautiful	magandahan	consider beautiful
masamà	bad	masamaan	consider bad
maliít	small	maliítan	consider small
matagal	long (in time)	matagalan	consider time consuming
magástos	spending a large amount of money	magastusan	consider wasteful of money
masarap	delicious	masarapan	consider delicious

18. *Hindí ako nagandahan sa kanyang ugáli.* "I was not favorably impressed by (lit. considered good) his ways."

19. *Naliliítan ka pa ba sa kótseng iyan na malaki naman!* "You **consider that car small**, when it's so big!"

20. *Nasásarapan ka ba sa pagkáing iyan?* "**Do you find that food delicious?**"

DO GRAMMAR EXERCISES 15Bff.

15.3 Review of formations we studied previously

15.31 Adjectives with *pa-*

We studied adjectives of the manner in Unit Eleven (§11.21). *Pa-* most commonly forms adjectives which refer to a direction, side, motion or way of behaving. The resulting form refers to the manner of the motion or behaviour. Here are some additional examples. Note that roots which have a long vowel (are written with an accent here) shorten their vowel (lose the accent) when the prefix *pa-* which refers to manner is added.

umáwit	sing	paawit	in a singing way
umúrong	step backwards	paurong	going backwards
tumalikod	turn the back	patalikod	do on the back
líhim	secret	palihim	secretly
humarap	face	paharap	do facing
kánan	right	pakanan	moving to the right

Examples:

21. *Kailángan mong itúlak pababá yung hawakan.* "You have to push the handle **down**." (15B22e)

22. *Tápos dalhin mo díto pabalik yung resíbo.* "Then bring me **back** the receipt." (15A11f)

23. *Palihim niyang inúutúsan ang kanyang isang káwal pára bigyan siya ng pagkáin.* "**Secretly**, he ordered one of his guards to give her food."(16R4)

is added to doubled roots to form adjectives which refer to intermittently done actions or s which are done off and on.

palundag-lundag	skipping
pasayaw-sayaw	intermittently dancing and moving in other ways
pakanta-kanta	done singing off and on
papalit-palit	keep changing
patayú-tayò	keep getting up
patawa-tawa	laughing intermittently
paiyak-iyak	do while crying off and on

24. *Pasayaw-sayaw siyang lumákad papunta sa báhay ng nóbya niya.* "He was dancing as he went to his girlfriend's house."
25. *Patawa-tawa siyang sumagot.* "She laughed as she gave her answer."

DO GRAMMAR EXERCISES 15Cff.

15.32 Active causatives with *pa-*

As we learned in §11.4 the active causative verb with *pa-* in certain contexts means to "have or allow someone do (root) to oneself." For example:

magpakíta	*show oneself (lit. allow someone to see one)*
magpatúrò	*have somenone teach one*
magpamánicure	*have someone give one a manicure*

26. *Púpunta ako sa kásálan. Kayá **magpápamánicure** múna ako.* "I'm going to a wedding, so I'll **get a manicure** beforehand."
27. *Mabúti pa **magpagamot** ka na lang.* "The best thing is for you to get medical treatment (lit. **have someone treat you**)." (cf. 15A9)
28. *Ang ginawá **nagpahingúto** siya at **nagpabúnot** noong úban.* "What she did was she **had (her) remove** lice from her hair, **had (her) pull** those grey hairs." (15R2)

DO GRAMMAR EXERCISE 15D.

15.321 *Patáwad*

Táwad means "pardon". It is homonymous with *táwad* "bargain a price down", but there is no connection between the two words. Verbs from *táwad* "pardon" are formed by adding the prefix *pa-*. The active and direct passive forms are common: *magpatáwad* "forgive," *patawárin* "forgive (him/her)," or "forgive (faults)."

29. *Hindí ako pwédeng **magpatáwad** ng táong gumawá ng ganoon.* "I **cannot forgive** a man who did something like that."
30. *Hindí kita **patátawárin**.* "I **will not forgive** you."
31. *Hindí ko **mapápatáwad** ang ginawá niya sa ákin.* "I **cannot forgive** what he did to me."

15.322 *Panáog, panhik*

Panhik means "go upstairs or up a ladder or go in a house." *Panáog* means "go downstairs, go down a ladder or go out of the house." These verbs have an empty prefix *pa-*, that is a prefix *pa-* that has no meaning.[4] These verbs have an irregular active conjugation as follows:

Past	Present	Dependent	Future	Abstract
nanáog *or*	nánanáog *or*	manáog *or*	mánanáog *or*	pagpanáog
pumanáog	pumápanáog	pumanáog	pápanáog	
nanhik *or*	nánanhik *or*	manhik *or*	mámanhik *or*	pagpanhik
pumanhik	pumápanhik	pumanhik	pápanhik	

The causative *pa-* can be added to these words. The dependent active is

---

[4] *Palígò* "bathe" is another verb with an empty *pa-* (See §12.66). The empty *pa-* is also found in *pagalítan* .angry at" (See §15.21 above).

magpapanáog	*allow someone to go out*
magpapanhik	*allow someone to come in*

33. *Hábang walá ako díto huwag kang **magpápapanhik** ng táo, náiintindihan mo?* "While I'm not here don't **allow** anyone **to come in,** you understand?"

The direct passive dependent forms with causative *pa-* are *papanhikin, papanaúgin.*

34. *Ay párang biglang nakapangákó yung babáe na mag-anak láang sila ay hindí **papápanaúgin** ng lúpà.* "Apparently the woman vowed that if they could only have a baby, they would not **allow it to** touch the ground (lit. **go down to the ground**)."

15.33 The dative of the demonstrative

As we explained in Unit Three the words for "here, there " (*díto, diyan, doon*) are actually the datives of the words for "this, that" (*ito, iyan, iyon*). These words are used not only to express location, but also as direct objects of the verb or objects of the preposition or other constructions in which datives are used (where in English we would not use "here" or "there"). For example *doon* in the following sentence means "that" and is the direct object of *bahálà* "in charge of."

35. *Ako na lang ang bahálá **doon**.* "I'll be in charge of **that**." (15A13a)

In the following example *doon* is the direct object of *nagséselos* "be jealous."

36. *Nagséselos ka ba doon?* "Are you jealous **of him** (lit. of that one)?" (cf. 15C36a)

When the dative demonstratives are expanded (that is, followed by a noun), the noun that follows is preceeded by *sa*.

36a. *Nagséselos ka ba **doon sa** áso?* "Are you jealous **of that** dog?" (15C36a)

One could also say,

36b. *Nagséselos ka ba **sa** ásong iyon?* "Are you jealous of that dog?"

DO GRAMMAR EXERCISE 15E.

15.34 *Héto, hayan,* and *hayun*

We studied *héto* "here it is" and *hayan* "there it is" in Unit Two (§2.61). There is also a form *hayun* (or *ayun*) "there it is, over there!" These forms are used as predicates. The form that refers to the person or thing that is being pointed out is the subject and must be preceded by *ang* if it is not a proper name or title or pronoun. Thus, in the following sentence the form *tatlong daang píso* "300 ₂sos" is preceded by *ang* even though it does not refer to something already known (i.e., does not ₂an "the 300 pesos").

₂7. *O, éto ang tatlong daang píso.* "Oh, here is 300 pesos." (15A11b)

ᵥ in the following sentence *salabat* as the subject must be preceded by *ang,* even though it ᵥme ginger tea" (not *the* ginger tea).

éto ang salabat. "Here! Here's some ginger tea." (15B18c)

ᵇᵉ

15.35 Preposed genitive

In Unit Six (§6.4) we studied the preposed genitive. As described there the preposed genitive is the same as the dative with the particle *sa* dropped. (Review §6.4.) There is also a preposed genitive form of nouns, commonly used only in provincial dialects. The preposed genitive form of nouns shows up in some of our stories. The preposed genitive of it consists of the noun preceded by the dative marker (*sa, kay,* or *kina*) and linked with *na*.

39. *Pumanhik na sa báhay, **kay Mariang** báhay.* "He went into the house, into **Maria's** house." (15R6)

15.4 Use of the tenses

15.41 Conditions contrary to fact

Conditions contrary to fact are clauses which mean "if (so-and-so) were or were to be the case (but it's not)" or "if (so-and-so) had been the case (but it wasn't)." The verb in such clauses is past, present, or future depending on the time of the action. The verb of the then-clause,[5] that is, the clause that expresses what would happen, is future. In the following sentence the verb of the if-clause is past tense (because the reference is to an action in the past). The verb in the then-clause is future.

40. *Kung **pinatay** nátin **nang pinatay** ang lamok, hindí táyo **pagkákalooban** ng magandang kapaláran.* "If we **had kept killing** the mosquitoes, we **would** not **have been granted** good fortune." (14R12)

15.42 Other uses of the future

In this section we will discuss uses of the future tense other than in the apothesis (then-clauses) of conditions contrary to fact or in the future meaning.

15.421   The future after *áyaw* and in negative imperatives

The future is used in place of the dependent after *áyaw* and in negative imperatives to emphasize that the action should never, never happen.

41. *Huwag kang **bíbili** ng mga gamot doon sa doktor.* "Don't **buy** the medicine from the doctor." (15A11d)
42. *Wag kang **lálabas** ng báhay maski ano ang mangyári. 'Wag kang **magpápapápások**, náiintindihan mo?* "Be sure not **to leave** the house. Don't **ever let anyone in,** do you understand?" (13B25b,c)

The future after *áyaw* is used with actions that happen to one. The meaning is "X does not want (so-and-so) ever to happen to him."

43. *Áyaw ko nang **madádaig.*** "I don't **ever** want to **be outdone.**" (14R15)

15.422   The future in clauses introduced by *nang* or *noong*

In clauses introduced by *nang* or *noong* referring to past event the dependent is normally used. However, if the action is viewed as about to happen, the future form of the verb is used. This point was discussed in Unit Thirteen in the potential to §13.884. Here is another example.

44. *Nang **sásakay** na ay tumagílid.* "When they **were about to ride on the boat,** it tipped over."

---

[5]The then-clause is the **apothesis** in traditional Latin grammar. The if-clause is the **protasis**.

15.43 Uses of the dependent

In the following sections we will look at the dependent forms used to refer to a hypothetical action.

15.431   The dependent used in clauses which mean "if (so-and-so) should be the case"

We learned that in clauses introduced by *kung* the future is used (§4.24). However, the if-clause expresses a hypothetical case - - that is, if the meaning is "should (so-and-so) be the case" or "so long as (so-and-so) is the case," the dependent form is used. In the following sentences the dependent form is used to express the meaning that the case is hypothetical.

45. *Kung inyong **mapagtiisan** yan ay mayroon akong igágantimpálá sa inyo.* "If you **should happen to put up with** that, I will give you a reward." (14R10)

Other examples:

46. *Bahálá na kung **máhuli** ka nang dating, basta **dumating** ka.* "I don't care if you **are late** in arriving, as long as you **come**."
47. *Kung sakáling **magulantang** kayo at **tumagílid** ang inyong bangkà ...* "If you **should get startled** and your boat **should tip over ...**" (14R16)

The dependent forms often express the hypothetical case in clauses which are not introduced by any conjunction. In the following example, the verb is dependent but there is no conjunction meaning "if" or "so long as."

48. *Nakapangákó yung babáe na **magkaanak** láang sila ay hindí nila papápanaúgin ng lúpà.* "The woman vowed that (if) they only **were to have a child**, they would not allow it to touch the ground." (15R1)

15.432   Dependent used to mean "the action of doing (so-and-so)

Closely related to the above usage is the usage of the dependent to mean "the action of doing" (lit. "if [so-and-so] is done").[6]

49. *Simulá ngá noon ay iyong mag-ának na mahírap ay ang hánapbúhay ay **mangúha** ng báging.* "In the old days there was this poor family whose livelihood was **to collect** vines." (14R1)
50. *Madalí-dalí ang **maglaba** ng médyas.* "It is quite **easy** to wash socks."

15.433   The dependent after *mabúti pa*

The form *mabúti pa* "the best thing to do would be ..." is usually followed by a dependent. *Mabúti pa* is optionally linked with *ng*.

51. *Mabúti pa (or mabúti pang) **magpatingin** ka na lang sa doktor.* "The best thing would be for you **to just let a doctor look at you**." (15A9)
52. *Mabúti pa (or mabúti pang) **magtráysikel** ka na lang.* "The best thing would be for you just **to take a pedicab**." (15A13b)

---

rm is used with the same meaning, and the abstract form could be substituted for the dependent
n. The abstract form is discussed in §7.72

*búhay nila ay ang **pangungúha** ng báging.* "Their livelihood was the **collection**

15.434   Dependent in negative sentences with verbs of the *magka-* conjugation

The dependent is used in negative sentences with verbs of the *magka-* conjugation (§15.1) above. This usage is parallel to the dependent of potentials used in negative sentences (§7.24). The meaning is "is (was) not able to get (root)."

53.   *Kayá sila hindí **magkaanak** ay baog yong babáe.* "They **couldn't have a child** because the woman was sterile."

DO GRAMMAR EXERCISE 15F.

15.44   *Kung* plus a present-tense verb

Kung may be followed by a present-tense verb in clauses which mean "when (so-and-so) happens, during the time that (so-and-so) happens."

54.   *Kung kayo ay **kinákagat*** "During the time that you are **being bitten**." (14R10)

15.5   Adjectives with *ma-in*

Root adjectives which refer to characteristics of the personality or intrinsic characteristics of things may be affixed with *ma-in* This affixation is only used with forms which do not have the prefix *ma-*.[7] If the basic vowel[8] of the root is long, the form affixed with *ma-in* has a SHORT vowel in the second-to-last syllable. If the basic vowel of the root is short the form affixed with *ma-in* has a LONG second-to-last syllable. The meaning of these adjectives is "characterized by being (so-and-so)." The following list gives some of the roots which may have this formation.

	Root Form		*ma-*conjugation	*ma-in* adjective	
galit	*angry*	magálit	*get angry*	magalitin	*angry in nature*
inggit	*jealous*	mainggit	*get jealous*	mainggítin	*jealous*
sélos	*jealous*	none-magsélos	*be jealous*	maselosin	*jealous in nature*
galak	*happy*	magalak	*be happy*	magalákin	*happy in nature*
tuwà	*happy*	matuwà	*become happy*	matuwáin	*always happy*
lungkot	*sadness*	malungkot	*be sad*	malungkútin	*always sad*
takot	*afraid*	matákot	*be afraid*	matakutin	*fearful*
hiyà	*shame*	mahiyà	*be ashamed*	mahiyáin	*bashful*
inis	*angry*	mainis	*get angry*	mainísin	*of an angry nature*
mahal	*expensive*	mumahal	*become expensive*	mamahálin	*of an expensive sort*
bulok	*rotten*	mabulok	*go bad*	mabulúkin	*of a rotten type*
sakit	*sickness*	none (sumakit)	*get sick*	masasaktin	*sickly*[9]
butas	*having a hole*	mabútas	*get a hole*	mabutasin	*easily gets hole in it*

Ma-in can also be added to some verbal roots. The same rules of accentuation apply as for adjective roots.

---

[7]This formation does not occur with adjectives with *ma-* because adjectives with *ma-* have the meaning "characterized by (being adjective)."

[8]The basic vowel length of the root adjective is the length of the vowel when the root is used as verb with *ma-* (or *má-*) conjugation (§10.11)

[9]*Masasaktin* has irregular accentuation and reduplication of the first syllable.

tumúlong	*help*	matulungin	*helpful*
magtanong	*ask*	matanúngin	*always asking questions*
makiramdam	*feel*	madamdámin	*easily hurt*

55. *"Bíró mo iyon, ang báhay nila ay sirá-sirá at magígibá na. Ay ngayon ay nalakhan pa itong átin!" sábing gayon. **Mainggítin** ngà.* "'Imagine that. Their house used to be all broken down and ready to collapse. Now it's bigger than ours!' That's what she said. She was **jealous**." (14R15)

DO GRAMMAR EXERCISE 15G.

15.6   Roots referring to personal knowledge

Words meaning "think, feel, know, heard, seen, be aware," and the like are expressed by the unaffixed root. The one who knows, hears, etc. is expressed by the GENITIVE. These phrases have to be first in the sentence and are linked with *ay*. Some of these phrases are optionally introduced by *sa*.

akálà	*thought*	(sa) akálá ko	*I think*
alam	*knowledge*	alam ko	*I know*
balítà	*news*	balítá ko	*I got the news*
bírò	*joke*	bíró mo	*imagine*
dinig	*heard*	(sa) dinig ko	*from what I heard*
kilála	*acquainted*	kilála ko	*I am acquainted with*
kíta	*seen*	kíta ko	*I saw*
húlà	*guess*	(sa) húlá ko	*I guess*
ísip	*think*	(sa) ísip ko	*I think*
málay	*consciousness*	málay ko	*I am aware*
pakiramdam	*feel*	(sa) pakiramdam ko	*I feel*
pakiwárì	*imagination*	(sa) pakiwárí ko	*I imagine*
palagay	*opinion*	(sa) palagay ko	*in my opinion*
tingin	*way of looking at something*	(sa) tingin ko	*the way I look at it*

56. *Akálá ko'y lílipat ka na ngá kinábukásan.* "I thought you were going to move the following day." (4A11b)
57. *Alam mo naman kókóntí lang ang péra ko ngayon.* "You know I have very little money at this time." (4A4b)
58. *Doon sa isang báyan na **balítá ko** ay walang laláki doon.* "At a town where I **heard** there are no men (there)." (14R17)
59. *Bíró mo, nagpunta ba naman doon sa kwárto ko.* "**Can you imagine** he went into my room!" (10C30a)
60. *(Sa) **Pakiramdam ko** nama'y gumágaling na ako e.* "**I feel** I am getting better now." (15A6)
61. *(Sa) **Palagay** ko ay matútuwá yon.* "**In my opinion** he will be happy." (10A10)
62. *Sa **tingin ko** dápat sisántihin mo na yang babáeng yan e.* "**In my opinion** you should fire that woman now." (11A4)
    Kítang-kíta niyang isa-isang kinákáin ni Matsing ang mga ságing. "**He could see** (lit. **before his eyes**) Monkey eating the bananas one after another." (12R7)

`AR EXERCISE 15H.

15.7 Word study

15.71 *Siya*

There are numerous homonyms with the form *siya*. They are probably unconnected with each other: (1) *siya* "the one who, which," (2) *siya*, the interjection, (3) *siya* the root of *pasiya* "decide", (4) *siya* the root of *kásiya* "suffice," (5) *siya* the root of *kasiya-siya* "satisfied," and finally (6) *siya* the personal pronoun.

15.711 *Siya* "the one who"

In Unit 4 (§4.362) we studied *siya* as an identifier for the subject in sentences with noun or pronoun predicate. In the following sentence *ang laláki* is the predicate and *siya* specifies the subject.

64. *Dápat ang laláki ang **siyang** magbáyad.* "The man is the **one who** should pay." (4B30b)

Siya may also specify the predicate. In the following sentence *kung ano ang inyong másambit* "whatever you should say" is the subject.

65. *Kung sakáling mágulantang kayo at tumagílid ang inyong bangkà, kung ano ang inyong másambit **ay siyang lálabas**.* "If you should get startled and tip over, whatever you happen to utter is **what will come out.**" (14R16)

In the following sentence *siyang* precedes the predicate and the clause *kung ang magíging anak ay isang laláki at isang babáe* "if the children are a boy and a girl" is the subject.

66. *Pinangákó niyang kung ang magíging anak ay isang laláki at isang babáe ay **siyang pag-íisahing pálad.*** "He vowed that if the children they have are one boy and one girl **they (lit. that is what) would be married to each other (lit. have their fates joined into one).**" (17R2)

15.712 *Siya* the interjection

Siya is used at the beginning of a phrase to introduce a new topic and mark that what had been talked about is finished. Often *siya* is preceded by *ay* (or *e*) in this meaning.

67. *Kung sakáling mágulantang kayo at tumagílid ang inyong bangkà, kung ano ang inyong másambit ay siyang lálabas. **Ay siya**, nang sásakay na ay tumagílid.* "If you should get startled and your boat tips over, whatever you utter, that's what will come out. **Well anyway,** when they were on the boat it tipped over." (14R16)

The phrase *siya ngá pala* "oh yes, by the way" (bringing up a new topic) is a combination of this particle *siya* plus *ngá pala* "oh yes, I just thought of something" (discussed in Unit 4, §4.83).

68. ***Siya ngá pala**, kailan ka bábalik díto?* "**By the way,** when are you coming back?"

The phrase *siya ngá* at the beginning means "Yes, you have a point; yes, you are right."

69. ***Siya ngá** naman, dápat mong pag-isípan ito.* "Yes, **you're right.** You should think about it."

15.713   *Pasya, kásya* and *kasiya-siya*

Pasya[10] is a noun which means "decision." As a verb *pasya* has the active conjugation with *mag-* and *makapag-* potential and the local passive with *pag-*.

70. *Subáli't talagang buó na ang kanyang pasya.* "However, his **decision** was completely firm." (11R11)

71. *Hindí pa kami nakákapagpasya.* "We still haven't **made a decision**." (7B21a)

72. *Pagkaraan ng ilang sandalí ay nápagpasyahan niyang balikan ang kanyang púnong ságing.* "After a few moments he **decided** to go back to his banana tree." (12R13)

Kásya is an adjective and means "fit, be enough."

73. *Masakit a. Hindí yátá kásya sa ákin.* "It hurts. Apparently, it's not **big enough** for me." (12B26a)

It forms a verb with the *mag-* conjugation meaning "be enough, be big enough."

74. *Pára magkásya inilúgaw na lámang niya.* "So **it would be enough,** she just made it into porridge." (14R5)

There is also a direct passive causative verb of the *pag-* conjugation (§13.1) meaning "make something do, make something be enough."

75. *Kákauntí lang ito, péro pápagkásyahin* (=*pagkákásyahin* or *papápagkásyahin*)[11]*na lang nátin.* "This is just a small amount but we **will make it do**."

The root *siya* also occurs in the adjective *kasiya-siya* "satisfying, pleasing" (§16.63) and as a verb base with potential active and potential local passive affix. The potential active, *makasiya,* means "satisfy" (§10.12).

76. *Nakákasiya ang trabáho mo.* "Your work is **satisfying** (to yourself or to me)."

The potential local passive form means "be satisfied " (§22.5).

77. *Ayan, áanhin mo iyan? Kasi ikaw'y hindí ka masiyahan.* "Now there! What are you going to do with that? Because you- you are never **satisfied**." (14R17)

78. *Hindí ako nasísiyahan sa trabáho niya.* "I am not **satisfied** with his work."

DO GRAMMAR EXERCISE 15I1.

15.72 *Díne*

Díne (or *ríne*) is a dialectal form meaning "here." Originally *díne* was used to refer to a place near the speaker but not near the interlocutor, whereas *díto* was used to refer to a place near the speaker and interlocutor. This usage is still prevalent in some of the dialects. However *díne* (*ríne*) is now often used synonymously with *díto*, as a stylistic variant (to indicate provincial speech). There are also forms *nárine* and *nandíne* "is here."

...*iya* and not *pasiya* because in affixation the form *pasya* has affixes of the type which verbs with ... have the *mag-, makapag-* and *pag-an* conjugations). Similarly *kásya* is considered to have a ... he inflection is that of verbs that are prefixed with *ká-*.

...lar in that the length of the vowel does not shift from *ká* to the second-to-last syllable of the ...ded.

79. *Pagkapások sa ano ay tampal diyan, tampal **díne**.* "When they entered into the whatchamacallit (thicket) they slapped there, slapped **over here**." (14R16)

15.73 *Pupwéde*

Pupwéde is used only after *hindì*. *Hindí pupwéde* means "it's probably not possible" – as opposed to *hindí pwéde* which means "it is impossible."

80. *Panginoon, hindí na raw **pupwédeng** kúnin at inilúlúgaw na.* "Ma'am, she says it's **probably** not **possible** to take it back because she's already cooking it into porridge." (14R6)

15.74 *Tagal*

Tagal is a noun which means "length of time." An adjective is formed by adding *ma-*: *matagal* "long in time."

81. ***Matagal** ka na ba díto?* "Have you been here long?"

An active verb is formed from *tagal* with affixes of *mag-* conjugation. The resulting form means "spend a long time, take a long time."

82. *Hindí **nagtagal** lumabas naman ang mga dáhon.* "It **didn't take long** and the leaves came out." (12R4)
83. *Hindí na **magtátagal** at mangánganak na siya.* "It **won't take long** and she will give birth."

The active prefixes of the *-um-* conjugation can also be added to *tagal*. The resulting verb form means "endure for long."

84. *Paáno ito? Hindí ako **tátagal** at talaga namang kaináman ang lamok.* "What can we do? I **won't last for a long time** (for there really are a lot of mosquitoes)." (14R9)

The local passive potential affixes also can be added to *tagal*. The resulting form means "be delayed, take a long time."

85. ***Natagalan** ako sa áking pamamaléngke.* "I **was delayed** because I was shopping (lit. in my shopping)."

DO GRAMMAR EXERCISE 15I2.

15.75 *Aywan ko*

Aywan ko (also pronounced *éwan ko*) means "I don't know!" It is used to an intimate or equal, not to a stranger or a person of higher status.

86. *Ano ang gusto mong inumin?–**Éwan ko**.* "What do you want to drink?–I **don't know**." (5C29)

Aywan ko sa iyo is an idiom. It has two meanings: (1) "I doubt that"

87. *Aywan ko sa iyo kung mábibili yan.* "I doubt it if anyone is going to buy those things." (14R17)

(2) "It's up to you"

88. *Kailan táyo áalis?– Aywan ko sa iyo.* "When shall we leave?–It's up to you!"

This second meaning is an example of the general phrase *aywan ko* (dative), "It's up to (dative)." In other words, the dative of any noun or pronoun occurs after **aywan ko**, and the resulting phrases mean, "It's up to (so-and-so)."

89. **Aywan ko kay** *Vícki. Násapsa kanya íyon.* "It's **up to** Vicki. The ball is in her court."

15.76 *Tulog*

Tulog is an adjective meaning "be asleep."

90. **Tulog** *na ang bátà.* "The child **is asleep** now."

As a verb it has active conjugation with *-um-*, *ma-* and an active potential *maka-* added to a base *túlog* (with a long vowel in the second-to-last syllable). There is little difference in meaning between the *-um-* and the *ma-* conjugation of this verb.

91. *Hoy Juan, bugáwan mo ako ng lángaw hábang ako'y* **natútúlog** *ha? At huwag kang* **tútúlog**. "John, chase the flies away from me while I **am asleep**. And **don't** you **go to sleep**, hear?" (10R2)

The potential means "can, have a chance to sleep." The long vowel potential affixes are added to *tulog* (with a short vowel in the root) to form verbs which mean "fall asleep."

Past	Present	Dependent	Future
nákatúlog	nákakakatúlog	mákatúlog	mákakakatúlog

92. *Alas dos na nang ako'y* **mákatúlog** *kagabi?* "It was two before I **got to sleep** last night.
93. *Noong* **mákatúlog** *na itong kanyang hiníhingutúhan...* "When the person she was picking lice from **fell asleep...**"

DO GRAMMAR EXERCISE 15I3.

15.77 *Kaináman*

Kaináman is a noun formed to the root *ínam* which is also found in the adjective *maínam* "good." *Kaináman* means "a moderate amount."

94. **Kaináman** *lang ang présyo nito. Hindí masyádong mahal.* "This only costs **a moderate amount.** It's not too expensive."

Kaináman can be used like English "a fair amount" to mean "a large quantity."

95. *Paáno ito. Hindí ako tátagal. At talaga namang* **kaináman** *ang lamok.* "What shall I do. I can't stand it for long. For there really are a **fair number** of mosquitoes (there)." (14R9)

˙78 *At*

At is a conjunction meaning "and." It also has many uses which the English "and" does not ˙) It can be a linker. For example *mabúti* and *hanggang* are commonly linked with *at* ˙tened to *'t*).

·búti't umalis ka na. "It was a good thing **that** you left."

97. *Hangga't hindí mo napúpunó itong isang tásang ito...* "As long as you haven't filled this cup..." (14R3)

(2) *at* plus *pára* or *nang* means "so that... " (cf.§13.11.5)

98. *Kita'y magsisiyam sa simbahan at pára matupad itong áting pangákò.* "We will perform nine days of prayer at the church so that we can fulfill our vow." (15R1)

(3) *At* can mean "because."

99. *Panginoon, hindí na raw púpwédeng kúnin at inilúlúgaw na.* "Ma'am, it isn't going to be possible any more because it is being made into porridge now." (14R6)

15.79 *Kita*

We learned in §6.6 *kita* is used to replace the combination *ko...ka. Kita* is also used as a dual first person pronoun "I and you." An alternative pronunciation is *kata. Kita* (or *kata*) can be replaced by *táyo*, and in fact *kita* and *kata* in place of *táyo* are mostly used only in provincial dialects. The genetive is *náta* and the preposed genitive is *áta. Náta* and *áta* forms are literary and not used in everyday speech.

100. *Kita'y magsísiyam sa simbáhan.* "We (you and I) will perform nine days of prayer in the church." (15R1)

Grammar Exercises

15A. *Magka*-banghávan (*Magka-* conjugation) (§15.1)

15A1. Pagsasánay sa pagbabalangkas

1a. Huwag kang makipaglaró kay Líto. Baká maháwa ka ng sakit!
b. Baká ka magkasakit!
2a. May kábag ka, kasi kumáin ka ng nápakaráming késo.
b. Nagkakábag ka!
3a. Papáno táyo kung magbrown-out?
b. Kung magkákakabrown-out?
4a. Kahápon ay nilagnat ka dáhil nalígó ka nang matagal.
b. Nagkalagnat ka.
5a. May sipon ka, kasi nabasá ka noong umulan.
b. Nagkasipon ka!
6a. Papáno ka kung magka-aids?
b. Kung magkáka-aids ka?
7a. May probléma ka ba dáhil sa asáwa mo?
b. Nagkaprobléma ka ba?
8a. May trangkáso ka, kasi hindí ka uminom ng gamot.
b. Nagkatrangkáso ka!
9a. Nakakúha ka pala ng maráming péra sa Nánay mo.
b. Nagkapéra ka.
10a. Nalamigan ka kayá baká ubuhin ka.
b. Baká magkaubo ka.

15A2. Isálin sa támang anyó ang salitang nása panaklong. Kung kailángan, gamítin ang *magka*-**banghayan (***Magka*-**conjugation) úpang máging ganap ang díwá ng mga pangungúsap.**

1. Nanghíhíná si Lína. Mukhang (*sakit*) siya. 2. Kahápon pa (*sakit*) ang tiyan niya at ngayon (*kábag*) na siya. 3. Mabúti na lang at hindí siya (*lagnat*). 4. Kayá sinábi ng kanyang amang (*sipon*) lang iyon. 5. Sinábi ni Lína na (*sipon*) siya noong isang áraw. 6. Baká (*ubo*) ka kapag hindí ka uminom ng gamot. 7. (*Trangkáso*) na ngá ako kahápon kayá hindí na ako lálabas ng báhay. 8. Baká (*AIDS*) ka rin kapag lumápit ka sa kanya. 9. (*Alérdyik*) pa ngá ako sa gamot na ininom ko kanína.

15B.   Local passive of adjectives (§§15.21-23)

15B1. Únang Hakbang. Pagsasánay sa pagbabalangkas

1a.   Kinagalakan niya ang kanyang pangánay na anak.
 b.   Nagalak siya sa pangánay niyang anak.
2a.   Siya ay kinatátakútan ng mga kápit-báhay sa kanila.
 b.   Natátakot ang mga kápit-báhay niya sa kanya.
3a.   Ang bátá ay kinatútuwáan ng mga táo.
 b.   Natútuwá ang mga táo sa bátà.
4a.   Kinagulátan siya ng kanyang mga kasáma.
 b.   Nagúlat ang kanyang mga kasáma sa kanya.
5a.   Siya ay kinaíinggitan ng mga kápit-báhay niya.
 b.   Naíinggit ang mga kápit-báhay niya sa kanya.
6a.   Kinápansinan siya ng kakaibang saya.
 b.   Nápansin sa kanya ang kakaibang saya.
7a.   Ang trabáho niya ay kinasiyahan ng kanyang asáwa.
 b.   Nasiyahan sa kanyang trabáho ang kanyang asáwa.
8a.   Kinagágalítan ng babáe ang kanyang kapatid.
 b.   Nagágálit ang babáe sa kanyang kapatid.
9a.   Kinaawáan siya ng mayámang mag-asáwa.
 b.   Naáwá ang mayámang mag-asáwa sa kanya.
10a.   Ang áso ay kinainisan ng laláki.
 b.   Nainis ang laláki sa áso.

Ikalawang Hakbang

1a.   Namatay siya pára sa báyan niyang sinilángan.
 b.   Kinamatayan niya ang báyan niyang sinilángan.
2a.   Párang nahíhiyá pa ako kay Fráncis, kasi hindí pa rin ako humíhingí ng paumanhin sa kanya.
 b.   Párang kinahíhiyan ko pa si Fráncis, kasi hindí pa rin ako humíhingí ng paumanhin sa kanya.
3a.   Bákit maíinggit pa ako sa kanya? Hindí naman niya ako nahigitan.
 b.   Bákit ko ba siya kaíinggitan?
4a.   Nágúlat siya nang mákíta niya ang kanilang báhay.
 b.   Kinagulátan niya ang kanilang báhay.
5a.   Nagágálit ako sa kanya kasi sinírá niya ang bag ko.
 b.   Kinagágalítan ko siya kasi sinírá niya ang bag ko.
6a.   Masísiyahan ako sa iyo kung lílinísin mo ang kusínà.
 b.   Kasísiyahan kita kung lílinísin mo ang kusínà.
7a.   Naáwá siya sa mga bátang hindí kumáin.
 b.   Kinaawáan niya ang mga bátang hindí kumáin.

8a. Naíinis ako sa iyo kasi kinúha mo ang péra ko.
b. Kinaíinísan kita kasi kinúha mo ang péra ko.
9a. Matútuwá ba ako kung magkákasakit ka?
b. Katútuwaan ko ba kung magkákasakit ka?

Ikatlong Hakbang

1a. Nainggit siya dáhil sa pagyáman ng kápit-báhay niya.
b. Ikinainggit niya ang pagyáman ng kápit-báhay niya.
2a. Malúlungkot si Pete sa pag-alis ni Léslie sa Los Banos.
b. Ikalúlungkot ni Pete ang pag-alis ni Léslie sa Los Banos.
3a. Nahíhiyá ako sa ginawá ng asáwa ko.
b. Ikinahíhiyá ko ang ginawá ng asáwa ko.
4a. Natákot si Mrs. Mendez sa pag-iisa niya sa báhay.
b. Ikinatákot ni Mrs. Mendez ang pag-iisa niya sa báhay.
5a. Nagalak si Inting dáhil sa pagkikilála nila ni Léslie.
b. Ikinagalak ni Inting ang pagkikilála nila ni Léslie.
6a. Hindí táyo dápat masúyá sa kanyang mga kílos.
b. Hindí nátin dápat ikasúyá ang kanyang mga kílos.
7a. Natúwá ang mga bátá dáhil sa pagbibigay ni Mrs. Ocámpo ng kíndi sa kanila.
b Ikinatuwá ng mga bátá ang pagbibigay ni Mrs. Ocámpo ng kéndi sa kanila.
8a. Magágálit si María dáhil sa hindí pagdating ni Pédro.
b. Ikagágalit ni María ang hindí pagdating ni Pédro.
9a. Naíinis kami dáhil sa kanyang pagiging sipsip sa mga títser sa iskwelahan.
b. Ikinaíinis námin ang kanyang pagiging sipsip sa mga títser sa iskwelahan.
10a. Tiyak na maáasar ang Nánay dáhil sa hindí nátin paglilínis ng báhay.
b. Tiyak na ikaáasar ng Nánay ang hindí nátin paglilínis ng báhay.

15B2. Lagyan ng támang panlápì. (Supply the right affixes.) Gámit ng *ika-, ipag-, ka-an, ma-*. (§15.211)

1. (*Lungkot*) ko ang nangyári páre. Talagang (*hiyà*) kita. Huwag mo na akong (*gálit*). 2. Talagang (*súyà*) na ako sa katangahan mo. 3. Akálá mo ba'y (*tuwà*) ko pa yung ginawá mo? 4. (*Áwà*) mo ba ako kung mag-sóri ako? 5. Huwag mo na akong (*inggit*). Ibíbili ka rin naman ng bóla ng tátay e. 6. Sigurádong (*asar*) siya kung sa kanya mo gágawin ang ginawá mo sa ákin. 7. Bákit palágí kang (*suyá*) basta siya ang bumátí sa iyo. 8. Sigúro (*gúlat*) sa iyo si Pete kapag nákíta ka niya. 9. (*Inggit*) niya ang biniling báhay ni Pete. 10. Huwag ka nang (*gálit*) walá naman akong ginawá sa iyo a. 11. Ano ba ang (*selos*) mo kahápon at hindí mo pinansin si Pete? 12. Tiyak na (*tuwà*) ng mga táo ang bátá, kung sásayaw siya. 13. Hindí nátin dápat (*taka*) ang biglang pag-alis ni Bert. 14. Huwag mo namang (*tákot*) ang títser mo dáhil mabait naman siya. 15. Lágí niyang (*malaki*) yung kótse ng Tátay niya.

15B3. Pagsasánay sa pagtutuloy. Ituloy ang mga sumúsunod na pangungúsap sa pamamagítan ng paggámit ng *baká + ma-an*. (§15.22)

1a. Maráming magnanákaw sa lugar kayá dápat mong kandadúhan palágí ang pintò...
b. baká ka manakáwan.
2a. Huwag mong iháló yung mga de-kolor sa mga putì...
b. baká makuláyan ang mga iyon.
3a. Híhingí ang mga gúró ng abúloy sa míting. Huwag na táyong pumunta sa míting...
b. baká táyo mahingan.

4a.   Kung áyaw náting gumástos ng marámi, makákahigit sa átin ang mga
        kápit-báhay nátin. Dápat táyong gumástos ng marámi...
 b.   baká táyo mahigitan.
5a.   Madaling dumumi yang mga putì. Huwag mong ilagay sa sahig...
 b.   baká madumihan.
6a.   Maráming mahihírap na trabáho ang ibinigay mo sa katúlong. Huwag mo siyang
        bigyan ng mahírap na trabáho...
 b.   baká siya mahirápan.
7a.   Hindí bíbili sa átin ang mga táo kung mahal ang áting tinda. Huwag mong itaas
        ang présyo ng áting tinda...
 b.   baká mamahalan ang mga táo.
8a.   Maúúbos na naman ang áting bigas. Kauntí na lang ang isáing mo ngayon...
 b.   baká táyo maubúsan.
9a.   Úulan na naman yátá. Ipások mo na iyang bátá díto sa loob ng báhay...
 b.   baká siya maulanan.
10a.   Masyádong mapútik sa lugar na ito. Itaas mo ang iyong pantalon...
 b.   baká maputíkan iyan.

**15B4. Pagsasánay sa pagbabalangkas. Gámit ng pandíwang may kahulugang 'find something
to be..." (§§15.23)**

1a.   Sa tingin mo, maganda ba yung ginawá mo?
 b.   Nagágandahan ka ba sa ginawá mo?
2a.   Mahírap ba ang Tagálog pára sa iyo?
 b.   Nahíhirápan ka ba sa Tagálog?
3a.   Malíit ba sa iyo ang damit na binili ko?
 b.   Nalíliítan ka ba sa damit na binili ko?
4a.   Masarap ba ang úlam na nilútó ko?
 b.   Nasásarapan ka ba sa úlam na nilútó ko?
5a.   Magástos ba ang handáan ninyo?
 b.   Nagágastusan ka ba sa handáan ninyo?
6a.   Sa tingin mo, pángit ba ang ugálí niya?
 b.   Napápangítan ka ba sa ugálí niya?
7a.   Masamá ba ang áyos ni Léslie?
 b.   Nasásamaan ka ba sa áyos ni Léslie?
8a.   Masaya ba ang sáyáwan sa inyo?
 b.   Nasásayahan ka ba sa sáyáwan sa inyo?
9a.   Kasiya-siya ba ang regálo niya?
 b.   Nasísiyahan ka ba sa regálo niya?
10a.   Malaki ba ang báhay nina Lína?
 b.   Nalálakihan ka ba sa báhay nina Lína?

**15B5. Lagyan ng támang panlápì. (Mixture of various local passives with adjectives)
(§§15.21,23)**

1. Ang (*gálit*) ng títser ay si Lína. 2. Akálá ng títser ay tamad si Lína, péro sa katunáyan
(*hirap*) si Lína sa leksiyon. 3. "Akálá mo ba'y (*isa*) mo ako?" ang sábi ng títser kay Lína.
4. "Wag ninyo hó akong (*sakit*)", pakiúsap ni Lína sa títser. 5. Lína, (*ganda*) ka ba sa
trabáho mong yan? 6. (*Takot*) si Lína sa títser kasi (*gálit*) siya nito. 7. "Wag mo akong
(*takot*)", ang sábi ng títser kay Lína. 8. (*Hiyà*) ni Lína ang títser dáhil sa ginawá niyang
trabáho. 9. (*Tuwà*) lang niya si Lína basta maganda ang trabáho niya. 10. "Bákit ko hó sila
(*inggit*) e káyá ko rin naman hong pagandahin ang áking trabáho", ang sagot ni Lína.
11. Ano hó ang dápat kong (*inggit*) sa kanila? 12. Búkas hó ay pagágandahin ko na ang
áking trabáho pára kayo ay (*ganda*). 13. (*Sakit*) hó kasi ako kanína dáhil sa sinábi nyo.

14. Alam ko naman hong (*higit*) ko rin sila kung gágandahan ko ang trabáho ko.
15. (*Galak*) niya ang kanyang nárinig kay Lína.

15C. *Pa-* adjectives of manner (§15.31)

Pagsasánay sa pagbabalangkas. Únang Hakbang. Bagúhin ang mga sumúsunod na pangungúsap sa pamamagítan ng paggámit ng *Lumákad...*

1a. Bumalik na siya sa kanila.
 b. Lumákad na siyang pabalik sa kanila.
2a. Pumunta na siya sa Maynílà.
 b. Lumákad na siya papuntang Maynílà.
3a. Áakyat na ng Báguio ang mga kaibígan ko.
 b. Lálákad na paakyat ng Báguio ang mga kaibígan ko.
4a. Pumások na ba ng trabáho ang tatay mo?
 b. Lumákad na ba papasok ng trabáho ang tátay mo?
5a. Bágo ka umalis ay dumáan ka múna sa mga lóla mo.
 b. Bágo ka lumákad paalis ay dumáan ka múna sa mga lóla mo.
6a. Búkas na sila bábabá ng bundok dáhil malakas pa ang ulan.
 b. Búkas na sila lálákad pababá ng bundok dáhil malakas pa ang ulan.
7a. Nang hindí námin siya pinápansin ay lumayó na siya sa ámin.
 b. Nang hindí námin siya pinápansin ay lumákad na siya palayó sa ámin.
8a. Kung hindí ka pa úuwí ay magkwentúhan múna táyo.
 b. Kung hindí ka pa lálákad pauwí ay magkwentúhan múna táyo.
9a. Pagkatápos niyang ibigay sa ákin ang kard na ito ay tumawid na siya sa iskinítang iyan.
 b. Pagkatápos niyang ibigay sa ákin ang kard na ito ay lumákad na siya patawid sa iskinítang iyan.
10a. Kailan ka ba tútúngo sa paléngke pára mamili ng mga kailángan nátin.
 b. Kailan ka ba lálákad patúngong paléngke pára mamili ng mga kailángan nátin.

Ikalawang Hakbang. Bagúhin ang mga sumúsunod na pangungúsap.

1a. Itinagílid niya ang mésa pára madala niya.
 b. Dádalhin niya ang mésa nang patagilid.
2a. Umúrong siya nang siya ay lumápit kay Léslie.
 b. Lumápit siya kay Léslie nang paurong.
3a. Dumausdos siya nang siya ay bumabà.
 b. Bumabá siya nang padausdos.
4a. Inihágis ko ang libro nang ibigay ko sa kanya.
 b. Ibinigay ko sa kanya ang libro nang pahagis.
5a. Sinigawan mo siya nang sagutin mo ang tanong niya.
 b. Sinagot mo ang tanong niya nang pasigaw.
6a. Umíiyak si Léslie nang sabíhin niya iyon kay Pete.
 b. Sinábi ni Léslie iyon kay Pete nang paiyak.
7a. Humiyaw ako nang tawágin ko siya kaya niya ako nárinig.
 b. Tináwag ko siya nang pahiyaw kayá niya ako nárinig.
8a. Nag-úútos ako nang ipakúha ko sa kanya ang sílya sa kwárto.
 b. Ipinakúha ko sa kanya ang sílya sa kwárto nang pautos.
9a. Bíbiglain ko ang pagbigkas ng báwat sásabíhin ko sa iyo.
 b. Bíbigkasin ko nang pabiglá ang báwat sásabíhin ko sa iyo.
10a. Kinaladkad niya ang kawálí nang dalhin niya kina Línda.
 b. Dinala niya ang kawálí kina Línda nang pakaladkad.

15D. Active with causative (*magpa-* pandíwà). Lagyan ng támang panlápí ang mga salitang-ugat na nása panaklong. (§15.32)

1. Lína, huwag kang (*kíta*) hábang may sakit ka pa, baká maháwa ang iba. 2. Mas mabúti pa (*tingin*) ka na lang sa doktor kung may sakit ka pa. 3. Áyaw kong (*búnot*) ng ngípin káhit na masakit na masakit ito. 4. Ang kati ng úlo ko kayá dápat (*hingúto*) ako. 5. Hindí ka marúnong! (*Túrò*) ka sa kababátá mo. 6. Sána (*kasal*) na kayong dalawa ngayong buwang ito. 7. (*Salámat*) ka at tinulúngan kita, kung hindì, baká patay ka na ngayon. 8. Sabíhin mo kay Líto (*rikit*) na ng apoy at mag-ííhaw táyo ng isdà. 9. Kung hindí mo káyang maglaba, (*laba*) ka na lang sa nánay. 10. Huwag kang (*pások*) ng hindí mo kilála. 11. Mahábá na ang iyong buhok kayá (*gupit*) ka na. 12. Kúlay-pílak na ang buhok mo. (*Tínà*) ka kay Cárlos.

15E. Dative of demonstrative.

Pagsasánay sa pagbabalangkas. Ipalit ang *diyan* sa *iyan; díto/nito* sa *ito; doon/niyon* sa *iyon*. (§15.33)

1a. Áyaw kong magpatingin sa doktor na iyan.
 b. Áyaw kong magpatingin diyan sa doktor.
2a. Áyaw kong magpatingin ng súgat kong ito.
 b. Áyaw kong magpatingin nitong súgat ko.
3a. Naáwá ka ba sa babáeng iyan?
 b. Naáwá ka ba diyan sa babáe?
4a. Sigúro alérdyik ka sa gamot na ininom mong iyan.
 b. Sigúro alérdyik ka diyan sa gamot na ininom mo.
5a. Áyaw kong bumili ng sapátos na iyon.
 b. Áyaw kong bumili niyong sapátos.
6a. Áyaw mo ba ng binili kong iyan ?
 b. Áyaw mo ba niyang binili ko?
7a. Gusto mong kumúha ng péra sa kahong iyan.
 b. Gusto mong kumúha ng péra diyan sa kahon.
8a. Bíbili ako ng bólang ito.
 b. Bíbili ako nitong bóla.
9a. Natútúlog ka ba sa banig na ito?
 b. Natútúlog ka ba díto sa banig?
10a. Maglaró ka sa báhay na iyon.
 b. Maglaró ka doon sa báhay.

15F. Tense forms. Lagyan ng támang panlápí ang mga salitá sa loob ng panaklong. (§§15.41-15.434)

1. Kung hindí nila (*patay*) ang lamok ay (*karoon*) sila ng magandang swérte. 2. Kung (*patay*) ninyo ang hárí ng lamok ay hindí kayo (*péra*). 3. Nangákó ang hárí ng lamok na huwag lang nilang (*patay*) ang lamok (*pagkaloob*) sila ng maráming péra. 4. Akálá ng kápit-báhay e (*pag-asáwa*) lang siya ng áhas (*ganda*) na ang báhay nila. 5. Kung hindí (*inggit*) ang kápit-báhay ay hindí (*húlog*) ang anak niya. 6. Madalí-dalí ang (*yáman*) basta (*asáwa*) ka ng áhas ay (*yáman*) ka. 7. Kung (*takbo*) ka ay madalí kang (*dating*) sa inyong báhay. 8 (*Dating*) lang si Líto ay (*handà*) ako ng maráming pagkáin. 9. Mabúti pa ay (*uwì*) ka múna sa inyo at baká (*hánap*) ka na ng nánay mo. 10. Kayá ako hindí (*sakit*) ay dáhil may gamot akong (*inom*).

15G. Pang-úring may *ma-in* at pang-úring may *ma-*. Lagyan ng akmang panlápí ang mga salitang nása panaklong. (§15.5)

1. (*Inggit*) yung babáe kasi áyaw niyang mahigitan ng mga kápit-báhay. 2. (*Sirà*) ang báhay na tinítirhan niya, péro ang sa kanyang kápit-báhay ay (*ganda*). 3. Péro káhit (*líit*) at (*samà*) yung báhay niya ay pinunó niya ng mga (*mahal*) na gámit. 4. (*Búti*) sána siyang kaibígan péro masyádo siyang (*gálit*). 5. Si Léslie ay (*ganda*) péro (*hiyà*). 6. (*Inis*) ka kasi kayá pati trabáho mo ay (*gulo*). 7. (*Sakit*) ang súgat ko kasi hindí (*línis*) at (*tákot*) pó ako sa doktor. 8. Huwag kang bíbili ng (*bulok*) na pagkáin baká hindí nátin makáin ay sáyang. 9. Ang bátá ay (*sakit*) kasi (*dumi*) lágí ang mga pagkáin niya. 10. (*Sélos*) ang kanyang asáwa kayá huwag kang sásáma baká mákíta kayo ay (*gálit*) iyon.

15H. Pagsasánay sa pagbabalangkas. Gawing pangngálan ang pandíwá sa mga sumúsunod na pangungúsap. (§15.6)

1a. Kinúha niya ang párteng may dáhon dáhil inakálá niyang ito'y magkákaroon ng búnga.
b. Kasi akálá niya ay ito'y magkákaroon ng búnga.
2a. Nakábalítá akong namatay ang púnó ni Matsing.
b. Balíta ko'y namatay ang púnó ni Matsing.
3a. Naísip kong baká umalis siya ng báhay.
b. (Sa) ísip ko'y baká umalis siya ng báhay.
4a. Ipinalagay kong namatay na siya.
b. (Sa) palagay ko'y namatay na siya.
5a. Napakiramdaman kong malakas ang ulan.
b. (Sa) pakiramdam ko'y malakas ang ulan.
6a. Nárinig kong pinag-úusápan nila ang kasal.
b. (Sa) dinig ko'y pinag-úusápan nila ang kasal.
7a. Hinuláan kong sila ay magkaibígan.
b. (Sa) húlá ko'y sila ay magkaibígan.
8a. Náláman kong hindí sila púpunta sa Saudi.
b. Alam ko ay hindí sila púpunta sa Saudi.
9a. Nawárí kong may masamang mangyáyári.
b. (Sa) pakiwárí ko'y may masamang mangyáyári.
10a. Inakálá kong walang táo sa báhay kayá ako pumások.
b. Akálá ko'y walang táo sa báhay kayá ako pumások.

15I1. Salitang-ugat na may *siya*. (Roots with *siya*) Lagyan ng támang panlápí ang mga salitang nása loob ng panaklong.(§15.713)

1. Hindí (*kásya*) sa kanilang lahat ang bigas na ibinigay ng marámot niyang kápit-báhay. 2. Péro (*kásya*) rin nila sa pamamagítan ng paglulúgaw nito. 3. (*Pasya*) ng katúlong na huwag na lang kúnin ang bigas na ipinápakúha sa kanya. 4. Ano ba ang (*pasya*) nilang gawin kung hindí (*kásya*) ang péra sa pista? 5. Dagdagan mo ng kóntí pára (*kásya*) ang péra. 6. Hindí ko pa (*pasya*) dagdagan ang péra ninyo. 7. Kayá dápat ninyong (*kásya*) kung magkáno man ang péra ninyo. 8. Kung (*pasya*) na niya na dagdagan ang péra ninyo ay dápat matuwá kayo. 9. Kasi (*kásya*) na rin ang naípon ninyong péra pára sa pista. 10. Sána (*pasya*) niyang bigyan kayo pára (*kásya*) ang péra ninyo.

15I2. *Tagal*. Lagyan ng akmang panlápí ang salitang-ngat na *tagal* sa mga sumúsunod na pangungúsap. (§15.74)

1. Hindí pa ako (*tagal*) díto péro gusto kong (*tagal*) ng kóntí. 2. Kasi (*tagal*) na akong hindí pumúpunta díto at kung hindí ako (*tagal*) ay hindí ko mákikíta ang lahat ng mga kaibígan ko. 3. Sigúro kung maíiwánan ka ng éropláno (*tagal*) ka pa sa báhay. 4. Baká (*tagal*) ako

díto sa inyo kasi marámi pa akong lugar na hindí napúpuntahan díto. 5. Dápat ngá sigúro (*tagal*) ka ríto pára naman masaya kami. 6. (*Tagal*) ba díto si Líto noong pumunta siya díto? 7. Hindí siya pwédeng (*tagal*) kasi pinauwí agad siya ng nánay niya. 8. Péro gusto niyang (*tagal*) ang bakasyon niya díto. 9. Kung (*tagal*) ba ako díto, ipápakilála mo ako sa mga babáe díto? 10. Aba óo, basta (*tagal*) ka díto at sigurádong mákikilála mo silang lahat.

15I3. *Tulog.* **Lagyan ng támang panlápì. (§15.76)**

1. Ang sarap (*túlog*) kung umúulan. 2. Kung úulan (*túlog*) ako ng mahimbing. 3. Kainip-inip ang trabáho kayá (*túlog*) ako lágí sa lamésang áking pinagtátrabahúhan. 4. Ang kámang (*túlog*) ko kagabi ay siyang (*túlog*) ni George Washington noon. 5. Hindí ako (*túlog*) sa banig na sirà, kayá napúyat ako kagabi. 6. Kung (*túlog*) ka díto ay lílinísin ko na ang kwárto. 7. (*Túlog*) mo si Líto sa kámang inihandá ko pára sa kanya. 8. Áyaw pang (*túlog*) ni Líto kasi hindí siya (*túlog*) pag maráming lamok. 9. Sa kwárto ko na lang siya (*túlog*) pára walang lamok. 10. (*Túlog*) ako kanína kasi pagod na pagod ako.

SOUTHEAST ASIA PROGRAM PUBLICATIONS
Cornell University

Studies on Southeast Asia

Number 30   *Violence and the State in Suharto's Indonesia*, ed. Benedict R. O'G. Anderson. 2001. 247 pp. ISBN 0-87727-729-X

Number 29   *Studies in Southeast Asian Art: Essays in Honor of Stanley J. O'Connor*, ed. Nora A. Taylor. 2000. 243 pp. Illustrations. ISBN 0-87727-728-1

Number 28   *The Hadrami Awakening: Community and Identity in the Netherlands East Indies, 1900-1942*, Natalie Mobini-Kesheh. 1999. 174 pp. ISBN 0-87727-727-3

Number 27   *Tales from Djakarta: Caricatures of Circumstances and their Human Beings*, Pramoedya Ananta Toer. 1999. 145 pp. ISBN 0-87727-726-5

Number 26   *History, Culture, and Region in Southeast Asian Perspectives*, rev. ed., O. W. Wolters. 1999. 275 pp. ISBN 0-87727-725-7

Number 25   *Figures of Criminality in Indonesia, the Philippines, and Colonial Vietnam*, ed. Vicente L. Rafael. 1999. 259 pp. ISBN 0-87727-724-9

Number 24   *Paths to Conflagration: Fifty Years of Diplomacy and Warfare in Laos, Thailand, and Vietnam, 1778-1828*, Mayoury Ngaosyvathn and Pheuiphanh Ngaosyvathn. 1998. 268 pp. ISBN 0-87727-723-0

Number 23   *Nguyỹn Cochinchina: Southern Vietnam in the Seventeenth and Eighteenth Centuriess*, Li Tana. 1998. 194 pp. ISBN 0-87727-722-2

Number 22   *Young Heroes: The Indonesian Family in Politics*, Saya S. Shiraishi. 1997. 183 pp. ISBN 0-87727-721-4

Number 21   *Interpreting Development: Capitalism, Democracy, and the Middle Class in Thailand*, John Girling. 1996. 95 pp. ISBN 0-87727-720-6

Number 20   *Making Indonesia*, ed. Daniel S. Lev, Ruth McVey. 1996. 201 pp. ISBN 0-87727-719-2

Number 19   *Essays into Vietnamese Pasts*, ed. K. W. Taylor, John K. Whitmore. 1995. 288 pp. ISBN 0-87727-718-4

Number 18   *In the Land of Lady White Blood: Southern Thailand and the Meaning of History*, Lorraine M. Gesick. 1995. 106 pp. ISBN 0-87727-717-6

Number 17   *The Vernacular Press and the Emergence of Modern Indonesian Consciousness*, Ahmat Adam. 1995. 220 pp. ISBN 0-87727-716-8

Number 16   *The Nan Chronicle*, trans., ed. David K. Wyatt. 1994. 158 pp. ISBN 0-87727-715-X

Number 15   *Selective Judicial Competence: The Cirebon-Priangan Legal Administration, 1680–1792*, Mason C. Hoadley. 1994. 185 pp. ISBN 0-87727-714-1

Number 14   *Sjahrir: Politics and Exile in Indonesia*, Rudolf Mrázek. 1994. 536 pp. ISBN 0-87727-713-3

Number 13   *Fair Land Sarawak: Some Recollections of an Expatriate Officer*, Alastair Morrison. 1993. 196 pp. ISBN 0-87727-712-5

Number 12   *Fields from the Sea: Chinese Junk Trade with Siam during the Late Eighteenth and Early Nineteenth Centuries*, Jennifer Cushman. 1993. 206 pp. ISBN 0-87727-711-7

Number 11 *Money, Markets, and Trade in Early Southeast Asia: The Development of Indigenous Monetary Systems to AD 1400*, Robert S. Wicks. 1992. 2nd printing 1996. 354 pp., 78 tables, illus., maps. ISBN 0-87727-710-9

Number 10 *Tai Ahoms and the Stars: Three Ritual Texts to Ward Off Danger*, trans., ed. B. J. Terwiel, Ranoo Wichasin. 1992. 170 pp. ISBN 0-87727-709-5

Number 9 *Southeast Asian Capitalists*, ed. Ruth McVey. 1992. 2nd printing 1993. 220 pp. ISBN 0-87727-708-7

Number 8 *The Politics of Colonial Exploitation: Java, the Dutch, and the Cultivation System*, Cornelis Fasseur, ed. R. E. Elson, trans. R. E. Elson, Ary Kraal. 1992. 2nd printing 1994. 266 pp. ISBN 0-87727-707-9

Number 7 *A Malay Frontier: Unity and Duality in a Sumatran Kingdom*, Jane Drakard. 1990. 215 pp. ISBN 0-87727-706-0

Number 6 *Trends in Khmer Art*, Jean Boisselier, ed. Natasha Eilenberg, trans. Natasha Eilenberg, Melvin Elliott. 1989. 124 pp., 24 plates. ISBN 0-87727-705-2

Number 5 *Southeast Asian Ephemeris: Solar and Planetary Positions, A.D. 638–2000*, J. C. Eade. 1989. 175 pp. ISBN 0-87727-704-4

Number 3 *Thai Radical Discourse: The Real Face of Thai Feudalism Today*, Craig J. Reynolds. 1987. 2nd printing 1994. 186 pp. ISBN 0-87727-702-8

Number 1 *The Symbolism of the Stupa*, Adrian Snodgrass. 1985. Revised with index, 1988. 3rd printing 1998. 469 pp. ISBN 0-87727-700-1

SEAP Series

Number 18 *Culture and Power in Traditional Siamese Government*, Neil A. Englehart. 2000. 130 pp. ISBN 0-87727-135-6

Number 17 *Gangsters, Democracy, and the State*, ed. Carl A. Trocki. 1998. 94 pp. ISBN 0-87727-134-8

Number 16 *Cutting Across the Lands: An Annotated Bibliography on Natural Resource Management and Community Development in Indonesia, the Philippines, and Malaysia*, ed. Eveline Ferretti. 1997. 329 pp. ISBN 0-87727-133-X

Number 15 *The Revolution Falters: The Left in Philippine Politics After 1986*, ed. Patricio N. Abinales. 1996. 182 pp. ISBN 0-87727-132-1

Number 14 *Being Kammu: My Village, My Life*, ed. Damrong Tayanin. 1994. 138 pp., 22 tables, illus., maps. ISBN 0-87727-130-5

Number 13 *The American War in Vietnam*, ed. Jayne Werner, David Hunt. 1993. 132 pp. ISBN 0-87727-131-3

Number 12 *The Political Legacy of Aung San*, ed. Josef Silverstein. Revised edition 1993. 169 pp. ISBN 0-87727-128-3

Number 10 *Studies on Vietnamese Language and Literature: A Preliminary Bibliography*, Nguyen Dinh Tham. 1992. 227 pp. ISBN 0-87727-127-5

Number 9 *A Secret Past*, Dokmaisot, trans. Ted Strehlow. 1992. 2nd printing 1997. 72 pp. ISBN 0-87727-126-7

Number 8 *From PKI to the Comintern, 1924–1941: The Apprenticeship of the Malayan Communist Party*, Cheah Boon Kheng. 1992. 147 pp. ISBN 0-87727-125-9

Number 7 *Intellectual Property and US Relations with Indonesia, Malaysia, Singapore, and Thailand*, Elisabeth Uphoff. 1991. 67 pp. ISBN 0-87727-124-0

Number 6   *The Rise and Fall of the Communist Party of Burma (CPB)*, Bertil Lintner. 1990. 124 pp. 26 illus., 14 maps. ISBN 0-87727-123-2

Number 5   *Japanese Relations with Vietnam: 1951–1987*, Masaya Shiraishi. 1990. 174 pp. ISBN 0-87727-122-4

Number 3   *Postwar Vietnam: Dilemmas in Socialist Development*, ed. Christine White, David Marr. 1988. 2nd printing 1993. 260 pp. ISBN 0-87727-120-8

Number 2   *The Dobama Movement in Burma (1930–1938)*, Khin Yi. 1988. 160 pp. ISBN 0-87727-118-6

Translation Series

Volume 4   *Approaching Suharto's Indonesia from the Margins*, ed. Takashi Shiraishi. 1994. 153 pp. ISBN 0-87727-403-7

Volume 3   *The Japanese in Colonial Southeast Asia*, ed. Saya Shiraishi, Takashi Shiraishi. 1993. 172 pp. ISBN 0-87727-402-9

Volume 2   *Indochina in the 1940s and 1950s*, ed. Takashi Shiraishi, Motoo Furuta. 1992. 196 pp. ISBN 0-87727-401-0

Volume 1   *Reading Southeast Asia*, ed. Takashi Shiraishi. 1990. 188 pp. ISBN 0-87727-400-2

CORNELL MODERN INDONESIA PROJECT PUBLICATIONS

Cornell University

Number 75   *A Tour of Duty: Changing Patterns of Military Politics in Indonesia in the 1990s.* Douglas Kammen and Siddharth Chandra. 1999. 99 pp. ISBN 0-87763-049-6

Number 74   *The Roots of Acehnese Rebellion 1989–1992*, Tim Kell. 1995. 103 pp. ISBN 0-87763-040-2

Number 73   *"White Book" on the 1992 General Election in Indonesia*, trans. Dwight King. 1994. 72 pp. ISBN 0-87763-039-9

Number 72   *Popular Indonesian Literature of the Qur'an*, Howard M. Federspiel. 1994. 170 pp. ISBN 0-87763-038-0

Number 71   *A Javanese Memoir of Sumatra, 1945–1946: Love and Hatred in the Liberation War*, Takao Fusayama. 1993. 150 pp. ISBN 0-87763-037-2

Number 70   *East Kalimantan: The Decline of a Commercial Aristocracy*, Burhan Magenda. 1991. 120 pp. ISBN 0-87763-036-4

Number 69   *The Road to Madiun: The Indonesian Communist Uprising of 1948*, Elizabeth Ann Swift. 1989. 120 pp. ISBN 0-87763-035-6

Number 68   *Intellectuals and Nationalism in Indonesia: A Study of the Following Recruited by Sutan Sjahrir in Occupation Jakarta*, J. D. Legge. 1988. 159 pp. ISBN 0-87763-034-8

Number 67   *Indonesia Free: A Biography of Mohammad Hatta*, Mavis Rose. 1987. 252 pp. ISBN 0-87763-033-X

Number 66   *Prisoners at Kota Cane*, Leon Salim, trans. Audrey Kahin. 1986. 112 pp. ISBN 0-87763-032-1

Number 65   *The Kenpeitai in Java and Sumatra*, trans. Barbara G. Shimer, Guy Hobbs, intro. Theodore Friend. 1986. 80 pp. ISBN 0-87763-031-3

Number 64   *Suharto and His Generals: Indonesia's Military Politics, 1975–1983*, David Jenkins. 1984. 4th printing 1997. 300 pp. ISBN 0-87763-030-5

Number 62   *Interpreting Indonesian Politics: Thirteen Contributions to the Debate, 1964–1981*, ed. Benedict Anderson, Audrey Kahin, intro. Daniel S. Lev. 1982. 3rd printing 1991. 172 pp. ISBN 0-87763-028-3

Number 61   *Sickle and Crescent: The Communist Revolt of 1926 in Banten*, Michael C. Williams. 1982. 81 pp. ISBN 0-87763-027-5

Number 60   *The Minangkabau Response to Dutch Colonial Rule in the Nineteenth Century*, Elizabeth E. Graves. 1981. 157 pp. ISBN 0-87763-000-3

Number 59   *Breaking the Chains of Oppression of the Indonesian People: Defense Statement at His Trial on Charges of Insulting the Head of State, Bandung, June 7–10, 1979*, Heri Akhmadi. 1981. 201 pp. ISBN 0-87763-001-1

Number 58   *Administration of Islam in Indonesia*, Deliar Noer. 1978. 82 pp. ISBN 0-87763-002-X

Number 57   *Permesta: Half a Rebellion*, Barbara S. Harvey. 1977. 174 pp. ISBN 0-87763-003-8

Number 55   *Report from Banaran: The Story of the Experiences of a Soldier during the War of Independence*, Maj. Gen. T. B. Simatupang. 1972. 186 pp. ISBN 0-87763-005-4

Number 52   *A Preliminary Analysis of the October 1 1965, Coup in Indonesia (Prepared in January 1966)*, Benedict R. Anderson, Ruth T. McVey, assist. Frederick P. Bunnell. 1971. 3rd printing 1990. 174 pp. ISBN 0-87763-008-9

Number 51   *The Putera Reports: Problems in Indonesian-Japanese War-Time Cooperation*, Mohammad Hatta, trans., intro. William H. Frederick. 1971. 114 pp. ISBN 0-87763-009-7

Number 50   *Schools and Politics: The Kaum Muda Movement in West Sumatra (1927–1933)*, Taufik Abdullah. 1971. 257 pp. ISBN 0-87763-010-0

Number 49   *The Foundation of the Partai Muslimin Indonesia*, K. E. Ward. 1970. 75 pp. ISBN 0-87763-011-9

Number 48   *Nationalism, Islam and Marxism*, Soekarno, intro. Ruth T. McVey. 1970. 2nd printing 1984. 62 pp. ISBN 0-87763-012-7

Number 43   *State and Statecraft in Old Java: A Study of the Later Mataram Period, 16th to 19th Century*, Soemarsaid Moertono. Revised edition 1981. 180 pp. ISBN 0-87763-017-8

Number 37   *Mythology and the Tolerance of the Javanese*, Benedict R. O'G. Anderson. 2nd edition 1997. 104 pp., 65 illus. ISBN 0-87763-041-0

Number 25   *The Communist Uprisings of 1926–1927 in Indonesia: Key Documents*, ed., intro. Harry J. Benda, Ruth T. McVey. 1960. 2nd printing 1969. 177 pp. ISBN 0-87763-024-0

Number 7   *The Soviet View of the Indonesian Revolution*, Ruth T. McVey. 1957. 3rd printing 1969. 90 pp. ISBN 0-87763-018-6

Number   6   *The Indonesian Elections of 1955,* Herbert Feith. 1957. 2nd printing 1971.
91 pp.
ISBN 0-87763-020-8

LANGUAGE TEXTS

INDONESIAN

Beginning Indonesian Through Self-Instruction, John U. Wolff, Dédé Oetomo, Daniel Fietkiewicz. 3rd revised edition 1992. 3 volume set. 1,057 pp. ISBN 0-87727-519-X

Indonesian Readings, John U. Wolff. 1978. 4th printing 1992. 480 pp. ISBN 0-87727-517-3

Indonesian Conversations, John U. Wolff. 1978. 3rd printing 1991. 297 pp. ISBN 0-87727-516-5

Formal Indonesian, John U. Wolff. 2nd revised edition 1986. 446 pp. ISBN 0-87727-515-7

TAGALOG

Pilipino Through Self-Instruction, John U. Wolff, Ma. Theresa C. Centano, Der-Hwa U. Rau. 1991. 4 volume set. 1,490 pp. ISBN 0-87727-524-6

THAI

A. U. A. Language Center Thai Course Book 1, J. Marvin Brown. Originally published by the American University Alumni Association Language Center, 1974. Reissued by Cornell Southeast Asia Program,1991. 267 pp. ISBN 0-87727-506-8

A. U. A. Language Center Thai Course Book 2, 1992. 288 pp. ISBN 0-87727-507-6

A. U. A. Language Center Thai Course Book 3, 1992. 247 pp. ISBN 0-87727-508-4

A. U. A. Language Center Thai Course, Reading and Writing Text (mostly reading), 1979. Reissued 1997. 164 pp. ISBN 0-87727-511-4

A. U. A. Language Center Thai Course, Reading and Writing Workbook (mostly writing), 1979. Reissued 1997. 99 pp. ISBN 0-87727-512-2

KHMER

Cambodian System of Writing and Beginning Reader, Franklin E. Huffman. Originally published by Yale University Press, 1970. Reissued by Cornell Southeast Asia Program, 3rd printing 1992. 365 pp. ISBN 0-300-01314-0

Modern Spoken Cambodian, Franklin E. Huffman, assist. Charan Promchan, Chhom-Rak Thong Lambert. Originally published by Yale University Press, 1970. Reissued by Cornell Southeast Asia Program, 3rd printing 1991. 451 pp. ISBN 0-300-01316-7

Intermediate Cambodian Reader, ed. Franklin E. Huffman, assist. Im Proum. Originally published by Yale University Press, 1972. Reissued by Cornell Southeast Asia Program, 1988. 499 pp. ISBN 0-300-01552-6

Cambodian Literary Reader and Glossary, Franklin E. Huffman, Im Proum. Originally published by Yale University Press, 1977. Reissued by Cornell Southeast Asia Program, 1988. 494 pp. ISBN 0-300-02069-4

HMONG

White Hmong-English Dictionary, Ernest E. Heimbach. 1969. 7th printing 1997. 523 pp. ISBN 0-87727-075-9

VIETNAMESE

Intermediate Spoken Vietnamese, Franklin E. Huffman, Tran Trong Hai. 1980. 3rd printing 1994. ISBN 0-87727-500-9

* * *

Southeast Asian Studies: Reorientations. Craig J. Reynolds and Ruth McVey. Frank H. Golay Lectures 2 & 3. 70 pp. ISBN 0-87727-301-4

Javanese Literature in Surakarta Manuscripts, Nancy K. Florida. Hard cover series ISBN 0-87727-600-5; Paperback series ISBN 0-87727-601-3. Vol. 1, *Introduction and Manuscripts of the Karaton Surakarta.* 1993. 410 pp. Frontispiece, 5 illus. Hard cover, ISBN 0-87727-602-1, Paperback, ISBN 0-87727-603-X

Sbek Thom: Khmer Shadow Theater. Pech Tum Kravel, trans. Sos Kem, ed. Thavro Phim, Sos Kem, Martin Hatch. 1996. 363 pp., 153 photographs. ISBN 0-87727-620-X

In the Mirror, Literature and Politics in Siam in the American Era, ed. Benedict R. O'G. Anderson, trans. Benedict R. O'G. Anderson, Ruchira Mendiones. 1985. 2nd printing 1991. 303 pp. Paperback. ISBN 974-210-380-1

To order, please contact:

Cornell University
SEAP Distribution Center
369 Pine Tree Rd.
Ithaca, NY 14850-2819 USA

Tel: 1-877-865-2432 (Toll free – U.S.)
Fax: (607) 255-7534

OR

Purchase at our on-line bookstore at:

www.einaudi.cornell.edu/bookstore/SEAP

E-mail: SEAP-Pubs@cornell.edu

Orders must be prepaid by check or credit card (VISA, MasterCard, Discover).

tained